मृत्यू

एक अटळ सत्य

सद्‌गुरू

सकाळ प्रकाशन

सकाळ प्रकाशन

Death an Inside Story

by Sadguru

First Published in Marathi by Sakal Media Pvt. Ltd.

मृत्यू : एक अटळ सत्य

सद्‌गुरू

प्रथम आवृत्ती	:	नोव्हेंबर २०२४
प्रकाशक	:	सकाळ मीडिया प्रा. लि. ५९५, बुधवार पेठ, पुणे ४११ ००२
मराठी अनुवाद	:	अविनाश बर्वे
मुखपृष्ठ	:	ईशा फाऊंडेशन
मांडणी	:	सकाळ प्रकाशन
मुद्रणस्थळ	:	विकास प्रिंटिंग ॲण्ड कॅरिअर्स प्रा. लि. प्लॉट नं. ३२, एमआयडीसी, सातपूर, नाशिक
ISBN	:	978-81-971884-5-9
संपर्क	:	०२०-२४४० ५६७८ / ८८८८८ ४९०५० sakalprakashan@esakal.com

अनुवादकाचं मनोगत

सद्गुरूंनी लिहिलेलं व मी अनुवादित केलेलं 'इनर इंजिनिअरिंग' हे पुस्तक सुमारे तीन वर्षांपूर्वी प्रकाशित झालं. त्या पुस्तकाला माझ्या अपेक्षेपेक्षा खूपच चांगला प्रतिसाद मराठी वाचकांकडून मिळाला. अर्थात, हे सारं श्रेय सद्गुरूंचं आहे. मी केवळ ओझं वाहिलं.

या वर्षी, श्री व्यंकय्या नायडू यांना 'मृत्यू' या विषयावरचं पुस्तक भेट देताना मी सद्गुरूंना टीव्हीवर पाहिलं. नाव माहीत नव्हतं; पण लगेच 'ऑनलाइन' मागवून घेतलं. विषय गहन, गूढ, गंभीर आणि सर्वांना माहितीचा होता. पण गतवर्षीच्या माझ्या आजारातून मी अजून पूर्ण बरा झालो नव्हतो. मेंदूवरील शस्त्रक्रियेवर दिलेल्या औषधांचे दुष्परिणाम दृष्टीवर व कानावर झाले. तासभर बसणंही कठीण होतं. पण तीन वर्षांपूर्वी मी सद्गुरूंच्या 'इनर इंजिनिअरिंग'ची दीक्षा घेतली होती. त्याचा या पुस्तकात वर्णिलेला अनुभवच मला आला. नातेवाइकांची आशा मावळती असली, तरी मी व पत्नी आला दिवस धीराने नेटत होतो. सद्गुरूंची कृपा होतीच. प्रकृतीत झपाट्याने सुधारणा झाली. औषधं बदलली. दृष्टी-श्रवण सुधारले. पुस्तक वाचेन की नाही असं वाटत होतं; पण वाचतावाचता भाषांतराचे शब्द ऐकू येऊ लागले.

मी आश्रमात भाषांतराविषयी विचारलं. एक-दोन महिन्यांनी परवानगी आली. काळ कसोटीचा होता. पण जागतिक संकटाच्या या काळात माझ्या बुद्धीला व हातांना योग्य साधन मिळाले. तीन महिन्यांत भाषांतराचं काम पूर्ण करून आश्रमातील व्यक्तींकडे सोपवलं. गेल्या पुस्तकाप्रमाणेच, मंजिरी जठार व सुप्रिया वर्तक यांनी हस्तलिखिताचं मुद्रणयोग्य संगणकीकरण करून अनुभवी साथ दिली.

विषय जड व भीतिदायक असला, तरी त्यामागचा सद्गुरूंचा अभ्यास दांडगा आहे. पुस्तकाच्या शेवटी त्यांनी त्यांच्या गेल्या चार जन्मांचा स्थळ-काळासह गोशवारा दिला आहे. पण याच आयुष्यात वयाच्या तेराव्या वर्षी, विसाव्या वर्षी त्यांनी मृत्यूचा जवळून अनुभव घेतला. 'मृत्यू' या विषयावर पुस्तक लिहिण्याचा अधिकार यापेक्षा दुसऱ्या कोण्या व्यक्तीला असेल, असं मला वाटत नाही.

गेल्या वर्षीच्या जीवघेण्या आजारानंतर 'या' विषयावरचं पुस्तक आपल्यासमोर ठेवताना मला दोन प्रकारचा आनंद होत आहे. प्रत्येकाने जरूर वाचून आपले या विषयाचे अज्ञान कमी करावे. सद्गुरूंच्या वाक्या-वाक्याबरोबर जीवनातला जिवंतपणा वाढतच जातो. हा स्वानुभव आहे.

- अविनाश बर्वे

अनुक्रमणिका

भाग २ : मृत्यूचं सौंदर्य

मृत्यूचे सावट

परिचय

आपल्या सगळ्यांना वाटतं, की आपण चांगलं जगावं आणि जेव्हा वेळ येईल, तेव्हा मरणही चांगलं यावं. मनुष्याच्या सर्व अपेक्षांचं हेच सार आहे. मनुष्याचे सगळेच नाही, पण बरेचसे प्रयत्न हे चांगलं जगण्यासाठी असतात आणि त्याचे परिणामसुद्धा हेच दर्शवतात. चांगलं जगण्यासंदर्भात मनुष्याने बरंच काही साध्य केलं आहे. भूतकाळात होऊन गेलेल्या पिढ्यांपेक्षा आपण जास्त सोयी आणि सुविधा निर्माण करू शकलो आहोत. परंतु, ज्या वेळी चांगल्या रीतीने मरण्याची गोष्ट येते, त्या वेळी आपण असं म्हणू शकत नाही की, पूर्वजांपेक्षा आपण चांगल्या रीतीने मरत आहोत. मनुष्य चांगलं जगण्यामध्ये यशस्वी झाला आहे, पण चांगलं मरण्यामध्ये नाही, हे दाखवणारे पुष्कळ घटक आहेत. त्यांतला सर्वांत महत्त्वाचा घटक म्हणजे, आपण आपल्या समाजात जीवन आणि मृत्यू हाताळण्यामध्ये दुजाभाव करतो.

जगभरात बहुधा सर्वत्र जीवन हे यश मानून साजरं केलं जातं, त्याचं गुणगान केलं जातं, परंतु मृत्यू ही असफलता मानून त्याचा शोक केला जातो, तो दूर ठेवला जातो. मृत्यूला नेहमीच वाईट प्रसिद्धी मिळाली आहे. मेजवानी किंवा भोजन समारंभात कोणी 'मृत्यू' शब्दाचा नुसता उल्लेख केला तरी सर्व संभाषण बंद होतं. घरात लहान मुलांनी हा शब्दही उच्चारू नये असं शिकवलं जातं. लोकांना अशी भीती वाटते, की हे यमाला आमंत्रण दिल्यासारखं होईल. लोक मृत्यूच्या घटनेची दाहकता कशी कमी करता येईल यासाठी सोज्ज्वळ शब्दांचं प्रयोजन करण्यामागे निरर्थक लागले आहेत.

असं म्हणतात की, मनुष्यांना मृत्यूविषयी फार काही माहीत नाही, कारण प्रथमतः त्यांना 'जीवन म्हणजे काय?' हेच फारसं कळलेलं नाही. दीर्घ जीवनाच्या शेवटी अगदी थोडा वेळ घडणारी घटना म्हणजे मृत्यू. संपूर्ण जीवन जगल्यानंतरसुद्धा जीवनविषयक साध्या प्रश्नांची उत्तरं- जसे आपण कुठून आलो आणि कुठे जाणार आहोत, याचा मनुष्याला थांगपत्ता नसतो. त्यामुळे मृत्यूविषयी गोंधळ असणं समजू शकतो. मात्र, आपल्याला हे मान्य करावं लागेल की, आधुनिक काळात मानवजातीने -जीवन म्हणजे ईश्वराकडून मिळालेले वरदान आणि मृत्यू म्हणजे त्याचा शाप- या समजुतीपासून पुष्कळ लांबवर प्रवास केला आहे.

मृत्यूचं रहस्य उलगडण्यासाठी पारंपरिकरीत्या लोक केवळ धर्माकडे पाहात होते. मृत्यू आणि मृत्युविषयक बाबींचा न्यायनिवाडा बहुतेक वेळा वेगवेगळे धर्मगुरू आणि पुजारी यांच्या हातात होता. केवळ मागील काही शतकांमध्ये, जेव्हा वैद्यकीय क्षेत्रात एकामागून एक लागलेल्या शोधांमुळे जागतिक स्तरावर आरोग्य आणि मृत्यू यावर मोठ्या प्रमाणात प्रभाव पडला, तेव्हा लोक मृत्यू आणि मृत्युप्रक्रियेविषयक प्रश्नांच्या उत्तरांसाठी आधुनिक विज्ञानाकडे वळू लागले. मनुष्याचं आयुर्मान आणि नवजात-शिशु मृत्यूदर, या दोन महत्त्वाच्या जागतिक निर्देशांकामध्ये झालेल्या अभूतपूर्व सुधारणा ह्या मृत्यू आणि मृत्युप्रक्रियेसबंधित गोष्टीं हाताळण्यामध्ये आधुनिक विज्ञानाला किती यश मिळालं आहे, हे दाखवून देतात. वेगाने वाढत चाललेली जागतिक लोकसंख्या ७.७५ अब्जापर्यंत पोहोचली आहे. यापेक्षा आधुनिक विज्ञानाच्या यशाचा चांगला पुरावा कोणता असू शकतो? हे सगळ्यांमुळे जीवन आणि मृत्युसबंधित गोष्टींचा निर्णायक निवाडा करण्यामध्ये आधुनिक विज्ञानाने इतर सगळ्या गोष्टींना मागे टाकलं आहे.

आधुनिक विज्ञान वस्तुनिष्ठ असल्याने आणि त्याच्या विश्वव्यापक प्रकृतीमुळे, पूर्वी कधीच नव्हतं अशा सर्व पद्धतीने मृत्यूकडे पाहणं, लोकांना शक्य झालं आहे. मात्र आधुनिक विज्ञानाच्या या उत्तुंग यशामागे काही अंधाऱ्या जागा, धोके आणि नुकसानही लपलेलं आहे. आधुनिक विज्ञान मृत्यू हाताळायला लागल्यापासून झालेला एक मोठा परिणाम म्हणजे, त्यांनी मृत्यूचे 'वैद्यकीकरण' केले. मृत्यूकडे, विशेषतः प्रगत देशांमध्ये, एक नैसर्गिक घटना म्हणून पाहात नाहीत, तर एक 'वैद्यकीय स्थिती' म्हणून पाहतात. जीवनातील सामान्य घटना आणि परिस्थितींकडेदेखील संभाव्य धोके आणि आजार म्हणून पाहिलं जातं. मृत्यू

होण्याच्या अगोदर, अति आणि बरेचदा आक्रमक वैद्यकीय उपचार करणं हे एक नवीन मानक बनलं आहे.

पूर्वीपासूनच मनुष्य त्याच्या मर्त्य स्वरूपाविषयी कधीच खूश नव्हता. अमरत्व प्राप्त करण्यासाठी इतिहासकाळापासून चालत आलेल्या प्रयत्नांना आधुनिक विज्ञानामुळे नव-संजीवनी मिळाली आहे. कदाचित, मृत्युरहित अवस्था हे मानक आहे आणि मृत्यू ही विकृती आहे,असा तर्क आधुनिक विज्ञानाच्या खांद्यावर स्वार होऊन लोक आता करू लागले आहेत. कदाचित, मृत्यू हा एक प्रकारचा आजार आहे आणि त्यावर विजय मिळवला पाहिजे, असा विचार करायचं धाडस लोक आता करू लागले आहेत. या विचाराला पांढऱ्या कोटातील महान संशोधक नक्कीच आपल्या जीवनकाळातच पुष्टी देण्यात यशस्वी होतील. जीवनाच्या नैसर्गिक प्रक्रियेमध्ये ढवळाढवळ करण्याच्या आपल्या वाढत्या क्षमतेमुळे त्याचा अतिरेक करण्याचा कल नक्कीच वाढत चालला आहे.

जसे सहा अंध लोक हत्तीचं वर्णन करताना हत्तीच्या एकेक अवयवाचं अचूक वर्णन करतात; परंतु संपूर्ण हत्ती मात्र त्यांना कळत नाही, तशीच काहीशी परिस्थिती वैज्ञानिकांची झाली आहे, कारण ते जीवनाकाडे फारच मर्यादित छिद्रातून बघत आहेत. जीवनाप्रमाणे, मृत्यूचेही तीन भाग आहेत. जीवशास्त्रीय भाग, मानसशास्त्रीय भाग आणि भौतिकतेच्या पलीकडचा भाग -जो जीवशास्त्रीय आणि मानसिक प्रक्रिया घडविण्यास कारणीभूत आहे. अलीकडच्या काळात मृत्यूचं जीवशास्त्रीय आकलन खूप वाढलं आहे. आज आपल्याला जीवन कुठे संपतं आणि मृत्यू कुठे सुरू होतो हे जीवशास्त्रीयदृष्ट्या फार चांगलं समजलं आहे. मानसशास्त्रीयदृष्ट्यासुद्धा आपण खूप प्रगती केली आहे. व्यक्ती कशी बनते? तिला निसर्ग घडवतो की ते संगोपनामुळे घडते? प्रत्येकाची यात कितपत भूमिका आहे? हे सर्व पैलूसुद्धा फार चांगले समजले आहेत. पण अधिक गहन प्रश्न : जीवन किंवा मृत्यू का आणि कसं घडतं हे अजूनही पुष्कळसं समजलेलं नाही.

दुर्दैवाने, आजच्या विज्ञानाला जीवाच्या केवळ त्या सीमारेषेपर्यंत पोहोचता येतं, जिथे जीवाच्या शरीराची सुरुवात होते आणि जिथे जीवाचं शरीर संपतं. विज्ञान ही शक्यताही स्वीकारत नाही की, जीवनाच्या अगोदर आणि मृत्यूनंतर काही असू शकतं. जीवन म्हणजे या अफाट विश्वामध्ये अनेक घटक एकत्र येऊन घडणाऱ्या अनंत घटनांपैकी योगायोगाने घडणारी एक घटना, हे विज्ञानाचं गृहीतक

कोणत्याही तर्कापुढे टिकणारं नाही. एका अदृश्य शक्तीने जीव काही काळासाठी अस्तित्वात येतो आणि अचानक एके दिवशी नाहीसा होतो, या साध्या वास्तवाचं विज्ञानाच्या प्रक्रियेनुसार अधिक खोलवर संशोधन होणं गरजेचं नाही का? जिथे शरीर संपतं, तिथे विज्ञान थांबतं. परंतु इथून पुढे काय होतं याविषयी जगातील सर्व धर्म इतके तर्कवितर्क करत असतात, की त्यामुळे मनुष्याची अवस्था निर्मनुष्य प्रदेशात भरकटल्यासारखी होते. अशा वेळी परंपरा, धार्मिक ग्रंथ किंवा शैक्षणिक ज्ञान यापेक्षा मुख्यतः स्वतःच्या आंतरिक अनुभवावरून बोलत असलेल्या सद्गुरूंसारख्या एका योगी किंवा दृष्ट्या व्यक्तीची उपस्थिती फार अमूल्य ठरते.

सद्गुरू हे आत्मज्ञानी आणि आधुनिक योगी आहेत. त्यांची जीवनविषयक अनन्यसाधारण अंतर्दृष्टी आणि स्वयं-परिवर्तनाची साधनं यांद्वारे त्यांनी जगभरातील लाखो लोकांच्या जीवनाला स्पर्श केला आहे, त्यांचं जीवन परिवर्तित केलं आहे. सुमारे चार दशकं अगोदर, एके दिवशी दुपारी सद्गुरूंना, तरुण वयात एक यशस्वी व्यावसयिक जीवन जगताना, अचानक एक गहन आध्यात्मिक अनुभव आला, ज्याने त्यांची या विश्वाकडे आणि जीवनाकडे पाहण्याची दृष्टी पूर्णपणे बदलून गेली. 'अचानक, मी ज्याला आयुष्यभर 'मी' समजत होतो, ते माझ्या आसपास सर्वत्र पसरलेलं होतं. मला हे कळत नव्हतं की काय 'मी' आहे आणि काय 'मी' नाही.' हे त्यांना परमानंदाच्या पातळीवर घेऊन गेलं. पुढच्या काही महिन्यांत हा अनुभव अधिक स्थिर झाला आणि एक जिवंत वास्तव बनला. या आध्यात्मिक अनुभवामुळे त्यांच्या मागील कित्येक जन्मांच्या स्मृती उघड झाल्या आणि जीवन आणि मृत्यू या प्रक्रियांची गहन समज आली. या अनुभवातून, सद्गुरूंनी संपूर्ण जगाला आनंदी आणि सुंदर प्रकारे कसं जगायचं, हे शिकवण्याची योजना तयार केली आणि त्यावर कार्य करायला सुरुवात केली.

मागील चार दशकांत या योजनेचं जागतिक चळवळीत रूपांतर झालं आहे, जिचं उद्दिष्ट स्वयं-परिवर्तन आहे. मागे वळून पाहताना हे कळत नाही की, सद्गुरू- ज्यांना आनंदी जीवन कसं जगायचं या विषयातले एक अग्रेसर अधिकारी व्यक्ती म्हणून मानलं गेलं, त्यांना मृत्यूच्या बाबतीतही एक अधिकारी व्यक्ती कधीपासून मानलं जाऊ लागलं... जेव्हापासून ते त्यांच्या पूर्वजन्मातील आठवणी स्पष्टपणे सांगू लागले, तेव्हापासून तर नाही? की पंचवीस वर्षांपूर्वी जेव्हा त्यांनी पहिल्यांदा त्यांच्या सध्याच्या जीवनाचा उद्देश उघड केला - ध्यानलिंगाची प्राणप्रतिष्ठा,

जे अनेक सिद्ध योगींचं स्वप्न होतं, जे कार्य त्यांच्या गुरूंनी तीन जन्मांअगोदर त्यांच्यावर सोपवलं होतं? की त्यांच्या अवतीभवतीचे पुष्कळ लोक स्वाभाविकपणे जेव्हा त्यांचे सद्‌गुरूंसोबतचे मागील जन्मातील संबंध आठवू लागले तेव्हा? ते कधीपासून झालं हे स्पष्ट नसलं, तरी थोड्याच काळात मृत्यू आणि मृत्युप्रक्रिया या संदर्भातील गोष्टींसाठी लोक सद्‌गुरूंकडे जाऊ लागले.

परंतु सद्‌गुरू मृत्यूसंदर्भात नेहमीच संवाद साधत होते असं मात्र नाही. याच्या विरुद्ध असं वाटायचं की ते ही गोष्ट टाळत आहेत. बऱ्याच लोकांना असं वाटलं, की एक साधा प्रश्न- 'सद्‌गुरू, मृत्यूनंतर काय घडतं?' - हे विचारून ते जीवनाची अतिशय गुह्यतम गुपितं सदगुरूंकडून काढू शकतील, परंतु त्यांची निराशा झाली. 'काही गोष्टी फक्त अनुभवातून शिकायला मिळतात!' साधारणपणे अशी उत्तरं मिळाल्यामुळे त्यांची निराशा व्हायची. इतर काही जणांना माहीत करून घ्यायचं होतं, की मृत व्यक्तींशी संवाद कसा साधायचा, त्यांना सांगितलं गेलं, की जिवंत व्यक्तींशी संवाद कसा साधायचा, याची अगोदर चिंता करा. ज्या लोकांनी आत्म्याच्या (इंग्रजीमध्ये सोल-*soul*) अस्तित्वासंदर्भात विचारलं, त्यांना सांगितलं गेलं की, तुमच्याकडे दोन आहेत- प्रत्येक पायाखाली एक एक (इंग्रजीमधील sole या शब्दाचा संदर्भ घेऊन). तरीसुद्धा त्यांची दिलेली सर्व शिकवण आणि साधना यांना मृत्यूचा गंध आल्याशिवाय राहात नव्हता.

सद्‌गुरू, या पृथ्वीवर कदाचित एकमेव व्यक्ती असतील, जे आश्रमातील काही साधना कार्यक्रमामध्ये, पूर्ण भरलेल्या हॉलसमोर, सकाळी सर्वप्रथम मृत्यूबाबत निर्विकारपणे बोलत. त्यानंतर ते त्यांच्या मार्गदर्शनाखाली, ते साधकांकडून मृत्यूचा अनुभव देणारे एक खास ध्यान करवून घेत. ते कदाचित एकमेव व्यक्ती असतील, जे लोकांना दिवसातून दोनदा मृत्युसारख्या अनुभवातून जाण्याच्या ध्यानप्रक्रियेची दीक्षा देऊन 'जगण्याचा सहज मार्ग' शिकवतात. जगातील प्रत्येकाला आनंदी कसे जगता येईल हे शिकवण्याचा महत्त्वाकांक्षी कार्यक्रम त्यांनी हाती घेतला आहे. परंतु यात आपण अपुरे पडत असल्याची जाणीव झाल्यामुळे त्यांनी वास्तववादी बनून 'निदान लोकांना शांतपणे कसे मरता येईल' हे शिकवण्यास सुरुवात केली. ते अशी व्यक्ती आहेत जे लोकांना शाश्वती देतात, 'जर मी तुम्हाला दीक्षा दिली असेल, किंवा तुम्ही माझ्यासमोर सर्वार्थाने बसण्याची चूक केली असेल, केवळ एक क्षणभर का असेना, तर तुमच्यासाठी पुनर्जन्म नाही.' आणि अशा गोष्टी खूप आहेत.

एकदा आम्ही डीव्हीडी बनवण्यासाठी सद्‌गुरूंचे फिल्म शूटिंग करत होतो. कोणीतरी विचारलं, 'पूर्वेकडच्या सांस्कृतिक परंपरेमध्ये मृत्यूच्या क्षणाला इतक्या उच्च पातळीवरचं पावित्र्य का प्रदान केलं गेलं आहे? मृत्यूच्या क्षणाला जवळपास एक प्रकारचा आध्यात्मिक दर्जा का दिला गेला आहे?' अशा गोष्ट बाजूला ठेवण्याची त्यांची नेहमीची पद्धत सोडून सद्‌गुरू म्हणाले, 'जर मृत्यूचा क्षण नीटपणे हाताळला- जर त्यासाठी योग्य तयारी केली, योग्य मार्गदर्शन असेल, आणि कदाचित बाहेरून काही मदत केली तर– आध्यात्मिकदृष्ट्या जे कदाचित पूर्ण आयुष्यभर घडू शकलं नाही, ते मृत्युसमयी घडू शकतं.' हा माझ्यासाठी नवीन साक्षात्कार होता. मृत्यू एक आध्यात्मिक शक्यता आहे, हे आतापर्यंत मी कोणाच्याही तोंडून ऐकले नव्हते.

त्यानंतर यावर काही चर्चा झाली, परंतु जो व्हिडीओ बनवला जात होता, त्याच्या कक्षेबाहेर असल्यामुळे सद्‌गुरूंनी यावर पुढे जास्त भाष्य केलं नाही. माझ्या मनात खूप कुतूहल निर्माण झालं होतं. सद्‌गुरूंना केवळ असं म्हणायचं होतं का की, जीवनाचा सर्वांत भीतिदायक, सर्वाधिक तिरस्कार केलेला पैलू- मृत्यू यामध्ये एक मोठी आध्यात्मिक शक्यता दडून बसली आहे? मृत्यूच्या क्षणी एक अतिशय मोठी, परंतु विनामोबदला साध्य करता येणारी संधी आहे, ज्याची आपल्याला माहिती नाही? जर असं असेल, तर आपण हे अगोदर कोणाकडून का ऐकलं नाही? त्याची फार चर्चा का होत नाही? याविषयी लोकांना आपण आगाऊ सूचना का देत नाही? तयारीसाठी आवश्यक मार्गदर्शन सद्‌गुरू करू शकतात का, ते ती आवश्यक 'मदत' देऊ शकतात का? अर्थात ते करू शकतात, पण ते करतील का? जगभर चाललेल्या त्यांच्या कार्यामध्ये आणखी एका नवीन गोष्टीची भर घालण्यासाठी आपण त्याचं मन वळवू शकतो का? सद्‌गुरू निश्चितच इच्छुक होते, पण या पुस्तकाचं संकलन करणं मी कल्पना केली होती, तेवढं सोपं नव्हतं. मी समजत होतो, की ते सोपं काम असेल कारण जर कोणाला एखादी गोष्ट माहीत असेल, तर ते स्पष्टपणे मांडणं कितीसं अवघड असेल? पण तो माझा नवखेपणा ठरला, कारण एखादं स्पष्टीकरण ज्ञात गोष्टीकडून अज्ञातापर्यंत घेऊन जाऊ शकतं, पण या घटनेमध्ये हे मधलं अंतर पार करणं खूप अवघड होतं.

आधुनिक विज्ञान ज्या प्रकारे त्याकडे बघतं, त्यानुसार जीवनाचा हा विशाल चमत्कार, जन्म आणि मृत्यू या दोन्हींच्या मधल्या कालावधीपुरता सीमित केला

जाऊ शकत नाही. या सृष्टीच्या आरंभापासून जिथपर्यंत ही सृष्टी जाणार आहे, तिथपर्यंत त्याची व्याप्ती आहे. त्यामुळे मृत्यूचं जे ज्ञान हे वास्तव विचारात घेत नाही, ते अपूर्ण आणि चुकीचंच असणार. या पुस्तकातील पहिल्या भागात- 'जीवन आणि मृत्यू एका श्वासामध्ये'- सद्गुरू जीवन आणि मृत्यूच्या यंत्रणेचे वेगवेगळ्या दृष्टिकोनांतून वर्णन करतात. ते योगामध्ये असलेलं या गोष्टींचं ज्ञान उलगडून सांगताना साबणाच्या बुडबुड्याचं उदाहरण देऊन ते आणखी सोपं करण्याचा प्रयत्न करतात. नेहमीच्या सीमा रेषेच्या बाहेर जाऊन परिसंवाद करताना, सद्गुरू आपल्याला सृष्टीच्या आरंभापासून आपल्या जन्म-मृत्यूच्या चक्रापर्यंत चालत असलेल्या जीवनाच्या उगमापर्यंत घेऊन जातात. वेगवेगळ्या प्रकारचे मृत्यू आणि मृत्युसमयी आपल्याकडे कोणकोणते पर्याय असतात, याविषयीसुद्धा बोलतात. पहिल्या भागाचा शेवट ते सर्वांत उच्च प्रकारचा मृत्यू- स्वतःचा विलय, जे सर्व आध्यात्मिक साधकाचं ध्येय असतं- त्याच्या वर्णनाने करतात.

जन्म आणि मृत्यूची यंत्रणा कशी काम करते हे समजवण्याबरोबरच ह्या पुस्तकाचा आणखी एक उद्देश आहे तो म्हणजे एखाद्याला 'चांगला मृत्यू' साध्य करता यावा यासाठी मदत करणं. या पुस्तकाचा दुसरा भाग - मृत्यूचं सौंदर्य- यामध्ये सद्गुरू हे स्पष्ट करतात की, चांगला मृत्यू म्हणजे काय आणि त्यासाठी काय तयारी करू शकतो. दुसरं म्हणजे ज्या वेळी मनुष्य मरत असतो, त्या वेळी तो अतिशय नाजूक अवस्थेत असतो, तो स्वतःची मदत करण्याच्या स्थितीत नसतो. सद्गुरू हे समजावून सांगतात की, अशा परिस्थितीमध्ये आपण त्या व्यक्तीला काय मदत करू शकतो आणि त्यामुळे मरणाऱ्या व्यक्तीला काय फरक पडतो. काही साध्या गोष्टी केल्याने मृत्यूनंतरच्या प्रवासामध्ये कसे सहाय्य होऊ शकते, हेही ते सांगतात. मृत्यूचं दुःख आणि आपण त्याला विचारपूर्वक कसं तोंड देऊ शकतो याविषयीसुद्धा काही मौलिक ज्ञान ते आपल्याला देतात.

काटेकोरपणे बघितलं, तर मृत्यूनंतरचं जीवन हे मृत्युप्रक्रिया आणि मृत्यूचा भाग नसून त्यातून निर्माण होणारी ती आनुषंगिक स्थिती आहे. या पुस्तकाचा तिसरा भाग आहे - मृत्युपश्चात जीवन- जीवनाचा हा भाग खूपच गैरसमजुतीने भरलेला आणि बदनाम आहे. सद्गुरू आपल्या अंतर्दृष्टीने या विषयाचं मर्मज्ञान देतात. इथे सद्गुरू, भूत-प्रेत, त्यांचा उगम आणि त्यांचं जीवन, ते आपल्याला काय करू शकतात आणि काय करू शकत नाहीत, तसंच आपण स्वतःचं संरक्षण

कसं करू शकतो याविषयी बोलतात. पुनर्जन्माची प्रक्रिया, एका जन्मापासून दुसऱ्या जन्मापर्यंत आपल्याबरोबर काय पुढे नेलं जातं आणि काय हरवलं जातं, याबद्दलसुद्धा ते आपल्याला सांगतात. आपलं पूर्वजन्मातील आयुष्य सध्याच्या आपल्या जीवनात समर्पक आहे का याचंही ते परीक्षण करतात. या संदर्भात सद्‌गुरू त्यांच्या पूर्वजन्माविषयी सांगतात आणि त्यांना नेहमी विचारला जाणारा एक प्रश्न- तुम्ही परत जन्म घेऊन याल का? - याचंही उत्तर देतात.

मृत्यू आणि मरण्याविषयी आपल्याला जे काही माहीत करून घ्यायचं आहे, ते पूर्णपणे आपल्याला हे पुस्तक माहीत करून देईल असं नाही. तसेच सद्‌गुरूंना जे काही द्यायचं आहे, तेही सर्व यात सामावलं आहे असंही नाही. परंतु आम्हाला आशा आहे की, मृत्यूविषयी जगात ज्या भ्रामक कल्पना पसरल्या आहेत, त्या दूर करण्यासाठी ते एक प्रभावी शक्ती म्हणून काम करेल. पण या पुस्तकाचा सर्वांत महत्त्वाचा पैलू म्हणजे, आपला मृत्यू सुंदर आणि आध्यात्मिकदृष्ट्या अर्थपूर्ण होण्यासाठी, सद्‌गुरूंनी दिलेली साधनं आणि त्यांची स्वतःची आपल्यामधील उपस्थिती आपल्याला कशी मदत करू शकतात. आशा करतो की, मृत्यू आणि मरण्याविषयी पुढे येणाऱ्या सर्व गप्पांमध्ये या पुस्तकाचा जो मुख्य उद्देश आहे, तो वाचकांकडून हरवला जाणार नाही.

स्वामी निसर्ग

भाग १

‘जीवन’ आणि ‘मृत्यू’ एकाच श्वासात

मृत्यू

जीवन आणि मृत्यू दोन्हीही माझ्या आत एकत्र
कधीच मानलं नाही एकाला दुसऱ्याहून श्रेष्ठ
दूर उभा असलेल्याला मी जीवन देतो
जवळच्याशी मात्र फक्त मृत्यूचा सौदा
सीमिताच्या मृत्यूमध्येच
मृत्युंजय प्रकटू शकतो
या वेड्यांना कसा समजावू
माझा निष्कलंक दुष्टपणा.

प्रकरण १

मृत्यू म्हणजे काय?

मृत्यू हा सर्वांत मूलभूत प्रश्न आहे. तरीही लोक त्याला टाळून, त्याकडे दुर्लक्ष करून, तसेच अज्ञानात जगत राहतात, कारण मृत्यूबद्दल धर्माच्या नावाखाली सर्व प्रकारच्या वेडगळ कल्पना जगात पसरलेल्या आहेत.

मृत्यू : सर्वांत मूलभूत प्रश्न

आपण एक दिवस मरणार आहोत, हे तुम्हाला माहिती आहे का? मी तुम्हाला दीर्घायुषी होण्याचा आशीर्वाद देतो, पण काही झालं तरी एक दिवस तुम्ही मरणार आहात. आयुष्यातल्या इतर गोष्टींबद्दल आपल्याला खात्री देता येत नाही. आपल्याला माहीत नाही, की तुमचं लग्न होईल की नाही, तुम्हाला नोकरी मिळेल की नाही, तुम्ही आयुष्यात यशस्वी व्हाल की नाही, पण तुमचा प्रवास हा सतत चितेच्या दिशेने होत आहे! ही एक गोष्ट निश्चित आहे. मरण हे केवळ इतर कुणाच्या आयुष्यात येणार आहे, ती इतर कुणाच्या आयुष्यातली घटना आहे, आपल्या नाही - असं मानणं ही मानवाच्या आयुष्यातली सर्वांत मोठी चूक आहे. तुम्हाला माहीत आहे का, जगात कालपर्यंत जिवंत असलेले १,६०,००० लोक आज हयात नाहीत? जगात दर सेकंदाला दोन व्यक्ती मरण पावतात आणि एक दिवस ती पाळी

तुमच्यावर आणि माझ्यावरसुद्धा येणार आहे. हे समजण्यासाठी प्रचंड मोठं संशोधन, बुद्धिमत्ता किंवा शिक्षण असण्याची गरज नाही. हे ज्ञान प्रत्येक मनुष्यामध्ये उपजत आहे. तरीदेखील आपण समजतो की, आपल्या जीवनाची दोरी अनंत आहे. ही गोष्ट महाभारताच्या कथेत खूप छान समजावून सांगितली आहे.

या कथानकाचे नायक, राजकुमार असलेले पाच पांडव एकदा रानात हरवतात. भुकेने आणि तहानेने व्याकूळ होऊन ते जवळची टेकडी पालथी घालतात. त्यांना एक तलाव दिसतो. ते त्यातलं पाणी पिणार, एवढ्यात पांढऱ्या शुभ्र हंसाच्या वेशातला एक यक्ष (*यक्ष - एक स्वर्गीय देवता*) त्यांना थांबवतो. तो म्हणतो की, माझ्या प्रश्नाचं उत्तर दिल्याशिवाय या सरोवराचं पाणी प्यायचं नाही. एका पक्ष्याने आपल्याला अडवलेलं त्या राजकुमारांना पटत नाही. ते पाणी पिऊ लागतात आणि एक-एक करून ते मरून पडतात. त्या पाच जणांतील सर्वांत थोरला भाऊ – युधिष्ठिर मात्र जिवंत राहतो. नेहमी विनयशील आणि सत्याचा पाठपुरावा करणारा युधिष्ठिर आपली तहान विसरतो आणि यक्षाकडे लक्ष देतो. यक्ष हा जीवनाविषयी एकामागून एक प्रश्नांची सरबत्ती करतो. युधिष्ठिर सर्व प्रश्नांची यथोचित उत्तरं देतो. त्यांतला एक प्रश्न असतो,''जीवनातलं सर्वांत मोठं आश्चर्य कोणतं?''

जराही न कचरता युधिष्ठिर त्याचं सर्वश्रुत उत्तर देतो- "हजारो जिवंत माणसं रोज मरणाचा सामना करतात, पण तरीही माणसाला असं वाटतं की, आपण चिरंजीव आहोत, आणि तो मरणासाठी काहीच तयारी करत नाही. हेच जीवनातलं सर्वांत मोठं आश्चर्य आहे."

त्याच्या या उत्तराने यक्ष प्रसन्न होतो, आणि त्याला त्या तलावाचं पाणी पिण्याची परवानगी देतो. त्याचबरोबर, त्याच्या चारही भावांना जिवंत करतो. हे पाच हजार वर्षांपूर्वी घडलं. परंतु आजही माणसाची मरणाबद्दलची भावना थोडीदेखील बदललेली नाही.

मृत्यू हा मूलभूत प्रश्न आहे. आपण जी आकडेवारी पाहतो, त्याहीपेक्षा मृत्यू हा आपल्या कितीतरी जास्त निकटचा आहे. दर क्षणाला, आपल्या अवयवांच्या आणि पेशींच्या स्तरावर, मृत्यू आपल्या आत घडत असतो. त्यामुळेच, तुमच्या आतल्या अवयवांच्या एका तपासणीतून डॉक्टर तुमचं वय काय, ते समजू शकतात. खरंतर आपल्या जन्माच्या अगोदरच आपलं मरण सुरू झालेलं असतं. केवळ जर तुम्ही अज्ञानी आणि अ-जागरूक असाल, तर तुम्हाला वाटतं की, एके दिवशी

मरण येणार आहे. जर तुम्ही जागरूक असाल, तर जीवन व मरण दर क्षणी घडत असतं. जर तुम्ही जागरूकपणे श्वासोच्छ्वास केलात, तर तुमच्या लक्षात येईल की, प्रत्येक श्वास हा तुमचं जीवन आहे आणि प्रत्येक उच्छ्वास हे तुमचं मरण. जन्मताच बालक पहिली गोष्ट जी करतो, ती म्हणजे श्वास घेतो, हवेचा एक झुरका. सर्वांत शेवटची जी गोष्ट करतो, ती म्हणजे उच्छ्वास. तुम्ही हा श्वास सोडला आणि पुन्हा घेतलाच नाही, तर तुम्ही मेलात. तुम्हाला हे समजत नसेल, तर हा श्वास सोडा, नाक-तोंड दाबून धरा आणि पुढचा श्वास घेऊच नका. काही क्षणांतच तुमच्या शरीरातली प्रत्येक पेशी जगण्यासाठी आकांत करू लागेल. जीवन आणि मृत्यू हे दोन्हीही सतत घडत आहेत. ते दोघेही प्रत्येक श्वासात एकत्र असतात. हे नातं श्वासापलीकडेही असतं. श्वास केवळ एक सहकलाकार असतो. खरी प्रक्रिया ही जीवनऊर्जेमुळे किंवा प्राणऊर्जेमुळे होत असते. ती सर्व भौतिक अस्तित्व नियंत्रित करते. या प्राणावर प्रभुत्व मिळवलं, तर तुम्ही श्वासापलीकडे जाऊन बराच काळ जिवंत राहू शकता. श्वास ही अधिक तातडीची गरज असली, तरी ती अन्न आणि पाणी, यांसारख्या गोष्टींमधेच मोडते.

मृत्यू हा इतका मूलभूत पैलू आहे, की अगदी एखादी लहान गोष्ट जरी घडली, तरी उद्या सकाळी तुम्ही गेलेले असाल. उद्या सकाळी कशाला - आत्ता एक लहान गोष्ट घडली, तर पुढच्या क्षणी तुम्ही नसाल. जर इतर कुठल्या प्राण्याप्रमाणे तुम्ही असता, तर कदाचित या सगळ्यांचा विचार तुम्ही केला नसता; पण मानवाला मिळालेली प्रचंड बुद्धिमत्ता तुमच्याकडे असताना, जीवनाच्या इतक्या महत्त्वाच्या पैलूकडे तुम्ही दुर्लक्ष कसं करू शकता? त्याकडे दुर्लक्ष करून, जणूकाही आपण कायमस्वरूपी इथे असणार आहोत, या विचाराने तुम्ही कसे जगू शकता? लक्षावधी वर्षं इथे राहूनही मानवाला मृत्यूबद्दल काहीच माहीत नाही, असं का आहे? खरंतर त्यांना जीवनाबद्दलदेखील काहीही माहीत नाही. आपल्याला केवळ वरवरच्या गोष्टी माहीत आहेत, पण प्रत्यक्ष जीवनाबद्दल तुम्हाला असं काय माहीत आहे?

मुळात अशी अवस्था असण्याचं कारण म्हणजे, या प्रचंड विश्वात तुम्ही कोण आहात याचा दृष्टिकोनच तुम्ही हरवून बसले आहात. जर ही सूर्यमाला उद्या अशीच नाहीशी झाली, तर या विश्वाच्या पसाऱ्यात कुणाला काहीच फरक पडणार नाही. ती प्रचंड लहान आहे, एका ठिपक्याप्रमाणे. या ठिपक्याएवढ्या सूर्यमालेत, पृथ्वी हा आणखी लहान ठिपका आहे. त्या अगदी लहान ठिपक्यात, ज्या शहरात तुम्ही

राहता, तो अति लहान ठिपका आहे. त्यामध्ये तुम्ही एक मोठा माणूस आहात. ही गंभीर समस्या आहे. जेव्हा 'वास्तवात तुम्ही कोण आहात' याबद्दलचा तुमचा दृष्टिकोन पूर्णतः हरवला असेल, तेव्हा जीवन किंवा मृत्यू याच्या स्वरूपाबद्दल तुम्ही काय जाणू शकणार आहात? एका गोष्टीमुळे लोक मरणाकडे दुर्लक्ष करून अज्ञानातच जगत राहतात. जगभरातल्या धर्मांनी जीवन व मृत्यू यांबद्दल असंख्य वेडगळ कल्पना पसरवल्या आहेत, हे ते खरं कारण आहे.

"मी कसा जन्मलो?"

"एका करकोचा पक्ष्याने तुला आकाशातून इथे आणलं."

"आता (मरणोत्तर) तू कुठे जाणार?"

"स्वर्गात."

हे स्पष्टीकरण सहजसोपं असलं, तरी अगदी हास्यास्पद आहे. निदान करकोचा पक्ष्याहून अधिक चांगलं वाहतुकीचं साधन निवडायला हवं होतं. करकोचे केवळ एका ठरावीक ऋतूतच स्थलांतर करतात. मग सर्व मुलांचा जन्म त्याच ऋतूत व्हायला हवा होता, वर्षभर नव्हे. शिवाय, 'मृत्यूनंतर आपण स्वर्गातच जाणार' याची खात्री असणाऱ्या लोकांना मी विचारतो, 'तुम्ही तुमचा प्रवास सतत उद्यावर का ढकलत आहात? अगदी आत्ताच का नाही निघत?'

या सर्व वेडगळ कथांनी मनुष्याची जीवन आणि मृत्यू यांबद्दलची मूलभूत जिज्ञासाच हिरावून घेतली आहे. अन्यथा, जीवनातल्या वेदना आणि दुःख नाही, तर केवळ जिज्ञासेच्या जोरावर अनेक लोकांनी या मूलभूत प्रश्नाच्या उत्तराचा शोध घ्यायला सुरुवात केली असती.

नश्वर प्रकृती

लोकांना असं वाटतं की, स्वतःला देवाची सदैव आठवण करून दिल्याने ते आध्यात्मिक होतील. वास्तविक, असं मुळीच नाही. जर तुम्ही सारखा देवाचा विचार किंवा आठवण करत राहिलात, तर तुम्ही तुमचं काम व्यवस्थितपणे करणार नाही, पण सर्वकाही चांगलं होणार आहे, अशी आशा करत राहाल. तुम्ही परीक्षेसाठी अभ्यास करणार नाही व तुमच्या प्रार्थनेमुळे तुम्ही वर्गात पहिले येऊ शकता, असा विचार करत राहाल. असे लोक इतरांपेक्षा जीवनाबद्दल अधिक

बेदरकार बनतात, कारण आता त्यांना त्यांच्या देवाचा पाठिंबा असतो. नेहमीच, देव आपल्या बाजूने आहे असं समजणाऱ्या लोकांनीच जगात सर्वाधिक हिंसक गोष्टी केल्या आहेत. 'देव माझ्यासोबत आहे' या विचाराने तुम्हाला मिळणारा आगळावेगळा विश्वास हा अतिशय भयावह आहे. देवाबद्दलच्या तुमच्या अशा भावनेमुळे तुम्ही आध्यात्मिक होणार नाही. उलट, तुम्ही अधिकच बेदरकार आणि मूर्ख व्हाल.

एकदा असं झालं... दोन छोटी मुलं एका गावात राहात होती - अगदी अवखळ मुलं. मुलं अवखळ असली की, ती जास्तच त्रासदायक बनतात. यांच्या बाबतीतही तेच झालं. त्यांचे आई-वडील त्यांच्या खोड्यांनी त्रस्त झाले होते. सर्व लोक त्यांच्याच कागाळ्या करीत असत. त्यांचं काय करावं या संभ्रमात त्यांनी त्या मुलांना चर्चमधील धर्मगुरूकडे नेण्याचं ठरवलं. आता तरी ते सुधारतील, अशी त्यांची आशा होती. दोन्ही मुलांना एकत्र सांभाळणं कठीण असल्याने त्यांना वेगवेगळ्या वेळी नेण्यात आलं. आधी धाकट्याला चर्च मध्ये नेऊन बसवलं आणि ते गेले. पायघोळ झगा घातलेले धर्मगुरू तिथे येरझारा घालत होते. त्यांचा चेहरा गंभीर होता. मुलगा तिथे बसून टेनिसच्या चेंडूकडे बघावं, तसं पाहात होता. एकदा इकडे एकदा तिकडे.धर्मगुरूंना वाटलं की, जर आपण या मुलातच देव दडला आहे असं त्याला समजावलं, तर त्याचा व्रात्यपणा जाईल. तेव्हा ते चालताचालता थांबले आणि मोठ्याने विचारलं, 'देव कोठे आहे?' तो मुलगा घाबरून आजूबाजूला पाहू लागला. त्याला वाटलं की या सभामंडपातच कुठेतरी देव असावा. मुलाचा तो भांबावलेला चेहरा बघून धर्मगुरूंना समजलं की, आपला मुद्दा त्याच्या लक्षात येत नाहीये. मग त्याला 'देव त्याच्यातच आहे' याबद्दल आणखी इशारा द्यावा असा विचार करून ते टेबलावर हात ठेवून थोडेसे वाकले आणि मुलाकडे बोट दाखवून पुन्हा मोठ्याने म्हणाले, “देव कुठे आहे?” ते ऐकून मुलगा अधिकच बावरला आणि टेबलाखाली पाहू लागला. त्याच्या अजूनही लक्षात येत नसल्याचं पाहून धर्मगुरू त्याच्या आणखी जवळ आले आणि मुलाच्या छातीवर बोट ठेवून म्हणाले, “देव कुठे आहे?” आता तो मुलगा उठला आणि त्याने देवळातून धूम ठोकली. मोठ्या भावाला वाटेत गाठून तो म्हणाला की, “आपण खरंच मोठ्या संकटात सापडलो आहोत.”

मोठ्या भावाने त्याला विचारलं, “का?, काय झालं?”

धाकटा म्हणाला, ''त्यांचा देव हरवला आहे आणि त्यांना असं वाटतंय की, हे आपणच केलं आहे!''

देवाबद्दलचा विचार करून, तुम्हाला वाटेल की, तुम्ही तुमच्या आयुष्यात काहीही वेडगळ गोष्टी करू शकता, आणि एक प्रार्थना केली की सगळं काही ठीक होईल. याचा अर्थ तुम्ही आध्यात्मिक झालात असं नाही. आपणही एक दिवस मरणार आहोत, या जाणिवेने तुम्ही जागे होता, तेव्हाच तुम्ही आध्यात्मिक व्हाल. तुमच्या नश्वर प्रकृतीबद्दलची जागरूकता जेव्हा तुमच्या आत खोलवर जाईल, तेव्हाच तुम्ही अंतर्मुख व्हाल. ज्या क्षणी तुम्ही आपल्या नश्वर प्रकृतीला सामोरे जाल, तेव्हाच तुम्हाला या जीवनाचा उगम जाणून घ्यावासा वाटेल. हे सर्व कशाबद्दल आहे आणि याच्या पलीकडे काय आहे, हे जाणून घेण्याची ओढ तुमच्यात निर्माण होईल. ती स्वाभाविक ओढ असेल. हीच आहे आध्यात्मिक प्रक्रिया.

आपण मरणार आहोत हे जर ठाऊक नसतं, तर अध्यात्माचा शोध कुणीही घेतला नसता. तुम्ही जेव्हा तरुण असता,तेव्हा तुम्हला वाटतं की, आपण अमर आहोत. पण हळूहळू, जसं तुमचं वय वाढू लागतं, तसं निदान तुमचं शरीर तुम्हाला आठवण करून देऊ लागतं की, तुम्ही मरणार आहात. प्रत्यक्षात तुम्ही जेव्हा मृत्यूला किंवा तुमच्या प्रिय व्यक्तीच्या मृत्यूला सामोरे जाता, तेव्हा नक्कीच तुम्ही विचार करू लागता की, हे सारं काय आहे? तुम्ही तुमच्या नश्वर प्रकृतीबद्दल जागरूक असलात, की मग कुणावर रागावण्यासाठी किंवा कुणासोबत भांडण्यासाठी किंवा अशाच काही मुर्खपणासाठी आयुष्यात वेळ तरी कुठे आहे? तुम्ही मृत्यूची सत्यता स्वीकारल्यानंतर, आणि आपण मरणार आहोत या जाणिवेने जागरूक झाल्यावर तुम्हाला आयुष्याचा प्रत्येक क्षण शक्य तितका सुंदर बनवावासा वाटेल. ज्यांना जीवनाच्या नश्वर आणि नाजूक प्रकृतीची सदैव जाणीव असते, त्यांना एकही क्षण वाया घालवावासा वाटणार नाही. ते स्वाभाविकपणे जागरूक असतील. ते कुठलीच गोष्ट गृहीत धरत नाहीत, ते फार चांगल्या उद्देश्याने जीवन जगतील. केवळ ज्या लोकांचा, 'ते अमर आहेत' असा विश्वास आहे तेच भांडू शकतात, आणि मरेपर्यंत भांडू शकतात.

भारतीय परंपरेत स्मशानं ही नेहमीच अतिशय पवित्र मानली आहेत. जेव्हा एखादा मरतो, भले तो तुमच्या ओळखीचा नसेल; पण त्याचं मरण तुम्हाला कुठेतरी लागतं. खऱ्या आध्यात्मिक प्रक्रियेला नेहमीच मृत्यूचा गंध असतो. जर

तुम्ही त्यात पुरेसे खोलवर गेलात, तर 'आपणही मरणार आहोत' याची तुम्हाला आठवण होईल. आम्ही ज्या काही साधना तुम्हाला शिकवतो, उदाहरणार्थ - शून्य, शक्ती चलन, शांभवी महामुद्रा, विशेषत: सम्यमा – मुळात त्यांत कुठेतरी मृत्यूचा अंश असतोच. हा मृत्यूचा अंश नसेल, तर त्यात काहीच अध्यात्म नाही, ते केवळ मनोरंजन ठरेल. जर तुम्हाला कोणीतरी केवळ वरवरची अशी साधना शिकवली असेल, तर त्यानं तुम्हाला कदाचित छान वाटेल, पण त्यापेक्षा अधिक त्यात काही नाही.

परंपरेनुसार, प्रत्येक योगी आपल्या आध्यात्मिक साधनेची सुरुवात स्मशानभूमीतूनच करतो. खरंतर अनेक गुरूंनी याचा एक 'आध्यात्मिक प्रक्रिया'म्हणून वापर केला आहे. गौतम बुद्धांनी ही प्रथा त्यांच्या भिक्षूंसाठी अनिवार्य केली होती. त्यांच्याकडे येणाऱ्या प्रत्येक शिष्याला दीक्षा देण्यापूर्वी, ते त्याला पहिले तीन महिने स्मशानात जाऊन जळणाऱ्या प्रेतांकडे पाहायला लावत असत. आजही जर तुम्ही वाराणसीच्या मणिकर्णिका घाटावर गेलात, तर कोणत्याही वेळी कमीतकमी सहा-सात प्रेतं जळत असतात. हे सर्व अगदी दररोजचं असल्याने अगदी निर्विकारपणे हाताळलं जातं. आजकाल सर्वच शरीरं पूर्णपणे जळत नाहीत, कारण एक प्रेत पूर्णपणे जळण्याच्या अगोदरच दुसरं प्रेत तिथे आलेलं असतं. म्हणून ती अर्धवट जळलेली शरीरं ते नदीत ढकलून देतात व पुढच्या प्रेताची चिता रचली जाते. हे सगळं पाहणं तुमच्यासाठी अगदी चांगलं आहे, कारण एक दिवस आपल्यालाही हीच वागणूक मिळणार आहे, हे तुम्हाला समजेल.

जेव्हा मी लहान होतो, तेव्हा मला यातलं काही कळत नव्हतं. मात्र, वयाच्या आठ ते सतरा या काळात मी माझा बराच वेळ स्मशानभूमीत घालवत असे. त्या जागेचं मला फार कुतूहल वाटायचं. अनेक जण तिथे घडणाऱ्या गूढ व भयानक गोष्टी सांगत असत. भुतं झाडावर उलटी लोंबकळत असतात, असं मी ऐकलं होतं. मला या गोष्टी प्रत्यक्षात पाहायच्या होत्या. म्हणून, मी बरेच दिवस व रात्री स्मशानभूमीत काढल्या. एक स्मशान आमच्या घराजवळच होतं व दुसरं चामुंडा टेकडीच्या पायथ्याशी होतं. चामुंडा टेकडीजवळच्या स्मशानात बरीच गर्दी असायची. कुठल्याही वेळी तुम्ही गेलात, तरी किमान चार-पाच प्रेतं तिथे जळत असायची. मी जेव्हा ट्रेकिंग करायला जायचो, तेव्हा रात्र मी याच ठिकाणी घालवत असे. कारण वर टेकडी खूप गार असायची. या ठिकाणी मात्र सतत अग्नी जळत

असे, म्हणून मी चितेजवळ बसून ती जळताना एकटक पाहात असे.

शिवाय, चितेजवळ बरंच नाट्य घडत असे. बहुतेक वेळा प्रेत घेऊन येणारे खूप रडत यायचे, जणूकाही त्यांनी त्यांचं सर्वस्व गमावलंय. नंतर ते चितेला अग्नी द्यायचे. ते तिथे तासभर असायचे आणि मग निघून जायचे. चिता अजूनही जळत असायची, पण ते निघून जात. कदाचित, त्यांना दुसरी कामं असतील. पण मी मात्र तिथेच बसून एकटक पाहात असायचो. जर तुम्ही चितेवरचं प्रेत जळताना लक्षपूर्वक पाहिलं असेल, तर प्रथम जळते ती मान, कारण ती अरुंद असते. चिता जर व्यवस्थित रचली नसेल, तर अर्धवट जळलेलं डोकं हमखास चितेबाहेर फुटबॉलप्रमाणे घरंगळत येतं. दिसायला ते थोडं भयावह दिसतं - डोकं जळत्या चितेतून घरंगळत बाहेर येणं! कदाचित, चितेचं लाकूड महाग असल्यामुळे किंवा बहुतेकांना चिता रचण्याचा अनुभव नसायचा, त्यामुळे हे असं बऱ्याचदा होत असे. असं साधारण साडेतीन ते चार तास चिता जळल्यावर होत असे. अशा वेळी कोणीही नातलग तिथे नसे, म्हणून मीच ते डोकं उचलून परत चितेत टाकत असे.

मी असे अनेक दिवस आणि रात्री स्मशानात घालवल्या आहेत - चितेकडे बघत आणि प्रेत पूर्णपणे जळायला मदत करत. यामुळे माझ्या आत एक वेगळीच प्रक्रिया सुरू झाली. तुम्हाला अशा गोष्टी टाळाव्याशा वाटतील, हे मला माहीत आहे, पण शांत बसून प्रेतं पूर्णपणे जळताना पाहणं चांगलं असतं. आपल्या घराच्या चार भिंतींत राहून, 'आपण अमर आहोत' असं वाटणं साहजिक आहे. मात्र, समोर प्रत्यक्ष प्रेत जळताना पाहून 'आपण कदाचित उद्या याच ठिकाणी असू', हे लक्षात येणं कठीण नाही. मानसिक आणि भावनिक प्रतिक्रिया देखील उठू शकतील, पण सर्वांत महत्त्वाची गोष्ट म्हणजे, आपलं शरीर त्यातून त्याच्या स्वतःच्या मार्गाने बोध घेतं. दुसरं शरीर जळत असताना पाहून ते खोलवर कुठेतरी गडबडून जातं. त्यामुळे वेगळ्याच प्रकारची जागरूकता आणि समज तुमच्यामध्ये येते. तुम्ही फक्त शांत बसून तिथे काय घडतंय ते जर पाहिलं, तर तुम्ही तुमच्याबद्दल कल्पिलेल्या अनेक गोष्टींना स्मशानात पूर्णाहुती मिळेल.

जेव्हा तुम्ही शरीर जळताना पाहात असता, तेव्हा तुम्ही त्याचा विचार करू नये. त्याकडे फक्त पाहात रहा; केवळ पाहात रहा आणि पाहात रहा आणि पाहात रहा. काही वेळाने तुम्ही पाहाल की, ते तुम्हीच आहात. काहीही फरक नाही. ते तुमचं स्वतःचं शरीर आहे. एकदा का तुम्ही त्या शरीराच्या ठिकाणी स्वतःचं शरीर

ठेवलं आणि तरी स्वस्थ बसून राहिलात, तर मृत्यूबद्दल अगदी सखोल स्वीकार तुमच्यात निर्माण होईल. ही काही मानसिक प्रक्रिया नाही. जेव्हा तुमच्या शरीराला त्याच्या नश्वरतेची जाणीव होते, तेव्हा गाढ सुटकेची आणि स्वीकाराची एक भावना निर्माण होते. जेव्हा मरण इतक्या खोलवर तुमच्यात बिंबेल, तेव्हा तुम्ही जीवन प्रचंड मोठ्या प्रमाणात अनुभवू लागाल. वास्तविक, तुम्ही केवळ मृत्यू तुमच्यापासून दूर ठेवण्याने जीवनसुद्धा तुमच्यापासून दूरच राहिलं आहे. म्हणूनच, जवळपास प्रत्येक योगी त्याच्या जीवनातला कुठला ना कुठला काळ स्मशानभूमीत घालवतोच.

शोध मृत्यूचा

मी शाळेत असताना घडलेल्या एका गोष्टीमुळे मृत्यूबद्दल माझ्यात प्रचंड कुतूहल निर्माण झालं. मी त्या वेळी साधारण तेरा वर्षांचा असेन. शाळेत तसा मी असाधारण मुलगा म्हणून ओळखला जायचो. सहसा कोणी मला चिडवत नसे, कारण तसं केल्यास मी त्यांना बडवत असे. पण सुचरिता नावाची एक मुलगी होती. थोडी विचित्रच होती. काही कारणाने ती मला चिडवत असे, 'जग्गी द ग्रेट, जग्गी द ग्रेट!' मला चीड यायची, पण मी तिकडे दुर्लक्ष करत असे. एकदा उन्हाळ्याच्या सुटीनंतर ती शाळेत परत आलीच नाही. हजेरीच्या वेळी जेव्हा तिचं नाव उच्चारलं जाई, तेव्हा आमच्यापैकी कोणीतरी मुलीचा आवाज काढून गमतीने तिची हजेरी देत असे. असेच काही दिवस गेले. आमच्यापेक्षा दोन वर्षांनी लहान असलेला तिचा धाकटा भाऊ एक दिवस आम्हाला भेटला व त्याने सांगितलं की, सुचरिता सुटीतच न्युमोनिया होऊन मरण पावली. त्याचा मला जबर धक्का बसला. कोणीतरी मेलं म्हणून नव्हे, पण एखादी व्यक्ती कालपर्यंत आमच्यात होती, आज ती अचानक नाहीशी झाली. त्यामुळे माझी मृत्यूविषयीची जिज्ञासा अधिक तीव्र बनली. ही मुलगी माझ्याच वयाची होती. वर्गात तिचा वेगवेगळ्या गोष्टींत सहभाग असायचा आणि आज अचानक ती नाहीशी झाली. लोक म्हणत, 'ती मेली.' परंतु, ती कुठे गेली असेल, हे मला पाहायचं होतं. तोपर्यंत मला असं वाटत होतं की, फक्त म्हातारे लोकच मरतात. पण माझ्याच वयाच्या त्या मुलीच्या जाण्याने मृत्यू माझ्या अगदी दारातच आला. आता ते फक्त कुतूहल उरलं नाही. माझ्या दृष्टीने तो आता कुतूहलाचा प्रश्न न उरता, माझ्या अस्तित्वाशी केंद्रित ज्वलंत प्रश्न झाला. लोक

मेल्यावर कुठे जातात आणि मृत्यूनंतर त्यांचं काय होतं, हे मला पाहायचं होतं. ही घटना घडण्याआधी मी हा प्रश्न अनेकांना विचारला होता. शहरातल्या स्मशानात मी बराच वेळ घालवला होता, तरीही मृत्यूनंतर काय होतं, याची मला कल्पना नव्हती. तेव्हा, आपण स्वतःच मृत्यूच्या दिशेने प्रवास करायचा आणि काय होतं - ते पाहायचं, असं मी ठरवलं.

माझे वडील डॉक्टर असल्यामुळे त्यांच्या कपाटात औषधांच्या अनेक बाटल्या असायच्या. मला त्यांत एक 'गार्डनल सोडियम'ची बाटली मिळाली. ते गुंगीचं औषध असतं आणि त्याने तुम्हाला झोप लागते. त्या बाटलीत शंभर गोळ्या असत. मी बाटली उघडली आणि मोजून पाहिल्या, तर फक्त अठ्ठ्याण्णव निघाल्या. कोणीतरी बाटली उघडून दोन गोळ्या वापरल्या होत्या. मला वाटलं की, अठ्ठ्याण्णव गोळ्यांचा डोस हा मरण्यासाठी पुरेसा होता. नंतर मी माझं कपाट धुंडाळलं. माझ्याकडे काही पैसे होते आणि बरीच खाजगी मालमत्ता उदा. गारगोट्या, गलोल आणि पाळलेले पक्षी, एका लहान मुलासाठी हे सगळं अगदी मौल्यवान असतं. आता मरायचंच आहे... या विचाराने त्या गोष्टी मी वाटून टाकण्याचं ठरवलं. काही गोष्टी मी माझ्या भावाला दिल्या, काही माझ्या जवळच्या मित्रांना. मी सोडून चाललो आहे, असं मी त्यांना सांगितलं. त्या सगळ्यांना तो एक मोठा विनोदच वाटला. नंतर एक दिवस मी ठरवलं की, आजच्या रात्री कार्यक्रम करायचा. मी रात्रीचं जेवण घेतलं नाही, कारण पोटात अन्न असेल, तर गोष्टी नीट घडणार नाहीत असं मला वाटलं. मला भूक नसल्याचं सांगून मी गोळ्या घेऊन गच्चीवर गेलो. मी सगळ्या अठ्ठ्याण्णव गोळ्या गिळल्या आणि 'मृत माणसं कुठे जातात हे मला आता कळेल', या विचारात झोपी गेलो.

सकाळी त्यांनी मला उठवायचा खूप प्रयत्न केला, पण मी उठलो नाही. नाहीतरी मला सकाळी उठवणं जरा कठीणच होतं. पण या वेळी मी अजिबात उठलो नाही. मी लुळा पडलो होतो, हे माझ्या वडिलांच्या लक्षात आलं. त्यांनी मला हॉस्पिटलमध्ये नेलं. पोट धुवून काढण्याची प्रक्रिया केली, ऑक्सिजन दिला आणि असं सर्वकाही, पण मी काही उठलो नाही. तीन दिवस मी मृतवत आणि गाढ झोपेत होतो. तिसऱ्या दिवशी मला हळूहळू जाग आली. बिछान्यावर पडून मी हळूहळू डोळे उघडले. सर्वांत आधी एक गोष्ट माझ्या लक्षात आली. ती म्हणजे, त्या छतावरच्या तुळया. मी कुठे आहे, हे लगेच माझ्या लक्षात आलं. ज्या रेल्वे

हॉस्पिटलमध्ये माझे वडील काम करत होते, त्या हॉस्पिटलमध्ये तशा तुळया मी पाहिल्या होत्या, म्हणजे मी तिथे होतो तर. त्या इस्पितळात झोपलेला, अनेक वेगवेगळ्या नळ्या माझ्या शरीरातून बाहेर आल्या होत्या. अर्थात, हे सर्व निष्फळ झालं होतं. म्हणजे, मरणानंतर माणूस कुठे जातो हे पाहण्यासाठी मी माझ्या जीवाचा आटापिटा केला, पण मला पाहायला मिळाल्या... त्या रेल्वे इस्पितळाच्या तुळया!

मेल्यानंतर माणसं कुठे जातात हे पाहण्यासाठीचा तो निकराचा एक प्रयत्न होता, पण मला काहीच समजलं नाही. एकच जमेची बाजू होती की, आता मला कळलं की, या पद्धतीने त्या गोष्टी कळत नाहीत. नंतर मी मित्रांना धाकदपटशा करून माझ्या त्यांना दिलेल्या वस्तू परत मिळवल्या आणि जीवन पुन्हा सुरळीत सुरू झालं. बऱ्याच वर्षांनी मी आता तरणाबांड होतो, माझं आयुष्य मजेत घालवत असताना अनपेक्षितपणे मला एक सखोल अनुभव आला, ज्यामुळे माझा जीवन आणि मृत्यू बद्दलचा दृष्टिकोन पूर्णपणे बदलून गेला.

सप्टेंबरच्या एका दुपारी मी एकटाच चामुंडा टेकडीवरच्या खडकावर बसलो होतो. माझे डोळे उघडे होते. मिटलेही नव्हते आणि अचानक माझ्यात काहीतरी घडू लागलं. अचानक माझं सारं जीवन मी ज्याला 'मी' समजत होतो, ते माझ्या आजूबाजूला सर्वत्र होतं. माझं अंतरंग आणि बाहेरचं विश्व एक झालं होतं... कोणता मी आहे आणि कोणता मी नाही, हे मलाच कळेनासं झालं. मी श्वास घेत असलेली हवा, ज्याच्यावर बसलो होतो तो खडक, माझ्या आजूबाजूचं वातावरण, सर्वकाही 'मी' झालं होतं. ते सारं विचित्र होतं, कारण जे घडत होतं, ते सगळं वर्णनातीत होतं. मी म्हणून जे काही होतं, ते इतकं विशाल झालं होतं की, ते सर्वत्र पसरलं होतं. मला वाटलं की, हे काही मिनिटं चाललं होतं, पण मी जेव्हा खरोखरच भानावर आलो, तेव्हा सूर्य मावळला होता आणि काळोख पडू लागला होता. माझे डोळे उघडे होते. मी शुद्धीवर होतो, पण आजवर मी ज्याला 'मी' मानत होतो, ते सर्व विरून गेलं होतं. आठ वर्षांचा असल्यापासून मी एकही अश्रू ढाळला नव्हता. पण आता मी बसलो असताना माझ्या डोळ्यांतून अश्रू घळाघळा वाहात होते. इतके की, माझा शर्ट पूर्णपणे भिजला होता. मी नेहमीच शांत व आनंदी असे - तशी कधीच समस्या नव्हती. परंतु आज मी एका वेगळ्याच अत्यानंदात पूर्णपणे चिंब झालो होतो. संध्याकाळचे साडेसात वाजले होते. याच अवस्थेत साधारण साडेचार तास गेले होते.

घरी गेल्यावर असे अनुभव मला वारंवर येऊ लागले. काही दिवस हा अभूतपूर्व अनुभव, स्मृतींचा पूर आणि माझी तार्किकबुद्धी यामध्ये द्वंद्व सुरू राहिलं. बुद्धी धडपडत होती, ती हार मानायला तयार नव्हती. मी माझा तोल हरवतोय ही एकच गोष्ट माझं मन मला सांगत होतं, पण तो अनुभव नितांतसुंदर होता आणि मला तो गमवायचा नव्हता. ते सगळं खरोखरच विलक्षण होतं, पण त्याच वेळी कुठेतरी हे सारं वेडेपणाचं आहे असं मला वाटत होतं, कारण ते खरोखरंच 'खरं नसावं' इतकं छान होतं.

या वेळी जीवन इतक्या मोठ्या प्रमाणात घडत होतं की, मृत्यूचा विषयही माझ्या मनाला शिवला नाही. पण या अनुभवाने मला कळलं की, माणसं मरत नाहीत. तुमच्या दृष्टीसमोरून ती अदृश्य झाली असतील, पण ती मरत नाहीत. ती जगतच असतात. माझ्या मनात अनेक जन्मांच्या आठवणींचा आणि अनुभवांचा पूर लोटला. माझ्या असं लक्षात आलं की, गेले काही जन्म मी त्याच ठिकाणी त्याच कामासाठी आणि काही प्रमाणात त्याच लोकांबरोबर घालवले आहेत. जीवनाच्या (आणि मृत्यूच्याही) याच प्रगाढ ज्ञानाने माझं पुढचं आयुष्य घडलं आहे. तसं पाहिलं, तर मृत्यू हे अज्ञानी लोकांनी रचलेलं असत्य आहे. मृत्यू ही जागरूकतेच्या अभावातून झालेली निर्मिती आहे, कारण जर तुम्ही जागरूक असाल, तर जीवन, जीवन आणि फक्त जीवनच आहे – अस्तित्वाच्या एका आयामातून दुसऱ्या आयामात जाणारं...

मृत्यू म्हणजे आपत्ती ?

लोकांना वाटतं की, मृत्यू ही एक शोकांतिका आहे. मुळीच नाही. लोक त्यांचं संपूर्ण आयुष्य, जीवन न अनुभवता जगतात - हीच शोकांतिका आहे. जर तुम्ही मेलात, तर खरोखर त्यात काहीच शोकांतिका नाही. जीवनात तुम्ही अनुभवणाऱ्या सर्व समस्यांचा तो अंत आहे. पण जर तुम्ही जिवंत आहात व जीवन पूर्णपणे अनुभवत नाही आहात, तर तीच खरी शोकांतिका आहे. हे एका संस्कृत श्लोकात खूप छान सांगितलं आहे. त्यात असं म्हटलं आहे- 'जननम् सुखदम् मरणं करुणं' 'जननम्' म्हणजे 'जन्म' किंवा 'जीवन.' असं म्हटलंय की, जीवन म्हणजे सुख किंवा आनंद आहे. हे खरं आहे. जर तुम्ही तुमचं मन आणि शरीर चांगल्या पद्धतीने

हाताळायला शिकलात, तर तुमच्या जीवनाचा अनुभव हा सुखी आणि आनंदी होईल. पण 'मरणं' किंवा 'मृत्यू' ही करुणा आहे. मृत्यू ही करुणा आहे, कारण तो तुमची सुटका करतो.

आत्ता सध्या, लोकांचा जीवनाचा दृष्टिकोन चुकीचा आहे. त्यांना मरायचं नाहीये. त्यांना हे लक्षात येत नाही की, जर तुम्हाला कुणी अमर होण्याचा शाप दिला, किंवा तुमच्या आयुष्यातून मरण काढून घेतलं गेलं, तर ती तुमच्यासोबत होऊ शकणारी सर्वांत भयावह गोष्ट असेल. तुमचं आयुष्य कितीही सुंदर असलं, तरी जर वेळेवर मरण आलं, तर तुम्ही अतिशय भाग्यवान आहात. जर ते उशिरा आलं, आणि जीवन एका विशिष्ट मर्यादेपेक्षा ताणलं गेलं, तर ती भयंकर पीडा ठरेल. मग तुमच्या लक्षात येईल की, जेव्हा मरण येईल, तेव्हा ती सर्वांत मोठी सुटका असेल. आयुष्य पुढे सुरू राहण्यासाठी, जगण्यासाठी एक प्रकारचा ताण असावा लागतो. उलट, मृत्यूमध्ये आराम असतो. खरंतर मृत्यू म्हणजे सर्वांत मोठा आराम. पण जर मृत्यूचा आराम जिवंतपणी तुमच्या अनुभवात आला, तर आयुष्य ही अतिशय विनासायास प्रक्रिया होईल.

जर आपण जीवन आणि मरण या दोन घटनांकडे तुमच्या अनुभवाच्या दृष्टीतून पाहिलं, तर तुमचा श्वास म्हणजे जीवन व उच्छ्वास म्हणजे मरण. तुम्ही हे करून पाहू शकता : एक दीर्घ श्वास घ्या आणि पहा : तुमचं शरीर आणि मन - कसं वाटतं... दीर्घ उच्छ्वास करा आणि पहा : तुमचं शरीर आणि मन - कसं वाटतं... खरंतर जेव्हा तुमच्या शरीरावर ताण असतो, तेव्हा नैसर्गिकरीत्या शरीराला उच्छ्वास करावासा वाटतो. यालाच 'सुस्कारा' म्हणतात. त्याने तुम्हाला हलकं वाटतं. जीवनाला एक प्रकारचा ताण लागतो. नाहीतर तुम्ही ते चालू ठेवू शकत नाही. मरण म्हणजे पूर्ण आराम. जर तुम्ही तुमच्या मनाने मृत्यूला वाईट म्हणून दूर केलं नसतं, तर ते स्वाभाविकपणे तुमच्यासाठी असंच असलं असतं.

जर तुमच्या परंपरा व संस्कृतीने तुम्हाला 'मृत्यू म्हणजे आपत्ती किंवा शत्रू' असं शिकवलं नसतं, तर विश्वास ठेवा... तुम्ही एका वेगळ्याच प्रकारे श्वास घेतला असता. तुम्ही आजूबाजूला पाहिलं, तर तुम्हाला असं आढळेल की, ९९% लोकांचा उच्छ्वास हा पूर्ण नसतो. त्यांच्या मनाने मृत्यू नाकारलेला असतो, आणि म्हणून त्यांचा उच्छ्वास पूर्ण होणार नाही. ते श्वास घेतात, पण तो पूर्णपणे सोडत नाहीत. यामुळेच कालांतरानं तुमच्या संपूर्ण यंत्रणेवर ताण वाढत जातो - मानसिक व शारीरिकही.

मानवी मनाची सर्वांत मोठी आपत्ती म्हणजे, ते मृत्यूच्या विरोधात असतं. ज्या क्षणी तुम्ही मृत्यूचा विरोध करता, त्या क्षणी तुम्ही जीवनाचासुद्धा विरोध कराल. तुम्हाला वाटतं की, जीवन बरोबर आहे आणि मृत्यू म्हणजे चूक. हे असं नसतं. जीवनाला अर्थ असतो, तो शेवटी मृत्यू असतो म्हणून. एखादी नदी ही कायम दोन किनाऱ्यांमधून वाहते. पण तुम्ही उजव्या किनाऱ्यावर उभे राहून म्हणालात की, 'मला डावा किनारा आवडत नाही, तो नाहीसा झाला पाहिजे.' जर डावा किनारा नाहीसा झाला, तर नदीसुद्धा नाहीशी होईल, उजवा किनारासुद्धा नाहीसा होईल. जर उजवा किनारा राहायचा असेल, तर डाव्या किनारासुद्धा असलाच पाहिजे. हे म्हणजे, अंधाराशिवाय प्रकाश असू शकतो का? जो मृत्यूला कवटाळत नाही, तो जीवनाला जाणूच शकणार नाही. तुम्ही इथे बसून 'मला मरायचं नाही, मला मरायचं नाही, मला मरायचं नाही' असं म्हणत राहिलात, तर तुम्ही जगूच शकणार नाही. तुम्ही असेही मराल, पण मृत्यू नाकारल्याने तुम्ही तो येईपर्यंतदेखील चांगल्या प्रकारे जगू शकणार नाही. जर तुम्ही मृत्यूला घाबरत असाल, तर तुम्ही केवळ जीवन टाळाल; तुम्ही मृत्यू टाळू शकत नाही.

आजही, काही संस्कृतींमध्ये, मृत्यू उत्सवासारखा साजरा केला जातो, शोक केला जात नाही. कारण कुठूनतरी या पृथ्वीतलावर आणि या वातावरणाच्या कोशात तुम्हाला सोडण्यात आलं आहे. त्यामध्ये तुम्ही कितीही मोठी जागा व्यापली, तरी तो छोटासा तुरुंग आहे. पण मृत्यू ही एक असीम शक्यता आहे. म्हणून त्यात खूप मोठा आनंद असला पाहिजे. जन्मापेक्षाही खूप मोठी उत्सुकता असली पाहिजे. जो कोणी या शक्यतेबद्दल जागरूक असतो, त्याच्यासाठी जीवन आणि मरण अशी कुठली गोष्टच उरत नाही. जीवन हाच मृत्यू आणि मृत्यू म्हणजेच जीवन; ते काही वेगळं नाही.

मृत्यू म्हणजे खरंतर अगदी प्रखर आणि तीव्र स्वरूपाचं जीवन. ज्या लोकांच्या आयुष्यात अनेक भयावह प्रसंग आले आहेत, त्यांना हे स्पष्टपणे माहीत असतं. एकदा असं घडलं - दोन वृद्ध लोक अमेरिकेच्या इंडियाना शहराच्या एका बारमध्ये भेटले. ते दोघे एकएकटे वेगवेगळ्या टेबलवर बसून पीत होते. एकाचं सहज लक्ष गेलं आणि दुसऱ्याच्या कपाळावरची एक जन्मखूण त्याला दिसली. म्हणून तो त्याच्या टेबलाजवळ जाऊन म्हणाला, ''अरे, तू तर जोशूहा आहेस ना?''

''हो, तू कोण आहेस?'' दुसरा उत्तरला.

''तू मला ओळखलं नाहीस? मी मार्क. आपण युद्धात एकत्र होतो.''

''ओह माय गॉड!'' तो आश्चर्याने म्हणाला.

आणि दोघांचे चेहरे अचानक उजळले. ते दोघे दुसऱ्या महायुद्धात एकत्र लढले होते आणि त्याला आता पन्नास वर्षं उलटून गेली होती.

मग ते एकाच टेबलवर खुर्च्या ओढून खात-पीत गप्पा मारू लागले. त्यांनी युरोपातल्या त्या भयानक कपारीत चाळीस अविस्मरणीय मिनिटं एकत्र घालवली होती. चाळीस मिनिटांची चकमक. त्या चाळीस मिनिटांबद्दल मोठ्या प्रकर्षाने ते दोन तास बोलत होते. तो विषय बोलून झाल्यावर एकाने दुसऱ्याला विचारलं, ''मग त्यानंतर तू आतापर्यंत काय करत होतास?''

तो म्हणाला, ''ओह, मी फक्त एक सेल्समन म्हणून काम करतोय.''

चाळीस मिनिटांच्या त्या लढाईबद्दल ते दोन तास अतिशय उत्साहाने बोलत होते. पण त्यापुढची पन्नास वर्षं केवळ 'मी फक्त सेल्समन म्हणून काम करतोय' या एका वाक्यात संपली. हे असंच घडत असतं.

धोक्याचे क्षण हे असे क्षण असतात, जेव्हा तुम्ही जीवन आणि मृत्यू एकाच वेळी अनुभवता. ते असे क्षण असतात, जेव्हा तुमच्या लक्षात येतं की, जीवन आणि मृत्यू हे एकाच वेळी इथे हजर आहेत. त्या दोन वेगळ्या गोष्टी नाहीयेत. ते म्हणजे, एक दुसऱ्याच्या आत बंद केलेले असतात. जीवन याच प्रकारे पॅक केलेलं आहे. सृष्टी आणि सृष्टिकर्ता, जीवन आणि मृत्यू - हे सगळे एकमेकांच्या आत पॅक केलेले आहेत. ते पाहण्यासाठी लक्ष द्यावं लागतं - खूप लक्ष द्यावं लागतं. नाहीतर एखादा आयुष्यभर अर्धवट जिवंत, वरवरच तरंगत राहतो. जर तुम्हाला जीवन व मृत्यू एकाच वेळी जाणता आले नाहीत, तर तुम्ही जीवनाची केवळ एकच बाजू जाणू शकाल. अर्धवट जगणं हा नेहमीच छळ असतो.

जर तुम्हाला एक परिपूर्ण जीवन म्हणून जगायचं असेल, तर तुम्ही दररोज तुमच्या नश्वर प्रकृतीकडे पाहायला हवं, केवळ एका ठरावीक वयाचे झाल्यावर असं नाही. दररोज तुम्ही जागरूक असायला हवं की, तुम्ही मरणार आहात. असं नाही की, मला आज मरायचं आहे, पण मरण आलंच, तर माझी काही हरकत नाही. मी स्वतःचं रक्षण करण्यासाठी, पोषण करण्यासाठी, काळजी घेण्यासाठी सर्वकाही करेन, पण जर मला आज मरावं लागलं, तर माझी काही हरकत नाही. तरच मी एक पाऊल पुढे ठेवून जगू शकतो. नाहीतर मी जगू शकणार नाही.

मृत्यूला आमंत्रित करणं थांबवा

मृत्यू टाळणं म्हणजे जीवनालाच टाळणं असेल, तर जीवनाला चुकवणं म्हणजे मृत्यूला आमंत्रण देणं. बऱ्याच लोकांच्या बाबतीत, जर जीवन त्रासदायक किंवा ओझं वाटू लागलं, तर कळत-नकळत तुम्ही जीवन चुकवण्याचा प्रयत्न करू लागल. एकदा का तुम्ही जीवन टाळू लागलात की, मग अनिवार्यपणे तुम्ही मृत्यूला आमंत्रित करू लागाल. मृत्यूला आमंत्रित करण्यावाचून, जीवन चुकवण्याची दुसरी उत्तम पद्धत नाही. तुम्ही ते जाणीवपूर्वक करत असाल की अजाणतेपणे. सध्याच्या जगात जे असंख्य आणि किचकट आजार निर्माण झाले आहेत, त्याचं एक मोठं कारण म्हणजे, लोक जीवन चुकवण्याचा प्रयत्न करत आहेत आणि तसं करून मृत्यूला आमंत्रण देत आहेत. शरीर केवळ त्यांच्या या प्रयत्नांना साथ देत आहे. शरीर फक्त तुमची मृत्यूला आमंत्रित करण्याची इच्छा पूर्ण करत आहे. तुम्ही विचारायचा अवकाश... ते प्रत्यक्ष घडून येईल!

लोक जीवन चुकवण्याचा प्रयत्न करत आहेत, कारण त्यांना ते असुरक्षित वाटतं. तुम्हाला हे माहीत असायला हवं, की या पृथ्वीवरची सर्वांत सुरक्षित जागा म्हणजे तुमची कबर. त्या ठिकाणी काहीच घडत नाही. जीवनात मात्र सुरक्षितता नसते. मी आधी म्हटल्याप्रमाणे, तुम्ही स्वतःभोवती कितीही सुरक्षा निर्माण केली, तरी उद्या तुम्ही मरू शकता. मी तुमच्याबद्दल अशी इच्छा करत नाही, पण तुम्ही कितीही निरोगी असला, आत्ता सध्या कितीही स्वस्थ असलात, तरी उद्या तुम्ही मरू शकता. ही खरोखरची शक्यता आहे. म्हणून सुरक्षा नावाची कुठली गोष्ट जीवनात नसते. ज्या क्षणी तुम्ही सुरक्षा शोधू लागता, त्या क्षणी मृत्यूच्या दिशेने वळता. अजाणतेपणे तुम्ही मृत्यूच शोधू लागाल.

भारतात अशी परंपरा आहे की, जेव्हा तुम्हाला कुणी साधू किंवा संत दिसतो, तेव्हा तुम्ही त्यांचे आशीर्वाद घ्यायला चुकायचं नाही. म्हणून बऱ्याचदा लोक माझ्याकडे येतात आणि म्हणतात, "सद्‌गुरू, मला काही होणार नाही असा आशीर्वाद द्या." हा कसला आशीर्वाद आहे? माझा आशीर्वाद आहे की, सर्वकाही तुमच्यासोबत घडू दे. जीवन म्हणून जे काही आहे, ते सर्व तुमच्यासोबत घडू दे. तुम्ही इथे जीवन टाळायला आला आहात की अनुभवायला? जर तुम्हाला जीवन टाळायचं असेल, तर 'इनर इंजिनियरिंग'हून प्रभावी पद्धत माझ्याकडे आहे. जीवन टाळायचं असेल,

तर केवळ दोन मीटर लांबीचा दोर घ्या आणि छतापासून स्वतःला टांगून घ्या. यात काही विशेष खर्चही नाही! मी परिणामकारकतेविषयी बोलतोय. जिवंतपणी जीवनाला टाळणं, हे अगदीच नकारात्मक आहे. आपण अतिशय कमी वेळासाठी जिवंत असतो, पण आपण खूप मोठ्या काळासाठी मृत असणार आहोत. म्हणून स्वतःचाच जीव घेणं हा काही पर्याय उरतच नाही. अशी गोष्ट मनामध्ये चाललेल्या नाट्याला खरोखरचं जीवन समजण्याची चूक केल्यामुळे घडते.

ज्या क्षणी तुम्ही सुरक्षेचा विचार करता, तेव्हा तुम्ही मृत्यूला मदतच करत असता. तुम्हाला हे समजायला हवं की, मृत्यूला तुमच्या मदतीची गरज नसते. मृत्यू अति निपुण असतो. मात्र, जीवनाला तुमच्या मदतीची आवश्यकता असते. तुमच्या लक्षात आलं असेल की, जीवनात तुम्ही काही केलं, कितीही केलं, तरी अजून काहीतरी करायचं उरलेलंच असतं. जीवनाला तुमच्या प्रयत्नांची, लक्ष पुरवण्याची गरज असते. मृत्यूला तुमचा आधार नको असतो. तो काही झालं, तरी घडणारच असतो आणि अगदी अचूकपणे घडतो. इथे कुणी नापास होत नाही. सगळेच पास होतात.

लोकांना वाटतं की, आपल्या आयुष्यात काही नवीन घडू नये, पण त्यांना रोमांचकारी आयुष्य हवं असतं. हे कसं शक्य आहे? जिंकणं शक्यच नाही अशी परिस्थिती तुम्ही स्वतःसाठी निर्माण करत आहात. जास्तीतजास्त तुमच्यासोबत काय होईल? तुम्ही मराल. यापेक्षा अधिक काही तुमच्यासोबत घडणार नाही. तुमच्या आयुष्यात काहीही घडलं, तरी तुम्ही इथे येताना कुठलीच ठेव बरोबर आणली नाहीये. तुम्ही रिकाम्या हाती आलात. तेव्हा तुम्ही या आयुष्यात काहीच हरवू शकत नाही. पहा... किती मस्त आहे हे! काही झालं तरी तुमचा फायदाच आहे, मग तुम्ही कशाबद्दल तक्रार करत आहात?

हे साधारण दहा वर्षांपूर्वी घडलं, त्या वेळी भारतात शेअर बाजार उतरत होता. मुंबईत काही जण एका माणसाला मला भेटायला घेऊन आले. त्याची मूळची मालमत्ता साधारण २५ कोटी असावी. त्याने शेअर बाजारात प्रचंड तोटा सोसला आणि जवळपास आठ महिन्यांच्या काळात त्याची मालमत्ता तीन कोटी झाली. त्यामुळे तो माणूस पूर्णपणे निराश झाला होता आणि आत्महत्येचा विचार करत होता. कारण त्याच्याजवळ फक्त तीन कोटी रुपये होते. तो अगदी वाईट अवस्थेत होता व त्यांना मी त्याला मदत करावी, असं वाटलं. मला हे जरा गंमतीशीरच

वाटलं, कारण तीन कोटी म्हणजे अनेक भारतीयांचे हात स्वर्गाला टेकतात. तुम्ही त्यांना 'स्वर्ग का तीन कोटी?' असा पर्याय दिला, तर ते तीन कोटींचाच पर्याय निवडतील. पण हा माणूस निराश होता आणि आत्महत्येचा विचार करत होता, कारण त्याच्याकडे तीन कोटी रुपये होते! हे केवळ त्याच्याबद्दलच नाही, तर तुम्हीसुद्धा स्वतःच्या बाबतीत सतत असंच करत असता!

नव्या गोष्टी तुमच्या आयुष्यात घडू द्या. जर तुम्ही माझ्यासोबत काहीही घडू नये, या प्रकारची स्थिती स्वतःच्या आत निर्माण केली, माझ्या आयुष्यात काही घडू नये अशा मनःस्थितीत गेलात, तर तुमचं आयुष्य एकाच ठिकाणी थांबून राहील आणि थांबून राहणं म्हणजेच मृत्यू! जर तुमचं आयुष्य पुढे सरकत नसेल, नव्या शक्यता तुमच्या आत निर्माण झाल्या नाहीत, तर तुम्ही जिवंतपणी मृत झाला आहात. हेच कारण आहे की, जरी अनेक लोकांच्या आयुष्यात काहीच बिघडलेलं नसताना तुम्हाला रस्त्यावर अनेक लांब चेहरे दिसतात. बहुतेकांच्या बाबतीत त्यांच्या अपेक्षेपेक्षा त्यांचं आयुष्य खूपच चांगलं गेलेलं असतं. सोयीसुविधांच्या दृष्टीने आपल्या वाडवडिलांपेक्षा आपलं आयुष्य नक्कीच जास्त सुखात आहे. पण तरी अजूनही रस्त्यावर लांब चेहरे दिसतात. हे असं घडतंय, ते काही चुकलं म्हणून नाही. हे जीवन एकाच ठिकाणी अडकून बसल्यामुळे आहे. एकाच ठिकाणी अडकल्यावर तुम्ही जगू शकत नाही, कारण ते जिवंतपणी मृत झाल्यासारखे असतं.

'मृत्यू जगणं' हा एक भन्नाट अनुभव आहे, पण 'मृतवत जगणं' हे भयंकर दुःखद असतं. जर तुम्ही जिवंत असलात, तर ते छान आहे. जर तुम्ही मेलात, तर आता आम्हाला तुमची काही काळजी नाही. पण अनेक लोक मृतवत होऊन रस्त्याने चालत आहेत, म्हणूनच पृथ्वीवर एवढं दुःख आहे. एके काळी ते तरतरीत आणि जिवंत होते, पण आता अर्धवट थडग्यातच गेले आहेत. होय... काळाबरोबर शरीर क्षीण होईल आणि जर फक्त मानसिक व शारीरिक गोष्टीच तुमच्या अनुभवात असतील, तर स्वाभाविकपणे काळाबरोबर तुम्हीही क्षीण व्हाल. पण जर जीवनप्रक्रियेसोबत काही योग्य गोष्टी केल्या आणि मूलभूत जीवनऊर्जा तुमच्या अनुभवात आली, तर तुम्ही काळाबरोबर क्षीण होणार नाही, उलट अधिक विकसित व्हाल.

म्हणून नेहमी केवळ जीवनाला उत्तेजित करायला हवं. मृत्यूचा सराव किंवा त्याला आमंत्रण देण्याची गरज नाही, कारण त्याला तुमच्या आधाराची आवश्यकता नसते.

•••

प्रकरण २

मृत्यूची प्रक्रिया

ज्याला आत्ता तुम्ही जीवन म्हणता, ते साबणाच्या फुग्याप्रमाणे असतं. सर्व योग साधना किंवा आध्यात्मिक साधना या फुग्याला पातळ करण्यासाठी असतात, म्हणजे एक दिवस जेव्हा तो फुगा फुटतो, तेव्हा तिथे काहीही शिल्लक राहणार नाही. मग तो अस्तित्वाच्या बंधनाकडून अस्तित्वविरहित स्वातंत्र्याकडे किंवा निर्वाणाकडे जाईल.

कुठल्या गोष्टीमुळे आपलं जीवन सुरू आहे?

जीवन आणि मृत्यू मुळात कसे कार्य करतात, हे समजण्यासाठी ही सृष्टी कशी कार्य करते आणि त्यामध्ये दडलेल्या असंख्य स्मृतींची काय भूमिका असते, ते तुम्ही समजून घेतलं पाहिजे. जेव्हा मी 'स्मृती' म्हणतो, तेव्हा केवळ तुम्हाला जे आठवतं ते, इतकाच मर्यादित अर्थ नाही. स्मृती ही आणखी खोलवर आणि अनेक वेगवेगळ्या स्तरांवर कार्यरत असते. योगप्रणालीमध्ये, स्मृती म्हणजे जीवनप्रक्रियेमुळे उमटलेल्या वेगवेगळ्या ठशांचा साठा. या सृष्टीमध्ये मुख्यतः आठ प्रकारच्या स्मृती असतात. अत्यंत मूलभूत स्मृती म्हणजे 'पंचतत्त्वांची स्मृती.' योगविज्ञानानुसार, अ-प्रकट स्वरूपातून प्रकट स्वरूपात येण्याची पहिली

पायरी म्हणजे, पंचतत्त्वांची निर्मिती. ही पंचतत्त्वं म्हणजे पृथ्वी, जल, अग्नी, वायू आणि आकाश. ही नावं ठरावीक गुण दर्शवतात, प्रत्यक्ष पदार्थ नव्हे. या पंचतत्त्वांचे वेगवेगळे गुणधर्म असतात आणि ते सृष्टीच्या प्रत्येक पैलूमध्ये प्रकट होतात. तेच या सृष्टीचा मूळ आधार आहेत.

आपल्या आयुष्यात ही पंचतत्त्वं कशी कार्य करतील आणि त्याचा आपल्यावर कशा प्रकारचा प्रभाव असेल, ते पंचतत्त्वांची स्मृती ठरवते. सृष्टीचा त्यानंतरचा स्तर म्हणजे भौतिक पदार्थ, ज्यापासून हे ब्रह्मांड तयार झालं आहे. तो कसा कार्य करेल याचे नियम 'आण्विक स्मृती'मध्ये दडलेले असतात. आज शाळेत मुलांना अणुशास्त्र शिकवलं जातं. अणूसाठीचा इंग्रजीमधील 'ॲटम' हा शब्द, ॲटोमॉस' या ग्रीक शब्दापासून आला आहे. ॲटोमॉस म्हणजे ज्याचं विभाजन होऊ शकत नाही. जेव्हा आधुनिक शास्त्राला अणूचा शोध लागला, तेव्हा त्याचं विभाजन होणं शक्य नाही आणि तोच या विश्वाच्या निर्मितीमधला सर्वांत मूलभूत घटक आहे, असा समज होता. अर्थात, ते खरं नसल्याचं आज आपल्याला माहीत आहे. सुमारे दोन डझन परमाण्विक कणांचा शोध लागला आहे आणि आणखीही सापडण्याची शक्यता आहे. आण्विक स्मृती ही परमाण्विक कण, अणू आणि त्यातून अनेक भौतिक पदार्थांचे रेणू कशा प्रकारे तयार झाले आहेत आणि ते कसे कार्यरत आहेत, याबद्दल असते. पंचतत्त्वांची स्मृती आणि आण्विक स्मृती यांना एकत्रितपणे 'निर्जीव स्मृती' म्हणता येईल. ही आपल्या जीवनाचा निर्जीव घटक नियंत्रित करते. इतर प्रकारच्या स्मृती सजीव जीवनाबद्दल आहेत आणि त्यांना 'सजीव स्मृती' म्हणता येईल.

यांपैकी सर्वांत मूलभूत स्मृती म्हणजे 'उत्क्रांतीची स्मृती.' जीवनाची उत्क्रांती कशी घडली आहे, याबद्दल ती आहे. तुम्हाला दोन डोळे, दोन हात, आणि हा मानवी आकार मिळाला आहे, इतर कुठल्या प्राण्याचा नाही, ते तिच्याचमुळे. या थराच्या वर आहे 'वंश स्मृती.' ही तुमच्या आई-वडिलांकडून तुमच्यात आलेल्या आनुवांशिक सामग्रीमुळे आहे. यामुळेच तुम्ही संपूर्ण मानवजातीत एकुलते एक असे वेगळे मनुष्य बनता. ती तुमच्या त्वचेचा रंग, तुमच्या नाकाचा आकार आणि अशा इतर गोष्टी ठरवते. पुढच्या स्मृतींच्या थराला कर्म स्मृती म्हणतात. ही स्मृती म्हणजे, केवळ या जन्मापासूनच नाही तर या आधीचे सर्व जन्म आणि उत्क्रांतीची प्रक्रिया यामध्ये तुम्ही गोळा करून साठवलेल्या सर्व संस्कारांचं एकत्रीकरण असतं. याचे आपल्या आयुष्यात अनेक प्रकारे पडसाद उमटतात, जे आपल्याला समजण्यापलीकडे असतात.

स्मृतींचे पुढील तीन स्तर हे संस्कार किंवा तुमच्या मनात साठलेल्या गोष्टींशी संबंधित आहेत. या स्मृतींचा एक मोठा भाग आहे, ज्याबद्दल तुम्ही पूर्णपणे अनभिज्ञ असता. त्याला आपण 'अचेतन (अन- कॉन्शस) स्मृती' म्हणू शकतो. त्यानंतर चेतन स्मृतीच्या अगदी खालोखाल असणारा थर म्हणजे 'अवचेतन (सब-कॉन्शस) स्मृती.' सर्वांत वरचा थर म्हणजे 'चेतन (कॉन्शस) स्मृती', म्हणजे जे तुम्हाला आठवतं आणि तुम्ही व्यक्त करू शकता. तुम्ही कुठल्या प्रकारचे संस्कार गोळा केले आहेत आणि कुठल्या परिस्थितींना सामोरे जाता, त्यानुसार या सर्व आठ प्रकारच्या स्मृती तुमच्या दैनंदिन आयुष्यात व्यक्त होतात. थोडक्यात, हेच ते स्मृतींचे थर, सध्या तुमचे जीवन जसे आहे, तसे घडवतात.

आपल्या जीवनाच्या मूळ स्वरूपाकडे पाहण्याचे अनेक मार्ग आहेत. त्यांपैकी एक म्हणजे, आपलं आयुष्य दोन बीजांपासून घडतं. एक आपल्या आईवडिलांपासून मिळालेलं ज्यामुळे आपलं शरीर बनलं आणि दुसरं सृष्टिकर्त्याने पेरलेलं, ज्यामुळे आपण जिवंत आहोत. ही दोन वेगळ्या प्रकारची बीजं आहेत किंवा निसर्गाचे दोन वेगवेगळे पैलू आहेत. एक म्हणजे जीवनाच्या काही गोष्टी सुनिश्चित करण्यासाठी असते, तर दुसरं नवनवीन शक्यता खुल्या करण्यासाठी. शरीर हे भौतिक असतं आणि त्याच्या अस्तित्वाला एक प्रकारचं निश्चित स्वरूप आहे.पण शरीरापलीकडे तुम्ही जे जीवन आहात, त्याचं अस्तित्व मात्र अनेकांसाठी वादाचा विषय असू शकतो. अनेक जण त्यांच्या या अस्तित्वाच्या स्वरूपाबद्दल गोंधळलेले असतात.

तुमच्या आईवडिलांकडून मिळालेल्या बीजाचे काही नियम, लक्षणं आणि बाध्य करणाऱ्या प्रवृत्ती असतात. निसर्गाचा हा पैलू केवळ जिवंत राहण्याबद्दल आहे. यामध्ये प्रजननाची क्रियासुद्धा आली. तो अशा सर्व गोष्टी टाळण्याचा प्रयत्न करतो, ज्या त्याच्या जगण्याला धोका पोहोचवतात. आता आपल्या आईवडिलांकडून जे बीज मिळालं, त्यापासूनच हे शरीर बनलं. पण सृष्टीच्या स्रोताने आपल्याला जे दिलं, ते त्या अर्थाने बीज नव्हतं. तो स्वतःच त्या ठिकाणी उपस्थित आहे. म्हणूनच, सृष्टीच्या स्रोतामध्ये ज्या सर्व शक्यता सामावलेल्या आहेत, त्या एक प्रकारे आपल्या आतदेखील लपलेल्या आहेत. ती शक्यता एखाद्याच्या जीवनात प्रत्यक्षात उतरते की नाही हा प्रश्न आहे, पण शक्यता मात्र सदैव उपस्थित असते.

या दोन बीजांच्या मदतीने, ज्या वेळी एखाद्या मनुष्याचा जन्म होतो, त्या वेळी एक ठरावीक सॉफ्टवेअर त्याच्या आत प्रस्थापित होतं. हे सॉफ्टवेअर म्हणजे काळ,

ऊर्जा आणि पूर्वजन्मांपासून सोबत आणलेल्या माहितीचा समुच्चय असतो. ही त्रिसूत्रीच एखाद्याचं आयुष्य कसं घडणार हे ठरवते. ही जमवलेली माहिती कुठल्या प्रकारची आहे, यावरून जीवनाच्या विविध पैलूंसाठी वेगवेगळ्या प्रमाणात ऊर्जा नेमून दिली जाते. हे नेमकं कसं होतं, ते आपण थोड्याच वेळात पाहणार आहोत. आपण गतजन्मांपासून सोबत आणलेल्या या माहितीच्या साठ्याला भारतात 'कर्म' असे म्हणतात. या सर्व स्मृतींमध्ये, किंवा या संपूर्ण कर्माच्या साठ्यामध्ये उत्क्रांतीची स्मृती ही केवळ आपण ज्या प्रकारचे प्राणी आहोत, त्याची मूलभूत रचना ठरवते. म्हणून सध्या आपण ते बाजूला ठेवू. पण जर सर्व आनुवांशिक स्मृती आणि कर्म स्मृती ज्यामध्ये अचेतन आणि अवचेतन स्मृतींचा समावेश आहे, त्या सर्व स्मृतींचा महापूर आत्ताच्या आत्ता तुमच्या चेतन किंवा जागरूक स्मृतीमध्ये आला, तर तुम्ही ते हाताळू शकणार नाही. ते खूपच अनावर होईल. म्हणून कर्माच्या संपूर्ण ओझ्यातून तुम्ही या जन्मात किती भाग हाताळू शकाल आणि वेगवेगळ्या कृतींमधून संपवू शकाल, तितकाच भाग निसर्ग तुम्हाला वाटून देतो.

व्यक्तीमध्ये असलेल्या कर्मस्मृतींच्या संपूर्ण साठ्याला भारतीय संस्कृतीत 'संचित कर्म' असं म्हणतात. असं म्हणता येईल की, संचित कर्म हे एखाद्याच्या कर्माचं संपूर्ण कोठार आहे. या साठ्यामधून काही ठरावीक भाग एखाद्या आयुष्यात हाताळण्यासाठी नेमून दिला जातो. या भागाला तुमचं 'प्रारब्ध कर्म' म्हणतात, म्हणजेच या आयुष्यासाठी नेमून दिलेलं कर्म. या कर्माला एक विशेष तातडी किंवा निकड असते आणि ते इतर सर्व कर्म साठ्यापेक्षा व्यक्त होण्यासाठी अधिक विवश असतं. कर्म अतिशय गुंतागुंतीचं आहे, पण ते विभागून आणि सोप्या प्रकारे टप्प्याटप्प्याने हाताळण्याची निसर्गाची ही पद्धत आहे. म्हणून जन्माच्या वेळी प्रारब्ध कर्म एक ठरावीक दिशा निर्माण करतं आणि संचित कर्म हे नकळत अनेक गोष्टींप्रति कल निर्माण करतं. परंतु दररोज तुम्ही किती कर्म करता, किती जागरूकतेने करता, यावरून प्रारब्ध आणि संचित कर्मातून तुमची तेवढी सुटका होते किंवा त्यात आणखी भर होते. थोडक्यात, या सर्व गोष्टीच एखादी व्यक्ती कसं आणि किती काळ जगेल, हे ठरवतात.

जरी एखादा मनुष्य जीवनाप्रति जागरूक नसला किंवा अनभिज्ञ राहून जगला, तरी जीवनाच्या नैसर्गिक प्रक्रियेमध्ये प्रारब्ध कर्म आयुष्यभरात आपोआप फिटतं. थोडे वाईट दिवस, थोडे चांगले दिवस, काही दुःखाचा काळ, काही सुखाचा काळ

असं करत प्रारब्ध संपून जातं. फक्त या जन्मात या प्रारब्ध कर्मात नवीन भर कशी पडू द्यायची नाही - ते शिकण्याची गरज असते, एवढंच. त्यामुळे, पुढच्या वेळी जेव्हा नवीन प्रारब्ध त्याच्या वाट्याला येईल, तेव्हा त्याचं निराकरण आपोआप होईल. असं प्रत्येक जन्मात घडत जाईल. तसं पाहिलं, तर सभोवतालची परिस्थिती कशी असेल हे पूर्णपणे प्रारब्ध ठरवत नाही, पण ते नक्कीच बाहेरच्या अनेक गोष्टींची मांडणी कशी असेल हे ठरवतं. कारण आपली आंतरिक अवस्था सतत बाहेरच्या परिस्थितीमध्ये अभिव्यक्त होत असते. म्हणूनच भारतामध्ये, कुणी पीडित दिसला की 'अरे, त्याचं प्रारब्ध (किंवा नशीब)' असं म्हणण्याची पद्धत आहे. ही अगदी रोजच्या बोलण्यातली गोष्ट आहे, कारण दुःख किंवा पीडा ही बहुतांशी आतून निर्माण होत असते. बहुतेक वेळा, दुःख हे स्मृतींचं स्वरूप काय आहे यापेक्षा त्या स्मृती एखादा मनुष्य कशा प्रकारे हाताळतो यांवर अवलंबून असतं. म्हणून जीवनातल्या घडामोडीं ठीक करण्याला फार महत्त्व न देता, जीवनाचे संदर्भ आध्यात्मिक प्रक्रियेद्वारा ठीक करणं गरजेचं आहे.

वेगवेगळ्या लोकांसाठी कर्माचा भार कसा वेगवेगळा असतो हे पाहायचं असेल, तर तुम्ही नवजात बाळाचं निरीक्षण केलं पाहिजे. एखादं लहान बाळ किती प्रमाणात हात-पाय मारतं, ते त्याच वयाच्या दुसऱ्या एखाद्या बाळापासून अगदी वेगळं असतं. हे केवळ त्यांचे आईवडील वेगळे असतात म्हणून नाही. आईच्या पोटातही एक मूल किती लाथा मारतं, ते त्याच आईच्या पोटात दुसरं मूल किती लाथा मारतं, यापासून अगदी वेगळं असतं. अनेकदा, या गोष्टींचा आईवडिलांशी अधिक संबंध नसतो. खरं पाहता, शारीरिकदृष्ट्या आळशी असलेल्या अनेक जोडप्यांची मुलं अति चंचल असतात. हे काही त्या मुलांमधल्या प्रवृत्ती किंवा मानसिक मर्यादांमुळे होत नाही. त्या गोष्टी नंतर विकसित होत असतात. परंतु जन्माला येतानाच प्रत्येक जीवामध्ये कृती करण्यासाठी ऊर्जेची मात्रा किती असेल हे नेमून दिलेलं असतं, त्यामुळे तसं घडतं.

जन्माला येताना नेमलेली ही ठरावीक प्रमाणातली ऊर्जा वेगवेगळ्या पैलूंसाठी विभागलेली असते. असं समजा की, तुमच्या कर्माच्या रचनेनुसार तुम्ही जन्माला येताना १००० युनिट (प्रमाण) ऊर्जा घेऊन आला. त्यातले २५० युनिट शारीरिक कृतीसाठी दिले आहेत आणि या २५० युनिटमधले १०० युनिट हे शरीराच्या प्रतिक्षिप्त क्रियांसाठी व उरलेले १५० युनिट हे तुम्ही प्रत्यक्ष ठरवून केलेल्या

कृतींसाठी आहेत. उरलेल्या ऊर्जेपैकी ३०० युनिट मानसिक कृतीसाठी, २०० युनिट भावनिक कृतीसाठी आणि उरलेले इतर कृतींसाठी. अशा प्रकारे वर्गीकरण झालेलं असतं. हे वर्गीकरण तुमच्या आत कुठल्या प्रकारचं सॉफ्टवेअर आहे, यावर अवलंबून असेल. याच कारणाने प्रत्येक व्यक्तीकडे जीवनाच्या वेगवेगळ्या पैलूंसाठी एक ठरावीक पातळीची ऊर्जा असते. लहान मुलांमध्ये, ज्यांच्यावर अद्याप इतर संस्कार झालेले नाहीत, त्यांच्यामध्ये हे स्पष्टपणे दिसून येतं. प्रौढांमध्येदेखील तुम्ही हे पाहू शकता, पण त्यांच्या बाबतीत त्यांच्या आयुष्यात पडलेल्या अनेक गोष्टींचे प्रभावदेखील याला कारणीभूत असू शकतात.

आता, नेमून दिलेली ही ऊर्जा तुमच्या आत कुठल्या प्रकारे खर्च होते,याचा तुमच्या जीवनावर आणि तुमच्या मृत्यूवर मोठा प्रभाव होत असतो. आजच्या जगात, तंत्रज्ञानाने मिळालेल्या सुखसुविधांमुळे, अनेक लोकांमध्ये शारीरिक कृतीसाठी नेमलेली ऊर्जा जास्त खर्ची पडत नाही. तुम्ही जर दोनशे वर्षांपूर्वी जन्मला असता, तर आज तुम्ही करत असलेल्या दैनंदिन गोष्टी करण्यासाठी, आत्ता करता त्यापेक्षा तुम्हाला सुमारे वीस ते पंचवीस पट जास्त शारीरिक कृती करावी लागली असती. ईशा योग केंद्राजवळच्या आदिवासी खेड्यात राहणाऱ्या कोणालाच रात्री झोप न येण्याची समस्या नसते. दिवसभर त्यांचे एवढे शारीरिक श्रम होतात, की रात्री झोपण्याची वेळ होईपर्यंत ते अगदी मरायला तयार असतात. उशीवर डोकं टेकवताच त्यांना गाढ झोप लागते.

तुम्ही भारतामध्ये रस्त्यावरून प्रवास करत असाल, तर बरेचदा मजूर भरल्या ट्रकवर बसून प्रवास करताना तुम्हाला दिसतील. त्यांनी त्या ट्रकमध्ये विटा, दगड व तत्सम काही भरलेलं असतं व इच्छित स्थळी तोच माल त्यांना खाली करायचा असतो. बहुतेक वेळा ते ह्या चालत्या ट्रकमध्ये असणाऱ्या दगड, विटा किंवा वाळूसारख्या खडबडीत पृष्ठभागावर गाढ झोपलेले असतात, आणि तेही कडक उन्हामध्ये. याचं कारण असं की, त्यांची शारीरिक मेहनत एवढी असते की, त्यांनी ही नेमून दिलेली सर्व ऊर्जा संपवलेली असते. आता जर त्यांना तुम्ही ध्यानाची दीक्षा दिली, तर ते सहजपणे ध्यानस्थ होतील. याउलट तुम्ही पाहाल... सुशिक्षित लोकांना मात्र झोप लागत नाही, ध्यान करता येत नाही किंवा एका जागी स्वस्थ बसून राहता येत नाही, कारण त्यांनी शारीरिक कृतीसाठी नेमलेली सर्व ऊर्जा खर्च केलेली नसते. जेव्हा ही ऊर्जा खर्च होत नाही, तेव्हा त्यांना एका जागी स्वस्थ बसणं शक्य

होत नाही. आजकाल तुम्ही पाहाल... अनेक लोक ट्रेकिंग, सायकल चालवणं, जॉगिंग इत्यादींसाठी वेळ काढत आहेत. हे केवळ शारीरिक स्वास्थ्याबद्दल नाहीये. अनेक लोकांच्या हे लक्षात येत आहे की, अशा अंगमेहनतीनंतर त्यांना छान झोप लागते आणि त्यांच्या विचारांत आणि कार्यपद्धतीत मोठ्या प्रमाणात सुधारणा होते. कामामधला आणि नातेसंबंधांमधला त्यांचा उत्साह आणखी वृद्धिंगत होतो. एक प्रकारे, जाणीवपूर्वक, शरीराबद्दलची चिंता बाजूला ठेवणं त्यांना जमलं आहे.

म्हणूनच, तुम्ही आध्यात्मिक मार्गावर चालू लागलात की, शारीरिक कृतीसाठी नेमून दिलेली तुमची ऊर्जा तुम्ही लवकरात लवकर संपवावी. समजा, तुमच्या शारीरिक श्रमांसाठी ५०० युनिट ऊर्जा राखून ठेवली असेल, तर आपल्याला ती पहिल्या दहा वर्षांत संपवून टाकायला हवी. म्हणजे त्यानंतर तुम्ही एका ठिकाणी बसलात, तर तुमचं शरीर केवळ बसून राहील. त्याला हालचाल करण्याची गरज उरणार नाही. हालचाल करण्याची कुठलीही शारीरिक ऊर्मी संपली की ते सहजपणे शांत होईल. बरेचसे लोक पुरेसे शारीरिक श्रम केल्याशिवाय ध्यान करू शकत नाहीत. म्हणून ईशा योग केंद्रात जेव्हा आम्ही लोकांसाठी काम नेमून देतो, तेव्हा आम्ही ते अतिशय काळजीपूर्वक करतो.

काही जण दिवसातून चार तास काम करतात, काही जण सहा तास, काही आठ, दहा किंवा सोळा तास काम करतात. काही जण तर अठरा ते वीस तास काम करतात. त्यांची शारीरिक कृतीसाठीची ऊर्जा संपावी, हा हेतू त्यामागे असतो.

परंतु जर तुम्ही पूर्ण वेळ आध्यात्मिक मार्गावर असाल, जर तुम्ही ब्रह्मचारी असाल, तर तुमचं केवळ प्रारब्धच संपावं असं नाही, तर संचित किंवा कर्माचा संपूर्ण साठा संपावा, यासाठी प्रयत्न असतो. आध्यात्मिक मार्गावर असणं म्हणजे जीवन जास्त वेगाने पुढे नेणं. स्मृतींचं हे भांडार संपवण्यासाठी तुम्हाला दहा जन्म घ्यायला लागायला नको, अशी आमची इच्छा आहे. आम्हाला तुम्ही ते आत्ताच संपवलेलं हवं आहे. म्हणून तुमच्या आतल्या स्मृतींचे इतरही आयाम उघडण्याचा आम्ही प्रयत्न करतो. योगसराव करताना शिस्तबद्ध असण्यावर इतका जास्त भर असण्याचं कारण म्हणजे, सामान्यतः जे तुमच्या आवाक्याबाहेरचं आहे, अशा गोष्टी जरी समोर आल्या, तरी तुम्हाला त्या हाताळता आल्या पाहिजेत. जर तुम्ही तुमच्या आत असे काही आयाम उघडले, ज्याकरता तुम्ही अद्याप तयार नाही, तर कर्म तुम्हाला पार चिरडून टाकू शकतं.

तुम्ही पूर्णवेळ आध्यात्मिक मार्गावर असलात, की मग आम्ही तुम्हाला हे हाताळण्यासाठी ठरावीक साधना देतो. आता अडचणींना सामोरं जाण्याची तुमची तयारी असते. तुम्ही आता अडचणी टाळत नाही. लोकांना त्यांच्या आयुष्यात जे काही त्रासदायक आहे, ते नेहमी टाळायचं असतं, कारण त्यांना ते हाताळता येत नाही. केवळ जेव्हा आम्हाला खात्री होते की, तुम्ही तुमचं प्रारब्ध कर्म व्यवस्थितपणे हाताळू शकत आहात, तेव्हाच स्मृतींचं संपूर्ण भांडार उघडलं जाऊ शकतं. आध्यात्मिक मार्गावरच्या व्यक्तीने एखादी परिस्थिती व्यवस्थितपणे हाताळली नाही, तर त्याला इतरांपेक्षा जास्त पीडा का भोगावी लागते, याचं कारण हेच आहे. इतर जण केवळ त्यांच्यासाठी या आयुष्यात जे नेमून दिलेलं आहे, तेवढंच हाताळत असतात, तर आध्यामिक मार्गावरील एक व्यक्ती कर्माचं संपूर्ण भांडार हाताळण्याचा प्रयत्न करते.

ईशा योग केंद्रातील काही जण या अवस्थांमधून गेले आहेत. जेव्हा ते नव्याने आले होते, तेव्हा त्यांना आम्ही भरपूर काम दिलं. त्यांनी काही काळ ती कामं केली,पण नंतर ते एकदम मंदावले. त्यांना काही काळ काहीच करायला जमत नव्हतं. त्यांना वाटलं की, ते शारीरिकदृष्ट्या आजारी आहेत. त्यांनी अनेक डॉक्टरांना जाऊन दाखवलं. मी त्यांना आधीच सांगितलं होतं, 'कुठल्याही डॉक्टरकडे जाऊ नका, थोडे दिवस विश्रांती घ्या. काहीतरी वेगळं घडून येईल.' काही काळानंतर, ते पुन्हा एकदा पूर्ण जोमाने कामाला लागले. कारण कर्माच्या कोठारातली आणखी एक खोली आम्ही त्यांच्यासाठी उघडली. जे त्यांनी पुढच्या जन्मात करायला हवं होतं, ते आत्ता याच जन्मात ते करत आहेत. खरंतर, याचे आणखी अनेक पैलू आहेत, पण मी जरा जास्तच सोप्या पद्धतीने हे मांडत आहे. मुख्य हेतू हा आहे की, आम्हाला त्यांनी ते सर्वकाही आत्ताच संपवायला हवं आहे.

हेच कारण आहे की, पूर्वेकडच्या देशांत अनेक आध्यात्मिक प्रक्रियांमध्ये, व्याकरण आणि गणित याही विषयांचा समावेश असायचा. योगसाधकांना आपलं शरीर व मन विकसित करायचं असतं, कारण पुनर्जन्म झालाच, तर अगदी कमी प्रारब्ध कर्म घेऊन जन्माला यायला नको, नाहीतर हे चक्र अनेक जन्म तसंच चालत राहणार. त्यांना गोष्टी पुढे ढकलायच्या नाहीत. त्यांना सर्वकाही पूर्ण वेगाने पुढे न्यायचं आहे. त्यांना त्यांच्या मानसिक क्षमता वाढवायच्या आहेत, जेणेकरून आता या जन्मात सर्व कर्म संपवता आलं नाही, तरी आता शारीरिक

आणि मानसिक क्षमता अतिशय मोठ्या प्रमाणात विकसित झाल्यामुळे, ज्या वेळी ते पुढील जन्म घेतील, त्या वेळी अधिक मोठं सॉफ्टवेअर घेऊन येतील. त्यांना अधिक जास्त प्रारब्ध कर्म मिळेल. म्हणूनच, आध्यात्मिक प्रक्रियेसोबतच, लोक व्याकरण, संगीत, खगोलशास्त्र आणि गणित यांसारख्या विषयांचादेखील अभ्यास करायचे, कारण त्यांना त्यांची बुद्धी हरएक प्रकरे वापरायची असायची.

आता, स्मृती आणि ऊर्जेशिवाय आणखी एक पैलू आहे. तो म्हणजे, 'काळ' – जो आपले जीवन आणि मृत्यूचं स्वरूप आणि कालावधी ठरवतो. जीवन आणि मृत्यू हे दोन्ही काळाच्याच कक्षेत घडतात. काळाची टिकटिक निरंतर सुरूच असते. त्याचा वेग तुम्ही कमी करु शकत नाही किंवा वाढवूही शकत नाही. तुम्ही तुमची ऊर्जा वाचवू शकता, तुम्ही ती उधळू शकता, तुम्ही ती विकसित करू शकता, तुम्ही ती प्रचंड प्रभावी किंवा अगदी किरकोळ बनवू शकता. पण काळ मात्र आपल्या हातातून निसटत असतो. त्याची स्वतःची एक बुद्धी असते आणि तो तुमच्या यंत्रणेत असलेल्या कर्माच्या माहितीनुसार आणि नेमून दिलेल्या ऊर्जेच्या ठरावीक परिमाणानुसार वाहत असतो. आपण त्याबद्दल काहीच करू शकत नाही का? करू शकतो, पण तो जीवनाच्या इतर दोन परिमाणांपेक्षा अधिक मायावी आहे. इतर दोन (ऊर्जा व स्मृती), जीवनात हाताळण्यासाठी आणि व्यक्त करण्यासाठी त्यामानाने खूप सोपे आहेत. ऊर्जा निर्माण करणं, आणि तुमच्या प्रवृत्तींचा तुमचे विचार, भावना आणि कृती यांवर प्रभाव होऊ न देता, तुम्हाला हवी तशी ही ऊर्जा वापरणं, हे काळावर प्रभुत्व मिळवण्यापेक्षा खूप सोपं आहे. आदियोगींचं (पहिले योगी, शिवाची एक उपाधी)सुद्धा काळावर नियंत्रण असायचं, ते केवळ काही ठरावीक अवस्थांमध्ये असताना. जेव्हा ते अशा अवस्थांमध्ये असत, जेव्हा त्यांचं काळावर प्रभुत्व असायचं, तेव्हा त्यांना 'काळभैरव' म्हटलं जात असे.

ज्याचं आपल्या कर्माच्या स्मृतींवर प्रभुत्व आहे, किंवा या स्मृतींमुळे निर्माण होणाऱ्या प्रवृत्तींवर प्रभुत्व आहे, त्याचं त्याच्या जीवनाचं स्वरूप कसं असेल, यावरही प्रभुत्व असतं. तो किंवा ती ठरवू शकते की, स्वतःला सुखी ठेवायचं की दुःखी. ज्याचं आपल्या ऊर्जांवर नियंत्रण असतं, तो त्याच्या जीवनातील कृती आणि जीवनाचं स्वरूप ठरवू शकतो. अशा लोकांचं त्यांच्या जीवनावर संपूर्ण प्रभुत्व असतं, पण मृत्यूवर नाही. पण ज्यांचं काळावर प्रभुत्व असतं, ते त्यांच्या जीवनाचेच नाही, तर मृत्यूचंही स्वरूप ठरवू शकतात. जगायचं की मरायचं,

हेदेखील ते ठरवू शकतात. अशा प्रकारे तुमच्या जीवनाला घडवणाऱ्या या तीन परिमाणांचा तुमच्या मृत्यूशीदेखील संबंध आहे.

जीवनाचा बुडबुडा आणि मृत्यू

लोक जीवन आणि मृत्यू यांकडे नेहमी परस्परविरोधी गोष्टी म्हणून पाहतात. तुम्ही एकतर जिवंत असू शकता किंवा मृत. तुम्ही एकतर चालती-बोलती जिवंत व्यक्ती असू शकता किंवा मृत होऊन नाहीसे झालेले असू शकता. जीवन आणि मृत्यू यांकडे पाहण्याचा हा दृष्टीकोन अगदीच वरवरचा आणि बाळबोध आहे. खरंतर हा चुकीचा आहे.

साधारणपणे एखादी गोष्ट जिवंत असण्याची मानवी समजूत म्हणजे, तिच्यातून रक्त वाहत असलं पाहिजे, नाहीतर ती जिवंत नाही. पण आता तसं नाही. हळूहळू जशी विज्ञानाची प्रगती होते आहे, तशी आपली जिवंत म्हणजे काय आणि जिवंत नाही म्हणजे काय याबद्दलची कल्पना बदलते आहे. आता आपल्याला कळलं आहे की, केवळ वनस्पती आणि प्राणीच नाही, तर दगड आणि मातीसुद्धा जिवंत असते. हवा जिवंत आहे, पाणी जिवंत आहे, ज्या मातीवरून तुम्ही चालता, ती जिवंत आहे आणि अगदी हे विशाल ब्रह्मांडसुद्धा जिवंत आहे. आज, विज्ञान असा दावा करते की, पाण्याला स्वतःची स्मृती आणि बुद्धी आहे. भविष्यात एके दिवशी, जेव्हा विज्ञान पुरेसं प्रगत होईल, तेव्हा त्यांच्या लक्षात येईल की, या ब्रह्मांडात असं काहीच नाही, जे जिवंत नाहीये. महत्त्वाचा प्रश्न हा आहे की, तुम्हाला ते जाणवण्याइतपत तुम्ही जिवंत आहात का?

माझ्यासाठी एखादा खडकसुद्धा अगदी जिवंत आहे. त्याची स्वतःची ऊर्जा असते आणि मला दिसतं की, तो काळाच्या ओघात त्याची स्वतःची अशी स्मृती गोळा करतो. ती त्याच्या बरोबर राहते. याच सत्यतेचा आधार घेऊन, ईशा योग केंद्रातील ध्यानलिंगाची प्राणप्रतिष्ठा केली आहे. याच आधारावर भारतातली प्रत्येक देवता अस्तित्वात आहे. जर आपण या ऊर्जा आणि स्मृतीला, काही विशिष्ट प्रमाणात ऊर्जेच्या चैतन्यशीलतेची जोड दिली, तर हळूहळू ती स्वतःची अशी बुद्धी गोळा करू लागेल. या तिघांची जोड असली की मग तिथे हेतूचा जन्म होऊ शकतो. हेतू आणि त्याला आधार देणारी आवश्यक ऊर्जा असली, की ती

देवता कृतीसाठी सक्षम बनते. जीवन याच प्रकारे बनलेलं आहे.

आत्ता सध्या आपली मृत्यूबद्दलची संकल्पना अशी आहे : जेव्हा लोक म्हणतात की, कुठली गोष्ट मरण पावली, याचा अर्थ केवळ एवढा असतो की, ती गोष्ट अस्तित्वाच्या अधिक चैतन्यशील अवस्थेतून अधिक जडत्व असणाऱ्या अवस्थेत गेली. एखाद्या मनुष्यामध्ये 'जीवन' आहे असं आपण मानतो, जेव्हा तिथे एका ठरावीक स्तराची गतिशीलता (डायनामिझम), हेतू आणि कृती करण्याची क्षमता असते. जर ही गतिशीलता एका ठरावीक स्तराच्या खाली आली, तर आपण म्हणतो की ते मरण पावले, कारण आपल्या जाणिवेतून आणि कोणत्याही व्यावहारिक दृष्टिकोनातून, एखाद्या मनुष्याकडून जे काही अपेक्षित आहे, ते त्यांच्याकडून शक्य नाही. ते कदाचित कुजतील, त्यांचे किडे होतील, खत होईल, आणि त्यानंतर कदाचित एक आंबा किंवा नारळही होईल. हे सर्वकाही जीवन आहे, पण आपण त्यांना जिवंत समजत नाही. कारण मनुष्यातून ज्या अभिव्यक्तीची अपेक्षा असते, ती यातून व्यक्त होऊ शकत नाही.

मुळात, ही गतिशीलता शून्यापासून इन्फिनिटी म्हणजेच अनंतापर्यंत असते. (खरंतर, शून्य असं काहीच नसतं, हीच तर सर्व समस्या आहे) समजा शिव – म्हणजेच जे नाहीये ते – शून्य आहे आणि ज्याला आपण परमेश्वर म्हणतो, ती सर्वोच्च स्तरावरची गतिशीलता आहे. मनुष्यांमध्येसुद्धा गतिशीलतेचे अनेक स्तर आहेत. उदाहरणार्थ, समजा कुणाला अल्झायमर (विस्मृतीचा आजार) झाला आहे. त्यांना एकही गोष्ट आठवत नाही, पण याचा अर्थ असा नाही की, त्यांच्यामध्ये कुठलीही स्मृती नाही. निश्चितच स्मृती आहे, पण स्मृतींची गतिशीलता निघून गेली आहे. ती सुस्त झाली आहे. मात्र, स्मृती जर संपूर्णपणे गेली, तर त्याक्षणी तुमचं शरीरसुद्धा कोसळून पडेल, कारण ज्याला तुम्ही तुमचं शरीर म्हणता, ते केवळ या स्मृतींनीच एकत्र धरून ठेवलं आहे.

आता, एका पुरुषाने आंबा खाल्ला, तर त्याचा पुरुष होतो. एखाद्या स्त्रीने आंबा खाल्ला, तर तोच आंबा स्त्री बनतो. तोच आंबा तुम्ही एखाद्या गाईला दिला, तर गायीच्या आत जाऊन त्याची गाय होते. ही हुशारी त्या आंब्याची आहे का? नाही. तुमच्या आत स्मृतींची एक इतकी शक्तिशाली रचना आहे, की तुम्ही तुमच्या आत काहीही टाकलं, तरी ही स्मृती हे सुनिश्चित करते, की त्याचं तुमच्यातच रूपांतर होईल, इतर कुठल्या व्यक्तीत नाही. यामुळेच आंबा खाल्ल्यावरही, जरी त्याचा

एक भाग तुमची त्वचा बनत असेल, तरी तुमच्या त्वचेचा रंग आहे, तोच राहतो. आंबा पिवळा आहे म्हणून तो पिवळा होत नाही.

त्याहून महत्त्वाचं म्हणजे, जीवशास्त्रानुसारसुद्धा, आपले सर्व अवयव, पेशी आणि अणू यांना एकत्रितपणे आपल्या जिवंत राहण्याच्या उद्देशाशी बांधून ठेवण्यासाठी, स्मृतींची एक ठरावीक गतिशीलता आवश्यक असते. आत्ता सध्या, तुमच्या शरीरातल्या अब्जावधी पेशी तुम्हाला हवं तसं काम करत आहेत, याचं कारण एक प्रबळ उद्देश त्यांना एकत्रित बांधून ठेवत आहे. पण जर तुम्ही हा उद्देश किंवा हेतू, म्हणजेच तुमच्या सर्व पेशी आणि अणूंना तुम्हाला हवं तसं काम करायला लावणारी तुमची क्षमता, तो गमावला तर आपण म्हणतो की तुम्ही मरण पावलात. शरीराच्या विघटनाची क्रिया घडायला सुरू होते. या जीवाचं एका ठरावीक प्रकारे विघटन होतं, पण तो या पृथ्वीच्या, विश्वाच्या किंवा ब्रह्मांडाच्या विशाल जीवाचा एक भाग बनतो. जसा एखादा जीव वृद्ध होऊ लागतो, तसा तो हा उद्देश हरवू लागतो. जर तुम्ही तुमचा उद्देश गमावला, तर मग, प्रथम हळूहळू हालचाली निघून जाईल, त्यानंतर चेतन (कॉन्शस) स्मृती मागे हटायला लागेल आणि त्यानंतर तुमच्या ऊर्जासुद्धा त्याच मार्गाने जातील.

हवा जिवंत असते, एक खडक जिवंत असतो, एक झाड जिवंत असतं, एक प्राणी जिवंत असतो, एक पक्षी जिवंत असतो आणि एक मनुष्यही जिवंत असतो. एवढंच आहे की त्यांच्यातील हेतू किंवा उद्दिष्ट वेगवेगळ्या पातळीवरचे असतात, बुद्धिमत्ता वेगवेगळ्या पातळ्यांवरची असते आणि त्याहून महत्त्वाचं म्हणजे स्मृतींचे पैलू वेगवेगळे असतात. एवढाच फरक असतो. जागरूक स्मृतीचा किती मोठा साठा हाताळण्याची तुमची क्षमता आहे, यावरून तुमचं उद्दिष्ट किती सक्षम आहे, ते ठरतं. एका अमिबापासून मनुष्यापर्यंत, केवळ शरीर रचनेची जटीलता वेगळी आहे. प्रत्येक जिवामध्ये उद्दिष्ट असते, पण ते बहुतांशी अचेतन असते. केवळ मनुष्यजीवामध्ये असलेले उद्दिष्ट चेतन स्वरुपात असते. हेच आपल्याला इतर प्राण्यांपासून वेगळं करतं. आत्ता सध्या, माझी अचेतन इच्छा ही कदाचित काहीतरी खाण्याची असेल. पण माझी चेतन इच्छा हे पुस्तक लिहिण्याची आहे, ज्याच्याबद्दल खरंतर इतर कुठलाही प्राणी विचारही करू शकत नाही. त्यांच्यासाठी जे काही त्यांचं अचेतन उद्दिष्ट आहे, बहुतांशी तेच त्यांचं उद्दिष्ट असतं. कदाचित, कुत्रे आणि इतर काही प्राण्यांकडे अगदी छोट्या प्रमाणात त्यांचं उद्दिष्ट चेतन

स्वरूपात असू शकतं. मात्र, त्या पलीकडे सर्वकाही अचेतन उद्दिष्ट असतं. पण जर एखाद्या मनुष्याची इच्छा असेल, तर आपण आपल्यामध्ये अनेक स्तरांवर असलेल्या स्मृतींच्या विशाल साठ्यातून, जाणीवपूर्वक एक अतिशय मोठं उद्दिष्ट निर्माण करू शकतो, कारण मनुष्यजीवनासाठीचा पाया तितकाच विशाल आहे.

तुम्हाला उदाहरण हवं असेल, तर असा विचार करा: एक प्रकारे, ज्याला तुम्ही जीवन म्हणता, आत्ता सध्या, असेच सोडलेले ते साबणाचे बुडबुडे आहेत. एक खडक, एक वनस्पती आणि एक मनुष्य हे सर्व जणू साबणाचे बुडबुडे आहेत, वेगवेगळ्या प्रकारचे. या साबणाच्या बुडबुड्याचं आवरण हे अनेक प्रकारच्या स्मृतींच्या क्लिष्ट संयोगातून तयार झालेलं आहे. त्या अर्थाने, हिंदू परंपरेत ज्या नऊ अवतारांबद्दल सांगितलं आहे, ते – उत्क्रांतिक स्मृती, आनुवांशिक स्मृती, कर्म स्मृती, अचेतन स्मृती, अवचेतन स्मृती आणि चेतन स्मृती या सर्व स्मृतींची केवळ वेगवेगळी पातळी आहे.

मानवी बुडबुडा व खडकाचा बुडबुडा यात फरक एवढाच की, खडकाचा बुडबुडा हा बहुतांशी भौतिक असतो, त्याचं आवरण अधिक जाड असतं आणि आत हवा अगदी कमी असते, कारण तो केवळ भौतिक पदार्थाचा बनलेला असतो. त्यामधल्या निर्जीव स्मृतीमुळे त्याची भौतिक अखंडता कायम राहते आणि तीच त्याला एकत्र धरून असते. त्यात चेतन किंवा जागरूक स्मृतींचं जाळं नसतं. तुम्ही तो हातोड्याने घाव घालून फोडू शकता, परिणामी त्याचं अस्तित्व संपतं. पण ज़र तुम्ही मानवी बुडबुडा हातोड्याने फोडला, तर केवळ शरीर मोडून पडेल. पण आतलं कर्मस्मृतींचं जाळं असं काही असतं की, ते नेहमीच आणखी एक बुडबुडा किंवा भौतिक आकार निर्माण करण्याचा मार्ग शोधेल. संपूर्ण योगप्रक्रिया किंवा संपूर्ण आध्यात्मिक प्रक्रिया ही या बुडबुड्याचं आवरण पातळ करण्यासाठी आहे, मग एक दिवस जेव्हा हा बुडबुडा फुटेल, तेव्हा काहीच उरलेलं नसेल. मग तो अस्तित्वाच्या बंधनाकडून अस्तित्वविरहित स्वातंत्र्याकडे किंवा निर्वाणाकडे जाईल.

मी जे काही सांगत आहे, त्यामुळे कदाचित अनेक लोक निराश होतील. कारण दुसऱ्या शब्दांत मी तुम्हाला सांगत आहे, की व्यक्तिगत जीवन असं काहीच नाहीये. 'आत्मा', जीव' आणि त्याबाबतच्या सर्व गोष्टी लोकांना सांत्वना देण्यासाठी तयार केलेल्या आहेत. जर तुम्ही त्यांना असं सांगितलं की त्यांच्या आत असं काहीच नाहीये, तर ते अत्यंत भयभीत होतील. मग ती व्यक्ती किंवा व्यक्तिमत्त्वाचं

काय? 'ही व्यक्ती' अशी कुठली गोष्टच मुळी नाहीये. तिथे केवळ स्मृतींचं एक जाळं आहे, जे ही 'एक व्यक्ती' असल्याचा भ्रम निर्माण करते. म्हणूनच जेव्हा कुणाची स्मरणशक्ती काढून घेतली जाते किंवा कार्य करायची थांबते, जसे की अल्झायमरच्या बाबतीत (विस्मृतीचा आजार) किंवा इतर काही, एक गोष्ट जी लगेच लोप पावते, ती म्हणजे त्यांचं व्यक्तिमत्त्व. अचानकपणे ते पूर्वीची व्यक्ती राहत नाहीत. पण तरीही त्यांचे स्वतःचे असे काही गुणधर्म असतात. जसे की, एखाद्या विंचवाचे गुणधर्म एखाद्या नाकतोड्याच्या गुणधर्मांपासून अगदी वेगळे असतात. त्याचप्रमाणे, ज्या लोकांची स्मरणशक्ती गेली आहे, त्यांचे स्वतःचे असे वेगवेगळे गुणधर्म असतील, पण व्यक्तिमत्त्व नसेल. जर चेतन, अवचेतन आणि अचेतन स्मृती गेल्या, कुठली इजा झाल्याने किंवा कदाचित पुसून टाकल्याने, तर मग आनुवांशिक स्मृती प्रकट होऊ लागतात. जर आनुवांशिक स्मृती पुसली, तर उत्क्रांतिक स्मृती कार्य करू लागेल. तेव्हासुद्धा, जीवन पूर्णपणे नाहीसं झालेलं नसतं, कारण ते पूर्णपणे विलीन झालेलं नाही.

जर तुम्ही स्मृती पूर्णपणे काढून घेतल्या, तर जीवन त्या क्षणी पूर्णपणे कोलमोडून पडतं आणि तो बुडबुडा हवा धरून ठेवू शकत नाही. इथे, आपण ज्याला 'हवा' म्हणून संबोधतो आहे, ती म्हणजे मूलभूत जीवनऊर्जा. तुम्ही त्याला 'चैतन्य' असं देखील म्हणू शकता. चैतन्य हा एक गुण आहे, तो काही एक पदार्थ नाही. ते ब्रह्मांडाचं स्वरूप आहे. तुम्ही केवळ एक बुडबुडा फुगवला आहे आणि त्यात थोडी हवा पकडून ठेवली आहे. जागरूक होऊन जगण्याने किंवा साधनेने, आपण हे करण्याचा प्रयत्न करत आहोत की, शक्य असेल तेवढी जास्त हवा भरून ठेवावी, जेणेकरून तुम्ही एक मोठा बुडबुडा व्हाल आणि त्याचं आवरण अगदी पातळ होईल. तुम्हाला एक छोटा बुडबुडा म्हणून राहायचं नाहीये - तुम्हाला एक मोठा बुडबुडा व्हायचं आहे, कारण बुडबुडा पुरेसा मोठा असला, तर विलीन होण्याची शक्यता अधिक जवळ येऊन ठेपलेली असते.

तुम्ही साधनेने, बुडबुडा मोठा करत असता. तुम्ही हा फुगा अशा प्रकारे फुगवायचा आहे की, तो पुन्हा कधीही त्याच स्मृतीच्या स्वरूपात कुठेही अस्तित्वात येणार नाही. यासाठी, तुम्हाला तो खरोखरंच अगदी मोठा करावा लागेल. मुळात, बुडबुडा मोठा करणं म्हणजे त्याचं आवरण पातळ आणि आणखी पातळ करत जाणं. साधनेने तुम्ही ते आतून जीर्ण करता. तुम्ही ते ताणता. तुम्ही ते इतकं ताणता

की, एक दिवस ते फुटेल. जेव्हा तुम्ही तो फुगा इतका मोठा करता, तेव्हा स्मृतींचं आवरण ताणून एवढं पातळ झालेलं असेल की, जेव्हा तो बुडबुडा फुटेल, तेव्हा तो खरोखर नाहीसा झालेला असेल. समजा, असं झालं - जीवनाच्या अनुभवामुळे किंवा बुद्धिमत्ता, किंवा शहाणपणा किंवा आणखी कशानेही - कुणीतरी एक मोठा बुडबुडा फुगवला, तर आता त्याकडे कुणीही दुर्लक्ष करू शकत नाही. ज्या क्षणी असा एखादा जीव आईच्या गर्भातून बाहेर येतो, तेव्हा तो काही विशिष्ट गुणधर्म दर्शवतो, कारण आता हा एक मोठा बुडबुडा आहे. सर्व जण त्याकडे पाहू लागतील. इतर शंभर बुडबुडे तरंगत असतील, पण सर्व जण या एकाकडे पाहतात. यालाच आपण एक 'उन्नत जीव' म्हणतो.

अशी व्यक्ती आध्यात्मिक गुरू बनते किंवा केवळ रस्त्यावर फिरते आहे, या गोष्टीने काहीच फरक पडत नाही. अशी व्यक्ती कुठेही असो, लोक अशा जीवाकडे दुर्लक्ष करू शकत नाही, कारण त्यांची कृती आणि उद्देश यांची एक विशिष्ट पातळी असते.

आता हेच साधर्म्य वापरून, मृत्यूकडे पाहायचं झालं, तर 'एखाद्याचा मृत्यू होतो म्हणजे काय होतं?' तुमचं भौतिक अस्तित्व हा मोठ्या प्रमाणात आनुवांशिक स्मृतीचा आणि उत्क्रांतिक स्मृतीचा साठा असतो. स्मृतीचे इतर आयाम बहुतेकरून त्यामध्ये नसतात. त्या स्मृती जीवनऊर्जा धरून ठेवत असते. तर जेव्हा मृत्यू होतो, तेव्हा तुम्ही वरवरच्या स्तरांवर ज्या स्मृती गोळा केलेल्या असतात - आनुवांशिक, उत्क्रांतिक आणि इतर स्मृती - त्या जातात, पण आतमध्ये खोलवरच्या स्तरांवर असलेल्या कर्मस्मृती तशाच अबाधित राहतात. म्हणूनच तुमच्या अनुभवामध्ये तुम्हाला त्या जवळजवळ चिरंतन भासतात. याच संदर्भात लोक म्हणतात, की आत्मा अमर किंवा शाश्वत आहे. तो अमर नसतो, पण तुमच्या अनुभवात, जर कुठली गोष्ट शरीरापलीकडे अस्तित्वात राहू शकत असेल, तर तुम्ही तिला 'अमर' म्हणता. तर तुमच्यामधली ही दीर्घ काळ असणारी स्मृती, जी मृत्यूनंतरही तुमच्यासोबत राहते, आणि जी तुमच्या पुढच्या जन्माचं स्वरूप आणि अनुभव ठरवते, ती या अर्थाने अमर आहे.

तुमच्यासोबत असणाऱ्या आठ प्रकारच्या स्मृतींपैकी, सर्व सात प्रकारच्या स्मृती तुमच्या मृत्यूबरोबर गळून पडतील. उत्क्रांतिक स्मृती, जी तुम्हाला मानवी आकार देण्यासाठी कारणीभूत आहे, ती गेलेली असेल. आनुवांशिक स्मृती, जी

तुमच्या त्वचेचा रंग, नाकाचा आकार आणि इतर अशा गोष्टी ठरवते, तीसुद्धा गेलेली असते. चेतन, अवचेतन आणि अचेतन स्मृतीसुद्धा जातात. एकदा का तुम्ही शरीर गमावलं, की बहुतांशी केवळ कर्मस्मृतीच तुम्हाला एकत्र धरून ठेवते. आपण हे समजून घेतलं पाहिजे की, मृत्यूच्या प्रक्रियेमध्ये किंवा शरीर गमावल्यानंतर जी जीवनप्रक्रिया सुरू राहते, त्यामध्ये केवळ एकच प्रकारची स्मृती उरते, ती म्हणजे कर्म स्मृती. यामधल्या एका भागाला तुम्ही 'संचित कर्म' म्हणता आणि दुसऱ्याला 'प्रारब्ध कर्म', पण प्रामुख्याने उरलेलं असतं ते केवळ कर्म. हा फुगा हाताळण्याचा एक मार्ग म्हणजे, जास्त विशाल जीवन सामावून घेणं. तसं केलं तर, तुम्ही तुमचं कर्म मोडून काढण्यासाठी जरी काहीही केलं नाही, तरी कर्माचं आवरण अगदी पातळ झालेलं असतं, कारण त्या 'जीवनाचा' आकार' खूप मोठा झालेला असतो.

दुसरा उपाय म्हणजे, कर्माची भिंत झिजवून फोडून टाकणं. अगदीच कमी लोकांना हे ठाऊक असतं की, कर्म अतूट ठेवून केवळ कर्माची भिंत उघडून, त्यात एके दिवशी छेद करून कसं निघून जायचं. बाकीच्यांना ती झिजवावी लागते. आध्यात्मिक मार्गावर प्रचंड प्रमाणात क्रियाशील राहायला सांगितली जातं. याचं कारण म्हणजे, जर तुम्हाला बुडबुडा आतून फुगवून त्याचं आवरण पातळ करता आलं नाही, तर तुम्ही ते बाहेरून झिजवण्याचा प्रयत्न करता. दोन्ही मार्गांनी तुम्ही हे आवरण शक्य तेवढं पातळ करण्याचा प्रयत्न करत आहात. तुम्ही ध्यानलिंगासारख्या पवित्र जागी किंवा इतर कुठल्या शक्तिशाली जागी जाऊन बसावं किंवा तीर्थयात्रेवर जावं, असं सांगितलं जातं... कारण तुमच्या कर्मशरीराचं निराकरण व्हावं म्हणून. तुमच्या कर्मशरीरावर अनेक प्रकारचे प्रभाव पडत असतात, कारण मुळातच ते अनेक गोष्टींचे प्रभाव एकत्र येऊन घडललेलं आहे. म्हणून योग्य प्रकारच्या प्रभावांने, किंवा योग्य जागी असल्याने, किंवा योग्य लोकांच्या किंवा योग्य वातावरणाच्या संपर्काने तुम्ही कर्मशरीर संपवू शकता.

आध्यात्मिक जीवन अशा रीतीने आखलेलं असण्यामागची कल्पना हीच आहे की, तुम्ही सतत कार्यरत असावं, पण स्वतःसाठी नव्हे. ज्या क्षणी ते स्वतःबद्दल होईल, तत्क्षणी कर्म वाढू लागेल, कर्माच्या भिंतीवर नवीन पदार्थ जमा होतील. त्याच्या भिंती जाड आणि आणखी जाड होऊ लागतील. ज्या क्षणी ते माझ्या स्वतःबद्दल असेल, माझ्या आवडीनिवडी अधिक तीव्र होतील - मी हे करू

शकतो, मी ते करू शकत नाही. मी या व्यक्तीशी बोलू शकतो, मी त्या व्यक्तीशी बोलू शकत नाही. मला ही व्यक्ती आवडते, मला ती व्यक्ती आवडत नाही, अशा प्रकारच्या अनेक गोष्टी. ज्या क्षणी कार्य माझ्या स्वतःबद्दल असेल, या सर्व गोष्टी माझ्यामध्ये स्वाभाविकपणे येणारच.

म्हणून भारतातली संपूर्ण आध्यात्मिक प्रक्रिया ही कर्माची भिंत जाड होऊ नये अशा रीतीने आखलेली आहे. त्याचबरोबर, तुम्ही तुमच्या जीवनाची व्याप्तीही वाढवत जाता. तुमचा मेंदू कितीही तल्लख असू दे, तुम्हाला कितीही ज्ञान असो, तुमच्या जीवनाला किती अर्थ आहे हे नेहमी तुमच्या जीवनाची व्याप्ती किती आहे, यावरून ठरते. तुमच्यातील खरा 'जीवनपदार्थ' वाढावा, जेणेकरून त्या आवरणाला अर्थ उरणार नाही, हा मुख्य उद्देश आहे. जेव्हा ते निरर्थक होईल, तेव्हा ते आपोआप विरघळून जाईल. जेव्हा ते विरघळून जातं, तेव्हा आत जो 'जीवनपदार्थ' पकडलेला होता, जो तुमच्या मालकीचा नाही, आणि जो असाही सर्वत्र उपस्थित आहे, त्याचाच तुम्ही एक भाग बनता.

जेव्हा तुमची भिंत जाड असते, तेव्हा तुम्ही गोल्फच्या चेंडूप्रमाणे असता, कारण त्यात जीवन अगदी कमी असतं, बाकीचं सर्व कर्म असतं. आता, जर एखाद्या गोष्टीने तुम्हाला थोडासा धक्का दिला, तर तुम्ही सर्वत्र टणाटणा उड्या मारत सुटाल. जर तुम्ही एक मोठा बुडबुडा झाला असाल, आणि जर कुणी त्याला धक्का दिला, तर तो अलगदपणे थोडासा सरकेल, एवढेच. तो काही या भिंतीवर, नंतर त्या भिंतीवर आपटून सर्वत्र उडणार नाहीये. याच प्रकारे आयुष्य सध्या लोकांसोबत घडत आहे : जे लोक त्यांच्या कर्माच्या रचनेचे गुलाम आहेत, जर तुम्ही त्यांना नुसती खांद्यावर थाप जरी मारली, तरी ते सर्वत्र उडतील. पण जर कोणी विशिष्ट मार्गाने पुढे गेले असतील, तर त्यांना कशाचाही धक्का बसला, अगदी एखाद्या बसने जरी येऊन धक्का दिला, तरी ते इकडे-तिकडे फेकले जाणार नाहीत. ते नुसते अलगद बाजूला तरंगत जातील.

हे पाहा, आध्यात्मिक मार्गावर असलेल्या किंवा साधना करणाऱ्या सर्वच लोकांना काही आत्मसाक्षात्कार होणार नाहीये. पण ते असं का जगत आहेत, कारण त्यांना त्यांची कर्मशरीरं झिजवायची आहेत. जेव्हा त्यांची वेळ येईल, तेव्हा जर हा बुडबुडा आनुवांशिक आणि उत्क्रांतिक स्मृती सामावून ठेवण्यासाठी

सक्षम नसेल, तर तो नवीन शरीर धारण करू शकत नाही. पुन्हा शरीर धारण करणं शक्य नाही; ती शक्यता संपलेली आहे. सर्वकाही कदाचित गेलेलं नसेल, पण या बुडबुड्याची पुन्हा येण्याची क्षमता संपलेली आहे.

तुम्ही जर हा बुडबुडा पूर्णपणे फोडला, तर या चक्रातून पूर्णपणे सुटणं शक्य आहे. मग आपण त्याला 'मृत्यू' म्हणत नाही. तो जीवनाचा परमोच्च शेवट आहे. हे करण्यासाठी, जर तो एक मोठा फुगा असला, तर तुम्ही त्याला नुसती टाचणी टोचली, तरी तो पूर्णपणे नाहीसा होईल. त्यासाठी फार काही करण्याची गरज नाही. त्याच्याच नैसर्गिक प्रक्रियेने तो फुटू शकतो. साबणाच्या फुग्याच्या बाबतीतसुद्धा, तुम्ही त्याला तो अगदी लहान असताना टोचण्याचा प्रयत्न केला, तर तो तुमच्या हातालाच चिकटून बसतो. तो काही फुटणार नाही. तो फोडण्यासाठी भरपूर काही करावं लागतं. पण मोठे फुगे केवळ स्पर्शाने किंवा स्वतःहून आपोआप फुटतात. म्हणूनच, अनेक आध्यात्मिक मार्गांमध्ये हे करण्याचा प्रयत्न करतात : प्रत्येक जन्मात आपल्या आयुष्याचा फुगा मोठा आणि आणखी मोठा करत नेतात, जेणेकरून एक दिवस तो आपोआप फुटेल. पण जरी बुडबुडा लहान असला, आणि त्याचं आवरण जाड असलं, जर लोकांकडे आवश्यक शहाणपण आणि इच्छाशक्ती असली, किंवा ते कुठली शक्तिशाली आध्यात्मिक प्रक्रिया करत असले, तर ते याच जीवनकाळात तो फोडू शकतात. त्यांना तो मोठा करण्यासाठी अनेक जीवनकाळ थांबण्याची गरज नाही.

जीवन आणि मृत्यू समजून घेणं

मृत्युसमयी काय घडतं हे जर तुम्हाला समजून घ्यायचं असेल, तर मनुष्यशरीर कशा प्रकारे बनलेलं आहे, हे तुम्हाला समजून घ्यावं लागेल. योगशास्त्रात आपण या सगळ्यांकडे - या पूर्ण जीवाकडे – एक शरीर म्हणून पाहतो. हे शरीर पाच आवरणाचं बनलेलं आहे. ही पाच आवरणं किंवा कोष म्हणजे अन्नमय कोष, मनोमय कोष, प्राणमय कोष, विज्ञानमय कोष आणि आनंदमय कोष. प्रत्येक कोषाचं कार्य वेगवेगळं असतं आणि गुणधर्मही वेगवेगळे असतात.

मनुष्याचा सर्वांत बाहेरचा कोष म्हणजे भौतिक शरीर. त्याला 'अन्नमय कोष' म्हणतात. अन्न म्हणजे आपण खातो ते अन्न, म्हणून आपण याला 'अन्नाचं शरीर'

म्हणतो. जेव्हा तुम्ही जन्माला आला, तेव्हा केवळ अडीच ते तीन किलो वजनाचे होता. आता साधारणपणे त्याच्या वीस पट अधिक आहात. हे सर्व केवळ तुम्ही खाऊन पचवलेल्या अन्नामुळे घडतं. तर ज्याला तुम्ही शरीर म्हणता, तो केवळ अन्नाचा गोळा केलेला एक ढीग आहे. त्यामुळेच त्याचं नाव 'अन्नमय कोष.'

दुसरं आवरण म्हणजे 'मनोमय कोष'. हे मानसिक शरीर आहे. यामध्ये तुमचे विचार, भावना आणि सर्व मानसिक प्रक्रिया-जाणीवपूर्वक घडणाऱ्या चेतन (कॉन्शस) प्रक्रिया आणि सुप्त किंवा अचेतन (अनकॉन्शस) प्रक्रिया येतात. आजकाल बरेच डॉक्टर अनेक शारीरिक व्याधींचा संबंध मनाशी असल्याचं सांगतात. याचा अर्थ मनात जे घडतं, त्याचा शरीरातल्या घडामोडींवर परिणाम होतो. मनाच्या स्तरावर होणाऱ्या प्रत्येक बारीकसारीक हालचालीमुळे शरीरात एक रासायनिक प्रक्रिया होत असते, आणि शरीरातल्या प्रत्येक रासायनिक प्रक्रियेने मनाच्या स्तरावर हालचाल होत असते. जेव्हा तुम्ही 'मन' म्हणता, लोकांना वाटतं की, एका कुठल्या ठिकाणी असलं पाहिजे. ते तसं नाहीये. मन हे कुठल्या एका जागी नसतं. मनाची अशी एक संपूर्ण शरीररचना आहे. शरीराच्या प्रत्येक पेशीमध्ये स्मृती आणि बुद्धिमत्ता आहे. मनाचं असं संपूर्ण शरीर आहे, ज्याला आपण म्हणतो 'मनोमय कोष.' हे संपूर्ण मानसिक शरीर आहे.

शारीरिक आणि मानसिक शरीरं ही तुमच्या हार्डवेअर आणि सॉफ्टवेअर यांप्रमाणे असतात. हार्डवेअर आणि सॉफ्टवेअर, स्वतःहून काही करू शकत नाही. तुम्हाला त्यांना चांगलं विजेचं कनेक्शन द्यावं लागतं. म्हणून तिसरा एक थर आहे, ज्याला 'प्राणमय कोष' म्हणतात. प्राण म्हणजे जीवनऊर्जा. हेच ते ऊर्जा शरीर आहे, जे अन्नमय कोष आणि मनोमय कोष, दोघांनाही ऊर्जा देते आणि चालवते.

हे तीनही – भौतिक शरीर, मानसिक शरीर आणि ऊर्जा शरीर - भौतिक प्रकृतीचे असतात. अन्नमय कोष भौतिक असतो हे समजणं सोपं आहे, कारण तुम्हाला तो दिसतो आणि जाणवतो. पण, मनोमय कोष आणि प्राणमय कोष हेसुद्धा भौतिक प्रकृतीचे असतात. हे असं आहे : तुम्हाला एक विजेचा दिवा भौतिक आहे हे स्पष्टपणे दिसतं. पण त्यामधून धावणारी वीजसुद्धा भौतिक असते. त्यातून जो प्रकाश बाहेर पडतो, तोसुद्धा भौतिक आहे. ते तीनही भौतिक आहेत. त्याचप्रमाणे, भौतिक शरीर हे स्पष्टपणे भौतिक असतं, मानसिक शरीर हे त्याहून थोडं सूक्ष्म असतं, तर ऊर्जा शरीर हे त्याहून आणखी जास्त सूक्ष्म असतं, पण

तरीही भौतिकतेच्या क्षेत्रातच मोडतं. स्वतःबद्दलच्या केवळ या तीन आयामांबद्दल तुम्ही सध्या जागरूक आहात. जीवनाच्या या तीन भौतिक आयामांवर कर्मस्मृती किंवा कर्माचे ठसे उमटलेले असतात. शरीरावर, मनावर आणि ऊर्जेवर कर्माचे ठसे उमटलेले असतात. कर्माची ही रचनाच या जीवाला एकत्र धरून ठेवते.

जीवाचं चौथं आवरण म्हणजे 'विज्ञानमय कोष.' विज्ञान म्हणजे विशेष-ज्ञान, किंवा आपल्या ज्ञानेंद्रियांपलीकडे आहे ते. हे आकाशीय शरीर आहे. हे अस्थायी प्रकृतीचं शरीर आहे. भौतिकतेपासून अ-भौतिकतेकडे जाताना असणारी मधली अवस्था आहे. हे भौतिकही नाही आणि अ-भौतिकही नाही. या दोघांना जोडणारा हा एक दुवा आहे. हे सध्या तुमच्या अनुभवात येत नाही, कारण तुमचा अनुभव हा पाच ज्ञानेंद्रियांपुरता सीमित आहे आणि या पाच इंद्रियांना अ-भौतिक असणाऱ्या कशाचाही बोध घेता येत नाही. जर या आयामापर्यंत पोहोचण्यासाठी तुम्ही जाणीवपूर्वक मार्ग शोधलात, तर वैश्विक रहस्य समजून घेण्याची तुमची क्षमता अभूतपूर्व उंची गाठेल.

पाचव्या आवरणाला म्हणतात 'आनंदमय कोष.' याचे जीवनाच्या भौतिक जगताशी काहीही कर्तव्य नाही. केवळ जे भौतिक आहे, तेच इथे किंवा तिथे असू शकतं. जे काही अ-भौतिक आहे, ते इथेही नाही आणि तिथेही नाही. ते सर्वकाही आहे आणि काहीच नाही. तर तुमचा अंतर्गत गाभा म्हणजे असा एक आयाम आहे जो भौतिकतेच्या पलीकडचा आहे. ती शून्यता आहे. इंग्रजीमध्ये याला आपण 'नथिंग (nothing)' म्हणतो, म्हणजे 'नो-थिंग.' या नथिंगचे दोन शब्द करून 'नो - थिंग (no-thing)' असं पाहिलं, तर अधिक चांगलं समजू शकेल. कारण ही काही कुठली वस्तू किंवा कुठला पदार्थ नाही. ते भौतिक नाही. ते भौतिक प्रकृतीच्या पलीकडचं आहे. त्याचं वर्णन करता येत नाही किंवा व्याख्याही करता येत नाही. म्हणून योगामध्ये, आपण केवळ त्याबद्दलच्या अनुभवाबद्दल बोलतो. भौतिकतेच्या पलीकडे असलेल्या त्या आयामाला आपण जेव्हा स्पर्श करतो, तेव्हा आपण आनंदी होतो. म्हणून आपण त्याला 'आनंदमय कोष' म्हणतो. पण याचा अर्थ असा नाही की, तुमच्या भौतिक साच्याच्या आत एक आनंदाचा बुडबुडा आहे. असं काहीही नाही. एवढंच आहे की, जेव्हा तुम्ही या वर्णनातीत आयामापर्यंत पोहोचता, तेव्हा त्याने परमानंदाची अनुभूती होते. त्याचं स्वतःचं असं कुठलं रूप नाही.

जेव्हा कुणी मरण पावतो, तेव्हा केवळ त्यांचं बाह्य आवरण, म्हणजेच अन्नमय कोष आणि मनोमय कोष गळून पडतात. कुणीही संपूर्णपणे मरण पावत नाही. बाकीची सर्व रचना अजूनही व्यवस्थित टिकून असते. ती दुसरा गर्भ शोधून पुन्हा भौतिक जगतात प्रकट होईल. म्हणून मृत्यू म्हणजे तुमचा पूर्णपणे विलय झाला असं नाही - तुम्ही थोड्याच वेळात पुन्हा प्रकट होता. पण जर ऊर्जा शरीर, मानसिक शरीर आणि भौतिक शरीर काढून घेतलं, तर आनंद शरीर हे ब्रह्मांडाचाच एक भाग बनेल. जोपर्यंत ऊर्जा शरीर, मानसिक शरीर आणि भौतिक शरीर एका ठिकाणी आहेत, तोपर्यंतच ते आनंद शरीराला एका ठिकाणी धरून ठेवू शकतात. जेव्हा हे तीनही उरत नाही, तेव्हा आनंद शरीरसुद्धा उरत नाही. आता ती व्यक्ती खऱ्या अर्थाने राहिली नाही. हीच जीवन, मृत्यू आणि विलय यांची संपूर्ण कहाणी आहे.

पंचप्राण – पाच अत्यावश्यक ऊर्जा

जर तुम्हाला मृत्यूच्या वेळी भौतिक शरीर कसं वेगळं होतं, ते आणखी समजून घ्यायचं असेल, तर प्राणमय कोषाची किंवा जीवन चालवणाऱ्या या अत्यावश्यक उर्जांची काहीशी माहिती असणं गरजेचं आहे. योगामध्ये, आपण याला 'प्राण' म्हणतो. तो पाच वेगवेगळ्या रूपांत प्रकट होतो. यांना 'पंचवायू' किंवा 'पंचप्राण' म्हणतात. याची इतरही काही रूपं आहेत, पण ते खूप किचकट होईल. म्हणून आत्ता सध्या आपण फक्त या पाच पैलूंकडे पाहू.

हे पंचप्राण शरीराच्या विविध क्रिया सांभाळत असतात. पहिला म्हणजे 'समत प्राण' किंवा 'समान वायू.' हा तुमच्या शरीराचं तापमान योग्य राखण्याचं काम करतो. समान वायूला सक्रिय करून तुम्ही तुमच्या ऊर्जा अशा रीतीने कार्यान्वित करू शकता की, बाहेरच्या नैसर्गिक घटकांचा तुमच्यावर होणारा परिणाम अगदी कमी होतो. तुम्ही जर हिमालयाच्या काही भागांना भेट दिली असेल, खासकरून गोमुख किंवा तपोवनसारख्या जागांना तुम्ही गेला असाल, तर तुम्ही पाहाल- काही साधू गोठवणाऱ्या थंडीतही किमान कपड्यानिशी राहतात. तिथे बर्फाच्छादित प्रदेशावरूनही साधू अनवाणी चालताना दिसतात. हे यामुळे आहे की, काही विशिष्ट क्रिया करून किंवा ठरावीक मंत्रांवर प्रभुत्व मिळवल्याने तुम्ही तुमचा समान वायू सक्रिय करू शकता आणि स्वतःभोवती तुमच्या स्वतःच्या

ऊर्जेचं एक कवच निर्माण करू शकता. जेणेकरून, बाह्य घटकांचा तुमच्यावर फारसा प्रभाव होत नाही. हे म्हणजे, तुमची स्वतःची आंतरिक वातानूकुलित यंत्रणा असण्यासारखं आहे, ज्यामुळे थंडी किंवा गरम तापमानाचासुद्धा तुमच्यावर फारसा परिणाम होत नाही.

शरीरात उष्णता निर्माण करणं हा समान वायूचा एक पैलू आहे, पण अनेक शारीरिक समस्या बऱ्या करण्याचीसुद्धा त्याची क्षमता असते. जर तुमचा समान वायू उच्च स्तरावर असेल, तर तुमची निव्वळ उपस्थितीसुद्धा सभोतालच्या लोकांसाठी उपचार म्हणून ठरू शकते. पचनाची प्रक्रियासुद्धा समान वायूच्या आधिपत्याखाली असते. जर तुमचा समान वायू उच्च स्तरावर असेल, तर तुम्ही पाहाल की तुम्ही काहीही खाल्लं, तरी दीड तासांत तुमचं पोट रिकामं झालेलं असेल. योगी लोकांना कायम त्यांचं पोट रिकामं ठेवायचं असतं. रिकामं पोट याचा अर्थ उपाशी राहणं, असा नाही. तुम्ही अन्न शक्य तेवढ्या लवकर पचवता.

समान वायू हा सूर्याशीदेखील संबंधित आहे, जो ऊर्जा आणि तापमानाचा मूलभूत स्रोत आहे. सूर्य हा पृथ्वीसाठी उष्णतेचा स्रोत आहे. समान वायू महत्त्वाचा आहे, कारण एखाद्याचं आयुष्य आणि त्याची लांबी, हे सूर्याच्या चक्रांशी निगडित आहे. सूर्यामुळेच, पृथ्वी हा ग्रहसुद्धा उष्णतेचा स्रोत बनला आहे किंवा दुसऱ्या शब्दांत एक छोटा सूर्य बनला आहे. म्हणून पृथ्वीशी एक सखोल नातं जोडल्याने, ऊर्जा आणि जिवंतपणाच्या दृष्टीने, एक अजर अस्तित्व आपल्याला प्राप्त होतं. याच्या मदतीनेच, एखादा योगी सूर्य-चक्रांच्या पलीकडे जाऊन, त्याच्या पकडीतून सुटू शकतो (मनुष्यामध्ये सूर्य-चक्र ४३५६ दिवस किंवा साधारणपणे १२ वर्षांचं असतं). सूर्यमालेतल्या भौतिक जीवनाचा जो स्रोत आहे, त्यावर अवलंबून न राहता तो स्वतंत्र होऊ शकतो. अशा योग्याचे जीवन आणि मृत्यू पाहाणं अगदी विलक्षण असेल, कारण कुठलेही अलौकिक गुण नसतानाही तो त्याचा मृत्यू श्वासाइतक्याच सहजपणे हाताळू शकेल.

प्राणाचा पुढचा पैलू म्हणजे 'प्राणवायू.' तुमची श्वसनप्रक्रिया आणि विचारप्रक्रिया याच्या आधिपत्याखाली असते. जर तुम्ही काळजीपूर्वकपणे निरीक्षण केलं, तर तुमच्या मनात येणाऱ्या प्रत्येक वेगवेगळ्या प्रकारच्या विचाराने, तुमच्या श्वासात सूक्ष्म बदल होईल. तुम्ही जर इथे बसून समुद्राचा विचार केला, तर तुम्ही पाहाल- तुमचा श्वास एक प्रकारे चालेल. तुम्ही पर्वतांचा विचार करा, तो वेगळ्या

प्रकारे चालेल. तुम्ही वाघाचा विचार करा, तो आणखी वेगळ्या प्रकारे चालेल. श्वास आणि विचार हे का इतके जोडलेले आहेत, याचं साधं कारण म्हणजे, ते दोन्हीही एकाच ऊर्जेने नियंत्रित केले जात आहेत. ती ऊर्जा म्हणजे प्राणवायू. प्राणवायू हा पृथ्वीशी संबंधित आहे. या सूर्यमालेतला पृथ्वी हा एकमेव असा ग्रह आहे, ज्यावर श्वास घेण्यासारखं वातावरण आहे आणि म्हणूनच श्वासाची प्रक्रियाही शक्य आहे. यामुळेच पृथ्वी असा एकमेव ग्रह आहे, जिथे सक्रिय बुद्धी किंवा विचारप्रक्रिया उपस्थित आहे.

प्राणाचा पुढचा पैलू म्हणजे 'उदान वायू.' उदान म्हणजे उडणे. तुमचं वजन, वजनाच्या काट्यावर जरी ७० किंवा ८० किलो दाखवत असलं, तरी तुम्हाला ७० किंवा ८० किलो वजन वाहत असल्याचा अनुभव नसतो, कारण उदान वायू तुम्हाला थोडाफार तरंगत ठेवतो आणि गुरुत्वाकर्षणाचा प्रभाव कमी करतो. काही योगिक सरावांमुळे हा वायू आणखी सक्रिय केला जाऊ शकतो. चीनमध्ये उदान वायूबाबत संपूर्ण पद्धती होत्या. त्यांद्वारे ज्यांनी या प्राणावर प्रभुत्व मिळवलं होतं, ते थोडंफार तरंगू शकत होते. तुम्ही हे सिनेमांमध्ये पाहिलं असेल, पण तिथे त्याची थोडीफार अतिशोयक्ती केली जाते. मात्र, शरीरातल्या या तरंगत ठेवणाऱ्या शक्तीमुळे शरीर हलकं होतं.

एका मार्शल आर्ट्स योद्ध्यासाठी, शरीरामध्ये हलकेपणा असणं महत्त्वाचं असतं. अशी अनेक उदाहरणं आहेत, जिथे काही बॅले नर्तक, फुटबॉलपटू आणि मार्शल आर्ट्स योद्धा, यांनी प्रचंड उंच उड्या मारून दाखवल्या आहेत, ज्या भौतिकशास्त्रज्ञ अशक्यप्राय मानतात. शरीरामध्ये अधिक हलकेपणा निर्माण करून त्यांनी गुरुत्वाकर्षणाला पराभूत केले आहे. तुमच्याकडे उदान वायूवर संपूर्ण आधिपत्य असेल तर असे म्हणतात की, तुम्ही उडूसुद्धा शकता. महत्त्वाचं हे आहे की, तुम्ही उदान वायू सक्रिय केला, तर तुमच्यावरचा गुरुत्वाकर्षणाचा प्रभाव अधिकाधिक कमी होत जातो. वजनकाट्यावर तुमचं वजन पूर्वी इतकंच दाखवलं जातं; पण तुमच्या अनुभवामध्ये तुम्हाला शरीर खूप हलकं झाल्यासारखं वाटतं. तुम्हाला शरीरचं ओझं वाटत नाही. ते हवेत तरंगत असल्यासारखं वाटतं. शरीरापलीकडे जाण्याचा हा आणखी एक मार्ग आहे.

उदान वायू हा लोकांशी संभाषण करण्याच्या तुमच्या क्षमतेशीसुद्धा निगडित आहे. आता, जर तुमचा उदान वायू सक्रिय असला, तर लोकांसोबत संभाषण

करण्याचं कौशल्य नैसर्गिकरीत्या तुमच्याकडे येईल. उदान वायू हा चंद्राशी संबंधित आहे. चंद्राच्या कलांचा खासकरून स्त्री-शरीराशी निकटचा संबंध आहे. आपल्या आईचं शरीर चंद्राच्या चक्रांशी संलग्न असल्यामुळेच आपला जन्म झाला आहे. चंद्र हा या ग्रहावर स्त्री-तत्त्वासाठी जबाबदार आहे. जीवन घडवण्यासाठी हाच आवश्यक पायासुद्धा असल्यामुळे, शरीराचा खऱ्या अर्थाने अंत कधी होऊ शकतो, याबद्दलचा हा निर्णायक घटक आहे. जर उदान वायू निघून गेला, तर जीवन उभे राहण्यासाठी आवश्यक असणारा पायाच उपस्थित नसतो. त्यामुळे, यानंतर तो जीव तातडीने दुसरा गर्भ शोधू लागतो.

प्राणाचा पुढचा पैलू म्हणजे 'अपान वायू.' अपान वायू हा तुमच्या मलमूत्र विसर्जनाची आणि शारीरिक संवेदनांची यंत्रणा सांभाळतो. जेव्हा तुमच्यातील विसर्जनाची प्रक्रिया पेशींच्या स्तरावरदेखील उत्तमपणे कार्यक्षम असते, तेव्हाच तुमच्या संवेदनांची जाणीव उत्तम राहू शकते. म्हणून शुद्धीकरणाच्या पैलूला योगामध्ये इतकं महत्त्व देण्यात आलं आहे.

जेव्हा मी विसर्जन म्हणतो, मी केवळ पचनक्रियेचा परिणाम म्हणत नाहीये, पण पेशींच्या स्तरावरदेखील विसर्जन होण्याची गरज असते. प्रत्येक क्षणी, पेशी त्यांच्यातील अशुद्धता बाहेर टाकत असतात. जेव्हा पोट रिकामं असतं, तेव्हाच पेशींच्या स्तरावरची विसर्जनाची प्रक्रिया उत्तमपणे चालू शकते. अन्न पोटात असताना व पचनाची क्रिया सुरू असताना विसर्जनाची क्रिया मंदावते. म्हणून जर विसर्जन व्यवस्थितपणे झालं नाही, तर शरीर अशुद्ध होतं. जेव्हा शरीर अशुद्ध होतं, तेव्हा आळस आणि इतर प्रकारचं जडत्व निर्माण होतं. शरीरामध्ये तमस निर्माण झालं की, हळूहळू ते मनामध्येसुद्धा येऊ लागतं. तर अपान वायू हा फार मोठ्या प्रमाणात यंत्रणेची शुद्धी करत असतो.

प्राणाचा पुढचा पैलू म्हणजे 'व्यान वायू.' व्यान वायू सर्व अब्जावधी पेशींना एक जीव म्हणून एकत्र बांधून ठेवतो. अशी काही उदाहरणं आहेत की, काही योगी पुरुषांची शरीरं मृत्यूनंतरही अनेक महिने न कुजता, शरीर जतन करून ठेवण्यासाठी कोणतेही प्रयत्न न करता, तशीच राहिलेली आहेत. हे खासकरून तिबेटच्या भिक्षुकांमध्ये नेहमी आढळून येतं.

तुम्ही परकाया-प्रवेशाबद्दल ऐकलं असेल. तिथे काही लोक त्यांचा देह सोडून दुसऱ्या शरीरात प्रवेश करतात. जर एखाद्याचं व्यानावर प्रभुत्व असेल, तर ती

व्यक्ती इच्छेनुसार शरीर सोडू शकते. आता शरीर सोडणं ही काही योगसाधनेमधली परम सिद्धी नाहीये. तो एक साधारण पैलू आहे. जर तुम्ही तुमच्या शरीरातला व्यान वायू सक्रिय केला, तर हळूहळू तुम्ही तुमच्या शरीराच्या आत काहीसे सैल व्हाल. आता, शरीराशी तादात्म्य असण्याचा तुमच्यामध्ये प्रश्नच येत नाही. याने तुमच्या जीवनामध्ये एक वेगळ्याच प्रकारच्या स्वातंत्र्याची भावना येते, कारण 'मी शरीर नाही' ही जाणीव तुमच्यामध्ये नैसर्गिकरीत्या येते. हे म्हणजे असं आहे की, जर तुम्ही अगदी घट्ट होणारे कपडे घातले, तर काही वेळाने तुम्हाला वाटू लागतं की तुम्ही तेच आहात. पण जर तुम्ही सैल कपडे घातले, तर हे कपडे आहेत, मी नाही याची तुम्हाला स्पष्ट जाणीव असते.

आता, व्यान वायूचा आणखी एक पैलू म्हणजे, तुमच्या हालचाल करण्याच्या क्षमतेवरही त्याचे नियंत्रण असते. तुम्ही पाहाल की जर तुमचा व्यान वायू उच्च स्तरावर असेल, तर सहजपणे जास्त चालण्याची क्षमता, तशी सवय नसतानाही तुमच्याकडे अगदी स्वाभाविकपणे येईल. व्यान वायू आध्यात्मिक प्रगतीसाठी फार महत्त्वाचा आहे. याने तुमची अंतर्ज्ञान-क्षमताही वाढते.

या प्राणांचे किंवा वायूंचे आणखी अनेक पैलू आहेत, पण मुळात, ते याच प्रकारे शरीरावर परिणाम करतात. मृत्यू कसा घडतो हे समजण्यासाठी, या प्राणांबद्दल मूलभूत ज्ञान आवश्यक आहे, कारण मृत्युसमयी यांपैकी प्रत्येक प्राण वेगवेगळ्या प्रकारे शरीरातून निघून जातो आणि त्याचा मृत जीवावर वेगवेगळा प्रभाव पडतो. मृत्यूची प्रक्रिया किंवा शरीरापासून वेगळे होण्याची प्रक्रिया श्वास थांबल्यानंतरही पुढे काही काळ चालू राहते.

मृत्यूचा क्रम

आधुनिक शास्त्राच्या प्रगतीत व्याख्या अतिशय महत्त्वाच्या आहेत. कुठल्याही गोष्टीच्या अभ्यासाआधी प्रथम त्याची व्याख्या करता आली पाहिजे. पण जेव्हा 'मृत्यू'ची व्याख्या करायची वेळ येते, तेव्हा मात्र आधुनिक विज्ञान गोंधळतं. त्यांना मृत्यूची करता आलेली सर्वांत उत्तम व्याख्या म्हणजे, 'जीवनाचा अभाव.' पण पुन्हा जीवनाची अशी कुठलीच व्याख्या त्यांच्याजवळ नाही. मृत्यूची व्याख्या करता येणं किंवा मृत्यूची अचूक वेळ सांगता येणं हे जीवन आणि मृत्यू यांच्याशी

संबंधित सामाजिक, वैद्यकीय आणि कायदेशीर बाबींसाठी आवश्यक आहे.

पूर्वीच्या काळी असं म्हणत की, श्वास थांबला आहे म्हणजे त्या व्यक्तीचा मृत्यू झाला. पण मग या परिभाषेने मृत घोषित केलेले काही लोक पुन्हा जिवंत झाले आणि मग खूपच गोंधळ उडाला. मग ते आणखी एक पाऊल पुढे जाऊन म्हणाले की, नाडी किंवा हृदयाचे ठोके थांबले म्हणजे मृत्यू झाला. पण मग पुन्हा एकदा काही लोक श्वास आणि हृदयाचे ठोके थांबल्यावरही पुन्हा जिवंत झाले. आता त्यांच्याकडे एक नाही, तर अनेक प्रकारचे मृत्यू आहेत - वैद्यकीय मृत्यू, मेंदूचा मृत्यू, शारीरिक मृत्यू, हृदय व फुप्फुसं बंद पडणं, संपूर्ण मेंदूचा मृत्यू, उच्च मेंदूचा मृत्यू आणि असं बरंच काही. हे केवळ त्यांना मृत्यूची अचूक परिभाषा न करता येणं लपवण्यासाठी. हे यामुळे होत आहे की, ते फक्त मृत्यूच्या वरवरच्या प्रक्रियेकडे पाहात आहेत आणि मूळ कारणाकडे नाही. मूळ कारण आहे- भौतिक शरीरातून पंचप्राण निघून जाणं.

बऱ्याच वर्षांपूर्वी असं घडलं. एका संशोधनसंस्थेने मला निमंत्रण दिलं, कारण त्यांना माझ्या गॅमा-लहरी तपासायच्या होत्या. हे मेंदूमधल्या मज्जासंस्थेतील स्पंदनांचे नमुने असतात. त्यांचा मानसिक हालचालींशी संबंध असतो. त्या वेळी हे गॅमा-लहरी म्हणजे काय किंवा ते माझ्या मेंदूत आहेत किंवा नाही हेही मला माहीत नव्हतं. वास्तविक, अशा प्रकारच्या गोष्टींना मी कधीच होकार देत नाही, पण त्या दिवशी कुठल्याशा बांधिलकीमुळे मी तयार झालो.

त्यांनी मला चौदा ठिकाणी इलेक्ट्रोडच्या तारा जोडल्या आणि मला म्हणाले, 'आता ध्यान करा.' मी त्यांना म्हणालो, 'मला ध्यान कसं करायचं ठाऊक नाही.' ते थोडे चकित झाले. ते म्हणाले, 'पण तुम्ही तर सर्वांना ध्यान शिकवता.' मी म्हणालो, 'होय. मी शिकवतो. याचं कारण लोकांना निश्चल होऊन बसता येत नाही. प्रत्यक्षात ध्यानधारणा असं काही नसतं. केवळ निश्चलता असते. निश्चलतेचे अनेक स्तर आहेत. पण लोकांना निश्चलता शिकवणं खूप कठीण असल्यामुळे ध्यान ही तिथपर्यंत पोहोचण्याची मधली पायरी आहे. ' म्हणून मी म्हणालो, 'तुम्हाला हवं असेल, तर मी स्वस्थ बसू शकतो. पूर्णपणे निश्चल, सर्व स्तरांवर.' ते म्हणाले, 'ठीक आहे. तसं करा. आम्ही ते तपासतो.' म्हणून मी बसलो.

साधारण पंधरा मिनिटांनी ते माझ्या गुडघ्यावर कसल्यातरी धातूच्या वस्तूंनी मारू लागले. त्यांनी माझ्या घोट्यावर प्रयत्न केले आणि नंतर ते कोपराकडे वळले.

तुम्हाला माहीत आहेच, ती अशी जागा आहे, जिथे खूप दुखतं. मला वाटलं की, हा एक त्यांच्या प्रयोगाचा भाग असावा, म्हणून मी गप्प बसलो. पण ते थांबतच नव्हते आणि आता खूप दुखू लागलं. मग मी हळूच माझे डोळे उघडले व विचारलं, 'मी काही चुकीचं केलं का?' ते विचित्र नजरेने माझ्याकडे पाहात होते. 'तुम्ही माझ्याकडे असे का बघताय?' मी विचारलं. ते म्हणाले, 'आमच्या मॉनिटरवरच्या सर्व संकेतरेखा पूर्ण आडव्या झाल्या आहेत. आमच्या उपकरणांनुसार, तुम्ही मृत आहात.' मी म्हणालो, 'वाह! काय छान निदान आहे!' त्यानंतर ते आणखी एक सेकंड ओपिनियन घेऊन आले. ते म्हणाले, 'एकतर तुम्ही मृत असाल किंवा तुमचा मेंदू मेलेला आहे!' मी म्हणालो, 'मी पहिली गोष्ट मान्य करू शकतो. "मी मेलो आहे."- हे ठीक आहे. पण माझा मेंदू मृत आहे असं म्हणू नका. ते अपमानास्पद आहे.' जर तुम्ही यंत्रांना ठरवू दिलं की मनुष्य मेला आहे की नाही, तर हे असंच होणार. तुमचा श्वास थांबणं, हृदय थांबणं किंवा मॉनिटरवर तुमचा मेंदू स्तब्ध झालेला दिसणं म्हणजे मृत्यू नव्हे. ज्या वेळी पंचप्राण तुमच्या शरीरातून पूर्णपणे निघून जातात, तोच खरा मृत्यू.

जेव्हा श्वास थांबतो, किंवा जेव्हा आपण म्हणतो की 'मृत्यू झाला', तेव्हा त्यानंतर सर्व वायू शरीरातून बाहेर पडायला बराच अवधी लागतो. सर्व वायू एकाच वेळी शरीराच्या बाहेर पडत नाहीत. ते एका विशिष्ट पद्धतीने शरीराबाहेर पडतात. हे अनेक सोप्या पद्धतीने पाहता येतं. उदाहरणार्थ, अशा अनेक नोंदी सापडतील की, जर मृत माणसाचं शरीर दोन ते तीन दिवस ठेवलं, तर केसांची वाढ होईल. जर तो पुरुष असेल आणि रोज दाढी करत असेल, तर चेहऱ्यावर केसांची वाढ होताना दिसते. नखांचीसुद्धा वाढ होते. म्हणून ज्या देशात मृत व्यक्ती दीर्घ काळ सांभाळून ठेवतात, ते लोक मृताची नखं कापतात, दाढी करतात. याचं कारण त्वचा कोरडी पडली किंवा सुरकतली म्हणून नव्हे. त्या गोष्टींनी थोडा फरक पडत असेल, पण नखं आणि केस यांचं विशेष महत्त्व आहे, कारण शरीराच्या त्या भागांमध्ये तुम्ही जिवंत असतानासुद्धा वेदना नसतात. त्या भागांमध्ये संवेदना नसते, कारण तुम्ही जिवंत असतानासुद्धा तिथे प्राण वायू नसतो, पण इतर वायू तिथे उपस्थित असतात. म्हणून मृत्यूनंतर लगेच, शरीरातून प्राणवायू गेल्यानंतर, शरीराच्या या भागांवर विशेष परिणाम होत नाही. म्हणूनच, जोपर्यंत इतर सर्व प्राण शरीरातून बाहेर जात नाही, तोपर्यंत तुम्हाला या भागांमध्ये किंचित वाढ पाहायला मिळेल.

हे पंचप्राण शरीरातून बाहेर जाण्याची प्रक्रिया काही काळ चालत असल्यामुळे बाहेरून हस्तक्षेप करण्याची संधी असते, जेणेकरून कधीकधी मृत व्यक्तीला पुन्हा जिवंत केलं जाऊ शकतं. यामुळेच मृत व्यक्तीला मृत्यूनंतरच्या त्यांच्या पुढील प्रवासात मदत केली जाऊ शकते किंवा परकाया-प्रवेश यांसारख्या प्रक्रिया शक्य आहेत. आपण त्या अधिक विस्ताराने प्रकरण ४ मध्ये पाहू.

प्राण निघून जाण्याच्या प्रक्रियेचा सारांश

समान वायू	एकदा का श्वास थांबला की पाच प्राण शरीरातून बाहेर पडण्याची प्रक्रिया हळुवारपणे सुरू होते. यांपैकी, समान वायू हा शरीरातलं तापमान नियंत्रित करत असतो. म्हणून मृत्यूनंतर पहिली गोष्ट जी होते, ती म्हणजे शरीर थंड पडायला लागतं. शरीराचं तापमान आणि वातावरणाच्या तापमानात बराच फरक असल्याने, समान वायू हा प्राण वायूपेक्षा लवकर शरीराबाहेर पडतो. श्वास थांबल्यानंतर एकवीस ते चोवीस मिनिटांत, समान वायू पूर्णपणे शरीराबाहेर पडतो.
प्राण वायू	एकदा का श्वास थांबला की प्राणवायूसुद्धा शरीराबाहेर जायला सुरुवात होते. याचा अर्थ प्राणवायूबरोबरच श्वसनाची क्रिया आणि विचारप्रक्रियासुद्धा थांबायला सुरुवात होईल. श्वास थांबल्यावर मृत्यूच्या स्वरूपानुसार अठ्ठेचाळीस ते नव्वद मिनिटांत प्राणवायू पूर्णपणे शरीराबाहेर जातो. जर मृत्यू हा वृद्धापकाळाने झाला, तर ही प्रक्रिया ६४ मिनिटांच्या आत पूर्ण होते. पण जर एखादं तरुण आणि तंदुरुस्त शरीर असेल, मग याला नव्वद मिनिटांपर्यंत वेळ लागू शकतो. या वेळेपर्यंत श्वसन आणि विचारप्रक्रिया सुरू असते, नेहमीप्रमाणे नाही, पण काहीशा अस्पष्ट स्वरूपात. म्हणूनच,

	अंत्यसंस्कार किमान दीड तासानंतर करावेत. श्वास थांबलेल्या व्यक्तीचं शरीर जर तुम्ही धरतीवर किंवा मातीच्या संपर्कात ठेवलं, तर थोड्याशा बाह्य हस्तक्षेपाच्या सहाय्याने पुन्हा जिवंत होण्याची शक्यता असते. जर शरीरातले इतर पैलू अनुकूल असतील, तर माती आणि काही इतर पदार्थ वापरून जीवन पुन्हा सक्रिय करण्यासाठीची आवश्यक ऊर्जा निर्माण केली जाऊ शकते. म्हणूनच पूर्वीच्या काळी, शेवटच्या घटका मोजत असलेल्या व्यक्तीला पुनरुज्जीवनाच्या आशेने घराच्या बाहेर जमिनीवर ठेवायचे. पण आज शरीर पलंगावर किंवा सिमेंटच्या फरशीवर ठेवत असल्याने पुनरुज्जीवनाची संभावना अगदी दुर्मीळ होते.
उदान वायू	श्वास थांबल्यावर सहा ते बारा तासांपर्यंत, उदान वायू शरीराच्या बाहेर जातो. एकदा उदान वायू संपूर्ण गेला, की शरीराचा हलकेपणा सुद्धा जातो. अचानक, शरीर जड होतं. शरीराचं वजन वाढत नाही, पण आता तुम्हाला ते वजन जास्त जाणवतं, कारण उदान वायू गेलेला आहे. म्हणूनच, जिवंत व्यक्तीला उचलणं आणि मृत शरीराला उचलणं यांमध्ये लोकांना मोठा फरक जाणवतो.
अपान वायू	श्वास थांबल्यावर आठ ते अठरा तासांपर्यंत, अपान वायू शरीराच्या बाहेर जातो. एकदा का अपान वायू मोठ्या प्रमाणात शरीराबाहेर जाऊ लागला की मग संवेदनांची यंत्रणा बंद पडू लागते. कुणाचा श्वास थांबला आणि त्यांना मृत घोषित केल्यानंतरही त्यांना संवेदना जाणवू शकतात. असे अनेक प्रसंग आहेत, जिथे लोक मृतदेहामध्ये थोडीफार हालचाल होताना पाहून भयंकर घाबरून गेले आहेत. ही किंचित हालचाल होऊ शकते, कारण संवेदना अद्याप पूर्णपणे बंद झालेल्या नसतात.

व्यान वायू	व्यान वायू हा शरीराचं जतन करण्याचं काम करत असतो, आणि तो सर्वांत शेवटी शरीराच्या बाहेर जातो. मृत्यू जर वृद्धापकाळाने झाला असेल, जेव्हा जीवनऊर्जा अगदी क्षीण झालेल्या असतात, तर मग व्यान वायू पूर्णपणे बाहेर जायला अकरा ते चौदा दिवस लागतात. पण जर मृत्यू हा कुठल्या अपघाताने, जीवन सुस्थितीत असताना झाला, आणि शरीर पूर्णपणे चिरडलं गेलं नसेल, तर या जीवनाची स्पंदनं अठ्ठेचाळीस ते नव्वद दिवस सुरू राहतात. तेवढ्या काळासाठी, शरीराच्या ठरावीक प्रक्रिया सुरू राहतात आणि जीवनाचा थोडा अंश अजूनही शिल्लक असतो. या काळामध्ये, अशा काही गोष्टी असतात, ज्या तुम्ही त्या जीवाला मदत करण्यासाठी करू शकता. भारतीय परंपरेतील मृत्युसंबंधित विधी याच संधीचा उपयोग करण्याचा प्रयत्न आहेत.

आता हे समजल्यावर तुम्ही मृत्यूची व्याख्या कशी कराल? मुळात ज्याला आपण 'मृत्यू' म्हणतो, ती देह वेगळा होण्याच्या प्रक्रियेतली एक ठरावीक सीमारेखा किंवा एक ठरावीक अवस्था आहे. म्हणून इंग्रजी भाषेत मृत्यूचं निदान (diagnose) करत नाहीत, तर एखाद्याला मृत घोषित (declare) करतात. तुम्ही कुणाला तेव्हा मृत घोषित करता, जेव्हा तो किंवा ती तुम्ही केलेल्या संकेतांना प्रतिसाद देत नाही किंवा तुम्हाला त्या व्यक्तीपर्यंत पोहोचण्याचे सर्व मार्ग यापुढे बंद होतात.

सामान्य माणसाच्या दृष्टीने एखादा मनुष्य मृत असतो, जेव्हा तो माणूस हाकेला उत्तर देत नाही, किंवा शरीराला कुठल्याही प्रकारे टोचलं, डिवचलं तरी प्रतिसाद देत नाही. परंतु एखादा डॉक्टर हे मान्य करणार नाही. त्यांच्याकडे जीवनाची आणखी प्रगत समज असते आणि अधिक सूक्ष्म उपकरणं असतात. त्यांना ठाऊक असतं की, योग्य प्रकारे हस्तक्षेप केला, तर जीवन पुनरुज्जीवित करता येऊ शकतं आणि त्या व्यक्तीला पुन्हा आणता येऊ शकतं. पण जर शरीर वेगळं होण्याची प्रक्रिया एका ठरावीक अवस्थेच्या पुढे गेली असेल, तर वैद्यकीय प्रक्रियांनासुद्धा प्रतिसाद मिळणार नाही. अशी व्यक्ती 'वैद्यकीय' दृष्टीने मृत घोषित केली जाईल, पण योग परंपरेनुसार याला अजूनही 'आध्यात्मिकदृष्ट्या' मृत्यू समजला जाणार नाही.

योग आणि तंत्रविद्येची जाण असणाऱ्या व्यक्तीला जीवनाची आणखी सखोल समज असते. त्यांच्याकडे त्या जीवापर्यंत पोहोचण्यासाठी आणि शक्य असल्यास ते पुनरुज्जीवित करण्यासाठी आणखी सूक्ष्म साधनं आणि पद्धती असतात. पण जर शरीर वेगळं होण्याची प्रक्रिया एका ठरावीक टप्प्याच्या पुढे गेली असेल, तर त्यांनादेखील जीवन त्या शरीरात पुन्हा आणता येत नाही. आता व्यावहारिक दृष्टींनी ती व्यक्ती पूर्णपणे गेलेली असते, तिला परत आणता येत नाही. तुम्हाला केवळ त्या जीवाच्या पुढच्या प्रवासासाठी त्याला मदत करता येऊ शकते.

तर मग 'एखाद्या व्यक्तीचा मृत्यू कधी होतो?' या प्रश्नाचं उत्तर हे मुख्यतः दोन गोष्टींवर अवलंबून असतं, मृत घोषित करण्याचा हेतू काय आहे आणि शरीर वेगळं होण्याच्या प्रक्रियेच्या वेगवेगळ्या टप्प्यांवर त्या जीवनाशी संपर्क साधण्याची आपली क्षमता काय आहे. या बाबतीत तुम्ही जेवढे जास्त सक्षम असाल, तेवढे जास्त पर्याय तुमच्याकडे असतील.

चक्र – बाहेर पडण्याचे दरवाजे

शरीराचा प्राणमय कोश हा ऊर्जाप्रवाहांचे अनेक मार्ग आणि त्यांचे एकत्र येण्याचे केंद्रबिंदू म्हणजेच, चक्रांचा बनलेला असतो. अशी एकूण ११४ चक्रं असतात. त्यांपैकी ११२ चक्रं शरीरात, तर दोन चक्रं शरीराच्या बाहेर असतात. शरीरातली चक्रं सात मुख्य प्रकारांत मोडतात. त्यांची प्रत्येकी १६ चक्रं असतात. जीवनात ही चक्रं कुठल्या स्तरावर सक्रिय आहेत, यावरून ती व्यक्ती कशा प्रकारचं आयुष्य जगत आहे, हे ठरतं. त्याचप्रमाणे, या चक्रांमधून ऊर्जा कशा प्रकारे प्रवाहित होत आहे, यावरून मृत्यूचं स्वरूपसुद्धा ठरतं. म्हणून प्रत्येक मृत्यूचं स्वरूप हा केवळ ऊर्जा कशा प्रकारे शरीरातून बाहेर गेली, यावरूनच नाही, तर कुठल्या चक्रातून बाहेर गेली, यावरूनही ठरते.

जरी तुम्ही स्वतःच्या आत पूर्णपणे मुक्त झाला असलात आणि एका ठरावीक अवस्थेला पोहोचला असलात, तरीही हे भौतिक शरीर जाणीवपूर्वक सोडायला खूप कौशल्य लागतं. तुम्हाला हे जीवन या शरीराबरोबर कसं जोडलं गेलं आहे आणि तुम्हाला ते त्यापासून वेगळं करायला काय करावं लागेल, हे माहीत असावं लागतं. नाहीतर तुम्ही तुमचं शरीर जाणीवपूर्वक सोडू शकणार नाही. योगमार्गावर

असलेले लोक असेच उघड्या जागेवर बसून त्यांचं शरीर सहज सोडू शकतात - अगदी शरीरावरचे कपडे काढून निघून जाण्यासारखं, कारण त्यांना शरीर सोडायचं शास्त्र अवगत असतं. किती कौशल्याने आणि सहजतेने कुणी त्यांचं शरीर सोडतं आणि कुठल्या चक्रातून सोडतं, यावरून प्रत्येकाच्या मृत्यूच्या वेळची परिस्थिती वेगवेगळी असते. हे समजण्यासाठी सोपं व्हावं म्हणून आपण शरीराच्या केवळ सात प्रमुख चक्रांकडे पाहू. प्रत्येकाचं एक नाव आहे आणि काही ठरावीक गुणधर्मही आहेत.

ज्याची जाणिवेची पातळी खूप स्थूल आहे किंवा जो मृत्युसमयी घाबरलेला असतो -जे पुष्कळ लोकांच्या बाबतीत घडतं - ते 'मूलाधार' चक्रातून प्राण सोडतात, जे जननेंद्रियाच्या खालच्या भागात स्थित असतं. म्हणून तुमच्या लक्षात येईल की, मरताना अनेक लोकांसाठी मल आणि लघवी जोराने बाहेर पडते. हे त्यांनी मल उत्सर्जनप्रक्रियेवर गमावलेल्या संयमाच्या अभावी होत नाही, जे लोकांना वाटतं, तर हे प्राण मूलाधार चक्रातून निघून गेल्यामुळे होतं. हा काही मरण्याचा चांगला मार्ग नाही. जर आपण जाणीवपूर्वक हवं तेव्हा शरीर सोडू शकत नसू, तर निदान मृत्यू आला, तर आपल्याला त्याचं स्वागत तरी करता आलं पाहिजे, न की त्याच्याशी झगडणं किंवा घाबरून जाणं. साधारणपणे जेव्हा कुणी मूलाधार चक्रातून जातो, तेव्हा हा अगदी खालच्या दर्जाचा मृत्यू समजला जातो. पण क्वचित प्रसंगामध्ये जेव्हा कुणी जाणीवपूर्वकपणे मूलाधार चक्रातून बाहेर पडतो, तेव्हा तो पुढच्या जन्मात प्रचंड तांत्रिक सिद्धी घेऊन जन्माला येतो.

जो कोणी 'स्वाधिष्ठान' चक्रातून प्राण सोडतो, जे जननेंद्रिय आणि त्याच्या किंचित वर स्थित असते, तर अशी व्यक्ती पुढच्या वेळी असामान्य सृजनशीलता घेऊन जन्माला येते. जो कुणी 'मणिपुर' चक्रातून प्राण सोडतो, जे नाभीच्या किंचित खाली स्थित आहे, तो मोठ्या प्रमाणात सुव्यवस्थित कृतिशीलता घेऊन येतो. तो अतिशय मोठा व्यावसायिक किंवा मिलिटरी जनरल बनू शकतो. प्रामुख्याने तो किंवा ती पुढील जन्मात असामान्य प्रतिभावंत म्हणून जन्माला येतात. जो कुणी 'अनाहत' चक्रातून प्राण सोडतो, जे छातीच्या शेवटच्या बरगड्या जिथे एकत्र येतात, तिथे स्थित आहे, ते लहानपणापासूनच संगीतात किंवा कलेत असामान्य गती घेऊन जन्मतात. एखादा अतिशय संवेदनशील कवी किंवा अनेकांना प्रेरित करणारा एक उत्कट भक्तदेखील होऊ शकतो. अनाहत चक्रात इतर सर्व

आयामांपर्यंत पोहोचण्याची शक्यता असल्यामुळे, ही व्यक्ती विविध क्षेत्रांतील व्यासंगी होऊ शकते.

'विशुद्धी' चक्र, जे गळ्याच्या शेवटी असलेल्या खोलगट भागात स्थित आहे, त्यातून प्राण सोडणं, ही अतिशय दुर्मीळ गोष्ट आहे. पण जर तसं झालं, तर या व्यक्तीकडे या विश्वाचे आणि या विश्वापलीकडचं विलक्षण आकलन असेल. अशी व्यक्ती पूर्ण वैराग्य आणि त्याच वेळी जीवनाच्या सर्व पैलूंमध्ये निर्भयपणे सहभाग घेऊन जगेल. अशा व्यक्तींमध्ये एक अद्भुत स्पष्टता असेल. 'आज्ञा' चक्र जे दोन भुवयांच्या मध्ये असतं, जरी विशुद्धीहून उच्च स्तरावर असलं, तरी अनेक लोकांसाठी या चक्रातून प्राण सोडणं हे विशुद्धी चक्रातून प्राण सोडण्यापेक्षा अधिक सामान्य आहे.

जी व्यक्ती पूर्णपणे जागरूक असते, ती सहस्रार चक्रातून प्राण सोडते, म्हणजेच डोक्याच्या वरच्या भागातून. हा प्राण सोडण्याचा सर्वांत उत्तम मार्ग आहे. साधारणपणे प्राण नुसताच बाहेर पडतो, पण कधीकधी मृत्यूच्या क्षणी त्या जागी खरोखर एक छिद्र सोडून जातो. तुम्हाला माहिती असेल, की लहान बाळांमध्ये त्यांच्या कवटीचा वरचा भाग काही काळासाठी पूर्णपणे तयार झालेला नसतो. या भागाला 'ब्रह्मरंध्र' म्हणतात. काही लोकांसाठी, जेव्हा ते प्राण सोडतात, तेव्हा तिथे खरोखर एक छिद्र आढळून येतं. जेव्हा कुणी सहस्रार चक्रातून प्राण सोडतो, याचा अर्थ ते पूर्णपणे जागरूक होते.

जर तुम्हाला तुमचा मृत्यू हा पूर्णपणे जागरूक अवस्थेत घडायला हवा असं वाटत असेल, तर तुम्ही एक जागरूक जीवन जगलं पाहिजे. नाहीतर, मृत्यूच्या त्या क्षणी, तुम्ही जागरूक राहण्याचा काहीच मार्ग नाही. जो कुणी जागरूक असतो, तो पाहिजे त्या मार्गाने प्राण सोडू शकतो. पण जो जागरूक नसतो, तो केवळ ठरलेल्या मार्गानेच जाऊ शकतो - अशा लोकांचं जीवन एक बंधन होतं, आणि म्हणून मृत्यूसुद्धा एक बंधन बनतो. पण जर मृत्यूच्या क्षणी, एखादी व्यक्ती १०० टक्के जागरूक असेल, तर अशा व्यक्तीला पुनर्जन्म घ्यावा लागणार नाही. ते आणखी एक शरीर धारण करणार नाहीत – ते मुक्त झालेले असतात.

•••

प्रकरण ३

मृत्यूची गुणवत्ता

जगातल्या कुठल्याही दोन व्यक्ती त्यांचं आयुष्य एकाच प्रकारे जगत नाहीत. त्याचप्रमाणे, कुठल्याही दोन व्यक्ती एकाच प्रकारे मरत नाहीत. लोक कदाचित एकाच परिस्थितीत, एकाच कारणाने, मरण पावतील, पण तरीही त्यांचा मृत्यू एकाच प्रकारे घडत नाही.

मृत्यूचे प्रकार

आता, 'चांगला मृत्यू' आणि 'वाईट मृत्यू' असं काही असतं का? तुम्हाला हे कळलं पाहिजे की, कुठल्याही दोन व्यक्ती एकाच प्रकारे जगत नाहीत. ती दोन भावंडं असतील, एकाच घरात राहून त्याच गोष्टी करत असतील, पण त्यांचा आयुष्याचा अनुभव एकसारखा नसेल. त्याचप्रमाणे कुठल्याही दोन व्यक्ती एकाच प्रकारे मरत नाहीत. लोक कदाचित एकाच परिस्थितीत, एकाच कारणाने मरण पावतील, पण तरीही त्यांचा मृत्यू एकाच प्रकारे घडत नाही. आत्ता या क्षणी, जरी आपल्यावर आभाळ कोसळलं आणि आपण सर्व जण त्याखाली चिरडले गेलो आणि मेलो, तरीही आपण सगळे एकाच प्रकारे मरणार नाही.

एकदा असं घडलं... एका श्रीमंत माणसाने खूप मोठं घर बांधलं. भारतात घर बांधलं की साधू, संत किंवा योगी पुरुषाला घरी बोलवण्याची पद्धत आहे.

आजकाल कोणी असं करत नाही, कारण सध्या घरं खूप आणि योगी कमी अशी परिस्थिती आहे. तर या माणसाने एका योग्याला आपल्या घरी येण्याचं आमंत्रण दिलं. एखाद्या राजाप्रमाणे त्याचं स्वागत करून पाद्यपूजा आणि इतर अनेक पूजा करण्यात आल्या. मग त्यांनी त्याला अगदी स्वादिष्ट जेवण वाढलं. योगी हात वर करून म्हणाला, ''पहिल्यांदा तुमचे वडील मरोत, नंतर तुम्ही मरो व मग तुमची मुलं मरोत.''

हे ऐकून तो माणूस भयंकर चिडला आणि म्हणाला, ''काय मूर्खपणा आहे! मी तुम्हाला माझ्या नवीन घरी बोलावलं, मेजवानी दिली, तुम्हाला राजासारखं वागवलं आणि तुम्ही म्हणता की, प्रथम माझे वडील मरोत, नंतर मी मरो व मग माझी मुलं मरोत? काय हा फालतूपणा?''

योग्याला आश्चर्य वाटलं. तो म्हणाला, ''का? मी काही चुकीचं बोललो का? तुमचे वडील आधी, नंतर तुम्ही आणि त्यानंतर तुमची मुलं मरावी, हा क्रम योग्य नाही का? याचा अर्थ जीवन त्याच्या नैसर्गिक क्रमाने सुरू आहे; तुमच्या वडिलांच्या आधीच जर तुम्हाला मरण आलं, तर ते चांगलं नाही. तुमच्या आधी जर तुमची मुलं मेली, तर अजिबात चांगलं नाही. म्हणून आधी तुमचे वडील नंतर तुम्ही व त्यानंतर तुमची मुलं मरावीत.''

अलीकडे मृत्यूच्या गुणवत्तेबद्दल जागरूकता वाढत आहे, आणि ज्याप्रमाणे चांगल्या जीवनाचे मापदंड आहेत, त्याचप्रमाणे लोकांनी चांगल्या मरणाचेसुद्धा मापदंड ठरवले आहेत. आणखी, ज्याप्रमाणे लोक आपल्या जीवनाचं 'ध्येय' ठरवतात, त्याचप्रमाणे आपल्या 'मृत्यूचं ध्येयसुद्धा' ठरवलं पाहिजे याबद्दलची जागरूकताही वाढते आहे. हा एक चांगला बदल आहे; पण मृत्यूच्या गुणवत्तेबद्दलचे अगदी जुजबी ज्ञान घेऊन ते त्यावर काम करण्याचा प्रयत्न करत आहेत. लोकांना वाटतं की, जर एखाद्याला वेदनारहित मरण आलं, जर त्याला मरताना फार झगडावं लागलं नाही, जर मृत्यू अगदी आकस्मिकपणे आला नाही आणि जर मरताना एकटे असण्याऐवजी जर सर्व प्रिय व्यक्ती सोबत असतील, तर हा एक चांगला मृत्यू आहे. उलट, कुणी जर आकस्मिकपणे किंवा कुठल्या धक्क्याने मरण पावले, तर त्यांना तो वाईट प्रकारचा मृत्यू वाटतो. हे पैलू केवळ वैद्यकीय किंवा सामाजिक आहेत. अस्तित्वाच्या स्तरावर, ते फार महत्त्वाचे नाहीत.

अस्तित्वाच्या दृष्टीने महत्त्वाचे आणि खोलवरचे पैलू लक्षात घेऊन, भारतामध्ये,

मृत्यूचे वेगवेगळे प्रकार ठरवले होते. हे महत्त्वाचं आहे, कारण मृत्यूनंतर काय घडतं आणि मरण पावलेल्या व्यक्तीला मरणोत्तर कुठल्या प्रकारची मदत केली जाऊ शकते, यावर त्याचा मोठा प्रभाव पडतो. भारतीय परंपरेत, लोक मृत्यू केवळ दोन प्रकारांत विभागतात - सु-मृत्यू म्हणजे योग्य वेळी आलेलं मरण, आणि अकाल-मृत्यू म्हणजे अवेळी आलेला मृत्यू. जर एखाद्या योगी व्यक्तीने त्याचं किंवा तिचं शरीर वयाच्या तिसाव्या वर्षी जाणीवपूर्वक सोडलं, तर आपण त्याला अकाल-मृत्यू म्हणत नाही. तो त्यांच्यासाठी वेळेवर आलेलाच मृत्यू आहे, कारण त्यांनी ती वेळ स्वतः ठरवलेली असते.

जेव्हा कुणाला जगण्याची इच्छा असते, म्हणजेच त्यांचं प्रारब्ध कर्म फिटलेलं नसतं, पण अचानकपणे कुठल्या आपत्तीमुळे त्यांचा मृत्यू होतो, त्या वेळी आपण अशा एखाद्या मृत्यूला अवेळी आलेला मृत्यू समजतो. त्यांची जगण्याची इच्छा अगदी उच्च पातळीवर असताना, त्यांचं शरीर अचानकपणे कोसळलं, तर मग त्याला 'अकाली मृत्यू' म्हणतात. जर जगण्याची इच्छाच संपली असेल, तर हा अकाली मृत्यू नाही, त्या जीवासाठी तो अगदी योग्य वेळी आलेला मृत्यू आहे. तुमचं वय पस्तीस आहे की पासष्ट की पंच्याण्णव, तो मुद्दा नाहीये. निर्णायक गोष्ट म्हणजे, इच्छा संपली आहे. मग, जीवनाच्या दृष्टीने, तो योग्य वेळी आलेला मृत्यू आहे. मी तुम्हाला अचूक टक्केवारी देऊ शकत नाही, पण मला वाटतं की, आजकाल ८० टक्क्यांहून अधिक लोक, नैसर्गिकरीत्या मरत नाहीत किंवा त्यांचा मृत्यू योग्य वेळी होत नाही.

नैसर्गिक किंवा योग्य वेळी आलेल्या मृत्यूमध्ये, प्रारब्ध कर्म किंवा आपलं जीवन चालू ठेवणारा माहितीचा जो साठा असतो, तो संपतो आणि जीवनशक्ती क्षीण होते. जेव्हा माहितीचा हा साठा संपतो, तेव्हा जीवन हळूहळू मागे सरकतं आणि हे वेदनादायी नसतं. हे अगदी सुंदर असतं. जेव्हा तुमचं प्रारब्ध संपलेलं असतं, तेव्हा जरी तुमचं सारं आयुष्य वाईट गेलं असलं, तरी शेवटचे काही क्षण अगदी शांत, सुंदर आणि प्रगल्भ अनुभव देणारे होतात. अचानक तुम्ही पाहाल की, लोकांमध्ये एक वेगळ्याच प्रकारचं शहाणपण दिसू लागतं. ते त्यांच्या आजूबाजूच्या कुठल्याच गोष्टींत अडकलेले राहात नाहीत; त्यांच्यात एक असामान्य प्रकारची परिपक्वता दिसू लागते -जी त्यांनी आयुष्यभरात कधीच दाखवलेली नसते. हे असं होण्याचं कारण हा नैसर्गिक मृत्यू आहे. नैसर्गिक

मृत्यू हा वाईट मृत्यू नाही. ही तुमच्यासाठी एक चांगली गोष्ट आहे आणि तुम्ही मागे ठेवून जाणाऱ्या लोकांसाठीही चांगली गोष्ट आहे, कारण तुम्हाला तुमच्या शरीरातून जबरदस्तीने बाहेर ढकललं जात नाहीये. हे होण्यासाठी, तुमचं शरीर पूर्णपणे थकण्यापूर्वीच तुम्ही तुमचं प्रारब्ध कर्म संपवलं पाहिजे.

तुम्ही तुमचं प्रारब्ध कर्म किती लवकर संपवता, हे तुम्ही जीवनाच्या एका पैलूकडून दुसऱ्या पैलूकडे किती लवकर जाता यावर ठरतं. तुम्ही ऐंशी वर्षांचे असूनही जर तरुण मुलासारखे प्रेमात पडण्याचा विचार करत असाल, तर तुमचं प्रारब्ध कर्म संपणार नाही. तुम्ही ऐंशी वर्षाचे झाल्यानंतरही सोळाव्या किंवा अठराव्या वर्षी ज्या गोष्टी करायच्या असतात त्यांपासून मुक्त होऊ शकत नसाल, अजूनही तुम्हाला रस्त्याच्या कडेला बसून येणाऱ्या जाणाऱ्या स्त्रियांकडे बघत बसावे असं वाटत असेल, तर तुमचं प्रारब्ध कर्म संपणार नाही. आता जरी तुम्ही शंभर वर्षांचे होईपर्यंत जगलात, तरी तुम्हाला अकाल मृत्यूच येईल. कारण शरीर खंगून जाईल; परंतु प्रारब्ध कर्म मात्र संपणार नाही. जर कुणाला नैसर्गिक मृत्यू आला, तर त्याला किंवा तिला स्पष्टपणे समजतं की, मृत्यू कधी येणार आहे आणि तुम्ही पाहाल की, ते एक असामान्य जाण आणि शहाणपण दाखवू लागतात. ही शक्यता तथाकथित आधुनिक जगात पूर्णपणे नाहीशी झाली आहे, कारण सगळे जण, कितीही किंमत मोजावी लागली तरी, अमर होण्याचा प्रयत्न करत आहेत, आणि त्यामुळेच त्यांना वाईट मृत्यू येईल. तुम्हाला चांगला मृत्यू तेव्हाच लाभेल, जेव्हा तुम्ही तुमच्या नश्वरतेचा स्वीकार कराल.

आणखी एक प्रकारचा मृत्यू असतो. त्याला म्हणतात- इच्छा मृत्यू. हा एका अर्थाने मृत्यू नसून, खरंतर जन्म-मृत्यूचं चक्र भेदून पलीकडे जाणं आहे. जेव्हा एखादी व्यक्ती आध्यात्मिक साधनेतून तिच्या ऊर्जेवर इतकं प्रभुत्व मिळवते की, शरीराला हानी न पोहोचवता जीवनऊर्जा शरीरापासून वेगळी करू शकते, तेव्हा हे घडू शकतं. अशा व्यक्तीला तिच्या कर्माच्या संरचनेची चावी कुठे आहे हे समजलेलं असतं, त्यामुळे ती रचना पूर्णपणे मोडून काढण्याची क्षमता आलेली असते. अशी व्यक्ती खऱ्या अर्थाने अस्तित्वात उरत नाही. हा सर्वांत उच्च दर्जाचा मृत्यू समजला जातो. याला हिंदू परंपरेमध्ये 'महासमाधी' आणि बौद्ध परंपरेमध्ये 'महापरिनिर्वाण' म्हणतात. म्हणजेच, ही व्यक्ती जीवनाच्या आणि जन्म-मृत्यूच्या सर्व प्रक्रियांपासून मुक्त होते. अशी व्यक्ती, शरीर आणि मनाची मूलभूत रचना

म्हणजेच कर्माची रचना, जी या दोघांना एकत्र धरून ठेवते, त्यांपासून मुक्त झालेली असते. आधीची उपमा पुन्हा वापरायची झाली, तर असं म्हणता येईल की, एखाद्याने बुडबुडा पूर्णपणे फोडला आहे. हेच आध्यात्मिक साधकाचं परमोच्च ध्येय आहे.

मृत्यूचं भाकीत

बहुतेक ज्योतिष्यांना नेहमी विचारला जाणारा एक प्रश्न म्हणजे, 'मी किती वर्षे जगेन? मी केव्हा मरेन?' जीवन जर काही तार्किक नियमांनी चालत असेल, तर त्याचा शेवट कधी होईल याचाही अंदाज करता येऊ शकतो का? आणखी अचूक शब्दांत सांगायचं झालं, तर आपण आधी पाहिल्याप्रमाणे कर्म, म्हणजेच जीवनाचं सॉफ्टवेअर हे आयुष्याची लांबी आणि प्रकृती ठरवतं. तर मग कुठल्याशा मार्गाने हे सॉफ्टवेअर वाचून मृत्यूचं भाकीत करता येऊ शकतं का?

आता, ज्याप्रमाणे कर्म तुमच्या शरीरावर व मनावर कोरलेलं असतं, त्याचप्रमाणे ते तुमच्या ऊर्जा शरीरावरसुद्धा कोरलेलं असतं. जसजसा नेमून दिलेल्या कर्माचा किंवा प्रारब्ध कर्माचा साठा संपत जातो, तसतशी ऊर्जा शरीराची भौतिक शरीराला धरून ठेवण्याची क्षमता कमी होत जाते. म्हणूनच, जीवन आपल्याला ज्या भौतिक स्वरूपात माहीत असतं, त्याचं चैतन्य हरवू लागतं, त्याच वेळी सूक्ष्म शरीर जास्त चैतन्यमय होऊ लागतं, कारण भौतिक शरीराची सूक्ष्म शरीरावर पकड सैल होऊ लागते. म्हणूनच तुमच्या लक्षात आलं असेल, की अगदी ढोबळ प्रकृतीचं जीवन जगलेल्या व्यक्तीमध्येसुद्धा मृत्युपूर्वीच्या शेवटच्या काही दिवसांत, एक अलौकिक शांती दिसून येते. अशी व्यक्ती, तुम्ही पाहाल, अचानकपणे समजूतदार होते. ज्यांची जागरूकता प्रखर आहे, अशा लोकांसोबत हे घडतं. पण जर कुणाला नैसर्गिक मृत्यू प्राप्त होत असेल, तर अगदी थोड्या जागरूकतेनेसुद्धा - किमान सहा ते आठ महिन्यांपूर्वीच - त्यांना आपल्या मृत्यूची चाहूल लागते. खरंतर, अनेक जण अजाणतेपणे त्याबद्दल बोलूही लागतात. ते अजब गोष्टी बोलू लागतात आणि विचित्र वागू लागतात. हे काही मानसिक विकृतीमुळे नाही; अजाणतेपणे त्यांच्या तोंडातून अशा गोष्टी निघून जातात. नंतर, अशा लोकांच्या मृत्युपश्चात, लोक आठवून सांगतात की, ते अमुक गोष्ट म्हणाले किंवा त्यांनी तमुक गोष्ट केली. त्याने

असं दिसून येतं की, त्यांना त्यांच्या मृत्यूची चाहूल लागली होती. माझ्या एका काकांना तर त्यांच्या मृत्यूचा अचूक दिवस आणि वेळही आधीपासून ठाऊक होती.

मृत्यू ही अचानक घडणारी घटना नव्हे; काही काळ त्याची तयारी चालू असते. अनेक वेळा शरीरच ही प्रक्रिया चालू करतं. एखादी व्यक्ती कदाचित याबद्दल पूर्णपणे जागरूक नसेल - हे ओळखायला मन कदाचित पुरेसं सतर्क नसेल, पण शरीर याबद्दल अनेक प्रकारे सांगत असतं. असं म्हणतात, की काही अपघातात किंवा हिंसक मार्गाने ज्या लोकांची हत्या झाली आहे, त्यांच्या मृत्युपूर्वी झालेल्या रक्ताच्या तपासणीतून काही गोष्टी समोर आल्या आहेत. या रक्ताच्या चाचण्या पूर्णपणे योगायोगाने किंवा कुठल्याशा कारणाने मृत्यूच्या काही काळ आधी केल्या गेल्या होत्या. या तपासणीचे रिपोर्ट त्यांच्या रक्तामध्ये प्रचंड प्रमाणात खळबळ दाखवतात. ते पूर्णपणे वेगळीच भाषा बोलतात. हे कितपत खरं आहे, ते मला ठाऊक नाही. पण या प्रकारच्या गोष्टी शक्य आहेत, कारण याचा शारीरिक समस्यांशी काहीही संबंध नसू शकतो. जसा शरीराचा अंत जवळ येतो, तसं पूर्ण शरीर त्या वेळी मृत्यूची भाषा बोलू लागतं.

तर मग मृत्यूचं भाकीत करता येतं का? हो, शक्य आहे, पण ते अगदी सीमित आणि अनेक वेळा अतिरंजित असतं. मी जर एखादं नारळाचं झाड पाहिलं, तर त्याचं वय व आरोग्य पाहून त्याला कधी नारळ लागतील, हे मी सांगू शकतो. मी ते अंदाजे कधी मरेल हेदेखील सांगू शकतो. मी हे आत्ता सांगू शकतो, पण आत्ता आणि तेव्हा याच्या दरम्यान तुम्ही नारळाचं झाड तोडून टाकलं, तर माझं भविष्य खोटं ठरेल. ते माणसांच्या बाबतीतही खरं आहे. जन्मपत्रिकेत काहीही लिहिलेलं असो, एखादा असाच मरून जाऊ शकतो. जगभरात अनेक माणसं काल एखाद्या अपघातामुळे किंवा आजारामुळे मेली. सर्वांच्या जन्मपत्रिकेत कालच मृत्यूचा योग होता, असं तुम्हाला वाटतं का? नाही. सर्वांच्या पत्रिकेत लिहिलं होतं, 'दीर्घायुष्य.' पण ते पंचविसाव्या वर्षीच मरण पावले.

तुम्ही माहीत असेल की, भारतीय परंपरेनुसार मुला-मुलीचा विवाह ठरवण्याआधी त्यांच्या जन्मकुंडलीचा बारकाईने अभ्यास केला जातो. याचं कारण म्हणजे, त्यांना खात्री करायची असते की, या दोघांचे स्वभाव जुळले पाहिजेत. त्याचप्रमाणे त्यांना दीर्घायुष्य आहे व भविष्यात भरभराट आहे, याचीदेखील खात्री करायची असते. हे सर्व करूनही असं अनेक वेळा घडतं की, त्या मुलीचा नवरा

काही दिवसांतच मरण पावल्याचं आढळून येतं. अर्थात, जर त्यांना मुलीचा नवरा दोन-तीन दिवसांत मरणार आहे हे माहीत असतं, तर त्यांनी आपल्या मुलीचं लग्न नक्कीच त्याच्याशी करून दिलं नसतं. याचा अर्थ, जन्मपत्रिकेच्या अभ्यासाला काहीच अर्थ नाही असं नाही. एवढंच आहे की, या अंदाजांचा आवाका कमी असतो आणि त्याचं महत्त्व वाढवून सांगितलं जातं.

एखाद्याचा मृत्यू हा साधारणपणे त्याच्या सूर्य चक्रांशी सुसंगत असतो, जे साधारणपणे बारा वर्षांचं असतं. दुसऱ्या शब्दांत सांगायचं तर, सूर्य चक्राच्या कोणत्या भागात किंवा टप्प्यात तुमचा मृत्यू होणार आहे, हे बहुतांशी ठरलेलं असतं. दिवस आणि वेळ फारसे महत्त्वाचे नाहीत, कारण सहसा अगदी त्याच वेळेला घडेल असं नाही. तुम्ही काही श्वास जास्त घ्याल किंवा एखादा डॉक्टर तुम्हाला कुठलं औषध देईल, ज्यामुळे कदाचित तुम्ही काही दिवस जास्त जगाल. या सगळ्या गोष्टी होऊ शकतात. पण जर तुमची जाणीव पुरेशी विकसित असेल, तर एखाद्या व्यक्तीकडे पाहून, तो किंवा ती सूर्य-चक्राच्या कोणत्या खंडात जाणार, ते तुम्ही सांगू शकता. असं घडलेलं आहे, एखादी व्यक्ती अमुक वेळेस मरण पावणार आहे हे अगदी वैद्यकीय परिमाणंसुद्धा सांगत होती, पण तरीसुद्धा मी सांगितलेलं आहे की ते मरणार नाहीत. याचं कारण, ते मृत्यू होण्यासाठी त्यांच्या सूर्य-चक्रांच्या चुकीच्या टप्प्यात आहेत. अगदी योग्य टप्प्यात असतानादेखील, जर ते एखादा आजार किंवा परिस्थिती पार करू शकले, तर कदाचित ते मरणार नाहीत, कारण मृत्यू पुढच्या टप्प्यात ढकलला जाऊ शकतो.

भारतीय इतिहासात अशा अनेक कथा आहेत की, जेव्हा काही व्यक्तींनी मरण्यासाठी एक ठरावीक वेळ निवडली होती. केवळ सिद्ध योगीच नाही, तर अगदी काही राजे आणि इतर जणांनीसुद्धा कधी मरायचं हे ठरवलेलं होतं. अर्थात, सगळ्यांनी भीष्मांची कथा ऐकलीच असेल. महाभारतातल्या युद्धात त्यांना असंख्य बाणांनी घायाळ केलं होतं. (ते बाणांच्या शय्येवरच झोपले होते, ही कविकल्पना आहे. सत्य हे आहे की, त्यांना बाणांनी खूप जखमा झाल्या होत्या.) परंतु ते त्याच अवस्थेत जिवंत राहिले, कारण त्यांना हवा असलेला कालखंड अजून यायचा होता. त्यांना उत्तरायणातच मरायचं होतं, कारण सूर्याच्या एका विशिष्ट कालचक्रात त्यांना देह ठेवायचा होता.

भाकीत म्हणजे, मुळात एखादी गोष्ट घडण्याची शक्यता किती आहे, याचा

अंदाज बांधणं. हा अंदाज काही ठरावीक गोष्टींचा आधार घेऊन बांधला जातो. तो पूर्णपणे खरादेखील होऊ शकतो. आत्ता सध्या, मी आकाशाकडे पाहून सांगू शकतो की, आज पाऊस पडेल की नाही. या बाबतीत ९० टक्के वेळा मी सांगितलेलं खरं ठरलं आहे, पण कधीकधी मी सांगितलेलं चुकीचं ठरलं आहे. पूर्णपणे अचूक अंदाज असं काहीच नसतं, पण या गोष्टींबाबातचं तुमचं ज्ञान जितकं अधिक, तितके तुमचे अंदाज जास्त अचूक ठरू शकतात. मृत्यूचं भाकीत करणं, हेसुद्धा यासारखंच आहे.

हे म्हणजे असं आहे, की जर एखादी वस्तू हवेत फेकली, तर तिचा वेग, कोन, आजूबाजूचं वातावरण (पाऊस, वारा, इत्यादी), या गोष्टींकडे पाहून ती गोष्ट कुठे जाऊन पडेल, हे सांगता येतं. रॉकेट, क्षेपणास्त्र (मिसाईल), बंदुकीची गोळी किंवा गोल्फचा चेंडू हे सगळे त्या वस्तूचा वेग आणि कोन निश्चित करून फेकले जातात. त्याचप्रमाणे, तुमच्या जीवनऊर्जा, तुम्ही तुमचं प्रारब्ध कर्म कशा प्रकारे संपवत आहात आणि तुमच्याबद्दलच्या अशा अनेक पैलूंकडे पाहून, आपण म्हणू शकतो, "या जीवाचं जीवन या मार्गाने जाईल." यावरूनच, आपल्या परंपरेमध्ये, जे लोक अशा गोष्टींकडे पाहण्यात प्रवीण होते, ते सांगत की, एखाद्या व्यक्तीचा मृत्यू जवळ येत आहे. मग ते म्हणायचे, "तुम्ही लवकरच काशीला जायला हवं." पण काही लोक काशीला[१] गेले आणि वीस ते तीस वर्षं तिथे जगले, असंदेखील घडलं आहे.

तपशीलवार आकडेमोड करून, तुमचं शरीर किती वर्षं टिकेल, हे आपण सांगू शकतो. पण मधल्या काळात जर तुम्ही 'इनर इंजिनीयरींग' कार्यक्रमामध्ये शिकवली जाणारी साधना करायला सुरुवात केली, तर तुम्ही तुमच्या ज्योतिष्याला आश्चर्यचकित करू शकता, कारण साधना तुमचा जीवनमार्ग अशा प्रकारे बदलू शकतात की, त्याचा अंदाज करणं अवघड होईल. म्हणूनच पूर्वीपासून ज्योतिषी सांगतात : "जर तुम्ही आध्यात्मिक मार्गावर असाल, तर तुमचं भविष्य आम्ही सांगणार नाही." कारण आध्यात्मिक साधनेच्या मदतीने तुम्ही या आकडेमोडीत बदल करू शकता. तुम्ही कदाचित लवकर किंवा खूप उशिरा मरू शकता. त्यांनी सांगितलेल्या इतर गोष्टीदेखील कदाचित घडतील किंवा घडणारही नाहीत.

भाकितं अचूक असू शकतात किंवा चुकूही शकतात, पण जेव्हा मृत्यू समीप

---

१ वाराणसीसाठीचं आणखी एक नाव - भारतातल्या सर्वांत पुरातन आणि पवित्र शहरांपैकी एक, जिथे परंपरेनुसार लोक 'चांगलं मरण' यावं म्हणून जातात.

येतो, तेव्हा याचं निरनिराळ्या प्रकारे आकलन होऊ शकतं. तुम्ही प्राण्यांच्या सहवासात असाल, तर तुम्हाला दिसेल की, काही प्राण्यांना मृत्यूची चाहूल लागते. कुत्री, मांजर, नाग व इतर अनेक मांसाहारी प्राण्यांना मृत्यूचा वास येतो. कारण, एक प्रकारे, मृत्यूलाही एक गंध असतो. भौतिकतेच्या सर्व सूक्ष्म पैलूंना स्वतःचा असा ठरावीक गंध असतो. सर्व मांसाहारी प्राण्यांमध्ये वासाची जाणीव अगदी तीक्ष्ण असते, कारण त्यांचं जंगलात जिवंत टिकून राहणंच त्यांच्या घ्राणेंद्रियांवर अवलंबून असतं. त्यांना दिसतं आणि ऐकूही येतं, पण ते त्यांच्या वासाच्या जाणिवेइतकं तीक्ष्ण नसतं. त्यांना काही माहीत करून घ्यायचं असेल, तर ते पाहात नाहीत - ते केवळ हुंगतात. वासाची जाणीव इतकी तीक्ष्ण असल्याने, बऱ्याच मांसाहारी प्राण्यांना मृत्युप्रक्रिया सुरू झाल्याची चाहूल लागते. त्यांना हे एखाद्याचा मृत्यू घडण्याच्या काही काळ आधीच जाणवू शकतं. खूप महिने आधी नव्हे; पण साधारण मृत्यूपूर्वीच्या अठ्ठेचाळीस दिवसांच्या काळात, त्यांना नक्की जाणवू शकतं. मनुष्यांनासुद्धा जाणवू शकतं. उदाहरणार्थ, ज्या पद्धतीचा आहार आमचे ब्रह्मचारी घेतात, त्यामुळे अशा प्रकारच्या गोष्टींचा गंध ओळखण्याची क्षमता सहज विकसित केली जाऊ शकते.

ज्या वेळी वायू[२] शरीराबाहेर पडू लागतात, तेव्हा एक ठरावीक गंध येतो. आता आधुनिक शास्त्रालासुद्धा याचा शोध लागत आहे. त्यांना कळलं आहे की, माणसांच्या मृत्यूला एक ठरावीक प्रकारचा गंध येतो. त्यामुळे माणसांचं मृत शरीर हुडकून काढण्याचं प्रशिक्षण कुत्र्यांना देता येतं. त्यांनी आठ वेगवेगळ्या प्रकारची रसायनं नोंदवली आहेत, जी माणसाच्या मृत्यूचे गंध ठरवतात. असं म्हणतात की, माणसांमधली हीच रसायनं डुकरांच्यामध्ये पण आहेत, का कोण जाणे!

त्याचप्रमाणे, तुम्हाला एखाद्या भुताचाही वास येऊ शकतो, कारण भूत म्हणजे केवळ अधिक सूक्ष्म प्रकारचं एक भौतिक रूप असतं. सगळ्या कुत्र्यांना हे करता येतं. जिथे एखादं भूत वावरत असतं, ते भुंकू लागतात, कारण त्यांना त्याचा वास येतो. त्यांना दिसत नाही, पण त्यांना वास येतो, म्हणून ते गोंधळून जातात. ते शेपूट दोन पायांच्या मध्ये घालून कोपऱ्यात जाऊन बसतात आणि भुंकतात. त्यांना डोळ्यांना काहीच घडताना दिसत नाही, पण काहीतरी हालचाल असल्याचं त्यांना जाणवल्यामुळे ते खूप घाबरतात.

---

२ प्रकरण ३मधील 'मृत्यूचा क्रम' हा विभाग पहा.

तरीही फक्त गंध हाच मृत्यूचा निर्देशांक नसतो. तुम्हाला मृत्यू येताना दिसूही शकतो. आमच्या योग केंद्रात असं एकाच्या बाबतीत घडलं होतं. इरोड इथल्या कार्यक्रमाच्या वेळी एक दिवस मी आमच्या तीन-चार शिक्षकांबरोबर तिथल्या व्यवस्थेबद्दल चर्चा करत होतो. तेव्हा एक शिक्षक तिथे उभा होता. त्याची पत्नीसुद्धा शिक्षिका होती आणि तीसुद्धा तिथे उभी होती. मी त्याच्याकडे पाहिलं, पण मी काहीच केलं नाही. मी त्याकडे दुर्लक्ष केलं. आता, मी कधीच एखाद्या व्यक्तीकडे पाहून त्याकडे दुर्लक्ष करत नाही. ते माझ्या स्वभावातच नाही. ते कुणीही असो, त्यांच्याकडे पाहून निदान मी डोकं हलवीन किंवा नमस्कार करीन किंवा स्मितहास्य करीन. मी नक्कीच कुठल्या न कुठल्या प्रकारे त्यांच्या उपस्थितीला प्रतिसाद देईन, अगदी नेहमीच. तर, कार्यक्रम पार पडल्यावर मला ही घटना अचानक आठवली. मी विचार केला, 'मी का बरं असं केलं? मी त्याला प्रतिसाद का दिला नाही?.' नंतर पुढच्या संध्याकाळी मी विचारलं, 'कुठे आहे तो?' ते म्हणाले, 'तो हिमालयात गेला आहे.' मी ते सोडून दिलं; मी लक्ष दिलं नाही. ईशा योग केंद्रात गोष्टी इतक्या वेगाने रोज घडत असतात की, आमच्या आयुष्यांत कुठल्याच गोष्टीवर फार विचार करत बसायला वेळ नसतो. त्या गोष्टीकडे लक्ष द्यायला जर थोडा वेळ मिळाला असता, तर वेगळं काहीतरी घडलं असतं. पण माझ्या मनात याबद्दल विचार आला आणि मी तो सोडून दिला. तीन दिवसांनी तो हिमालयातल्या पाण्याच्या एका प्रवाहात बुडाला.

जेव्हा तो माझ्या समोर उभा होता, तेव्हा तिथे उपस्थितीचा एक प्रकारचा अभाव होता जो इतका स्पष्टपणे जाणवत होता की, तो माझ्या प्रत्यक्ष समोर उभा असतानाही मी त्याला प्रतिसाद दिला नाही. जेव्हा मृत्यू समीप असतो, तेव्हा शरीराच्या निश्चित सीमारेषा काहीशा धूसर होतात, त्यामुळे त्या व्यक्तीची भौतिक आकृती आपल्या दृष्टीसाठी काहीशी अस्पष्ट होते. भौतिक आकाराचं आकलन हे मुळात त्याच्या निश्चित अशा सीमांमुळे होत असतं. जेव्हा त्या सीमा धूसर होतात, तेव्हा आपल्या दृष्टीला त्या आकाराचं होणारं आकलनसुद्धा कमी होतं. जर मी स्टेजवरच्या त्या कार्यक्रमाच्या कामामध्ये इतका गुंतलेलो नसतो, आणि थोडं अधिक लक्ष दिलं असतं, तर मी त्याला तिथेच सांगितलं असतं. साधारणपणे, जर कुणाला हिमालयात किंवा इतर कुठल्या अशा ठिकाणी जायचं असेल, तर ते नेहमी मला सांगून मग जात - निदान त्या वेळी तरी तसं होत असे. पण या लोकांनी - तो

शिक्षक, त्याची पत्नी आणि इतर काही लोक - त्यांनी मला न सांगताच जाण्याचं ठरवलं. त्याचा मृत्यू अपघाताने झाला, पण जर त्या मार्गाने घडला नसता, तर दुसऱ्या कुठल्यातरी मार्गाने घडला असता. तो त्याच मार्गाने जात होता आणि ते स्पष्ट दिसत होतं. पण मी त्या वेळी पुरेसं लक्ष दिलं नाही.

तर मग अशी काही चिन्हं आहेत का, की ज्याच्याकडे पाहून सामान्य माणसाला स्वतःच्या मृत्यूचा अंदाज येईल? हो, नक्कीच. जीवनाकडून मृत्यूकडे जाताना होणारा बदल हा गतिशीलतेच्या एका ठरावीक स्तराकडून जडत्वाच्या एका ठरावीक स्तराकडे जाणारा बदल आहे. जेव्हा असं घडू लागतं, तेव्हा अशा काही गोष्टी असतात, ज्या नक्कीच तुम्हाला तुमच्या आत दिसू शकतात. हे लक्षात येणं लोकांसाठी अवघड असण्याचं एक कारण म्हणजे, लोक त्यांचं शरीर दररोज काय सांगत आहे, याच्याप्रति संवेदनशील राहात नाहीत. शरीरामध्ये सतत बदल होत असतात, अगदी दैनंदिन स्तरावर, आणि दिवसभरातसुद्धा. आता सगळ्याच गोष्टींबाबतीत आपण आधुनिक बनलो आहोत, म्हणून आपल्याला या पैलूंबाबत काहीच ठाऊक नाही. बहुतेक लोकांना कॅलेंडरकडे बघितल्याशिवाय पौर्णिमा आहे की अमावस्या, हे देखील सांगता येत नाही. पण शरीराला या गोष्टी स्पष्टपणे कळत असतात. जर तुम्हाला ते काय सांगत आहे हे कळू शकलं, तर तुम्हाला ते नक्कीच कुठल्या मार्गाने वाटचाल करत आहे, ते समजेल.

काही अगदी सोप्या खुणा आपल्या ज्ञानेंद्रियांबाबत दिसू शकतात. उदाहरणार्थ, ज्या व्यक्तीचा मृत्यूच्या दिशेने प्रवास सुरू झाला असेल, तिला स्वतःच्या नाकाच्या शेंड्याकडे पाहता येणार नाही. सामान्य वेळी, अगदी छोटं नाक असलेल्या व्यक्तीलादेखील स्वतःच्या नाकाच्या शेंड्याकडे पाहता येतं. पण जेव्हा मृत्यूची प्रक्रिया सुरू होते, तेव्हा मग बुबुळं त्या प्रकारे लक्ष केंद्रित करूच शकत नाहीत. जे साधक भ्रूमध्य साधना[३] करतात, त्यांना अचानकपणे आपली बुबुळं सैल झाल्यासारखं वाटतं व त्यांची नजर भिरभिरते. त्यांची नजर भ्रूमध्यात जातच नाही. श्वासाच्या बाबतीतदेखील ही गोष्ट लक्षात येते. श्वास घेताना जर तुम्ही लक्ष दिलं, तर मृत्यूची प्रक्रिया समीप आली की, तुम्ही पाहाल, की श्वास फुप्फुसाच्या खालच्या भागापर्यंत जाणार नाही. तुमचा श्वासोच्छ्वास प्रामुख्याने फुप्फुसाच्या वरच्या व मधल्या भागातूनच होऊ लागेल. यामुळे एक-एक करून

---

३ भुवयांच्या मध्यभागी लक्ष केंद्रित करणे.

अवयवांचं काम बंद व्हायला मदत होते. पण जे नेहमीच या प्रकारे श्वास घेतात किंवा ज्यांना दम्याचा त्रास आहे, त्यांनी 'मी आता मरणार' असं समजू नये.

जर शरीरातल्या विविध अग्नींबद्दल तुम्ही जागरूक असलात, तर काही ठरावीक अग्नी शरीरातून गेले आहेत हे तुमच्या लक्षात येईल. एकदा ते गेले, की तुम्हाला कळतं की आता वेळ कमी राहिलेला आहे. मृत्यू चार-सहा महिन्यांच्या अंतरावर असताना ते जाणवणं अगदी शक्य आहे. जर त्या काळात तुम्ही ध्यानमय झाला, तर तुम्ही शांतपणे आणि आनंदाने जाल, आणि शरीर बंद पडण्याची प्रक्रिया व्यवस्थितपणे घडेल. अन्यथा, जर तुम्ही मृत्यूशी झगडला किंवा इतर काही केलं, तर तुमचा मृत्यू वाईट पद्धतीने होईल. तो तापदायक व अशांत करणारा ठरू शकतो.

मी याबाबत आणखी काही गोष्टी सांगू शकेन. पण आपल्या बोलण्याचे परिणाम काय होतील, याचाही विचार करायला हवा. त्या सगळ्या गोष्टी लोक त्यांच्यापुरत्या ठेवत नाहीत. ते कोणाकडे बघतील आणि समजा, एखाद्याची दाढी किंचित पिवळसर दिसू लगली, तर ते लगेच भविष्य सांगतील, की तीन दिवसांत हा माणूस मरणार आहे, कारण कुणीतरी त्यांना सांगून ठेवलेलं आहे की हे एक लक्षण आहे. ते त्याबाबत गप्प बसणार नाहीत. ते त्याच माणसाबरोबर आजूबाजूच्या सगळ्यांना सांगतील की, हा माणूस तीन दिवसांत मरणार आहे. ते त्याच्या आजूबाजूला घुटमळतील... हे पाहण्यासाठी की आपलं भविष्य खरं ठरतं की नाही. त्यांनी केलेला मूर्खपणा व गोंधळ खूपच मोठा असू शकतो आणि जर तो माणूस मेला नाही, तर आपण त्याला त्यासाठी मदत करायला हवी, असंही त्यांना वाटू शकतं. कोण कधी मरणार आहे, हे अगोदर माहीत होणं याला काहीच महत्त्व नाही, असं मी म्हणत नाही. आपण त्यांना त्याबाबत थोडीफार मदतही करू शकतो. पण असे लोक या माहितीचा कसा उपयोग किंवा दुरुपयोग करतील किंवा स्वतःच पूर्णपणे गोंधळून जातील, हे सांगता येत नाही. तसंच, जर त्यांना स्वतःमध्ये अशी काही लक्षणं दिसली - खरी किंवा खोटी - तर त्यांना वाटू लागेल की, ते तीन दिवसांत मरणार आहेत. परिणामी, आता शांत आणि निवांत होण्याऐवजी, ते अगदी घाबरून जातील. हे सारं शक्य आहे.

म्हणून असं म्हणतात की, आयुष्यातल्या प्रत्येक क्षणी तुम्ही मरण्यासाठी तयार असायला हवं. तुम्ही तुमचं आयुष्य अशा प्रकारे जगलं पाहिजे की जरी तुम्हाला पुढच्या क्षणी मरण आलं, तरी तुम्ही शेवट बराच चांगल्यापैकी केला, असं

घडायला हवं. अगदी ऐन वेळी याचा विचार करणं हा काही शहाणपणाचा मार्ग नाही. त्यापेक्षा, जर तुम्ही मरणाधीन आहात ही जाणीव तुम्हाला असेल, तर तुम्ही प्रत्येक क्षणी त्याकडे पाहात असता. जर तुम्ही सतत याकडे पाहात असलात, तर वेळ जवळ आल्यावर तुम्हाला लक्षात येईल. आणि त्या वेळी अनुकूल जागी बसून कसं मरायचं, ते तुम्हाला समजेल. हा सर्वोत्तम मार्ग आहे.

नकारात्मक ऊर्जा

नकारात्मक ऊर्जेचा वापर दुसऱ्याचं नुकसान करण्यासाठी करणं, ही जगातली पुरातन काळापासूनची पद्धत आहे. भारतात त्यांनी त्याचं एक शास्त्रच तयार केलं. चार वेदांपैकी एक, अथर्व वेद हा पूर्णपणे तंत्रविद्येबद्दल आहे. त्यात ऊर्जांचा वापर आपल्या भल्यासाठी आणि इतर कुणाचं नुकसान करण्यासाठी कसा करायचा, याबद्दल सविस्तरपणे सांगितलं आहे. जर एखाद्याचं यावर प्रभुत्व असेल, तर हवं असल्यास प्रचंड पीडा किंवा मृत्यूही कशा प्रकारे घडवून आणता येतो, हेही त्यात सांगितलं आहे. याबद्दल काहीही शंका नाही. इतरांना या प्रकारे दुखावण्याचा एक साधा मार्ग म्हणजे शाप देणं. आता शाप म्हणजे काय? हा तुमच्या दिशेने केलेला ठरावीक स्तरावरचा नकारात्मक कुविचार असतो. त्यामुळे तुम्ही आजारी पडता. अशा वेळी, तुम्हाला जर चांगला डॉक्टर मिळाला नाही, तर तुम्ही मानसिकदृष्ट्या असंतुलित होऊ शकता किंवा तुमचा मृत्यूदेखील होऊ शकतो. पूर्वी मनाने अस्थिर झालेले लोक अगदी अल्प काळात मरण पावायचे, कारण ज्यामुळे मृत्यू ओढवेल, असं काहीतरी ते करून बसायचे. एकतर असं काहीतरी किंवा खाणं-पिणं सोडून देऊन स्वतःला अशक्त करून घेत. केवळ, ज्या लोकांना लागलेलं वेड शांत स्वरूपाचं किंवा आनंददायी असायचं, तेच अधिक काळ जगायचे.

हेही शक्य आहे की, शाप देणाऱ्या व्यक्तीलाच शाप मारून टाकतो. आपणच तयार केलेलं विष बाहेर कसं टाकायचं हे जर त्यांना माहीत नसेल, तर तेच विष त्यांचा प्राण घेईल. किंवा इतर कुणाला मारू शकते. असं समजा की, आत्ता सध्या, कुणालातरी तुम्हाला शाप देऊन मारून टाकायचं आहे. त्यांनी ठरावीक प्रमाणात नकारात्मकता त्यांच्या मनात निर्माण केली आहे आणि ती बाहेर टाकली. पण तुम्ही थोडे दूर आहात, किंवा काही कारणाने, तुम्ही त्याप्रति उपलब्ध नाही

आहात. कदाचित, जवळपास असलेल्या इतर कोणातरी व्यक्तीला हा शाप लागून तिचा मृत्यू होईल. हे म्हणजे असं आहे की, प्रत्येक वेळी जेव्हा तुम्ही बंदुकीतून गोळी चालवता, तेव्हा जिथे नेम धरला होता, त्याच व्यक्तीला लागेल असं नाही. कधी नेम चुकून तिसऱ्याच व्यक्तीला गोळी लागू शकते. खरंतर बहुतेक वेळा, तिसऱ्याच व्यक्तीला लागते.

एखाद्या ठरावीक ठिकाणी जाऊन आल्यावर, काही लोकांना अनाकलनीय संकटांचा त्रास होऊ लागतो किंवा मनःशांती भंग होण्याचा प्रकार होऊ लागतो. त्यांच्या जीवनातील प्रत्येक गोष्ट चुकीच्या दिशेने जाते. मग अचानक एखाद्या दिवशी त्यांना बरं वाटू लागतं आणि सर्वकाही ठीक होतं. या गोष्टींबाबत बोलणं फार घातक आहे, कारण लोक स्वतःच्याच कल्पना करायला सुरुवात करतील आणि पुष्कळ नाट्यमय गोष्टी निर्माण करतील. पण त्याच वेळी त्यांना जाणीव नसलेल्या इतर काही गोष्टींचा प्रभाव त्यांच्यावर पडलेला असू शकतो, हेही शक्य आहे.

अशा गोष्टी करून लोक तुम्हाला बाधा पोहोचवतील याची फार काळजी करण्याची आजकाल गरज नाही, कारण गूढ किंवा काळी विद्या जाणणारे लोक सध्या फार जास्त नाहीत. जरी काही लोक हे करता येण्याचा दावा करत असले, तरी त्यांच्या क्षमता शंकास्पद आहेत. पूर्वी प्रत्येक कुटुंबाला त्यांचा एक तांत्रिक असे, ज्याप्रमाणे फॅमिली डॉक्टर किंवा वकील असतो, त्याप्रमाणे. हे असं दक्षिण भारतात - आणि काही प्रमाणात उत्तर भारतात चालत असे - ते त्याच्या सल्ल्याशिवाय काही करत नसत. ती परंपरा आजकाल पूर्णपणे नामशेष होण्याच्या मार्गावर आहे.

आज आपण ज्या गोष्टी पाहतो, त्या बहुतांशी भीतीचीच अतिशोयक्ती असते आणि त्यात या परंपरेबद्दल अगदी कमी समज असते. मानवी कल्पनेला कुठलंही नियंत्रण नसतं आणि दुर्दैवाने अनेक असे ढोंगी आहेत, जे लोकांच्या भीतीवर त्यांचा धंदा चालवतात. जर भीती असेल, तर नकारात्मक प्रभाव होत राहील, कारण भीती हीच एक काळी जादू आहे. नाहीतर, लोक एखादा भीतिदायक चित्रपट (हॉरर सिनेमा) बघत असताना का घाबरतात. ते किंचाळतात, एकमेकांचे हात पकडतात, काही जण उठून पळून जातात, जरी आपल्या सगळ्यांना ठाऊक असतं की, हा केवळ प्रोजेक्टरमधून आलेला प्रकाश पडद्यावर पडत आहे. तरीही हे नाट्य सुरू राहतं. लोक घाबरल्याचं नाटक करत नाहीत; त्यांना खरोखर भीती

वाटते. म्हणून अनेक प्रसंगांत, केवळ भीतीच एखाद्या काळ्या जादूप्रमाणे काम करू शकते - तुम्हाला आणखी काही करण्याची गरज नाही.

मुळात, सगळा अथर्व वेद हा तुमची ऊर्जा एकतर कल्याण साधण्यासाठी किंवा एखाद्याचं आयुष्य नष्ट करण्यासाठी कशी वापरावी, याबाबत आहे. कारण या प्रकारच्या विद्या दुधारी तलवारीसारख्या असतात. तुम्ही दोन्ही बाजू वापरू शकता. आजार, मृत्यू किंवा संकटं टाळणं किंवा निर्माण करणं, हेसुद्धा शक्य आहे. जर कुणाला एखाद्याला जीवे मारायचं असेल, तर ते तितकं सोपं नाही. खरोखर कोणाचा मृत्यू घडवण्यासाठी पुष्कळ काही लागतं. पण जर त्यांच्या अन्नात काही मिसळता आलं, तर हे शक्य आहे. मी रासायनिक विषाबद्दल बोलत नाहीये. काही प्रकारच्या ऊर्जेने भारलेल्या गोष्टी अन्नात टाकता येतात, जे तुमच्या शरीरयंत्रणेत प्रवेश करू शकतं. या गोष्टींच्या प्रभावापुढे तुम्ही किती कमजोर आहात, त्या तीव्रतेने आणि वेगाने या गोष्टी तुमच्या आत वाढू लागतील. जसजशा त्या वाढू लागतात, त्या या व्यक्तीबद्दलचं सर्वकाही नष्ट करू लागतात. काही दिवसांत मृत्यूदेखील होऊ शकतो. पण असं करण्यासाठी तुम्हाला त्या व्यक्तीच्या अन्नापर्यंत पोहोचता आलं पाहिजे. या मार्गाविना जर मृत्यू घडवून आणायचा असेल, तर त्यासाठी बरंच काही लागतं. माझ्या मते, ज्यांच्याकडे हे करण्याची क्षमता आहे, असे केवळ मूठभर लोक आज या जगात आहेत. अशा विद्या मिळवण्यासाठी अथक परिश्रम करावे लागतात आणि त्यांना स्वतःच्या जीवनाचा आणि स्वास्थ्याचा धोका पत्करावा लागतो. यामुळेच, सुदैवाने बहुतेक लोक त्या वाटेला जात नाहीत. बहुतेक लोक या गोष्टी घडवण्यासाठी भीतीची मानसिकता वापरतात. पण यानेदेखील ते नक्कीच पुष्कळ त्रास देऊ शकतात. मानसिक पैलूंपलीकडे ते ऊर्जायंत्रणेत गोंधळ निर्माण करू शकतात आणि त्याचा परिणाम शरीरावरही होतो.

कुणाचं स्वास्थ्य बिघडवायचं असेल, तर मानसिक स्वास्थ्य बिघडवणं जास्त सोपं आहे. हे खासकरून स्त्रियांसाठी खरं आहे. स्त्रीकडे जन्म देऊन पुढची पिढी निर्माण करण्याची जबाबदारी निसर्गाने दिली आहे. म्हणून तिच्या शरीरात अनेक बदल होत असतात. त्यामुळे ती ठरावीक काळात जास्त नाजूक असते.

बिघाड करण्याच्या दृष्टीने, शरीरात बिघाड करणं तितकं सोपं नाही. शरीर म्हणजे अशी एक प्रणाली असते, जी अनेक प्रकारे स्वतःला दररोज नव्याने घडवत असते. जेव्हा मी नव्याने घडवत असते म्हणतो, समजा, तुम्ही एक किलो अन्न

खाल्लं. या किलोभर अन्नाचं निदान ३००-४०० ग्रॅम शरीरात रूपांतरित होतं. एक प्रकारची नवनिर्मिती आणि पुनर्निर्मिती शरीरामध्ये घडत असते. ती स्वतःला एक प्रकारे पुनर्निर्मित करत असल्यामुळे, तिची स्वतःची एक संरक्षणप्रणाली असते. जर तुम्हाला शरीरासोबत काही करायचं असेल... समजा, एखाद्या व्यक्तीला आजारी करायचं असेल, तर याला केवळ मानसिक स्वास्थ्य बिघडवण्यापेक्षा कितीतरी जास्त क्षमता लागते. मन सतत जुन्या गोष्टी पुनःपुन्हा आठवत राहतं. म्हणून एखाद्याचं मानसिक स्वास्थ्य बिघडवणं सर्वांत सोपं असतं.

ज्या पाच तत्त्वांनी आपलं शरीर बनतं, त्यातील जल (पाणी), हे द्रव-पदार्थ असल्यामुळे, त्याला प्रभावित करणं सर्वांत सोपं असतं. भूतशुद्धीच्या (पंचभूत- पृथ्वी, जल, अग्नी, वायू, आकाश यांची शुद्धी) शास्त्रामध्ये विचार, भावना आणि रक्त, या सर्व गोष्टी जलतत्त्वाच्या व्यवस्थापनाखाली येतात. ते प्रभावित करणं सोपं असल्यामुळे, वाईट हेतूचे लोक आपल्या शरीरातल्या जलतत्त्वाला निशाणा करणं स्वाभाविक आहे. जेव्हा कुणी नकारात्मक ऊर्जेच्या किंवा त्या प्रकारच्या प्रभावाखाली असेल, तेव्हा त्यांच्या रक्ताच्या चाचणीत पुष्कळ खळबळ दिसून येईल. हे नेहमीच एक लक्षण असतं. याचा अवयवांच्या कार्याशी काहीही संबंध नसतो. दररोज हे वेगवेगळ्या प्रकारे प्रकट होईल, कारण रक्त म्हणजे तुमच्यातला एक प्रवाही भाग आहे. मनाच्या खालोखाल रक्त हे प्रभावित करण्यासाठी सर्वांत सोपं आहे. त्यानंतर तुमचे यकृत (लिव्हर) आणि मूत्रपिंड प्रभावित होतात, कारण काही गोष्टी यांमधून प्रवाहित होतात. पण जर कुणाला हृदयविकाराचा झटका घडवून आणायचा असेल, तर हे खूप अवघड आहे, कारण हृदय म्हणजे केवळ एक पंप आहे. यात कुठलीही रासायनिक प्रक्रिया होत नाही. कधीकधी, काही प्रकारचे लोक मज्जासंस्थेशी निगडित आजार घडवू शकतात. पण प्रामुख्याने, वर सांगितलेल्या प्रकारच्याच इजा ते एखाद्याला करू शकतात.

एकविसाव्या शतकात अशा काही गोष्टी घडतात यावर विश्वास बसणं कठीण आहे, पण दुर्दैवाने हे अस्तित्वात आहे. त्याहीपेक्षा भीतीमुळे निर्माण होणारी नाजूक स्थिती, सर्वसाधारणपणे या गोष्टींना मोठ्या प्रमाणात सहायक ठरते. जर कुणी, भक्तीतून किंवा ध्यानमय होऊन, एका निर्भय अवस्थेला पोहोचलं असेल, तर हा अशा प्रकारच्या काळ्या विद्यांपासून मुक्त राहण्याचा सर्वांत सहज मार्ग आहे.

नकारात्मक प्रभावापासून कसं सुटता येईल?

जर एखाद्याला काळ्या जादूची खरोखर बाधा झाली असेल, तर यातून बाहेर पडण्याचा उत्तम मार्ग कोणता? यावर बरेच उपाय आहेत. एक सोपा उपाय म्हणजे, तीन दिवस ध्यानलिंगाच्या (ईशा योग केंद्र, कोइम्बतूर येथे स्थित) सान्निध्यात घालवणं. तुम्ही पाहिलं असेल, तर ध्यानलिंग परिसरात दोन छोटी मंदिरं आहेत. एक म्हणजे वनश्री मंदिर आणि दुसरं पतंजलींचं मंदिर. ही दोन मंदिरं व ध्यानलिंग यामध्ये १५ अंशांचा कोन आहे. हे जाणीवपूर्वक तयार केलं आहे, जेणेकरून या जागी प्रवेश करताच नकारात्मक प्रभाव दूर होतील. जर लोक त्या जागेवरून ध्यानलिंगाच्या दिशेने ६० ते ७० फूट चालत गेले, तर हे नकारात्मक प्रभाव काढून टाकले जातात.

माणसाच्या मनात लक्षावधी खोल्या असतात. अपघाताने जेव्हा कुणी मनाच्या एखाद्या अपरिचित खोलीत प्रवेश करतात, तेव्हा त्यांना माहिती असलेल्या किंवा नसलेल्या गोष्टी आणि त्यांचा मूळ स्वभाव बदलू शकतो. कधीकधी त्यांच्यासाठी पूर्णपणे नवी असलेली भाषा त्यांच्यातून येऊ शकते. हे कुठल्यातरी बाह्य शक्तीचं वशीकरण आहे असं समजून सहजपणे गैरसमज केला जाऊ शकतो. म्हणून, ज्या लोकांना त्यांचं वशीकरण झालं आहे असं वाटतं किंवा कुठल्या तंत्रविद्येचा प्रभाव आहे असं वाटतं, त्यांनी ध्यानलिंग मंदिराच्या गर्भगृहात प्रवेश केल्यावर, ध्यानलिंगाच्या समोर किंवा ठीक मागे, १५ अंश कोनातल्या जागेत बसावं. ही जागा खासकरून या प्रकारचे प्रभाव दूर करण्यासाठी बनवली आहे. नकारात्मक प्रभाव झालेल्या व्यक्तींनी ध्यानलिंग मंदिरात ठरावीक दिवशी आलं पाहिजे: अमावस्येच्या आधीचा दिवस, अमावस्येचा दिवस आणि अमावस्येनंतरचा दिवस. त्यांनी येऊन या प्रत्येक दिवशी ध्यानलिंगाला लिंबू अर्पण करावं. लिंगभैरवी मंदिरात[४] जाऊन बसल्याने आणि अभिषेक केल्यानेदेखील या गोष्टींपासून सुटका मिळते.

लिंगभैरवी यंत्रसुद्धा[५] हे नक्कीच करू शकतं. जर हे शक्तिशाली ऊर्जास्वरूप एखाद्याच्या घरात असेल, तर काळजी करण्याची काहीच गरज नाही. पण लिंगभैरवी

---

४ ईश्वरी स्त्रीत्वाचे शक्तिशाली स्वरूप असलेली सद्‌गुरूंनी प्राणप्रतिष्ठा केलेली देवी

५ सद्‌गुरूंनी प्राण प्रतिष्ठित केलेले एक यंत्र- जे आरोग्य, समृद्धी आणि आध्यात्मिक विकासासाठी मदत करतं.

यंत्राचा प्रभाव मर्यादित अंतरापर्यंत, म्हणजेच २००० ते २५०० स्क्वेअर फुटापर्यंत असतो. तेसुद्धा घराच्या बांधणीवर अवलंबून असते. समजा, एखादं घर वेडंवाकडं बांधलं असेल, तर मग घराचे काही कोपरे या प्रभावाच्या बाहेर असू शकतात. लिंगभैरवी अविघ्न यंत्राचा प्रभाव ४००० स्क्वेअर फुटापर्यंत होऊ शकतो, पण याचा सर्वाधिक लाभ मिळवण्यासाठी घराच्या मध्यभागी असले पाहिजे. जर लोक त्याच्या संपर्कात असतील, तर नकारात्मक ऊर्जा त्यांना प्रभावित करू शकत नाही, हे नक्की.

लिंगभैरवी यंत्र किंवा अविघ्न यंत्र सर्वांसाठी शक्य असेल असं नाही. म्हणून एक सोपा उपाय म्हणजे, ध्यानलिंग मंदिरात काही काळ घालवणं. हे एक मोठं यंत्र आहे. लोक इथे येऊन याचा लाभ घेऊ शकतात. जर अगदी गंभीर काही समस्या असेल, जेव्हा असं दिसतं की, कुणासोबत काहीतरी भयंकर घडू शकतं, तर मग आम्ही एक वेगळ्या प्रकारचं यंत्र तयार करू शकतो. पण आम्ही तसं केवळ एक-दोनच वेळा केलं आहे. हे करण्यासाठी पुष्कळ काही करावं लागतं. हे काही चांगल्या प्रकारचं काम नसतं. हे मला आवडणारं काम नाही. आदियोगी किंवा देवीची प्राणप्रतिष्ठा करणं ही एक आनंददायी प्रक्रिया आहे. या प्रक्रिया करण्यासाठी भयंकर आहेत, पण तरी उपयोगी आहेत.

जर कुणी पुष्कळ शक्तिशाली साधना करत असेल, तर या गोष्टींची काळजी करायची गरज नाही. अशा व्यक्तीसाठी या कुठल्याच गोष्टीने काही फरक पडत नाही. उदाहरणार्थ, जर ब्रह्मचारी सिद्धासनात[६] डोळे वर करून बसले, तर हे दोन मिनिटांत नाहीसं होईल. मग एखादा स्मशानभूमीतही झोपू शकतो, तरीही त्यांना काही होणार नाही.असं म्हणतात, शिव नेहमी स्मशानातच झोपत असत, हे दाखवण्यासाठी, की जर एखाद्याची ऊर्जा पूर्ण जोमात असतील, तर तो कुठे आहे याने काही फरक पडत नाही. पण सामान्य लोकांसाठी, ज्यांच्यावर सदैव त्यांच्या भोवतालच्या गोष्टींचा परिणाम होत असतो, त्यांच्यासाठी वेळोवेळी शुद्धी करणं गरजेचं असतं. अन्यथा, हळूहळू तमस वाढू लागेल.

या काही मोठ्या गोष्टी नाहीत. पण याच लहानसहान गोष्टी लोकांना आयुष्यात मागे ठेवू शकतात. हे लोकांसोबत सदैव घडत असतं. तुम्ही या गोष्टी कित्येक

---

६ ईशा ब्रह्मचारींना शिकवली जाणारी एक आध्यात्मिक साधना.

ठिकाणांहून नकळत उचलल्या असू शकतात. ते तुम्ही खाता त्या अन्नातून, ज्या जागांवरून तुम्ही चालता किंवा तुम्ही श्वास घेणाऱ्या हवेतून आलेलं असू शकतं. हे अगदी तुम्ही ज्या वातावरणात होता किंवा काही ठरावीक जागांच्या संपर्कात आल्यामुळेसुद्धा होऊ शकतं. ते तुमचं आयुष्य अवघड बनवू शकतं, कारण आता ठरावीक प्रकारचं तमस (जडत्व) वाढू लागतं. हे एक प्रकारे जादा ओझं सोबत वाहिल्यासारखं आहे. पण तुम्ही पाहाल की, जर तुमच्यासोबत थोडं अधिक ओझं असेल, तर अचानकपणे सर्वकाही अधिक कष्टप्रद वाटू लागते. म्हणून अशा प्रकारच्या गोष्टींची वेळोवेळी कुठल्यातरी प्रकारे शुद्धी केलेली उत्तम.

परंपरेनुसार पूर्वी समाजात अशा काही व्यवस्था होत्या जिथे लोक वेळोवेळी जाऊन शुद्धी करायचे. भारतातल्या सर्व तीर्थक्षेत्रांमध्ये लोक नदीत स्नान करतात याचं महत्त्व हेच आहे. तुम्ही नदीच्या वाहत्या पाण्यात तीन वेळा डुबकी मारली, तरी मोठ्या प्रमाणात शुद्धी होते. म्हणून लोक नदीवर अंघोळीला जात. अशा प्रभावांपासून स्वतःला शुद्ध करण्याचा हा सोपा मार्ग आहे. आजकाल, अर्थातच हे शक्य नाही, कारण वाहत्या नद्या कमी झाल्या आहेत, आणि ज्या आहेत, त्या खूप प्रदूषित झाल्या आहेत. पण जर नदी चांगली असेल आणि जर रोज तुम्ही वाहत्या नदीत अंघोळ केली, तर हा सर्वकाही धुवून टाकण्याचा सोपा मार्ग आहे. हा एक प्रकारचा क्लेशनाशन विधी[७] आहे, ज्यामध्ये तुम्ही अग्नीच्या ऐवजी शुद्धीसाठी वाहतं पाणी वापरता. घरातला पाण्याचा शॉवर यासाठी तितका प्रभावी नाही, कारण त्यामध्ये हे करण्यासाठी पाण्याचं प्रमाण पुरेसं नसतं. त्यापेक्षा किमान तांब्या किंवा बादली वापरणं अधिक चांगलं. तीर्थकुंड[८] नक्कीच प्रभावीपणे हे करतं. पाऊससुद्धा उत्तम क्लेशनाशक आहे. पावसाचं पाणी एखाद्याच्या ऊर्जेसंबंधी आश्चर्यकारक गोष्टी करू शकतं. अजाणतेपणे कमीअधिक प्रमाणात गोळा केलेल्या नकारात्मक प्रवृत्तींपासून स्वतःचे रक्षण करण्याचे हे सोपे मार्ग आहेत.

---

७ ईशा योग केंद्रातील लिंगभैरवी मंदिरात आभा शुद्धीकरणाचा एक विधी.

८ ईशा योग केंद्रातील कुंड- ज्यातील पाणी शक्तिशाली लिंगांनी ऊर्जित केलेले आहे.

आत्महत्या : यथार्थचित्र

मानवजातीच्या इतिहासात इतर कुठल्या पिढीपेक्षा आपल्या पिढीकडे सर्वांत जास्त सोयी आणि सुविधा असल्या, तरी मृत्यूच्या विविध प्रकारांपैकी एक - आत्महत्या हा असा प्रकार आहे, जो आजच्या काळात एखाद्या साथीप्रमाणे वाढत चालला आहे. आज अनेक सर्वेक्षणांतून असं दिसून आलं आहे की, समाजातला एक मोठा घटक असा आहे की, त्यांनी जीवनात किमान एकदा तरी आत्महत्येचा विचार केला आहे. त्यांपैकी मोठ्या टक्केवारीने एकदा तरी आत्महत्येचा प्रयत्न केला आहे. सध्या अमेरिकेत आत्महत्या करणाऱ्यांचं प्रमाण मनुष्यवध आणि युद्ध या दोन्हींमुळे मरणाऱ्या लोकांपेक्षा जास्त आहे. आजकाल रस्त्यावरील अपघातांपेक्षा आत्महत्येने अधिक लोक मरण पावतात. मानवजातीसोबत काहीतरी भयंकर चुकीचं घडत असल्याचं हे आकडे दर्शवतात. तर इतक्या लोकांना आत्महत्या करावीशी वाटते, यासाठी कुठलं कारण किंवा निमित्त आहे का? खरं पाहता, आत्महत्या करण्यासाठी चांगलं किंवा वाईट कारण असं काही नसतं. त्यांना केवळ निमित्त हवं असतं, एवढंच. तुम्हाला हवं असल्यास, तुम्ही कुठल्याही गोष्टीला घेऊन त्याला एक पुरेसं चांगलं कारण बनवू शकता. तुम्ही का जगू नये, यासाठी आज सकाळपासून संध्याकाळपर्यंत तुम्ही शंभर वेगवेगळी कारणं शोधू शकता. मी मात्र कायम जिवंत राहण्यासाठी कारण शोधत असतो.[१] अन्यथा, माझ्याकडे कुठलंही कारण नाही. म्हणून प्रश्न उच्च किंवा हलके कारण असण्याचा नाही; एवढंच आहे की, लोक एखादं कारण शोधून काढतात, जे त्यांना तसं करण्यास भाग पाडण्यासाठी पुरेसं असतं.

बहुतेक लोकांच्या बाबतीत, त्यांना आत्महत्या करावीशी वाटते, कारण त्यांचं आयुष्य त्यांना हवं तसं घडत नसतं. काही वैद्यकीय कारणं वगळता बहुतेक कारणं म्हणजे अवास्तव अपेक्षा असतात. या सृष्टीच्या पसाऱ्यात तुम्ही एक क्षुल्लक कण आहात. जर तुम्ही स्वतःकडे सबंध सृष्टीच्या तुलनेत पाहिलं, तर तुम्ही अक्षरशः नगण्य आहात. जर तुम्हाला समजलं की तुम्ही काहीच नाही, तर घडत असणाऱ्या सर्वच गोष्टींबद्दल तुम्ही खूश असाल. तुम्ही केवळ अगदी कृतज्ञ असाल, की तुम्ही

१ सद्गुरूंच्या विलक्षण अवस्थेसंदर्भात: त्यांनी अगोदरच आपली कर्माची संरचना मोडून टाकल्यामुळे त्यांना हे शरीर सुरू ठेवण्यासाठी विशेष प्रयत्न करावे लागतात.

अगदीच नगण्य असतानाही - तुम्हाला एकही गोष्ट समजत नसतानाही, तुम्ही या गोल ग्रहावर बसून आहात, जो न जाणो- या विशाल अस्तित्वात कुठे आहे; पण तरीही तुमचा श्वास सुरू आहे, हृदय धडधडतं आहे, तुम्ही जिवंत आहात आणि सर्वकाही अगदी व्यवस्थित सुरू आहे. तुम्हाला एकही गोष्ट समजत नाही, नियंत्रित करता येत नाही, सांभाळता येत नाही, पण तरीही सर्वकाही व्यवस्थित सुरू आहे. म्हणून जर तुम्ही जीवन योग्य दृष्टिकोनातून समजून घेतलं, तर तुम्ही जिवंत आहात याबद्दल केवळ आनंदीच असाल.

एकदा असं घडलं की, एका विक्रेता नवीनच बांधलेल्या वसाहतीत गेला. त्याला वाटलं की, कुठलाही विक्रेता तिथे गेला नसेल, कारण ती वसाहत नवीन होती. त्याला तिथे पोहोचणारा पहिला विक्रेता बनायचं होतं. म्हणून त्याने त्याला दिसलेल्या पहिल्याच घराचं दार वाजवलं. एका बाईने दार उघडलं. तिला काही बोलू न देता तो आत घुसला व स्वत:च्या पिशवीतलं शेण त्याने तिच्या नव्या गालिच्यावर पसरवलं. तो म्हणला, "माझ्याकडे अगदी अनोखा व्हॅक्युम क्लीनर आहे. पाहा, मी हा गालिचा असा स्वच्छ करतो की, शेणाचा वाससुद्धा येणार नाही. तसं नाही झालं, तर मी सारं शेण स्वतः खाईन." त्या बाईने लगेच विचारलं, "तुम्हाला त्याच्याबरोबर टोमॅटो सॉस आवडेल का? कारण आमच्या घरात अजून वीज आलेली नाही."

जर तुम्हाला कधी वाटलं की, तुमच्या जीवनात एखादा वाईट सौदा झाला आहे आणि त्यामुळे तुम्हाला आता जीव द्यावा असं वाटत असेल, तर तुम्हाला फक्त थोड्याश्या टोमॅटो सॉसची गरज आहे. नुसतंच शेण खावं लागलं, तर ते मरण पत्करण्यासारखं वाटतं. पण थोडा टोमॅटो सॉस असला की थोडी चव बरी लागते आणि अचानकपणे तुम्हाला जगावंसं वाटतं. जगात असे अनेक लोक असतात की, त्यांचं आयुष्य त्यांच्या इच्छेनुसार चालत नसतं, पण ते आत्महत्येचा विचार करत नाहीत, कारण उद्या काहीतरी चांगलं घडेल या आशेवर ते जगतात. रस्त्यावरच्या एखाद्या गरीब माणसाने जर लॉटरीचं तिकीट घेतलं, तर त्याला त्याचा निकाल येईपर्यंत एक महिनाभर तरी जिवंत राहावं लागतं. त्याला अशी अशा असते की, जर लॉटरी जिंकली, तर तो राजासारखा जगेल. निकाल आल्यावर, पुन्हा त्यापुढची लॉटरी आहेच. अशाच प्रकारे तो जगत राहतो. आत्महत्येचा विचार त्याच्या मनात येत नाही. पण श्रीमंत माणसाला लॉटरी आधीच लागलेली असते. त्याला ठाऊक

असतं की त्याने फारसा फरक पडत नाही. म्हणून खोलवर निराशेचा भाव असतो. असं नाही की, तुम्ही मग प्रत्यक्ष आत्महत्येचा विचार कराल. पण तुम्ही हळूहळू मृत्यूच्या दिशेने वळाल, कारण जीवनाचा अनुभव अप्रिय झाला आहे. जे काही अप्रिय वाटतं, ते टाळावंसं वाटणं स्वाभाविक आहे. म्हणूनच जर तुम्ही तुमच्या जीवनाचा अनुभव अतिशय मधुर बनवला नाही, तर तुम्ही स्वाभाविकपणे मृत्यू अभिमुख व्हाल, जीवनाभिमुख नाही.

मुळात लोकांना आत्महत्या करावीशी वाटते, कारण एक प्रकारे त्यांना जीवन कसं हाताळायचं ते माहीत नसतं. हे म्हणजे, जीवनातल्या एखाद्या तात्पुरत्या समस्येसाठी तुम्हाला कायमस्वरूपी उपाय हवा आहे. एवढंच आहे. कदाचित त्यांना त्यांच्या भावना कशा हाताळायच्या ते माहीत नसतं, किंवा विचार, शारीरिक आजार, आर्थिक किंवा कौटुंबिक परिस्थिती - असं काहीतरी असतं, जे त्यांना कसं हाताळायचं ते माहीत नसतं. जेव्हा तुम्ही अशा परिस्थितीत अडकता, तेव्हा तुमच्या समजुतीनुसार तुम्हाला तो जगाचा अंत वाटतो. पण मुळात तुम्हाला जीवनाचा एखादा ठरावीक पैलू कसा हाताळायचा, ते समजत नाही. म्हणून तुम्हाला वाटतं, सर्वांत उत्तम मार्ग म्हणजे जीवनाचा अंत करणं. हे अज्ञान आहे, जीवनाच्या स्वरूपाबाबतचं अज्ञान.

माझ्या नजरेत, मी म्हणेन जवळपास पाच टक्के लोक असाध्य रोगांमुळे आत्महत्या करत आहेत कारण त्यांना ते कसे हाताळावेत, हे कळत नाही. ते इतकं वेदनादायी आणि भयानक असतं की, यापेक्षा मेलेलं बरं असं त्यांना वाटतं. अजून दोन ते तीन टक्के लोक कुठल्या भयंकर परिस्थितीत सापडल्याने आत्महत्या करतात - कदाचित कुठल्या युद्धात असताना, किंवा शत्रूच्या ताब्यात सापडल्यावर, किंवा इतर कुठल्या परिस्थितीत जिथे त्यांचं भयंकर शोषण होत असतं आणि त्यातून सुटण्याचा मार्ग नसतो. आणखी १० ते १५ टक्के लोक आर्थिक कारणांमुळे आत्महत्या करतात, कारण पैशांनी चालणाऱ्या या समाजात त्यांना सापळ्यात अडकल्यासारखं वाटतं. कदाचित त्यांच्यावर त्यांचं कुटुंब अवलंबून असतं आणि पैशांअभावी त्यांना काय करायचं, ते समजत नाही. त्यांना रस्त्यावर येऊन दारिद्र्याचं जीवन जगावं लागेल. बेघर माणसासारखी भीक मागत फिरणं त्यांना रुचत नाही, त्यामुळे होणाऱ्या मानहानीची ते कल्पनादेखील करू शकत नाहीत. म्हणून ते आत्महत्या करतात.

म्हणून अशा प्रकारे आत्महत्या करणाऱ्या लोकांपैकी जवळपास २० टक्के लोकांना सहानुभूतीने वागवण्याची गरज असते, कारण कुठल्यातरी प्रकारे आयुष्याने त्यांना क्रूर वागणूक दिलेली असते. हे असे लोक असतात, ज्यांचा जगाने छळ केलेला असतो. ते काही ठरावीक प्रकारच्या शोषण होणाऱ्या परिस्थितीत सापडतात आणि जग त्यांना सहानुभूती देत नाही. दुर्दैवाने, ते स्वतःचं आयुष्य संपवण्याचा निर्णय घेतात, कारण त्यांच्यासाठी जगणं हे त्याहून वाईट ठरतं. अशा लोकांसाठी, जगाला बदलण्याची गरज आहे. जगाला पुष्कळ बदलण्याची गरज आहे, कारण काही वेळा लोक एकमेकांसोबत अतिशय भयंकर गोष्टी करतात.

आणखी अगदी लहान टक्केवारी अशा लोकांचीदेखील आहे, ज्यांना आपलं आयुष्य उगाचंच संपवावंसं वाटतं, कुठल्याही कारणामुळे नाही. आज त्यांच्यापाशी इतर काही करायला नाही, म्हणून त्यांना ते संपवावंसं वाटतं. विश्वास ठेवा, असेही लोक आहेत. मी अशा जीवनाबद्दल बोलत आहेत, ज्याला असंच स्वतःला संपवावंसं वाटतं. अगदी उगाच, त्यांना आज मरावंसं वाटतं. मी खात्रीपूर्वक असं म्हणू शकतो की, दोन-पाच टक्के लोकांची तशी प्रवृत्ती असते. हा एक वेगळाच प्रकार असतो.

नंतर अध्यात्ममार्गावर असलेले लोक आहेत, ज्यांना हे संपवावंसं वाटतं. जेव्हा कुणी आध्यात्मिकदृष्ट्या विकसित होत असतो, तेव्हा असा एक क्षण येतो, ज्या वेळी तुमची बुद्धी तुमच्या आंतरिक अनुभवाची प्रगल्भता समजू शकत नाही. तर, समजा आज, तुम्ही ध्यान करण्यासाठी बसलात, आणि तुम्हाला असं वाटलं की तुम्ही पूर्णपणे शरीरविरहित आहात. मग सर्वप्रथम तुमचं मन म्हणेल, 'कदाचित आता देह ठेवण्याची वेळ आली आहे.' अशीच समजूत ते करून घेईल, 'आता पुरे; जे काही घडायचं होतं ते सर्व घडलं आहे.' खरंच! ईशा योग केंद्रात असे लोक आहेत, जे दर सहा महिन्यांनी मला लिहितात, 'मला वाटतं की देह सोडण्यासाठी मी आता तयार आहे.' पण जेव्हा मी त्यांना एक वेळचं जेवण सोडा असं सांगतो, तेव्हा तेवढं करणंही त्यांना अवघड जातं.

या लोकांनी हे लक्षात घेतलं पाहिजे की, त्यांच्यासोबत काय घडत आहे याबद्दलची त्यांची समजूत पूर्णपणे चुकीची आहे, कारण त्यांच्या आत जे काही घडत आहे, ते समजण्याची त्यांच्या बुद्धीची क्षमताच नसते. शरीरापलीकडच्या प्रत्येक लहानसहान अनुभवाबाबत तुमचं मन किंवा तुमची बुद्धी म्हणू लागेल,

'मरणासाठी माझी तयारी झाली आहे'. नाही, तुम्ही मरण्यासाठी तयार नाही. एवढंच आहे की, शरीरापलीकडच्या कुठल्याही आयामाच्या अनुभवाला तुम्ही मृत्यू समजता. अस्तित्वाचा एक संपूर्ण आयाम शरीरापलीकडे आहे आणि तो जिवंत व्यक्तींसाठी आहे - मृतांसाठी नाही, हेच तुम्हाला समजत नाही. दुर्दैवाने, लोक त्या आयामात मृत्यू झाल्यानंतरच प्रवेश करतात, ती वेगळी गोष्ट. पण बुद्धीचा स्वभाव असा असतो की, 'ठीक आहे, जर हे जीवन नाही, तर मग दुसरं काय असणार? हा मृत्यूच असला पाहिजे.' म्हणून त्यांना वाटतं की, ते मृत्यूसाठी तयार आहेत.

अध्यात्माच्या मार्गात ज्यांना वेळोवेळी असं वाटतं की, त्यांची वेळ आता आली आहे, त्यांना खंबीर मार्गदर्शनाची गरज असते. म्हणूनच, आध्यात्मिक प्रक्रिया नेहमी कडक शिस्तीच्या वातावरणात आणि गुरूंच्या थेट मार्गदर्शनाखाली करून घेतल्या जात. तुमची आध्यात्मिक प्रक्रिया ही तुमची नसते, ती गुरूंची असते. एकविसाव्या शतकात अशा गोष्टी घाबरवून टाकणाऱ्या वाटतात, पण आध्यात्मिक साधकांनी तेवढी शिस्त राखली पाहिजे, जेणेकरून तुमच्या विकासाच्या प्रक्रियेत तुम्ही चुकीचे निष्कर्ष काढून कुठल्यातरी भलत्याच गोष्टीत उडी मारणार नाही. जर तुम्हाला जीवनात काही अर्थ वाटत नसेल, तर हे स्पष्ट आहे की, तो अर्थ समजण्यासाठीची पुरेशी समज तुमच्याकडे नाही. 'मला समजत नाही', हे समजण्याऐवजी जीवनाला काही अर्थ नाही, असा निष्कर्ष लोक काढतात.

उरलेल्या लोकांच्या बाबतीत, असे काही लोक आहेत जे स्वतःचे प्राण घेतात कारण आत्महत्येकडे त्यांचा पूर्व कल असतो. बाहेरून कुठलंही निमित्त मिळालं नाही, तरी त्यांना आपलं आयुष्य संपवायचं असतं. थोड्या प्रमाणात असेही लोक असतात, जे तुम्ही त्यांच्यासाठी काहीही केलं तरीही आत्महत्येकडे वळतात. तुम्ही त्यांना कुठल्याही प्रकारे समजावून सांगा किंवा उपचार करा, ते पुनःपुन्हा आत्महत्येची वाट पकडतात. कुठल्यातरी कारणाने त्यांच्या कर्माच्या सॉफ्टवेअरमध्ये काहीतरी गडबड झालेली असते, आणि ते पुनःपुन्हा सर्व काही बंद करण्याचा प्रयत्न करत असते. हा एक वेगळाच प्रकार आहे. इतरांच्या बाबतीत आत्महत्या करण्याची इच्छा, मुळात त्यांच्या अज्ञानामधून येत असते.

साधारणतः जेव्हा लोक नेहमी खडतर प्रसंगांशी झुंजत असतात, तेव्हा ते कधीच आत्महत्या करत नाहीत. जरी हजारो गोष्टी त्यांच्या मनाविरुद्ध होत

असल्या, तरी ते आणखी कष्ट करतील, पण आत्महत्या करणार नाहीत. पण जे लोक आपलं आयुष्य आपल्या मनासारखं घडत नाहीये, असा विचार करत बसतात, त्यांना आत्महत्या करावीशी वाटते, कारण ते सतत हाच विचार करत असतात. कदाचित, माझ्या आयुष्यात तुमच्या आयुष्यापेक्षा कितीतरी जास्त गोष्टी मनासारख्या घडत नसतील. पण मी त्याबद्दल विचार करत बसत नाही, कारण माझ्याकडे करायला आणखी हजार गोष्टी आहेत. जर तुम्ही खोलीत एकटे बसून विचार करत राहिलात की, किती गोष्टी तुमच्या मनाप्रमाणे घडत नाही आहेत, तर तुम्हाला तुमचं आयुष्य संपवावंसं वाटेल. हे असंच असतं.

पण बहुतेक लोकांसाठी स्वतःचं जीवन संपवावंसं वाटणं हा केवळ मनाचा खेळ असतो. लक्ष देऊन पाहा - जीवन ज्या प्रकारे घडणं तुम्हाला अपेक्षित आहे, पण त्या प्रकारे घडत नाही, त्या वेळी तुमच्या मनात आत्महत्येचा विचार येतो. आज जर आयुष्य तुम्हाला हवं तसं घडत नसेल, तर तुम्हाला ते संपवावंसं वाटतं. पण जर उद्या सकाळी परिस्थिती जरा सुधारली, तर तुम्ही भविष्यासाठी योजना आखायला लागाल. उद्या सकाळपासून, जर कुठली गोष्ट तुम्हाला हवी तशी घडत असेल, तर तुम्हाला जगावंसं वाटतं, तुम्हाला तिसरं मूल जन्माला येईपर्यंत जगावंसं वाटतं. तुम्हाला मग नातवंडंही हवी असतात. पण जेव्हा सर्व काही धूसर दिसत असतं, तेव्हा तुम्ही आत्महत्येचा विचार करता. हा एक आत्मघातकी खेळ आहे. तो तुम्ही तुमच्या मनात खेळत आहात. त्याला अस्तित्वाच्या स्तरावर कुठलाही आधार नाही.

आत्महत्या करू पाहणाऱ्याला मदत

तुम्ही खरोखर पाहिलं, तर या सृष्टीच्या अवाढव्य पसाऱ्यात तुम्हाला खरोखर फारसं महत्त्व नाही. हवेत एक हजार फुगे तरंगत आहेत की ९९९, यात फरक तो काय? तुमच्या-माझ्यासारखे किती लोक आले आणि गेले? पण काही लोकांना वाटतं की, त्यांच्या आयुष्यामागे कुठलातरी दैवी हेतू आहे आणि देवाने त्यांच्यासाठी खासकरून काहीतरी योजलेलं आहे. त्यामुळे जेव्हा गोष्टी त्या दृष्टीने घडत नाहीत, तेव्हा त्यांना वेड लागतं, कारण त्यांनी स्वतःबद्दल खूप भव्य संकल्पना निर्माण केलेल्या असतात. त्यांच्या विचारांमध्ये ते स्वतः खूप महत्त्वाचे बनलेले असतात.

तुमच्या विचारांमध्ये तुम्ही स्वतःला अति महत्त्व दिलं, की मग तुम्ही एखाद्या जुलमी आणि अहंकारी व्यक्तीप्रमाणे कार्य करू लागाल. ज्यांच्या मनात न्यूनगंड असतो, तेदेखील स्वतःला अति महत्त्व दिल्यानेच दुःखी होतात. मग या दोघांमध्ये जास्त मूर्ख कोण? मला असं वाटतं, जो स्वतःला दुःखी करून घेतो, तो अधिक मूर्ख आहे. पण एखादा जुलमी व्यक्ती जास्त हानी पोहोचवू शकतो. दुःखी लोक स्वतःला वेदना पोहोचवतात, पण अहंकारी व्यक्ती सर्वांना वेदना पोहोचवते. तर मी काही तुमच्या मूर्खपणा बद्दल रागवत नाही आहे. इंग्रजीमध्ये मुर्खासाठी 'स्टुपिड' असा शब्द आहे. स्टुपिडचा एक अर्थ 'अचंबित झालेला' किंवा 'स्तंभित झालेला' असाही होतो. जेव्हा एखादी व्यक्ती तिच्या मानसिक विश्वात चालेल्या नाट्याने स्तंभित होते, तेव्हा ही बहुमुल्य जीवनप्रक्रिया तिच्यासाठी वाया जाते. म्हणून, तुमच्या स्वतःच्या मानसिक नाट्याने स्तंभित होऊ नका.

आत्महत्या करणारे बहुतेक लोक हे जग त्यांना छळतं म्हणून आत्महत्या करत नाहीत; तर ते स्वतःच स्वतःला त्यांच्या विचारांनी आणि भावनांनी छळत असतात, म्हणून तसा विचार केला जातो. ते स्वतःवर अशी परिस्थिती ओढवतात, याचं साधं कारण म्हणजे, त्यांनी त्यांच्या अस्तित्वाची मूळ प्रकृती काय आहे आणि या जीवनाची यंत्रणा कशी काम करते, हे समजून घेण्यासाठी काहीच प्रयत्न केलेला नसतो. त्यांनीच निर्माण केलेले फालतू विचार आणि भावना यांचं एक वेगळं विश्व बनवतात. जेव्हा त्यांचं हे विश्व कोलमडू लागतं, तेव्हा त्यांना वाटतं की, त्यांनी त्यांचं आयुष्य आता संपवलं पाहिजे. त्यांच्यामध्ये 'असतो मा सद्गमय'[१०]चा अभाव असल्याने असं घडत आहे. ते केवळ 'असत'मध्ये राहात आहेत; त्यांनी अंधकारात जगण्याचं ठरवलं आहे. तुम्ही त्यांना काहीही दिलं, तरी ते प्रत्येक गोष्टीला अंधकारात बदलतील, एखाद्या समस्येत बदलतील. तुम्ही त्यांना आध्यात्मिक प्रक्रिया द्या, ते तिलाही एका समस्येत बदलतील. त्यांचं लग्न करून द्या, ते त्यातही समस्या शोधून काढतील. मग त्यांना घटस्फोट मिळवून द्या, त्यालाही ते एका समस्येत बदलतील. त्यांना शिक्षण द्या, त्यातही त्यांना समस्या दिसू लागेल. त्यांना अशिक्षित ठेवा, ते त्यातूनही समस्या निर्माण करतील. गरिबी, श्रीमंती, संपत्ती आणि इतर काहीही असो, ते प्रत्येक गोष्टीला समस्येत बदलतील, कारण ते अज्ञानात जगत आहेत. एवढंच आहे.

---

१० पुरातन संस्कृत श्लोक – असतो मा सद्गमय - असत्याकडून सत्याकडे

या ठिकाणी अज्ञान म्हणजे तुम्हाला अणुतत्रंज्ञानाबद्दल माहिती नसणं नव्हे. अज्ञान म्हणजे, तुम्हाला जीवनाच्या स्वरूपाबद्दल काहीच ठाऊक नसणं. तुम्ही इथे तुमच्या जीवनस्वरूपाचा शोध घेण्याचा कुठलाच प्रयत्न न करता जगण्याचा प्रयत्न करत आहात. तुम्ही तुमच्याच स्वतःच्या विचारांमध्ये आणि भावनांमध्ये गर्क आहात, स्वतः निर्माण केलेल्या लहानसहान गोष्टींमध्ये व्यग्र आहात. तुम्ही तुमच्याच स्वतःच्या विश्वात जगत आहात. मात्र, 'स्वतःचे विश्व' अशी कुठलीच गोष्ट वास्तवात नसते, हे तुम्ही समजून घेतलं पाहिजे. 'तुमचं स्वतःचं विश्व' हा एक भ्रम आहे. म्हणून, मी प्रत्येकाला असा आशीर्वाद देतो की, जितक्या लवकर तुमचा भ्रमनिरास होईल तेवढं चांगलं. लोक असं म्हणतात की, 'अरे, माझा भ्रमनिरास झाला' म्हणजे जणू एक शोकांतिकाच घडली. नाही, ही एक मोठी शक्यता आहे. भ्रमनिरास म्हणजे, तुमचे सगळे भ्रम नष्ट झाले. हे चांगलं नाही का? भ्रमनिरासासाठी आणखी एक सकारात्मक शब्द म्हणजे, आत्मज्ञान. जेव्हा सगळे भ्रम नाहीसे होतात, तेव्हा आत्मज्ञान होतं. आत्ता सध्या तुम्ही काही निवडक भ्रम तुमच्यापाशी जपून ठेवता आणि इतर काही नष्ट करता. जर सर्वकाही नष्ट झालं, तर तुम्ही आत्मज्ञानी व्हाल. जर तुम्ही तुमचा भ्रमनिरास आनंदाने हाताळायला शिकलात, तर आत्महत्येचे विचार कधीच येणार नाहीत.

अनेक लोक त्यांच्याकडे इतरांचं लक्ष वेधण्यासाठी आत्महत्येच्या धमक्या देतात. काही वेळा ते अंगाशी येतं - त्यांना सर्वांना केवळ थोडासा त्रास द्यायचा होता, पण ते त्यांच्याच अंगाशी आलं. ही एक भयंकर गोष्ट आहे. हेदेखील खरं आहे की, आत्महत्येपूर्वी ज्या मनःस्थितीतून ते जातात, ती येणाऱ्या मृत्यूपेक्षाही वाईट असते. म्हणून, जर कुणी आत्महत्येचा विचार करत असेल, तर लोकांना वाटतं की, त्यांना थोड्या सहानुभूतीची गरज आहे. पण जर तुम्ही त्याला मान्यता दिली, तर एवढ्या-तेवढ्या कारणासाठी लोक स्वतःचा जीव द्यायला तयार होतील. मग कुठलीही लहानसहान अडचण आली, तरी ती खूप मोठी समस्या आहे, असं समजून त्यांना आयुष्य संपवावंसं वाटेल. जर तुम्ही अशा प्रकारची मान्यता सामाजिक रचनेमध्ये आणि मानसिकतेमध्ये आणली, तर अनेक लोक स्वतःचे प्राण घेऊ लागतील. म्हणून लोकांनी हे समजून घेतलेलं बरं की, तुम्ही हे जीवन निर्माण केलं नाही, म्हणून तुम्हाला ते संपवण्याचा अधिकारही नाही - इतर कुणाचं असो किंवा तुमच्या स्वतःचं. हे इतकं साधं-सरळ आहे. आयुष्यात

प्रसंग येत असतात; काही चांगले, काही वाईट, काही भयानक. तरीही तुम्हाला ते जीवन संपवण्याचा अधिकार देत नाहीत कारण तुम्ही जीवन निर्माण करू शकत नाही. ज्या लोकांना आत्महत्या करावीशी वाटते, त्यांना काही वेळा सहानुभूतीची, पण त्याहून जास्त उपचाराची आणि अतिशय काळजीपूर्वक प्रमाणात केलेल्या धिक्काराची गरज असते.

एकदा असं घडलं की, कॉलेजमध्ये शिकणारे तरुण मुलगा-मुलगी प्रेमात पडले. ते खूपच व्याकूळ होऊ लागले. आणि पारंपरिक कुटुंबातले असल्यामुळे आणि जातिबाह्य विवाह असल्याने त्यांच्या घरचे लोक त्यांच्या विवाहाच्या आड आले. ''नाही, मुळीच शक्य नाही, आम्ही मेल्यावरच असं घडेल.'' बऱ्याचदा असे उद्गार आई-वडिलांकडून अशा वेळी येतात. ती केवळ धमकी असते; ते काही खरोखर मरायला तयार नसतात. जर घरातल्या लोकांनी विरोध केला नाही, तर बरीच प्रेमप्रकरणं कोलमडून पडतील. पण घरून विरोध होताच, तेच मोठं कारण ठरतं. मोठ्या अन्यायाविरुद्ध लढत असल्याची त्यांची भावना होते आणि अनेक लोकांचा पाठिंबाही मिळतो. तर त्यांच्या बाबतीतही असंच काही काळ सुरू राहिलं आणि मोठा सामाजिक अपप्रवाद घडला. मग त्या प्रेमी युगुलाला वाटलं की, या सगळ्या त्रासाला आपणच कारणीभूत आहोत, म्हणून त्यांनी स्वतःची आयुष्यं संपवण्याचा निर्णय घेतला आणि ते वेल्लियंगिरी पर्वतावर चढले.

त्या पर्वतशिखरावर अशी एक जागा आहे की, जिथे तुम्ही तुमचा देह सोडू शकता. त्या ठिकाणी एक ७००-८०० फूट खोल दरी आहे. तिथून उडी टाकल्यास मध्ये काहीही अडथळा नसतो, आणि तुम्ही थेट खालच्या खडकावर जाऊन आपटता. काही लोकांनी त्यांचा देह तिथे जागरूकपणे सोडला आहे[११], तर इतर जणांनी दरीत उडी मारून संपवला आहे. तर तो मुलगा आणि मुलगी शिखरावर पोहोचून एकमेकांचा हात हातात घेऊन उभे राहिले.

आता ते उडी मारणार, एवढ्यात ती मुलगी म्हणाली, “राजू, मला खूप भीती वाटतेय, तू आधी उडी मार.” (का कोण जाणे, अशा सिनेमांमध्ये त्या प्रेमवेड्याचं नाव नेहमी राजू असतं!) तो मुलगा जोशात म्हणाला, “घाबरू नकोस, माझा हात धर आणि उडी मार.” ती म्हणाली, “नको. तू आधी उडी मार, मी येतेच लगेच तुझ्या पाठोपाठ.” त्या मुलाने पुष्कळ हिंदी सिनेमे पाहिले होते. त्याने उडी

११ प्रकरण ११मधील 'माझे पूर्वजन्म' हा भाग पाहा.

मारली. ती कड्याच्या काठावर उभी राहून ओरडली, "राजू, आय लव्ह यू." मग तिच्या डोक्यात व्यावहारिक विचार येऊ लागले. 'राजू गेला. माझं प्रेम गेलं. म्हणून सगळ्या समस्याही गेल्या. जेव्हा समस्याच उरली नाही, तर मग आणखी एक जीव कशाला वाया घालवायचा?' म्हणून ती चालत खाली आली, आणि ती घरी जाऊ शकत नसल्यामुळे, ईशा योग केंद्रात येऊन शांतपणे राहू लागली. अनेक जण जे आत्महत्येच्या विचारात आहेत, त्यांना त्यापासून परावृत्त करण्यासाठी केवळ एक क्षण त्यांचं मन विचलित होणं पुरेसं असतं. बरेच लोक जे त्या एका क्षणातून वाचतात, ते पुढे जाऊन बराच काळ जगतात.

ज्यांना खरोखर आत्महत्या करायची असते, साधारणतः ते अगदी शांत होतात. योग परंपरेमध्ये असं म्हणतात : जर एखादी व्यक्ती एका खोलीत अंधारात एकटीच बसली, दिवा न लावता, तर याचा अर्थ ते एकतर आत्महत्या करणार आहेत किंवा ते योगी होण्याच्या मार्गावर आहेत. कारण या दोन्ही गोष्टी एकमेकांशी जुळणाऱ्या आहेत. 'मी योगी झालो' म्हणजे एका अर्थाने मी जाणीवपूर्वक स्वतःला मारलं आहे. आत्महत्या करणाऱ्यालासुद्धा शरीराला मारायचं नसतं. त्याला स्वतःला मारायचं असतं. पण त्याला ते नेमकं कसं करायचं, ते ठाऊक नसतं. त्याला वाटतं, की तो हे शरीर आहे, म्हणून तो त्याचं शरीर लटकवून देतो. अन्यथा, त्याने केवळ त्याच्या व्यक्तित्वाला लटकवलं असतं. म्हणून जर कुणी एकटेच, अंधारात, डोळे उघडे ठेवून बसत असेल, तर बहुतेक वेळा ते आत्महत्येच्या दिशेने जात आहेत. पण बाहेरच्या जगात एक टक्का वेळेस आणि ईशा योग केंद्रात असेल, तर दहा टक्के वेळेस, ते कुठल्यातरी इतर गोष्टीकडे जात असतील, जी एक अधिक मोठी शक्यता आहे. ते कदाचित सम्यमा साधना[१२] करत असतील!

जर ऊर्जांमध्ये उल्हास निर्माण करणं लगेच शक्य नसेल, तर त्यानंतरची उत्तम गोष्ट जी तुम्ही करू शकता, ती म्हणजे, तुम्ही स्वतःला उल्हासित आणि आनंदी बनवणं. तुम्ही ऑफिसमधल्या कंटाळवाण्या वातावरणात दिवसभर बसून कंटाळला असाल आणि तुम्ही एका सुंदर बागेत गेलात, तर तुम्हाला अचानक ताजंतवानं वाटतं ना? म्हणून, तुम्हीच कृपया अशा लोकांसाठी फूल व्हा. थोडीशी सुंदरता आणि सुगंध असला, तरी अगदी निराश किंवा दुःखी व्यक्तीलासुद्धा

१२ सद्गुरू शिकवत असलेला एक आध्यात्मिक सराव, ज्यामध्ये एखाद्या गोष्टीकडे खूप वेळ एकटक पाहणे असते.

अचानकपणे जरा बरं वाटू लागतं. नैराश्य, दुःख आणि त्याचप्रमाणे आनंदही संसर्गजन्य आहे. तुम्ही जगाला कसला संसर्ग देणार आहात, हे तुम्हीच ठरवलं पाहिजे. जर तुम्ही आनंदी असलात आणि ते तुमच्या संगतीत असले, तर त्यांचा मोठा फायदा होऊ शकतो. पण आजकाल तुम्ही यासाठी फक्त एक फोनलाइन उपलब्ध करून द्यायला तयार आहात. त्यानेही काही प्रमाणात मदत होऊ शकतो.

मी आधी म्हटल्याप्रमाणे, हे जीवन तुम्ही निर्माण केलं नाही. म्हणून तुम्ही ते संपवण्याची भाषा करू नये. जर तुमच्या व्यक्तित्वाची किंवा व्यक्तिगत अस्तित्वाची ओळख नाहीशी झाली असेल, आणि तुम्ही आणि या सृष्टीचा स्रोत एक झाला असाल, तर काही हरकत नाही. जर तुम्ही विकासाच्या त्या टप्प्यावर येऊन पोहोचला असाल, तर मग तुम्ही तुमचा देह जाणीवपूर्वक टाकू शकता. तुम्हाला ते करण्याची परवानगी आहे. पण शरीराला इजा करून किंवा झाडाच्या फांदीला लटकून तुम्हाला ते करण्याची परवानगी नाही. तुम्ही मेल्यावर तुम्हाला एखाद्या झाडाखाली पुरायला आमची काही तक्रार नाही, पण झाडाच्या फांदीला लटकून घेणं, तुमच्यासाठी चांगलं नाही आणि झाडासाठीही नाही. त्याहून म्हणजे, जीवनाने तुमच्यासोबत चांगला सौदा केला असू दे किंवा वाईट, जर तुमचं ध्येय उत्तुंग असेल, तर प्रत्येक गोष्टीला तुमच्या परम कल्याणाकडे जाणारी चढती पायरी बनवलं जाऊ शकतं.

आता, प्रत्येकासाठी त्यांचं जीवन मौल्यवान आहे. ते स्वाभाविकच आहे. पण जर कुणी या पलीकडे जाऊन आत्महत्येचा प्रयत्न केला आणि जर ते जिवंत राहिले, तर माझा त्यांच्या निर्णयाला एक मोठा नकार असेल. पण जर त्यांनी आत्महत्या केली आणि ते मरण पावले, तर आपण त्यांच्या निर्णयाला मान देऊन ते तिथेच सोडून दिलं पाहिजे. जरी जीवन ही सर्वांत मौल्यवान गोष्ट असली, तरी जर कुणी स्वतःचेच प्राण घेण्याचं टोकाचं पाऊल उचललं असेल, तर तुम्हाला आणि मला ते कितीही मूर्खपणाचं वाटत असलं, तरी आपण त्यांच्या निर्णयाला मान दिला पाहिजे, कारण हे असंच असतं. पण जे जिवंत आहेत, त्यांना हे करण्याचा काहीही अधिकार नाही.

कर्माच्या रचनेच्या दृष्टीने, एखाद्या जीवाच्या आध्यात्मिक विकासाच्या दृष्टीने, आत्महत्या ही १०० टक्के चुकीची गोष्ट आहे - याबद्दल काहीही शंका नाही. तुम्ही प्रत्येक परिस्थितीकडे, त्यात गुंतून पडण्याऐवजी मुक्तीच्या दिशेने नेणारी एक शक्यता म्हणून पाहिलं पाहिजे. जर तुम्ही प्रत्येक परिस्थितीकडे वर चढण्याची

पायरी म्हणून पाहिलं, तर मग आत्महत्येचा प्रश्नच येत नाही. जर समाजामध्ये आध्यात्मिक प्रक्रिया अधिक सक्रिय झाली, तर आत्महत्या पूर्णपणे नाहीशी होईल, काही वैद्यकीयदृष्ट्या मनोरुग्ण लोकांचा अपवाद वगळता. ते कदाचित असं काहीतरी करू शकतील, कारण ते काय करत आहेत, हे त्यांच्या नियंत्रणात नसतं.

आत्महत्येचे परिणाम

आत्महत्येने मृत्यू होणं हा मरण पावण्याचा भयंकर मार्ग आहे. पण त्या जीवनाच्या दृष्टीने मृत्युपश्चात त्याचं काय होतं, यामध्ये काही फरक पडतो का? तुम्ही हे समजून घेतलं पाहिजे, की जीवनाच्या दृष्टीने, आत्महत्या असू दे किंवा नैसर्गिक मृत्यू किंवा अपघात किंवा इतर काही, शरीराचा अंत कसा झाला, याने काही फरक पडत नाही. शरीराचा अंत हा वाईट गोष्टी खाऊन झाला, की तुम्ही धूम्रपान कर कर केलं की दारू पिऊन पिऊन गेलात की प्रेमात पडून तुमच्या हृदयाचे दोन तुकडे झाले, की तुम्ही स्वतःवरच गोळी झाडून घेतली - अस्तित्वाच्या दृष्टीने 'ते कसं घडलं' याने काही फरक पडत नाही. प्रारब्ध कर्म पूर्णपणे संपलेलं नसताना त्यांनी शरीराचा अंत करून घेतला. जीवनाच्या दृष्टीने एवढीच गोष्ट महत्त्वाची असते.

पण तरीही कुणी तिथवर कशा प्रकारे पोहोचले, हे महत्त्वाचं आहे. समजा असं झालं, कुणी स्वच्छंदी मनाने आणि आनंदाने धूम्रपान करून मरण पावले. इतर कुणालातरी कुठली आर्थिक समस्या होती, ज्यामुळे ते अगदी दुःखी झाले आणि त्यांच्या हृदयला ते ओझे सोसता न आल्याने ते मरण पावले. धुम्रपान करणाऱ्याची परिस्थिती जास्त बरी कारण तो आनंदाने तिथपर्यंत पोहोचला. समाजाला कदाचित हे आवडणार नाही की धूम्रपान करणारा किंवा एखादा दारुडा माणूस हा निरंतर काम करत मरण पावलेल्या माणसापेक्षा अधिक चांगल्या अवस्थेत असतो. अस्तित्वाला कुठली नैतिकता माहीत नसते. त्याला केवळ जीवन आणि जीवन घडवणारे घटक माहीत असतात, सामाजिक किंवा मानसिक नीतिमत्ता नाही. सामाजिक दृष्टीने तुम्हाला कदाचित दहा इतर लोकांच्या वरचढ असणं चांगलं वाटत असेल, पण जीवन त्या प्रकारे विचार करत नाही. तुम्ही स्वतःसाठी एक सुखद अनुभव निर्माण करत आहात की दुःखद अनुभव - जीवनाला केवळ एवढ्याच गोष्टीची पर्वा असते आणि त्यानुसारच परिणाम मिळतात.

आत्महत्येने किंवा इतर प्रकारच्या मृत्यूने तुम्ही फक्त शरीर नष्ट करत आहात, हे तुम्ही लक्षात घेतलं पाहिजे. तुम्ही केवळ भौतिक शरीर नष्ट करू शकता, आणि ते केल्याने तुम्ही अन्नमय कोशाचा आणि मनोमय कोशाच्या जागरूक भागांचा अंत करत आहात, एवढंच. तुम्ही सगळ्याचा अंत करू शकत नाही. त्यासाठी तुम्हाला शरीराचे सूक्ष्म पैलू विलीन करावे लागतात. त्याकरता निराळी क्षमता लागते. आता, जर तुम्ही भौतिक शरीर नष्ट केलं, तर अजूनही शाबूत असलेलं सूक्ष्म शरीर, ते नवं भौतिक शरीर शोधण्याचा प्रयत्न करतं. ते कुठवर शोधू शकतं, यासाठी त्याचं स्वतःचं ठरावीक क्षेत्र आणि मर्यादा असतात - आणि त्यानुसार ते नवं शरीर निवडेल. ते कदाचित लगेच नवं शरीर निवडू शकतं किंवा कदाचित दहा वर्षांनंतर किंवा कदाचित शंभर वर्षांनंतर. हा कालावधी अनेक गोष्टींवर अवलंबून असतो. काही ठरावीक गोष्टी संपेपर्यंत, ते थांबून राहील; तोपर्यंत ते नवं शरीर शोधू शकत नाही. ते तसंच इथेतिथे भटकत राहतं. हे तुम्ही आत्महत्येमुळे किंवा अपघातामुळे किंवा हृदयविकाराने मरण पावला म्हणून नाही, तर तुम्हाला नेमून दिलेलं कर्म मृत्युपूर्वी पूर्णपणे संपलं नाही म्हणून.

समजा, तुमचं प्रारब्ध कर्म जवळपास संपलं असताना जर तुमची आत्महत्या घडली, तर हे नैसर्गिक मृत्यूसारखंच असतं. म्हणून जर तुम्ही याकडे त्या स्तरावर पाहिलंत, तर जोपर्यंत भौतिक शरीराचा प्रश्न आहे, मग कुणी दुसऱ्याने तुम्हाला मारलं काय किंवा तुम्ही स्वतःला मारलं काय, की तुम्ही अति खाल्ल्याने तुम्हाला हृदयविकाराचा झटका आला, किंवा इतर काहीही कारण असेल - त्याने काही फरक पडत नाही. जर तुम्ही योग्य रीतीने जगला नाहीत, तर कुठलातरी आजार होऊन तुमचा मृत्यू होईल. मग तुम्ही याला आत्महत्या म्हणाल का? समाज याला आत्मघातकी मानतो. जर कुणी खूपच धूम्रपान करत असेल, तर ते म्हणतात की, हे आत्मघातकी आहे, ना की आत्महत्या. पण जर तुम्ही डोंगरावरून खाली उडी मारली किंवा स्वतःला लटकवून घेतलं, तरच आपण याला आत्महत्या म्हणतो. पण हे केवळ सामाजिक आणि कायद्याशी संबंधित मुद्दे आहेत. जीवनाच्या दृष्टीने तुम्ही तुमचं प्रारब्ध कर्म पूर्णपणे संपवलं की नाही? केवळ ही एकच गोष्ट मृत्युपश्चात काय घडेल, ते ठरवतं.

हे सुमारे तीस वर्षांपूर्वी घडलं. त्या वेळी माझी एक आंब्याची आणि नारळाची बाग होती. ती मी एका दूरच्या जागी शून्यातून उभी केली होती. माझ्या बागेच्या

समोर एक सुंदर तलाव होता. सर्व काही चांगलं चाललं होतं. तिथे कुठल्याही इमारती नव्हत्या. म्हणून मी जेव्हा तिथे राहायला जायचो, तेव्हा तंबू ठोकून राहात असे. ते एका परीने छान होतं, मला आवडत होतं. माझे ते मोटरसायकलवरचे दिवस होते. कधीकधी कुणी मला मदतीला असे, जे माझ्यासाठी स्वयंपाक करत; इतर वेळी मी पाच किलोमीटर अंतरावर असलेल्या जवळच्या गावातल्या हॉटेलमध्ये मोटरसायकलवर जाऊन काहीतरी खात असे. एका सकाळी तिथे मोटरसायकलवरून जात असताना हॉटेलच्या जवळ लोकांचा एक समूह तिथल्या विहिरीजवळ जमला होता. मी थांबून चौकशी केली. ते म्हणाले की, पहाटे साडेतीन ते साडेचारच्या दरम्यान एका स्त्रीने त्यात उडी मारून जीव दिला होता.

त्या वेळी तिच्या मनात काय चाललं असेल याचा विचार करत मी मोटरसायकलवरच बसून राहिलो. एवढ्या पहाटे काळोखात उठून, विहिरीपर्यंत चालत जाऊन आत उडी मारताना तिच्या मुलांचं काय होईल किंवा तशाच काही विचाराने ती स्वतःशीच झगडली असेल. तिला असा निर्णय घेण्यासाठी भाग पाडणारं, तिचं जे काही दुःख असेल, ते नक्कीच प्रचंड असलं पाहिजे. विहिरीत उडी मारायला ती नक्कीच खूप घाबरली असेल, याची मला खात्री आहे. पण तरीही पुढे जाऊन तिने उडी मारली. कदाचित खाली पडताना विहिरीच्या भिंतींना ती आपटली असेल किंवा पाण्यात पडून हळूहळू बुडाली असेल. ते नक्की कसं घडलं, हे आपल्याला माहीत नाही.

तिचं प्रेत बाहेर काढण्यासाठी कुणीच धजावत नव्हतं, म्हणून मी पुढे झालो. मी दोराच्या सहाय्याने भिंतीवरून सुमारे ८५ ते ९० फूट खोल उतरलो आणि मला तिचं शरीर पाण्याच्या जवळपास तीन फूट खाली तरंगताना दिसलं. ती एक अगदी तरुण स्त्री होती, कदाचित पंचवीस ते तीस वर्षांची असेल. तिला बाहेर काढायला फारसे प्रयत्न करावे लागले नाहीत. मी फक्त तिच्या शरीराभोवती नीट दोर बांधले व वर आलो. लोकांनी तिला ओढून वर काढलं. नंतर मी न्याहरी केली. लहानपणापासून जेव्हा मी अन्न चावत असे, तेव्हा ते क्षण माझ्यासाठी अतिशय प्रगल्भ अनुभव देणारे असत. कारण या वेळी इतकं विलक्षण असं काहीतरी घडत असतं - तुम्ही खात असलेलं अन्न हळूहळू तुमचा एक भाग बनत असतं. जे आधी 'तुम्ही' नव्हते, ते 'तुम्ही' होत आहे. जे दुसरीकडे कुठेतरी - कुठल्यातरी शेतात होतं, बाजारात होतं, नंतर भांड्यात, स्टोव्हवर, ते आता अचानकपणे तुमचा एक भाग होत आहे.

खरंतर हा एक उत्कट प्रेमसंबंध आहे. हे क्षण माझ्यासाठी नेहमी अतिशय सखोल क्षण राहिले आहेत.

तर मी तिथे बसलो होतो, माझा डोसा खात, हळूहळू घास चावत. त्या वेळी ती बाई अजूनही माझ्या आजूबाजूलाच तरंगत होती. मी तिच्यासोबत खोलवर जोडलो गेलो. खरंतर मी तिच्या पूर्ण जीवनप्रक्रियेमधून – तिच्या वेदना, भीती, दुःख आणि सर्वकाही यामधून जात होतो. हे वर्णन करायला खूप कठीण आहे. जवळपास तीन-साडेतीन दिवस, मी काही न करता माझ्या बागेत फक्त बसून होतो. एका झाडाखाली हरवल्यासारखा. तहान-भूक आणि झोप हरपून. माझ्यासोबत काम करणाऱ्यांना वाटे, की मी काहीतरी खायला हवं. मग ते माझ्यासमोर काहीतरी आणून ठेवत. नाहीतर ते साडेतीन दिवस-रात्र मी फक्त त्या झाडाखाली बसून राहिलो. त्या बाईने पूर्णपणे माझ्या मनाचा ताबा घेतलेला होता.

जेव्हा तरुण मुलं-मुली आत्महत्या करतात, खासकरून प्रचंड दुःख घेऊन, तेव्हा ते बराच काळ आसपास रेंगाळत राहतात. ज्या ठिकाणी अशा आत्महत्या होतात, त्या ठिकाणी लोक जायला घाबरतात, लोक अशा ठिकाणाजवळून जाण्याचंसुद्धा टाळतात. पण ते त्या जागेविषयी नाही, त्या गेलेल्या माणसाबाबत आहे. जर आपण व्यक्तीला नीट हाताळलं, तर अशा जागा पुन्हा ठीक होतात. म्हणून 'कालभैरव कर्म'सारखे विधी असतात, जे आपण पुढच्या प्रकरणात पाहणार आहोत, ते महत्त्वाचे ठरतात.

•••

प्रकरण ४

मृत्यूला टाळणं शक्य आहे का?

जोपर्यंत शरीर चांगलं आहे, तोपर्यंत जे काही होऊ घातलं आहे, ते टाळता येणं नेहमीच शक्य असतं.

चकवा मृत्यूचा

'मृत्यू' हे मोठं संकट आहे, ही कल्पना आणि काहीही करून ते संकट टाळलं पाहिजे, या विचाराने आणि मृत्यूला फसवता येईल किंवा एखाद्याला मृत्यूच्या दाढेतून वाचवता येईल, या आशेने अनेक चित्रविचित्र गोष्टी रूढ झाल्या आहेत. परंपरेनुसार चालत आलेल्या अनेक अतिरंजित गोष्टींमुळे लोकांच्या कल्पनांना सीमा राहात नाहीत. अशा कपोलकल्पित गोष्टींमुळे, मृत्यूला फसवता येतं, ही आशा लोकांमध्ये पल्लवित झाली आहे. खगोलशास्त्रीय कथाकादंबऱ्यांमध्ये नायक आपलं शरीर दीर्घकाळ गोठवून किंवा झोपेत तसंच ठेवतो व नंतर दुसऱ्याच युगात परत अवतरतो. अशा विचारांनी त्या कल्पनेला खतपाणीच घातलं जातं. पण मुळात हे खरं आहे की, काही ठरावीक गोष्टी करून तुम्ही मृत्यू पुढे ढकलू शकता, पण तुम्ही तो टाळू शकत नाही.

भारतात असा विश्वास आहे की, मृत्युशय्येवरच्या माणसासाठी 'महामृत्युंजय मंत्राचा जप' किंवा 'मृत्युंजय होम' करावा, म्हणजे मृत्यू टाळता येतो. या

मंत्रांनी किंवा होमहवनांनी मृत्यूवर विजय मिळवता येतो, असा समज आहे. हा मृत्युंजयाचा जप तर लोक हजारो वर्षं करत आहेत; पण या हजारो वर्षांत कोणीही मृत्यूपासून वाचलेला नाही. कोणाचाही मृत्यूवर विजय झालेला नाही. ही एक वेडी कल्पना आहे की, मृत्यूवर विजय मिळवून हे शरीर चिरंतन ठेवता येईल. आजपर्यंत कोणीही त्यात यशस्वी झालेलं नाही. पण जो शरीराच्या पलीकडे असतो, तो मात्र मृत्युवर विजय मिळवतो.

असे विधी पूर्णतः निरुपयोगी आहेत असं मी म्हणणार नाही; पण ते कोण करतो, तसंच ते कशा पद्धतीने केले जातात आणि किती जणांना त्यापासून खरोखरंच फायदा झाला आहे, हा प्रश्नच आहे. काही गोष्टी नक्कीच घडल्या असतील. काही दुर्धर प्रसंग टाळताही आले असतील, याबद्दल शंका नाही. पण याला मृत्यूवरचा विजय समजू नये. मृत्युंजयाचा अर्थ, 'ज्याने मृत्यूच्या भीतीवर मात केली आहे' असाही होऊ शकतो. जर तुम्ही मृत्यूला घाबरत नसाल, तर एका प्रकारे मृत्यू 'एक समस्या' म्हणून उरत नाही. मी अशा विधीच्या तपशिलांकडे पाहिलं नाही, पण माझ्या आकलनानुसार असे विधी पूर्वीच्या काळी मरणाच्या भीतीपासून मुक्ती मिळावी म्हणून करत असावेत. काही काळानंतर जाहिरात आणि व्यावसायिक लाभ या गोष्टी याच्यावर हावी झाल्या, त्यामुळे हे विधी केल्याने तुम्ही कधी मरणारच नाही, असं सांगितलं जाऊ लागलं.

सुमारे पंधरा वर्षांपूर्वी असा एक प्रसंग आमच्या पाहण्यात आला. कोईम्बतूरमध्ये एक मनुष्य आपली पत्रिका घेऊन काही कारणासाठी ज्योतिष्याकडे गेला. त्या पत्रिकेकडे बघून ज्योतिषी म्हणाला, "हा माणूस तर आधीच मेला आहे, आता त्याची पत्रिका तुम्ही माझ्याकडे का आणलीत?" तो मनुष्य या वक्तव्याने पार गोंधळून गेला आणि आणखी काही ज्योतिष्यांकडे गेला. सगळ्यांनी तेच सांगितलं- पत्रिकेप्रमाणे तो मनुष्य मेला आहे. शेवटी कोणीतरी त्याला आमच्याकडे घेऊन आलं.

त्या व्यक्तीच्या ऊर्जांकडे पाहून, त्याच्या ऊर्जेचे विशिष्ट पैलू पुन्हा सशक्त होण्यासाठी त्याने ध्यानलिंगाजवळ कुठे आणि कसं बसावं, याचं निर्देशन मी केलं. त्याने तसं केलं आणि तो घरी गेला. त्याची अशी एक दुर्मीळ पत्रिका होती की, ग्रहयोगाप्रमाणे त्याचा मृत्यू एका ठरावीक वेळी होणार, असं स्पष्टपणे दिसत होतं. परंतु कर्मामुळे, केलेल्या साधनेमुळे, किंवा तो ज्या प्रकारे आयुष्य जगला, त्यामुळे असेल - ती वेळ निघून गेल्यानंतरही तो जिवंत होता. तसं म्हटलं तर, एक प्रकारे तो

मेलेला जिवंत माणूस होता. मी म्हणालो, "तू एक सीमारेषा ओलांडली आहेसच, तर आता आणखी एक सीमारेषा पार करू. ध्यानलिंगाजवळच्या अधोरेखित केलेल्या ठिकाणी जाऊन बस.", असं आम्ही त्याला सांगितलं. तो काही प्रश्न न विचारता तसाच तिथे जाऊन बसला आणि आजही तो जिवंत आहे आणि चांगला आहे. अर्थात, हे त्याच्याच प्रयत्नांचं फळ आहे.

अलीकडेच मला कळलं की, तो अजूनही जिवंत आहे आणि आपण कसे वाचलो, याचा त्याला काहीच थांगपत्ता नाही. या गोष्टीचा गवगवा झाला आणि लोक विचारू लागले, "ध्यानलिंगाजवळ बसून मृत्यू टाळता येतो का?" तसं पाहिलं, तर लोक वेगवेगळ्या कारणांनी मरतात. मी वैद्यकीय कारणाबाबत बोलत नाहीये. समजा, दोन लोकांची मूत्रपिंडं निकामी झाली असून ते मृत्यूच्या अगदी जवळ आहेत. दोघे एकाच व्याधीने ग्रासले असले, तरी त्यामागची ऊर्जासंबंधित कारणं फार वेगळी असू शकतात - दोघांच्या ऊर्जा वेगवेगळ्या मार्गांनी बाहेर पडत असू शकतात.

सिद्धयोगी काही वेळा त्यांच्या मृत्यूची वेळ टाळण्यासाठी काही ठरावीक गोष्टी करतात. हे करण्यासाठी ते आपल्या शरीरक्रिया खूपच मंद करतात आणि समाधी[१] सारख्या अवस्थेत जातात. असं म्हणतात की, शिर्डीच्या साईबाबांच्या बाबतीत असं घडलं. त्यांना तीव्र दम्याचा विकार होता आणि एक दिवस त्यांना त्याचा जबरदस्त झटका आला. वाटलं की, ते आता मरणार. म्हणून त्यांनी समाधी-अवस्थेत जाऊन या आजारातून पूर्णपणे बरं होण्याचं ठरवलं. त्यांनी त्यांच्या भक्तांना सांगितलं की, काही काळ त्यांच्या शरीरात जिवंतपणाची कुठलीच चिन्हं दिसणार नाहीत. तरीही, माझा देह तीन दिवसांपर्यंत सांभाळून ठेवा. जर तीन दिवसांनीही जिवंतपणाची कुठलीच चिन्हं दिसली नाहीत, तर एका विशिष्ट ठिकाणी मला पुरावं. त्या रात्री ते समाधी-अवस्थेत गेले. नाडीसहित त्यांचा श्वासही थांबला. दुसऱ्या दिवशी आजूबाजूचे गावकरी जमा झाले आणि त्यांचा मृत्यू झाला या समजुतीने अंत्यविधीची तयारी करू लागले. बाबांनी सांगितलेल्या ठिकाणी, त्यांचं दफन तरी करावं, हा त्यांचा विचार होता. परंतु बाबांचा एक शिष्य त्यांचं ऐकेचना आणि नशिबाने त्याने सगळ्यांना तसं करण्यापासून परावृत्त केलं. साईबाबांचं डोकं आपल्या मांडीवर ठेवूनच तो तसाच बसून राहिला आणि तीन दिवसांनी त्यांच्या शरीराची हालचाल सुरू झाली व ते पूर्वस्थितीत आले. नंतर पुढे

---

१ याबद्दल आणखी माहिती प्रकरण ५मधील 'समाधी आणि मृत्यू' या भागात.

ते बत्तीस वर्षे जगले. याचं कारण त्यांनी समाधी-अवस्थेत जाऊन मृत्यू टाळला व स्वतःची ऊर्जाप्रणाली नव्याने पुनरुज्जीवित केली.

समाधी-अवस्थेत तुमची वेळेची जाणीव हरवते, कारण तुम्हाला वेळ फक्त भौतिक चक्रांमुळे समजते. समजा, तुम्ही एका मोठ्या एअर-कंडिशन्ड हॉलमध्ये बसला आहात आणि दिवसभर एकसमान प्रकाश त्यात ठेवला असेल, तर तुम्हाला वेळ समजणार नाही. केवळ शरीराचा थकवा तुम्हाला वेळेची थोडीशी जाणीव करून देईल. जसजसा दिवस सरतो, तसं तुमचं शरीर त्याची नोंद घेतं. साधारण दर तीन-चार तासांनी ते तुम्हाला सांगेल की, बाथरूमला जायचं आहे. ते तुम्हाला सांगेल की तहान लागली आहे-भूक लागली आहे. फक्त त्यांनीच तुम्हाला किती काळ गेला, हे कळेल. या शरीरचक्राशिवाय तुम्हाला वेळ कळणार नाही. म्हणून जर तुम्ही समाधी-अवस्थेत जाऊन शरीराच्या चक्रांची गती मंद केली, तर तुम्हाला वेळेचं भान राहणार नाही, आणि तुमच्या अनुभवात काळ नसेल. इतरांसाठी जी दहा वर्षं असतात ती तुमच्यासाठी कमी होऊन एक वर्ष झालं असेल, कारण तुमच्या शरीराच्या चक्रांची गती तुम्ही दहा पटींनी कमी केलेली आहे.

तर असं करून तुम्ही बाहेरच्या घड्याळाला फसवलं. पण काळ घड्याळात नसतो. घड्याळ म्हणजे तुमच्या मूत्रपिंडासारखं असतं. ते तुमच्या आतील घडामोडीं मोजून त्यांचा हिशोब ठेवतं. असं नाही की घड्याळामुळे वेळेची निर्मिती होते. काळ हे एक पूर्णपणे वेगळंच परिमाण आहे. केवळ भौतिक चक्रांमुळे, पृथ्वी स्वतःभोवती फिरते आहे, तसेच सूर्याभोवती फिरते आहे, या भौतिक बदलांमुळे तुम्हाला वेळ लक्षात येते. पण खरंतर, जरी ग्रह-तारे नसते, तरीही काळ असला असताच. ज्यावर संपूर्ण सृष्टी उभी आहे, तो काळ हाच मंच आहे. त्याच्याशिवाय सृष्टी अस्तित्वात असू शकत नाही.

तुम्ही जर शरीरक्रिया मंदावल्यात, जर तुम्ही मिनिटाला कमी वेळा श्वास घेतलात, तर तुम्ही जास्त वर्षं जगाल. तुम्ही वेळेला फसवणार नाही. तुम्ही फक्त तुमची शरीरक्रिया मंद करून आयुष्याचा कालावधी लांबवाल. तुम्ही जर 'तुम्ही स्वतः' आणि तुमचं शरीर यामध्ये अंतर निर्माण केलं, तर तुम्ही काळाला फसवू शकता. समाधी तशाच प्रकारे काम करते. समजा, तुम्ही तुमचं शरीर अतिशीत फ्रीजमध्ये शंभर वर्षं ठेवलं आणि नंतर बाहेर काढलं, तर ती आयुष्यातली शंभर वर्षं म्हणून गणली जाणार नाहीत, कारण ती तुम्ही जगलेलाच नसता. तुम्ही ती शंभर

वर्षं जगला असला, तर वेगळी गोष्ट आहे. तुम्ही कुठेच नव्हता आणि शंभर वर्षांनी एकदम अवतरला - जसा एक कैदी वीस वर्षं तुरुंगात राहून बाहेर येतो. त्यात त्याने काहीच मिळवलेलं नसतं. एका नव्या शरीराला जन्म देणं आणि नवीन शरीर धारण करणं इतकं सोपं असताना तुम्हाला तुमचंच जुनं शरीर का जपून ठेवायचं आहे? त्यात काय अर्थ आहे? हे केवळ इजिप्ती लोकांचं स्वप्न आहे. तुम्ही त्या 'ममीज' आता कशा दिसतात पाहायला हव्यात - नुसता वाळलेला कचरा.

आता अशा काही विशिष्ट परिस्थिती किंवा कार्यक्रम असतात, जिथे आम्ही लोकांना सांगतो, ''काळजी करू नका अजून काही दिवसांसाठी किंवा आठवड्यांसाठी, आम्ही खात्री करू की, तुम्ही मरणार नाही.'' एकदा माझा कार्यक्रम चालू असताना मला त्यांनी सांगितलं की, एका ब्रह्मचारीला साप चावला आहे. मी म्हटलं, 'फक्त साप चावला म्हणून काही तो मरणार नाही. तितपत जीवन आम्ही आमच्या हातात घेतलेलं आहे.'

आणि तो जगला. आणखी काही परिस्थितीमध्ये असं घडलं. मग काही काळाने लोक मला विचारू लागले, ''सद्‌गुरू, तुम्ही मृत्यूला फसवू शकता का?''

आम्ही मृत्यूला फसवत नाही. आम्ही थोडा वेळ जीवन चालू राहील याची खात्री करतो, एवढंच! सध्या माझी स्वतःची यंत्रणा स्थिर राहावी म्हणून मी तसं करण्यासाठी थोडी बाहेरून ठरावीक मदत एका ठरावीक प्रकारे घेत असतो.[२] तसंच ईशा योगकेंद्रात जे प्रगत आध्यात्मिक कार्यक्रम असतात, त्या वेळी मी इतर सर्व गोष्टींसाठी एका खुंटीसारखा असतो, कारण त्या वेळी सर्व गोष्टी माझ्याशी जोडलेल्या असतात. म्हणून अशा कार्यक्रमाच्या वेळी आम्ही प्रत्येक बारीकसारीक गोष्टींच्या बाबतीत खूपच चोखंदळ असतो. लोक कुठे बसतात, कुठे उभे राहतात, कधी ते आत येतात, कधी ते बाहेर जातात आणि अशा सर्व गोष्टी चोखंदळपणे तपशीलवार पाहिल्या जातात. एखादा जरी बाथरूमला जाणार असेल, तरी आम्ही परवानगी देत नाही कारण या सगळ्या गोष्टींची कडक शिस्त पाळली नाही, तर सर्वांना एकसूत्राने धरून आवश्यक आधार देता येत नाही. आम्हाला सर्व गोष्टी ठरावीक मार्गाने व्हायला हव्या असतात, कारण कुठेही थोडी ढिलाई आली, तरी सर्व गोष्टींवर ताबा ठेवणं जवळपास अशक्य होतं. ज्या वेळी प्रत्येक जण एकाच दिशेने जात असतो, त्या वेळी जे काही आम्हाला करायचं आहे, ते सोपं असतं.

---

२ काही ठरावीक उर्जा सहाय्य ज्याच्या मदतीने सद्गुरू त्यांचे भौतिक शरीर शाबूत ठेवतात.

जेव्हा आमच्याकडे जरूर ती साधनसामग्री नव्हती आणि जेव्हा असे कार्यक्रम आम्ही बाहेर करायचो, तेव्हा लिंबाएवढे गोळे माझ्या पाठीच्या मणक्यावर निर्माण व्हायचे आणि ते तसेच पुढे दोन-तीन दिवस राहायचे कारण शरीरावर तेवढा ताण पडायचा. आता आमच्या स्वतः बांधलेल्या जागा आहेत, तेव्हा त्यातली एक बाजू तरी सांभाळली जाते. असे कार्यक्रम त्या ठिकाणी करणं सोईचं असतं, जिथे त्या जागा त्या उद्देशाने तयार केलेल्या असतात. रोज वेगवेगळे कार्यक्रम होणाऱ्या ठिकाणी ते खूप कठीण जातं.

आता इतर कुणाचं जीवन किंवा मरण आपल्या हातात घेणं अगदी शक्य असतं. तसं पाहिलं, तर प्रत्येक जीवाची एक जीवनरेखा असते, तो कुठे जन्मला, कसा जगतो, कुठल्या परिस्थितीतून जातो आणि कसा मरतो वगैरेवगैरे. आध्यात्मिक प्रक्रियेमधील मुख्य काम म्हणजे प्रत्येकाला आपापल्या दिशेने जाऊ न देता, सर्वांना एकाच दिशेने, एकाच मार्गाने नेणे. विशेषतः योग कार्यक्रमांमध्ये महत्त्वाची गोष्ट ही असते, की सर्वांना एकाच दिशेने घेऊन जाणे. जर तुम्ही सर्वांना अशा प्रकारे केंद्रित केलं, की त्या क्षणी सर्वांचं जीवन एकाच दिशेने चाललं आहे, तर त्यांना धरून ठेवणं सोपं असतं. मग त्यांचं जीवन एका ठरावीक मार्गाने घडत आहे याची खात्री देणं सोपं जातं. हेच आम्ही अशा कार्यक्रमात निश्चित करत असतो. जर ते सर्व जण आपापल्या दिशेने जात राहिले, तर ५०० जणांना तुम्ही एकत्र धरून ठेवू शकत नाही. मग या सगळ्या गोष्टींची खात्री देता येत नाही.

यात कधीच चूक होणार नाही असं नाही, पण तरीही हे धोका पत्करण्याइतपत सुरक्षित आहे. पूर्ण खात्री नसली, तरी ९९.९ टक्के खात्री आहे. बाकीचं आपण परिस्थिती कशी हाताळतो, यावर अवलंबून आहे. आणि एवढंच नाही; आम्ही इतरही अनेक गोष्टी करतो. पण एवढंच आहे की, त्याबद्दल मी जर बोललो, तर ते कल्पनाविलास किंवा मूर्खपणाचं वाटेल.

मृत्युशय्येवर पडलेल्यांचे निदान १०-१२ फोटो तरी रोज माझ्याकडे येतात. लोकांना हे जाणून घ्यायचं असतं की, ते जगतील की मरतील किंवा ते बरे होण्यासाठी अजून काही करता येईल का? ही त्यांच्यासाठी योग्य वेळ आहे का, की त्यांच्यासाठी काही करता येईल. त्या पत्रांचं फार नाट्य न करता ती हाताळली जातात. अशा घटनांचा खूप गवगवा करून तुम्ही सुपरमॅन होऊ शकता. पण मला बाहेर जाऊन अनामिक राहून गोल्फ खेळायचं असतं. म्हणून हे असंच असलेलं बरं.

आधीच्या प्रकरणात मी वर्णन केलं आहे की, कसा आमच्यातला एक शिक्षक हिमालयात गेला आणि मरण पावला. जर काही बाबतींत मृत्यू पुढे ढकलता येतो, तर त्याचाही मृत्यू टाळता आला असता का? तुम्हाला असे हस्तक्षेप करायचे असतील, तर अनेक गोष्टी कराव्या लागतील. आजच्या जगात अनेक सांस्कृतिक बदल आणि विचारसरणी यांमुळे अशा गोष्टीं त्या आयामामध्ये करण्यासाठी लोक तयार नसतात. कदाचित, योग केंद्रातील लोक काही प्रमाणात यासाठी उपलब्ध असतील आणि त्यांच्यासोबत तुम्ही काही गोष्टी करूही शकता. पण तेसुद्धा यासाठी पूर्णपणे उपलब्ध नाहीत. आधुनिक जीवनाची सर्वांत वाईट गोष्ट म्हणजे, लोकांना काहीही करण्याआधी ते सगळं समजावून द्यावं लागतं. जीवन त्या प्रकारे काम करत नाही. मला सांगा, तुम्ही आत्ता कसे जिवंत आहात? तुमच्या सर्व विज्ञानाच्या आधारे मला समजवा, की कुठली गोष्ट तुम्हाला या क्षणी जिवंत ठेवत आहे? तुमच्या स्पष्टीकरणात मी तुम्हाला अनेक त्रुटी दाखवून देईन.

तुम्हाला प्रत्येक गोष्ट स्पष्ट करून सांगावी लागत असल्यामुळे, अशा अनेक गोष्टी आहेत, ज्या तुम्ही लोकांसोबत करू शकत नाही. ते साऱ्या गोष्टी त्यांच्या मर्यादित तर्काच्या भिंगाखाली तपासतील आणि स्वतःचे निष्कर्ष काढतील. फक्त काहींच्याच बाबतीत तुम्ही हस्तक्षेप करू शकता. इतरांना तुम्ही स्पर्शसुद्धा करू शकत नाही, कारण तर्कशुद्ध स्पष्टीकरण दिल्याशिवाय तुम्ही काहीही करू शकत नाही. आजकालचं जीवनच असं आहे. त्या शिक्षकाच्या बाबतीत फक्त 'जाऊ नकोस' एवढंच सांगून काम झालं नसतं.

मग ते घडणारच होतं का? जरुरी नाही. जोपर्यंत शरीर चांगलं आहे, तोपर्यंत जे काही होऊ घातलं आहे, ते टाळता येणं नेहमीच शक्य असतं. कदाचित, मी त्याला दीर्घकाळ साधना करायला सांगितली असती; पण त्याने ती फक्त माझ्या सांगण्यावरून केलीच असती असं नाही. समजा, मी त्याला ४५ दिवसांच्या मौन साधनेत जायला सांगितलं असतं, तर त्याला वाटलं असतं की, आपल्याला काही कारणास्तव शिक्षा दिली जात आहे आणि तो मागच्या दाराने सटकला असता आणि अनेक वेगळ्या कारणांनी मरण ओढवलं असतं.

आजच्या जगात, तुम्ही एखाद्याला ''फक्त एवढंच कर'' असं सांगू शकत नाही. तुम्हाला त्याचं स्पष्टीकरण द्यावं लागतं आणि या गोष्टी समजवता येत नाहीत. याचं एक कारण म्हणजे, या गोष्टी पूर्णपणे तर्कशुद्ध असतीलच असं नाही आणि दुसरं

म्हणजे, त्या इतक्या स्पष्ट नसतात. तुम्हाला स्वतःलाही अशी १०० टक्के खात्री नसते की, हा माणूस मरणार आहे. असं वाटतं की ते मरतील. अशी काही लक्षणं दिसतात, की मृत्यू समीप आहे, म्हणून असं वाटतं की, ते मरतील. मात्र, ते मरतील असं नाही. तुम्हाला काही भाग थोडा अस्पष्ट दिसतो, तुम्हाला धोका दिसतो, मग तुम्ही मागे हटता. हे असं असतं. तुम्ही असं सांगू शकत नाही की, 'हे असं आहे तर हे नक्की असंच घडणार.' काही बाबतींत तुम्ही असं सांगू शकता; पण अशा गोष्टी क्वचित घडतात. जीवन असं नसतं. नेहमीच एक टापू असा असतो, की जिथे संधिप्रकाश असतो, तिथे स्पष्टपणे आपण हे किंवा ते असं सांगू शकत नाही.

एखादा गुरू किंवा असा कुणीतरी जो हस्तक्षेप करू शकतो, त्यांनी हे का करावं? जर काही आध्यात्मिक कारण असेल, तर आम्ही हस्तक्षेप करू किंवा करुणेच्या भावनेतून आम्ही त्यात पडू. पण नेहमी असा हस्तक्षेप करणं चांगलं नाही, कारण तुम्ही मरण टाळू शकत नाही, फक्त पुढे ढकलता. असं केल्याने पुढे येणारी परिस्थिती आताच्या या परिस्थितीएवढी चांगली नसेलही. म्हणून तुम्ही नेहमी हस्तक्षेप करू नये. पण सध्या एकविसाव्या शतकातील नीतिमत्ता अशी आहे की लोक म्हणतील, "तुम्हाला करणं शक्य होतं; पण तुम्ही केलं नाहीत. हे म्हणजे खून केल्यासारखं आहे." एकविसाव्या शतकातल्या लोकांना वाटतं- आपण अमर आहोत, जणू कधी मरणारच नाही. जोपर्यंत तुम्ही त्यांच्यासाठी वृत्तपत्रात श्रद्धांजली छापत नाही, तोपर्यंत ते मरत नाहीत! लोक सतत मृत्यूला नाकारण्याच्या स्थितीत असतात.

मृत्यूचा नाच

मेलेल्याला जिवंत करणे या गोष्टीचं लोकांमध्ये खूप आकर्षण असतं. त्यांच्यामते, एखाद्याच्या आध्यात्मिक क्षमतेची ती अंतिम परीक्षाच असते. बहुतेक लोक मृतवत जीवन जगत असतात कारण ते त्यांच्या आतल्या अनेक गोष्टींबद्दल पूर्णपणे अजाण असतात. जर लोक असे अनभिज्ञ जगत असतील, तर ते मेल्यातच जमा आहेत. म्हणून, संपूर्ण आध्यात्मिक प्रक्रिया एका प्रकारे मृतांना जिवंत करण्याबद्दलच आहे. म्हणून, त्या अर्थाने, मृतांना जिवंत करणं हे माझं काम आहे. पण लोकांना ते नको असतं. त्यांना मी एखादं प्रेत पुन्हा जिवंत करू शकतो का हे पाहायचं असतं. ही खूप बालिश इच्छा आहे, जिचं मूळ काही ऐतिहासिक घटनांमध्ये आहे.

माझ्या अमेरिकेतल्या पहिल्या भेटीत मी एका सभेला संबोधित करत असताना एक कर्मठ धर्मांध माणूस उभा राहिला व म्हणाला, ''तुम्ही मृतांना जिवंत करू शकता का?''

मी म्हणालो, ''असा मूर्खपणा मी का करावा?''

हे मूर्खपणाचं आहे, कारण मृतांनी 'मृत'च राहाणं बरं नाही का? जर सगळे मेलेले लोक परत आले, तर तुम्ही इथे राहू शकाल का? ते सगळे मृत आहेत, हे चांगलं नाही का? तुम्ही कदाचित एखाद्या ठरावीक व्यक्तीबद्दल विचारत असाल, तुमची बायको किंवा नवरा, आई किंवा वडील किंवा असंच कोणीतरी. पण, जी अब्जावधी माणसं आजवर पृथ्वीवर मेली, त्यांच्याबद्दल मी बोलतोय, त्यात डायनासॉरसुद्धा आले. ते सारे मेले आहेत म्हणून आपल्याला जिवंत राहाणं शक्य आहे. मग कोणता मूर्ख त्या मेलेल्यांना परत आणेल? ज्याला जीवन व जीवनप्रक्रियाच समजली नाही, तोच मेलेल्यांना जिवंत करायच्या भानगडीत पडेल. स्वतःचं आध्यात्मिक परिवर्तन घडवून आणणं ही एक गोष्ट आहे आणि आजूबाजूच्या जीवनात हस्तक्षेप करून गोष्टी ठीक करणं, ही वेगळी गोष्ट आहे. जीवनाची प्रक्रिया तुम्ही समजता, त्याहून खूप सखोल आहे. म्हणून तुम्ही त्यामध्ये हस्तक्षेप करून काही करण्याचा मूर्खपणा करू नका.

एकदा असं घडलं. टेक्सासमधल्या एका वृद्ध दांपत्याचं एक स्वप्न होतं की, जेरुसलेमच्या पवित्र भूमीला आपण भेट द्यावी. म्हणून त्यांनी तो प्रवास केला आणि प्रवासातल्या प्रत्येक टप्प्याचा आंनद घेतला. ज्या रस्त्यावरून येशू वधस्तंभ घेऊन चालला, त्या रस्त्यावरून ते चालले आणि जिथे येशू पाण्यावरून चालला, त्या जागेवरही ते गेले. दुर्दैवाने, त्यातल्या बाईला हृदयविकाराचा झटका आला आणि ती मरण पावली. मग तिथल्या दफनभूमीचा प्रशासक आला आणि म्हणाला की, 'या बाईचा दफनविधी आम्ही फक्त ६००० डॉलरमध्ये करू. पण जर तिला तुम्हाला परत टेक्सासला न्यायचं असेल, तर २४००० डॉलर पडतील आणि टेक्सासमध्ये दफनविधीची रक्कम किती असेल, ते आम्हाला माहीत नाही.'

त्या माणसाने थोडा विचार केला आणि म्हणाला, 'नाही. मी तिला टेक्सासला परत घेऊन जाणार.'

प्रशासकाने विचारलं, 'पण का? ही चांगली पवित्र जागा आहे आणि तिला पुरण्यासाठी सर्वोत्तम जागा आहे आणि खर्चसुद्धा कमी आहे.'

त्याने पुन्हा विचार केला आणि म्हणाला, 'नाही, मी तिला टेक्सासलाच नेईन.'

त्यांनी विचारलं 'का? आम्हाला याचा काहीच अर्थबोध होत नाही. तुम्हाला असं का करायचंय?'

तो म्हणाला, 'टेक्सासमध्ये मृत व्यक्ती 'मृत'च राहते.'

इतिहासात 'मृत' घोषित केलेल्या अशा अनेक व्यक्ती होऊन गेल्या, ज्या पुन्हा जिवंत झाल्या. काही वेळा त्यांचा दफनविधी चालू असताना ते अकस्मात जिवंत झाले. यामुळे आपल्या मृत नातेवाइकांबाबतसुद्धा असा काही चमत्कार होतो का, याकडे लोक पाहात असतात, की आपले नातेवाईकसुद्धा जिवंत होतील. पण हे काही चमत्कार किंवा कुणीतरी जीवनप्रक्रियेसोबत हस्तक्षेप करण्याचे प्रसंग नसून या ठिकाणी मृत्यूचं निदानच चुकीचं झालं होतं. आजकाल मृत्यूची व्याख्या करणंच कठीण झालं आहे, कारण मृत्यू ही एक घटना नसून ती एक प्रक्रिया आहे, जी थांबू शकते किंवा अनेक कारणांमुळे उलट्या दिशेनेसुद्धा जाऊ शकते, हे विज्ञानाला आता समजलं आहे. यासाठी वैद्यकीय शास्त्रात नावसुद्धा आहे - त्याला ते 'लॅझॅरस घटना' म्हणतात, ज्यामध्ये मेलेला मनुष्य कुठल्याही प्राप्त स्पष्टीकरणाशिवाय पुन्हा जिवंत होतो.

एखादा मनुष्य मेला म्हणून लोक एखाद्या योगी किंवा आणखी कुणाकडे घेऊन गेले आणि तो जिवंत झाला, असे अनेक दाखले भारतात आहेत. पण हेसुद्धा खऱ्या अर्थाने मृताला जिवंत करणं नसतं. याला आपण दुसऱ्या प्रकारच्या डॉक्टरकडे नेण्याचा प्रकार म्हणू शकतो. बहुतेक वेळा हे मृत्यू साप चावून झालेले असतात. सर्पदंश झाल्यानंतर शरीरातील प्राण बाहेर पडायला बराच वेळ लागतो. मध्यंतरीच्या काळात जर विषाचा अंमल उतरला किंवा काही बाहेरून प्राण शरीरात फुंकण्यात आला, तर माणूस पुन्हा जिवंत होऊ शकतो. जे डॉक्टर सर्पदंशाच्या घटना हाताळतात, त्यांना हे पाहायला मिळत असावं: काही ठरावीक सापांच्या बाबतीत, विशेषकरून नागाच्या दंशानंतर काही वेळा सगळं काही करूनही मनुष्य शुद्धीवर येत नाही. पण त्यांना व्हेंटिलेटरवर ठेवल्यावर, काही वेळानंतर ते असेच शुद्धीवर येतात, काहीही न करता.

या प्रकारचा अनुभव माझ्या आयुष्यात मी स्वतः घेतला आहे. मला निदान पाच ते सहा वेळा नाग चावला आहे. एकदा तर मी जवळपास मेलोच होतो. मी एकदा नाग पकडला; पण माझ्या लक्षात आलं नाही की, ते एकमेकांत गुंतलेले दोन नाग

होते. तो विणेचा काळ नव्हता. दुसऱ्या काही कारणासाठी ते एकत्र होते. मी एकाला उचलल्यावर दुसरा माझ्या पायावर पडला आणि मला चार वेळा दंश केला. त्याचं विष माझ्या अंगात भिनू लागलं. पहिल्या काही वेळा त्याचा दंश हाडावर झाला असावा म्हणून मांस लागेपर्यंत त्याने पुन्हा-पुन्हा दंश केला आणि माझ्या शरीरात विष सोडलं. जेव्हा शरीरात सापाचं विष जातं, तेव्हा तुम्हाला वेगळ्याच प्रकारच्या वेदना होतात. फक्त काही टोचलं, तर ज्या वेदना होतात, तश्या त्या नसतात. हे शरीराला इंजेक्शन दिल्यासारखं असतं. पहिल्यांदा जेव्हा सुई टोचतात, तेव्हा एका प्रकारे दुखतं आणि नंतर जेव्हा औषध आत सोडतात, तेव्हा वेगळ्या प्रकारे दुखतं. तेव्हा मी नागाला बाजूला ठेवलं आणि जखमेकडे लक्ष द्यायला लागलो.

मला माहीत होतं की, काहीही झालं तरी मला झोप लागता कामा नये. हे दूरवर, म्हणजे जिथे फारशी मनुष्यवस्ती नव्हती, तिथे झालं होतं. माझ्याजवळ माझी सायकल होती. मी सायकल चालवत दिसलेल्या पहिल्याच घरात गेलो. तिथे एक बाई होती. मी तिला सांगितलं, की मला नाग चावला आहे आणि मला भरपूर चहा हवा आहे. ती एकदम बिथरली; पण शहाणपणाने तिने मला एक भांडभर काळा चहा दिला. तो चहा पीत मी जागा राहिलो आणि माझी शुद्ध हरपू दिली नाही. नंतर मी घरी परतलो.

मला प्रथम वाटलं की, झालेला प्रकार वडिलांना सांगावा. कारण ते डॉक्टर होते आणि त्यांनी मला हॉस्पिटलमध्ये नेऊन योग्य ते उपचार केले असते. पण माझं दुसरं मन म्हणालं, "जाऊ देत, काय होतं ते बघू या." मला तसं बरं वाटत होतं, पण माझ्या पापण्या जड झाल्या होत्या. आणि मला घरच्यांना घाबरावयाचं नव्हतं, ज्यायोगे माझे असे उद्योग त्यांच्या लक्षात आले असते. म्हणून मी बसलो व थोडासा योगसराव केला. विषाचा असर कमी होण्यासाठी मी योग करत नव्हतो; पण मला गुंगी येऊ लागली होती, म्हणून मी थोडा योगसराव केला. मग रात्री मी लवकर जेवलो आणि झोपी गेलो. सकाळी उठल्यावर मला जरा पेंगल्यासारखंच वाटत होतं. माझ्या पापण्या सुजल्या होत्या व जड झाल्या होत्या, पण मी वाचलो होतो.

हे यामुळे झालं असावं की, एकतर त्या नागाला त्याचं पूर्ण विष माझ्या शरीरात सोडता आलं नसावं किंवा मी प्रयत्नपूर्वक शुद्ध हरपू न दिल्याने त्या विषाचा माझ्यावर कमी परिणाम झाला असावा. मी स्वतः जीवन ऊर्जांसोबत काहीही फेरफार केला नव्हता. पण साधारणपणे जेव्हा नाग चावतो, तेव्हा अशा प्रकारे जीव

वाचणं शक्य असतं, कारण शरीरातून प्राण वायू नेहमीपेक्षा हळूहळू बाहेर पडत असतो आणि जोपर्यंत शरीरातून उदान वायू पूर्णपणे बाहेर पडत नाही तोपर्यंत, तात्त्विकदृष्ट्या जीव वाचवणं शक्य असतं. हे करण्यासाठी तंत्रविद्येमध्ये काही प्रक्रियादेखील आहेत. पण एकदा उदान वायू शरीराच्या बाहेर पडला की जीव वाचवणं कदापि शक्य नसतं.

मेलेल्याला जिवंत करण्याला पूर्वेकडच्या देशांमध्ये फार महत्त्व नसलं, तरी भारताच्या तंत्रविद्येमध्ये प्रेताला उठून चालायला लावणे हा एक लोकप्रिय प्रकार आहे. जेव्हा शरीर सोडलं जातं; जेव्हा पायांतले त्राण नाहीसे होतात, तेव्हा तुम्ही चालू शकत नाही. मृत व्यक्ती चालू शकत नाही, नाही का? पण हे खरं नाही. त्यांना चालवता येऊ शकतं. जसं आपण पाहिलं की मृत्यूची प्रक्रिया सावकाश घडते, जीवन बाहेर पडण्याची प्रक्रिया टप्प्याटप्प्याने होते. जेव्हा तुमचं हृदय, फुप्फुसं व मेंदू बंद पडतात, तेव्हा तुम्हाला मृत घोषित करतात, पण जीवनप्रक्रिया अजूनही चालूच असते आणि तिचं पुनर्ज्वलन करता येऊ शकतं. हेच वापरून तांत्रिक लोक मृत शरीराला चालायला लावतात. काही वेळा चितेवर जळणाऱ्या प्रेताबाबतसुद्धा असं केलं जातं.

मी हे प्रत्यक्षात पाहिलेलं नाही, पण मला सांगणारे असे काही लोक आहेत, जे या बाबतीत खोटं सांगणार नाहीत. त्यांनी पाहिलं आहे की, चितेवर जळणारं प्रेत अचानक उठून चालू लागतं. हे असं होतं, कारण त्या क्षणी जेव्हा शरीर बाहेरून जळू लागतं, तेव्हा जीवनप्रक्रिया मागे सरकू लागते आणि एका छोट्या मर्यादित जागेत केंद्रित होते, जिथे जीवन जास्त तीव्रतेने घडू लागतं. काही लोक याचा वापर करून संपूर्ण यंत्रणा अशा प्रकारे पुन्हा जागृत करू शकतात, की ते प्रेत अचानकपणे उठून बसतं आणि काही पावलं चालतं. काही वेळासाठी ते जिवंत असल्यासारखं वागतं. पण जीवनऊर्जा संपल्यानंतर पुन्हा मरून पडतं. हे शक्य आहे कारण जेव्हा प्रेत जाळायला आणतात, त्या वेळी त्यात थोडीशी जीवनऊर्जा अजूनही शिल्लक असते. ती हृदयाचे ठोके देण्यासाठी, रक्ताभिसरण करण्यासाठी, मेंदूचं कार्य आणि इतर गोष्टी करण्यासाठी पुरेशी नसते, पण पेशींच्या स्तरावर अजूनही पुष्कळ ऊर्जा शिल्लक असते. आणि जेव्हा तिला अग्नीचा स्पर्श होतो, तेव्हा ती एका प्रकारे उफाळून येते. आता त्या प्रेतामध्ये आणखी थोडी ऊर्जा टाकून तुम्ही काही तांत्रिक

हेतूसाठी त्याला काही गोष्टी करायला लावू शकता. जसं तुमच्या फोनची बॅटरी संपली, तरी तुम्ही इमर्जेन्सी कॉल करू शकता. तसंच हे आहे.

सगळ्या तांत्रिक व अघोरी क्रिया याच तत्त्वावर आधारित असतात. नाहीतर प्रेतावर बसून या साऱ्या गोष्टी करण्याने काय होणार आहे? जर मृत्यू म्हणजे संपूर्ण मृत्यू असेल, तर नुसते हाडमांस घेऊन काय करायचं? असे लोक ते शरीर पुन्हा जिवंत करण्यासाठी त्या प्रेतावर बसत नाहीत. त्यांना ते शरीर जिवंत करण्यात काहीही रस नसतो. त्यांना त्या उर्वरित ऊर्जेचा स्वतःला वेगळ्या अवस्थेत नेण्यासाठी उपयोग करायचा असतो. म्हणून त्यातलं उरलंसुरलं जीवन बाहेर काढून ते वापरण्याचा प्रयत्न करत असतात. पशुबळींमागेदेखील हाच हेतू आहे. जेव्हा बळी शक्य नसतो, तेव्हा अशा नुकत्याच मेलेल्या शरीराचा उपयोग करतात. याचा अर्थ, तो मृत माणूस पुन्हा जिवंत होतो असा नाही, आणि आध्यात्मिकदृष्ट्यासुद्धा याला फार काही महत्त्व नाही.

अलीकडे पाश्चिमात्य देशांत एक नवीनच प्रघात पुढे येऊ लागला आहे, जर तुम्ही खूप मोठी रक्कम दिली, तर तुमचं शरीर अतिथंड वातावरणात गोठवून मृत्यूनंतरही जसंच्यातसं ठेवतात. कल्पना अशी आहे की, पुढे जेव्हा तंत्रज्ञान अतिप्रगत होईल आणि तुमचं शरीर ते पूर्ववत करू शकले, तर तुम्ही पुन्हा जिवंत होऊ शकता. मात्र हा अगदीच मूर्खपणाचा आणि बालिश विचार आहे.

साधारपणे कुठली जबर इजा झाली, तर माणूस पूर्ण बेशुद्धावस्थेत जातो. या वेळी शरीर त्या वेदनांपासून सुटण्यासाठी बेशुद्ध अवस्थेत जातं कारण त्या प्रकारच्या वेदना आणि आघात सोसण्यासाठी ते सशक्त नसतं. ही एक प्रकारची संरक्षक यंत्रणा आहे. ती सर्व शरीरक्रिया बंद करते. शरीरात जीवन पोसण्यासाठी पुरेशी ताकद आल्यावर असे लोक कदाचित पुन्हा शुद्धीवर येऊ शकतात. पण जेव्हा शरीरातून प्राण पूर्णपणे निघून गेलेला असतो किंवा शरीराला अनेक वर्षं कृत्रिम पद्धतीने कोमामध्ये जिवंत ठेवलं जातं, तेव्हा त्या शरीरात कुठलीही व्यक्ती उरत नाही. तुम्ही फक्त हृदय, मूत्रपिंड व इतर काही अवयव कार्यरत ठेवता, एवढंच. हे काही खरोखरचं जीवन नाही. हे असं आहे, कोणीतरी त्याची मूत्रपिंडं दान केली आहेत आणि ती कुठेतरी कृत्रिमरीत्या सुरक्षित ठेवण्यात आली आहेत. दुसऱ्या शरीरात नव्हे; तर बाहेर कुठेतरी. ते कृत्रिमरीत्या जिवंत ठेवलं जातं. कोमा

ही स्थिती अशीच काहीशी असते. तुम्ही एक मूत्रपिंड ठेवलं काय किंवा दोन मूत्रपिंड ठेवलेत काय, किंवा हृदय आणि आणखी इतर काही अवयव ठेवलेत काय, ते सारखंच असतं. ती व्यक्ती त्यात उरत नाही.

शरीर चालू ठेवण्याचं तंत्रज्ञान उपलब्ध आहे आणि पुढे कधी ते त्याला जिवंतही करू शकतील. पण तुमच्याच शरीरात तुम्ही पुन्हा प्रवेश कराल, ही फार दूरची कल्पना आहे. थोडक्यात, कुणीतरी २५ वर्षांनी त्याच शरीरात पुन्हा प्रवेश करेल, ही निव्वळ भाकड कल्पना आहे. कारण जर असं काही झालंच, तर ती तीच व्यक्ती असणार नाही. अपघाताने एखाददुसरं चैतन्य किंवा अशरीरी जीव त्या शरीरात घुसला असेल एवढंच. पण हा खूप मोठा धंदा होऊ शकतो. प्राचीन इजिप्तमधले राजे ममी करण्यासाठी पैसा पुरवत असत आणि आजसुद्धा हा चांगला धंदा आहे कारण तुम्ही आगाऊ पैसे देता, पुनर्जीवित झाल्यानंतर नव्हे! दुर्दैवाने, ज्यांच्या ममीज केल्या आहेत, त्यांचा काहीच फायदा नाही.

असे काही पुढे कधी होईल, याबद्दल मला शंकाच आहे. पण असंच काहीसं वेगळ्या प्रकारे होऊ शकेल. तुम्ही योग्यांच्या बाबतीत असं ऐकलं असेल. ते आपलं शरीर सोडतात आणि दुसरीकडे जाऊन परत येतात व पुन्हा आपलं शरीर धारण करतात. बरेचदा असंही होतं की, तो परत त्या शरीरात येण्याच्या अगोदर दुसरा योगी त्या शरीरात प्रवेश करतो आणि निघून जातो. जसं समजा, तुम्ही तुमची मोटरसायकल पार्क करून कुठेतरी गेलात, आणि दुसरा कुणीतरी येऊन ती घेऊन जातो! अशा गोष्टी होऊ शकतात, पण शक्यता खूपच कमी आहे.

परकाया-प्रवेश

पूर्वेकडच्या देशांमध्ये आणि स्थानिक अमेरिकेतील संस्कृतींमध्ये परकाया-प्रवेश मोठ्या प्रमाणात होत असत. इतर कुणाच्या शरीरात प्रवेश करण्याच्या प्रक्रियेमध्ये साधारणपणे नुकत्याच मेलेल्या माणसाचं शरीर वापरलं जातं. भारतात त्याला 'परकाया-प्रवेश म्हणतात. ही योग्याला साध्य होणाऱ्या अष्टसिद्धींपैकी एक आहे. भारतीय पुराणकथेत परकाया प्रवेशाच्याही अनेक कथा आहेत. आदिशंकराचार्यांच्या बाबतीत प्रख्यात अशी एक कथा आहे.

प्राचीन भारतात एखाद्याला त्याच्या वैयक्तिक श्रद्धेसाठी पाखंडी ठरवलं जात

नसे किंवा छळवणूक होत नसे. जेव्हा कुणाला कुठल्या नव्या गोष्टीचा प्रसार करायचा असला, की त्याच्या विरुद्ध मत असलेल्यांसोबत ते वादविवाद करत. त्या काळी आदिशंकराचार्य एक जबरदस्त वादविवादपटू होते. त्यांची तर्कबुद्धी अतिशय चाणाक्ष होती. अशा माणसाच्या वादात पडू नये; पण एक प्रख्यात पंडित आदिशंकरांबरोबर वादविवादात हरले. नंतर त्यांची पत्नी वादविवादात उतरली. स्त्रिया कशा असतात, याची तुम्हाला कल्पना असेलच. आपल्या प्रिय व्यक्तीचं रक्षण करण्यासाठी त्या आटोकाट प्रयत्न करतात. ती म्हणाली, 'तुम्ही माझ्या नवऱ्याला हरवलं; पण ते काही पूर्ण नाहीत. मी त्यांची अर्धांगिनी आहे. म्हणून तुम्ही माझ्याशीसुद्धा चर्चा करायला हवी.' आता या तर्काला काय म्हणायचे?

आणि त्या बाईशी चर्चा सुरू झाली. जेव्हा तिला दिसलं की, आपण हरतो आहोत तेव्हा तिने स्त्री-पुरुषसंबंधाविषयी प्रश्न विचारायला सुरुवात केली. तरीही आदिशंकरांनी तिच्याशी चर्चा सुरू ठेवली. ती अजून क्लिष्ट प्रश्न विचारू लागली व म्हणाली, ''तुम्हाला याचा काय अनुभव आहे?'' असा प्रश्न विचारला. हा एक प्रकारचा सापळा होता, कारण आदिशंकराचार्य ब्रह्मचारी होते. त्यांच्या लक्षात आलं, की त्यांना हरवण्याची ही युक्ती होती. ते म्हणाले, ''मला एक महिन्याची मुदत हवी आहे. आपण चर्चा इथेच थांबवू आणि एक महिन्यानंतर पुन्हा चर्चा सुरू करू.'' ते एका गुहेजवळ गेले आणि शिष्यांना म्हणाले की, काहीही झालं तरी कुणालाही आत सोडू नका, कारण मी माझं शरीर इथे सोडणार आहे आणि दुसऱ्या शरीराच्या शक्यतेची पडताळणी करणार आहे.

असं झालं की नुकताच तिथल्या राजाला नागदंश झाला होता आणि त्यात तो मेला होता. साधारणपणे जेव्हा कुणाचा मृत्यू होतो, तेव्हा श्वास थांबल्यानंतर प्राणवायू पूर्णपणे बाहेर पडायला तास-दीड तास लागतो. इतर वायू अजूनही तिथे असतात आणि हळूहळू बाहेर पडत असतात. पण प्राणवायू त्या वेळात पूर्णपणे गेलेला असतो. पण नागदंश झाल्यावर तो अवधी चार-साडेचार तासांपर्यंत लांबतो. म्हणून ज्याला त्या शरीरात प्रवेश करायचा असतो, त्याच्या दृष्टीने ही योग्य संधी असते.

आदिशंकरांनी राजाच्या शरीरात प्रवेश करण्यासाठी स्वतःचं शरीर सोडलं. त्यांनी त्यांच्या शरीरातील व्यान वायू तसाच ठेवला, कारण पुन्हा प्रवेशासाठी त्यांना ते शरीर चांगल्या स्थितीत ठेवणं आवश्यक होतं. त्या बाईंच्या प्रश्नांना

स्वतः अनुभव घेऊन उत्तरं देण्यासाठी त्यांनी राजाच्या शरीरात प्रवेश केला होता. ते त्या सर्व प्रक्रियांमधून गेले. तेव्हा काही चतुर मंडळींच्या लक्षात आलं, की ज्याला त्यांनी मृत घोषित केलं होतं, तो राजा अचानक जिवंत होऊन उठला आहे आणि खूप उत्साहाने इकडे-तिकडे वावरत आहे... तेव्हा त्यांना शंका आली. त्याच्या आविर्भावावरून त्यांच्या लक्षात आलं, की हा दुसराच कोणीतरी माणूस राजाच्या शरीरात संचारला आहे. त्यांनी राज्यभर सैनिक पाठवले आणि जिथे कुठे मृत शरीर दिसेल, ते लगेच जाळून टाकण्याची आज्ञा दिली. त्यांची अशी इच्छा होती की, जर आता राजा जिवंत झालाच आहे, तर त्या शरीरातील व्यक्ती पुन्हा बाहेर जाऊ नये. ती दुसरी व्यक्ती असली म्हणून काय झालं? तो दिसतो तर पूर्वीच्या राजासारखाच आणि राज्यासाठी राजा असणं महत्त्वाचं होतं. म्हणून राज्यभर सर्वत्र सैनिक पाठवले आणि सर्व मृत शरीरं जाळून टाकण्याचे हुकूम झाले.

सैनिकांना शंकरांचं शरीर गुहेत सापडलं आणि त्यांना ते जाळायचं होतं. शिष्यांनी सैनिकांना सांगितलं की गुरू शवासनात आहेत, मेलेले नाहीत आणि कुठल्याही क्षणी उठून बसतील. यात काहीतरी गडबड आहे असे पाहून सैनिकांनी गुहेतच चिता रचली आणि शंकराचं शरीर जाळण्यासाठी त्यावर ठेवलं. असं काहीतरी घडतंय हे अंतर्ज्ञानाने जाणून शंकरांनी राजाचं शरीर सोडलं. राजा पुन्हा मरून पडला. शंकर पुन्हा त्यांच्या शरीरात आले आणि अर्धवट राहिलेली चर्चा पुढे चालू करून जिंकले.

जो अशा प्रकारचे खेळ आपल्या ऊर्जेशी करतो, तो नंतर फार काळ जिवंत राहात नाही, कारण अशा गोष्टींसाठी प्रचंड ऊर्जा खर्ची पडते. असं म्हणतात की, या प्रकरणानंतर लवकरच शंकरांनी देह सोडला, वयाच्या बत्तिसाव्या वर्षी. खरंतर कुणालाच माहीत नाही की, त्यांनी कसं शरीर सोडलं किंवा कुठे शरीर सोडलं. त्यांचं शेवटचं दर्शन केदारनाथला झालं होतं. या प्रकरणामुळे कदाचित त्यांना लवकर देह सोडावा लागला असावा.

अजून एक प्रसिद्ध घटना एका योगींच्या संदर्भात आहे, ज्यांना नंतर तामिळनाडूत 'थिरुमूलार' नावाने ओळखलं जाऊ लागलं. त्यांचं आधीचं नाव होतं, 'सुंदरनाथर.' ते दक्षिण तामिळनाडूचे रहिवासी होते आणि त्यांनी कैलास यात्रा केली होती. असं म्हणतात की, तिथे प्रत्यक्ष शिवाने त्यांना दीक्षा दिली. खूप वर्षं कैलास पर्वतावर वास्तव्य करून ते त्यांच्या समकालीन ऋषिमित्र अगस्तीमुनींना भेटायला दक्षिणेत

आले, जे तामिळनाडूमध्ये राहात होते. वाटेत जंगलात त्यांना एक गायींचा कळप रडताना दिसला. त्या कळपाच्या गुराख्याचा नुकताच साप चावून मृत्यू झाला होता. त्या रडणाऱ्या गायींची दया येऊन त्यांनी थोडा वेळ त्या गुराख्याच्या शरीरात प्रवेश करून गायींचं सांत्वन करायचं ठरवलं. त्यांनी आपलं शरीर एका झाडाच्या ढोलीत ठेवलं आणि त्यांनी त्या गुराख्याच्या शरीरात प्रवेश केला.

गायीं खूश झाल्या. ते सर्व गायींना घेऊन गावात परत गेले आणि नंतर त्या झाडापाशी येऊन आपलं खरं शरीर शोधू लागले. परंतु आश्चर्य म्हणजे, त्यांना त्यांचं शरीर कुठेच दिसेना. म्हणून ते त्या गुराख्याच्या शरीरातच राहू लागले. खेड्यातल्या लोकांना खूपच आश्चर्य वाटू लागलं की, आपला साधा गुराखी आता अध्यात्माचं शिक्षण देऊ लागला आहे आणि आध्यात्मिक कवनंही करू लागला आहे. त्याचं नाव 'मूलार' होतं, म्हणून आदराने ते त्याला थिरुमूलार (तमिळमध्ये 'थिरू' आदरार्थी वापरतात) म्हणू लागले आणि तेच त्यांचं नाव पडलं. जवळपास ३००० आध्यात्मिक काव्यरचना त्यांच्या नावावर आहेत आणि अजूनही ती तिथे गायली जातात.

अशा गोष्टी शक्य आहेत काय? अगदी शक्य आहेत. भारतात परकाया-प्रवेशाची अनेक उदाहरणं आहेत. ही खूप मोठी उपलब्धी आहे का? खरं पाहिलं, तर नाही. यासाठी फक्त आपल्या आतली जीवनयंत्रणा कशी कार्य करते याबाबतची थोडी समज असणं आवश्यक आहे. पण जर कुणाला जिवंत व्यक्तीच्या शरीरात प्रवेश करायचा असेल, तर काम कठीण आहे. ज्या व्यक्तीच्या शरीरात प्रवेश करायचा आहे त्याच्याकडे तेवढी सिद्धता हवी की, एका वेळी दोन लोकांना तो सांभाळू शकेल. किंवा तो माणूस एखाद्या व्याधीने किंवा कुठल्या कारणाने खूप अशक्त झाला असला पाहिजे किंवा अर्धमेला झाला असला पाहिजे, तरच हे शक्य आहे. एखादं तरुण शरीर आहे, पण ज्याला कसलीच जागरूकता नाही, तर हे शक्य नाही.

ही सगळी गूढ तंत्रविद्या आहे. त्याचं खरोखर आध्यात्मिक महत्त्व असं काही नाही. हा तुम्हा स्वतःला किंवा इतरांना हे दाखवण्याचा मार्ग असतो की या गोष्टी केल्या जाऊ शकतात. किंवा कधीकधी ज्या गोष्टी तुम्ही स्वतःच्या शरीरात राहून करू इच्छित नाही, अशा गोष्टी करायला केलं जाऊ शकतं. कारणं वेगवेगळी असू शकतात. सद्‌गुरू श्रीब्रह्मांनीसुद्धा आपल्या गुरूची इच्छा पूर्ण करण्यासाठी आपल्या आयुष्याच्या शेवटी असं काही करण्याचा प्रयत्न केला होता.[३]

---

२ याबद्दल अधिक माहिती 'माझे पूर्वजन्म' या ११व्या प्रकरणात.

अमरत्वाची प्राप्ती

अमरत्व मिळवणं हे नेहमीच धनवान असणाऱ्यांचं स्वप्न राहिलेलं आहे. जेव्हा लोक श्रीमंत होतात, तेव्हा त्यांना वाटतं की, आपल्याकडे सारं काही आहे, पण अजूनही जीवन हवं तसं त्यांच्यासोबत घडलेलं नाही. म्हणून त्यांना अजून जगायचं असतं. जगातील दुःखी लोकांचीसुद्धा अमर होण्याची आस असते. जे लोक आनंदी असतात, जे लोक आयुष्य छान जगलेले आहेत, त्यांना मरायचं नसतं ही समजूत चुकीची आहे. जर आनंद हा तुमच्या आयुष्याचा सोबती बनला, तर मग आणखी कशालाही महत्त्व नसतं. तुमच्या हे लक्षात आलं असेल की, जेव्हा तुम्ही आनंदी असता, तेव्हा तुम्ही कुठल्याच गोष्टीबद्दल हपापलेले नसता. तुम्ही उदार बनता. त्याक्षणी कुठलीही गोष्ट द्यायला तुम्ही तयार असता. केवळ जेव्हा तुम्ही खूप दुःखी असता, तेव्हा तुम्ही हावरट बनता. आनंदी माणसं जीवनाला खूप चिकटून नसतात, सैल असतात. अगदी कधीही सोडून देण्याची त्यांची तयारी असते. लोकांना नेहमी असं वाटतं की, दुःखी लोकांना मरायचं असतं. असं नाहीये. दुःखी लोक आयुष्याला इतर कुणाहीपेक्षा जास्त चिकटून असतात. जरी ते १०० वर्षं जगले, तरी ते आणखी जास्त आणि आणखी जास्त चिकटून राहतील, कारण ते खऱ्या अर्थाने जगलेलेच नसतात. स्वतःच्याच दुःखात ते एवढे बुडालेले असतात की, त्यांना जगायला वेळच मिळालेला नसतो.

आनंदी माणूस कुणालाही चिकटून राहत नाही. जेव्हा लोक आनंदी असतात, तेव्हा आपल्याला पुनर्जन्म मिळेल किंवा नाही, असा विचारही त्यांना शिवत नाही. त्यांना याचीही चिंता नसते की आपण उद्या जगू की मरू. एवढे ते आनंदी असतात. तुम्ही जेव्हा खरोखर आनंदी असता, तेव्हा तुम्हाला कोणाची गरज नसते. तुम्हाला तुमच्या बायकोची गरज नसते, नवऱ्याची गरज नसते. एवढंच काय; देवाचीही गरज नसते. जेव्हा तुम्ही खूप आनंदी असता, तेव्हा सर्व देवांचा विसर पडतो. देव ही दुःखी लोकांची निर्मिती आहे. जगात खूप लोक दुःखी आहेत म्हणून देवाची चलती आहे. जग जर खरोखरंच आनंदी जीवांनी भरलेले असेल, तर देव नाहीसा होईल. आपण सगळे जर खरोखर आनंदी असलो, तर जगात देवाला काही कामच राहणार नाही. आपण स्वतःला सांभाळू शकतो. आपल्याला देवाची गरज भासते,

कारण आपल्या आत इतकं जास्त दुःख आपण निर्माण केलं आहे, आणि मुख्य म्हणजे, दुःखाची भीती.

जेव्हा तुम्ही खरोखर आनंदी होता, शब्दांपलीकडचा आनंद, जेव्हा तुमचा आनंद सगळ्या सीमा ओलांडून जातो, तेव्हा तुम्ही मरायला तयार असता. तुम्हाला वाटतं ''हेच ते, मला सर्व मिळालं; आता मी विलीन व्हायला तयार आहे.'' आनंद तुम्हाला मृत्यूसाठी तयार करतो. सारं काही चांगलं असताना जो मरायला तयार असतो, तोच खरं आयुष्य जगला. ज्या दोन प्रेमींनी थोडा वेळ जरी एकत्र असण्याचा खरा आनंद चाखलेला असतो, ते मरायला तयार असतात. हे तुम्ही पाहिलं आहे ना? पण दुःखी मनुष्य मरायला तयार नसतो, कारण तो जीवनाबद्दलही कंजूस असतो. तो कधीच जगलेला नसतो म्हणून त्याला वाटतं की आणखी एक वर्ष मिळालं, तर अधिक चांगलं आयुष्य जगू! बहुतेक लोक असे असतात.

पूर्वीच्या काळी प्रत्येक राजा, पृथ्वीतलावरील प्रत्येक सामर्थ्यवान व्यक्ती अमर होण्याच्या प्रयत्नात असे. परंतु जर तुम्हाला खरंच कोणाला शाप द्यायचा असेल, तर त्याला मरणाचा नव्हे; तर त्यांना न संपणारं आयुष्य मिळू दे असा शाप द्या. तो कुणाहीसाठी सर्वांत वाईट शाप असेल. जर एखादा साधनेत जीवन घालवत असेल आणि त्याने त्याचं आयुष्य लांबवलं असेल, तर गोष्ट वेगळी आहे. हे ओढाताण करून आयुष्य लांबवणं नाही, तर योग्य साधना करून जीवनाला विस्तार पावण्यासाठी आवश्यक तो आधार तुम्ही देत आहात. योगामध्ये आम्ही नेहमी म्हणतो की, मनुष्य १६० वर्षं जगू शकतो. पण अलीकडच्या काळात कुणी इतकी वर्षं जगताना क्वचितच दिसून येतं.

जगभरात सरासरी आयुष्यमान बरंच वाढलं आहे. याचं कारण वैद्यकीय मदत आणि सातत्याने घेतली जाणारी आवश्यक पोषक तत्त्वं. त्यामुळे दुसरे प्रश्न निर्माण होत असले, तरी निदान आयुष्य तरी लांबत आहे. प्रत्येक जण घेत असलेल्या जीवनसत्त्वांच्या गोळ्यांमुळे प्रत्येक अवयवाला पुन्हा तारुण्य मिळतं. आता लोक म्हणत आहेत की, जर अजून पन्नास वर्षं जगलो, तर पुढे ५०० वर्षं जगू शकू, कारण तोपर्यंत तंत्रज्ञान इतकं पुढे गेलेलं असेल, की नवं हृदय, नवीन यकृत आणि नवीन मूत्रपिंड प्रयोगशाळेत तयार करता येतील आणि आपल्यामध्ये सारं काही नवीन असेल.

काही लोक मला सांगत होते की, ते कसे ४०० वर्षे जगणार आहेत. त्यांनी त्यासाठी योजना तयार केल्या आहेत. प्रयोगशाळा, डॉक्टर यांच्याशी त्यांनी तसे

करार केलेले आहेत, केव्हा कुठला अवयव बदलून नवा बसवायचा, अवयव कार्यरत असताना किंवा कार्यरत नसताना इत्यादी. हे त्यांनी त्यांची आनुवांशिक रचना आणि शरीरातील पूर्व लक्षणं यानुसार अगोदरच ठरवलं आहे. वयाच्या ऐंशीव्या वर्षी हृदय बदलायचं, पंच्याऐंशीला मूत्रपिंड व हाडांचे सारे सांधे बदलायचे वगैरेवगैरे, त्यांनी अगोदरच ठरवलं आहे. त्यांची या प्रकारे ४०० वर्षं जगण्याची योजना आहे. यामुळे या लोकांना मोठं दुःख भोगावं लागेल.

शरीराचं आयुष्य वाढवणं कदाचित शक्य होईल, पण तुमच्या आयुष्यात साधना आणि तुमचं तुमच्या संपूर्ण यंत्रणेवर एक ठरावीक प्रभुत्व असल्याशिवाय, तुम्ही तितक्या जास्त काळ जगलात, तर तुमच्याकडे मन उरणार नाही. तुम्ही एखाद्या जिवंत प्रेतासारखं जगाल. आवश्यक साधनेशिवाय जर तुम्ही फक्त शरीराचं आयुष्य खेचलं, तर मन मरून जाईल. तुम्हाला शरीराने धडधाकट असलेले असे काही लोक दिसतील; पण त्यांचं मन संपून गेलेलं असतं, कारण त्यांचं प्रारब्ध कर्म संपलेलं असतं. हे म्हणजे जणू तुमच्याकडे हार्डवेअर आहे; पण त्याला चालवणारं आवश्यक सॉफ्टवेअर संपून गेलं आहे. ते साधनेच्या अभावी स्मृतीचा वेगळा आयाम उघडू शकत नाहीत. त्यामुळे फक्त एक कोरी पाटी उरते.

दीर्घ काळासाठी जगावंसं वाटण्यात हरकत नाही. पण बळजबरीने आयुर्मान ताणण्याचा विचार हा जीवनाप्रतिच्या एका उर्मट भावनेतून येतो, जो मला आवडत नाही. २०५० साली असं घडेल. काही शास्त्रज्ञांनी देवाबरोबर भेट ठरवली. ते म्हणाले, ''तू चांगली सृष्टी निर्माण केली आहेस. तू जे काही करू शकतोस, ते सारं काही आता आम्ही करू शकतो. तेव्हा आम्हाला वाटतं, तुला आता निवृत्त व्हायला हरकत नाही.''

मग देव म्हणाला, ''अरे, असं आहे का? काय करू शकता तुम्ही?''

ते म्हणाले, ''हे पाहा.''

त्यांनी त्यांच्या टेस्ट ट्यूब आणि इतर गोष्टी काढल्या. त्यांनी माती घेतली, त्यात अनेक गोष्टी मिसळल्या आणि त्यातून एक जिवंत लहान मूल बनवलं आणि ते रडायला लागलं. ''हे पाहा आम्ही नवीन जीव बनवला आहे. आता तुझी गरज काय? तू निवृत्त हो.''

देव म्हणाला, ''ते ठीक आहे, पण आधी तुम्ही स्वतःची माती आणा!''

तुम्हाला जर तुमचं आयुष्य वाढवायचं असेल, तर तुम्हाला योग्य ती साधना

करावी लागेल. बाह्य उपचारांचा उपयोग नाही. ज्या वेळी साधनेच्या मार्गाने आयुष्य वाढतं, त्या वेळी तुमचं प्रारब्ध कर्मसुद्धा आणखी उघडतं. कर्माचे आणखी आयाम खुले होतील आणि हे जीवन चालू ठेवण्यासाठी पुरेसा कर्मपदार्थ मिळेल. जर जीवासाठी कुठलाच कर्मपदार्थ नसेल, आणि फक्त शरीराचं आयुष्य वाढलं, तर तुम्ही भूतासारखे व्हाल. निदान भूताला जागाही लागत नाही आणि ते अन्नही खात नाही. तुम्हाला अन्नही लागेल, जागाही लागेल आणि तरी तुमचं आयुष्य भूतासारखं असेल. तुम्ही साधना करून ४०० वर्षं जगला, तर जगाच्या दृष्टीने बहुमूल्य व्हाल. हे मूल्य तुमच्या दीर्घायुष्यामुळे नाही किंवा तुमच्यात प्रचंड शहाणपण आल्याने नाही, तर तुम्ही कोण आहात आणि काय बनला आहात यामुळे असेल. तुमचं अस्तित्व, किंवा तुम्ही म्हणून जे काही आहे, ते विनासायास एखाद्या फुग्याप्रमाणे सर्वत्र सहज तरंगत असेल.

साधनेचा विचार केला, तर हठयोग हा महत्त्वाचा आहे, कारण तुमचा शारीरिक पाया मजबूत पाहिजे. मुख्य म्हणजे, जर तुम्ही अशा एका अवस्थेला पोहोचला, जिथे तुम्हाला डोळे मिटल्यावर तुम्हाला वेळेचं भान उरत नाही, तर याचा अर्थ तुम्ही काळाला फसवलं आहे. जर पेशी तरुण ठेवल्या, तर शरीर दीर्घकाळ टिकतं. कारण ते स्वतःला नवनवीन बनवत असतं. सर्वांत महत्त्वाचं म्हणजे, जर तुम्ही तुमचं कर्म तीव्रतेने संपवत असाल, तर नवे स्तर आपोआप खुले होतील. साधनेशिवाय तुम्हाला कर्माच्या आणखी विशाल साठ्यात, ज्याला आपण 'संचित कर्म' म्हणतो, हात घालता येणार नाही. अशा मनुष्याचं आयुष्य लांब खेचलं तरी तो टिकणार नाही.

त्याचप्रमाणे केवळ तुम्ही जास्त वर्षं जिवंत राहिलात म्हणून काही तुमचा जीवनाचा अनुभव आणखी चांगला होणार नाही. काही ठरावीक वर्षांपर्यंत ठीक आहे, पण नुसतंच वर्ष वाढवत राहिल्याने तुमच्या अनुभवात जीवन आणखी सुंदर होणार नाही. जर तुम्ही म्हणालात, 'मी १५० वर्षांचा आहे', तर आजूबाजूच्या लोकांना कौतुक वाटेल, पण तुमच्या अनुभवात कुठली अशी भर पडत आहे? तुम्हीच ठरवा, तुमच्यासाठी जीवन जमाखर्चाची वही आहे की अपूर्व अनुभव आहे. जर ते हिशेबाची वही असेल तर आकडे महत्त्वाचे आहेत. पण जर ते विलक्षण अनुभव असेल, तर आकडे महत्त्वाचे नाहीत.

उन्नत आयामांचा शोध

लोक असं विचारतात, 'जर माझं आयुष्य छान चाललं असेल, तर ते असंच अनंत काळासाठी का सुरू ठेवू नये? यात काय चुकीचं आहे? आणखी वेगळं काही शोधण्याची गरज काय?' असं नाही की, दुःखामुळे आपल्याला इथून पुढे जायचं आहे. जीवाचा नैसर्गिक कलच उन्नत स्तराकडे जाण्याचा किंवा उच्चतम स्तराकडे जाण्याचा असतो.

हे म्हणजे असं आहे: तुम्ही जन्मल्यावर तुम्ही चालायला शिकला. ती खूप उत्साहदायी गोष्ट होती. तुम्ही अजून मोठे झाला, लग्न केलं, मुलं झाली, पैसा मिळवला आणि मेलात! त्यानंतर तुम्ही पुन्हा जन्मला, उभे राहण्याचा आनंद मिळवलात, सायकल चालवण्याने खूश झालात, तुम्हाला तुमचा बॉयफ्रेंड भेटला, खूप आनंद झाला, काही काळाने निराशा अनुभवली आणि तुम्ही पुन्हा लग्न केलं. हे असं पुन्हापुन्हा होत आहे. समजा, तुम्हाला हे समजलं, कुणीतरी सांगितलं म्हणून नाही, पण तुम्हाला स्वतःला दिसलं की, असं आपण हजारदा केलं आहे, तर पुन्हा त्या चक्रातून जायला तुम्हाला आवडेल का?

आता चांगलं आयुष्य म्हणजे काय? लोकांना वाटतं, की आपलं लग्न झालं, मुलं झाली, बँकेत भरपूर पैसा आहे, म्हणजे आपलं आयुष्य छान चालू आहे. हे असं नसतं. चांगलं आयुष्य म्हणजे तुम्ही जीवनाचे सगळे पैलू आत्मसात केले आहेत. जीवनाबाबत जे काही जाणण्याजोगं ते सगळं तुम्ही जाणलं आहे, तुमच्यामध्ये वेगवेगळ्या प्रकारे साठून असलेल्या स्मृतींचं आवरण तुम्ही तोडलं आहे. जर या वेगवेगळ्या कप्प्यांमध्ये साठवलेली ही स्मृती फुटून तुमच्यावर कोसळली, तर तुम्हाला नक्कीच आणखी पुढच्या आयामात जावंसं वाटेल. आपण त्याचत्याच गोष्टी पुन्हा करतो आहोत हे जर कुणाला कळलं तर त्यांना त्याचा नक्कीच त्रास होईल. आणि मग स्वाभाविकपणे पुढच्या आयामात प्रवेश करावासा वाटेल.

किंवा याकडे आपण असं पाहू शकतो - समजा आपण तुम्हाला तुमचा आवडता चित्रपट सतत पुन्हापुन्हा पाहायला लावला. पुढच्या एका महिन्यासाठी दररोज, दिवसातून सात वेळा. कदाचित पहिल्या पाच ते दहा वेळांसाठी बघताना तुमच्या डोळ्यांतून अश्रू वाहतील. त्यानंतर जर तुम्ही अगदीच कामातून गेलेले नसाल, तर तुम्ही त्याकडे फक्त प्रकाश आणि आवाजाचा खेळ म्हणून पाहाल. एकदा का

तुमचं मन त्यात नसलं की, मग तुम्ही फक्त उघड्या डोळ्यांनी ती दृश्य पाहाल. शिवाय, जर मी तुम्हाला त्या प्रोजेक्टर रूममध्ये नेलं आणि तुम्हाला खरोखर लक्षात आलं की, फक्त दोन फिरणारी चाकं आणि लाईट बल्ब तुमच्यासाठी हा सगळा भास निर्माण करत आहेत, तुमच्यात इतक्या भावना निर्माण करून तुम्हाला हे खरं आहे असं भासवत आहेत, तर कदाचित तुम्ही अजूनही चित्रपटाचा आनंद घ्याल, पण तुमचं मन त्यात रमणार नाही.

जेव्हा तुमच्या लक्षात येतं की, तुम्ही त्याच एका चित्रपटामध्ये इतक्या काळापासून अडकलेले आहात, तेव्हा पुढच्या आयामात जाण्याची जबर इच्छा बळावते. या आयामाध्ये 'हे' आणि 'ते' असा फरक असतो. तुमच्या सध्याच्या मनःस्थितीत 'हे आणि ते' किंवा 'ते आणि ते' हे मनोरंजक वाटतं. पण पुढचा आयाम म्हणजे, 'हे, हे आणि फक्त हेच' असा असतो. असंख्य भासणाऱ्या गोष्टी एकाच गोष्टीत सामावतील. तुम्हाला सध्या यामध्ये रस वाटणार नाही, कारण तुमचे विचार, भावना, जाण, हे सगळं फक्त सध्याच्या आयामाच्या संदर्भातून आहे. आपण अधिकाधिक त्याच स्तरावर घुटमळत आहोत, हे जितक्या लवकर तुम्हाला जाणवेल, तितक्या लवकर तुमची त्या पलीकडे जाण्याची इच्छा बळावेल. तोपर्यंत तुम्हाला त्यात रस वाटणार नाही.

•••

प्रकरण ५

महासमाधी

महासमाधी हा खेळाचा शेवट आहे. चक्र आता संपले. पुनर्जन्माचा प्रश्नच येत नाही, तो परिपूर्ण विलय आहे. तुम्ही म्हणू शकता की, ही व्यक्ती आता खरोखरंच उरली नाही.

समाधी आणि मृत्यू

लोक पुष्कळ वेळा समाधी आणि मृत्यू यांचा संबंध जोडतात. त्यांना असं वाटतं, समाधी म्हणजे मृत्यूसारखी अवस्था. पण ती त्यापासून फार वेगळी आहे. 'समाधी' शब्दाचा अर्थ बऱ्याचदा चुकीचा घेतला जातो. हा शब्द 'सम' आणि 'धी' या दोन शब्दांपासून बनला आहे. 'सम' म्हणजे, समत्व आणि 'धी' म्हणजे, बुद्धी. तुम्ही बुद्धीच्या सम अवस्थेला पोहोचलात की, तिला 'समाधी' म्हणतात.

बुद्धीचा मूळ स्वभाव भेदभाव करणं हा आहे. भेदभाव करण्याचा हा गुण जिवंत राहण्यासाठी फार महत्त्वाचा आहे. केवळ तुमची बुद्धी कार्यरत आहे म्हणून तुम्ही मनुष्य आणि झाड यांमध्ये फरक करू शकता. तुम्हाला जर दगड फोडायचा असेल, तर तुम्ही दगड आणि तुमचं बोट यांच्यात भेद करायला हवा. नाहीतर, तुम्ही तुमचं बोट तोडून बसाल. भेदभाव करण्याची वृत्ती हे एक साधन आहे. शरीराच्या प्रत्येक पेशीमध्ये जिवंत टिकून राहण्याची नैसर्गिक प्रवृत्ती असते, हे

साधन तेच कार्य करतं आणि त्याला आधार देतं. तुम्ही बुद्धीपलीकडे गेलात, तर तुमच्यात समभाव निर्माण होतो, म्हणजे तुम्ही भेदाभेद करण्याची क्षमता गमावता, असा याचा अर्थ नाही. वेगवेगळ्या गोष्टींमध्ये भेद करू शकणारी बुद्धी जर तुम्ही गमावली, तर तुम्ही वेडे व्हाल.

समाधी-स्थितीत, तुमची भेदाभेद करणारी बुद्धी व्यवस्थित असते, परंतु त्याच वेळी तुम्ही तिच्या पलीकडे गेलेले असता. तुम्ही भेदभाव करत नाही - तुम्ही सहजपणे इथे उपस्थित राहून, जीवनाचं खरं स्वरूप पाहू शकता. ज्या क्षणी तुम्ही बुद्धी सोडून देता किंवा त्याच्या पलीकडे जाता, त्या क्षणी भेदाभेद राहूच शकत नाही. सर्व काही एक पूर्ण बनतं, तेच सत्य आहे. अशी स्थिती तुम्हाला अस्तित्वाच्या एकत्वाचा अनुभव देते. जे काही अस्तित्वात आहे, त्याचं एकत्व. ह्या स्थितीमध्ये स्थळ किंवा काळ नाहीत. स्थळ आणि काळ ही तुमच्या मनाची निर्मिती आहे. तुम्ही मनाच्या मर्यादांपलीकडे गेलात की, स्थळ आणि काळ, यांचं अस्तित्व तुमच्यासाठी उरत नाही. जे इथे आहे, ते तिथे आहे. आत्ता जे आहे, ते तेव्हाही आहे. तुमच्यासाठी भूत किंवा भविष्य उरत नाही. जे सर्व आहे, ते इथे या क्षणामध्ये आहे.

समाधी ही समत्वाची अशी अवस्था आहे, जिथे बुद्धी भेदाभेद करण्याच्या तिच्या नेहमीच्या कार्यापलीकडे जाते. हे त्या व्यक्तीला भौतिक शरीरापासूनदेखील सैल करते. तुम्ही आणि तुमचं शरीर यांमध्ये अंतर निर्माण होतं. मृत्यू म्हणजे भौतिक शरीर पूर्णपणे सुटणं. भौतिक शरीराशी काही संबध राहत नाही. समाधी म्हणजे भौतिक शरीर अस्तित्वात आहे, परंतु भौतिक शरीराशी संबंध अगदी कमीतकमी झाला आहे.

हे समजून घेण्यासाठी लोकांनी समाधीचे आठ भिन्न प्रकार किंवा स्तर केले आहेत. साधारणपणे, ह्या आठ समाधींची 'सविकल्प' आणि 'निर्विकल्प' अशी विभागणी केली जाते. 'सविकल्प समाधी' ह्या ठरावीक गुण किंवा वैशिष्ट्यांसहित असतात. त्या अतिशय सुखद, आनंददायी आणि उच्चतम सुख देणाऱ्या असतात. 'निर्विकल्प समाधी' ह्या गुण किंवा वैशिष्ट्यविरहित असतात. त्या सुखकारक आणि असुखकारक दोन्हींच्या पलीकडे असतात. निर्विकल्प समाधी अवस्थेमध्ये जाणाऱ्यांना नेहमी सुरक्षित अवस्थेत ठेवलं जातं, कारण त्यांचा शरीराशी संबंध अगदी कमीतकमी राहतो. अगदी थोडंही व्यवधान, जसं एखादा आवाज किंवा

बारीक टोचणी त्यांना शरीरापासून वेगळं करू शकते. ह्या अवस्था काही ठरावीक काळासाठी ठेवल्या जातात, विशेषकरून, 'मी' आणि 'माझं शरीर' यांमध्ये निश्चित अंतर प्रस्थापित करण्यासाठी. आध्यात्मिक क्रमविकासामध्ये ही एक महत्त्वाची पायरी आहे, पण तरीही परमोच्च अवस्था नाही.

यापूर्वी आपण असा उल्लेख केला की, काही वेळा योगी ठरावीक काळासाठी समाधीच्या गहन अवस्थेत जातात, कारण ते त्यांच्यामध्ये घडणाऱ्या काही विशिष्ट परिस्थितींपासून दूर राहू इच्छितात किंवा त्यांना त्यांचं कर्म संपवण्यासाठी अधिक वेळ हवा असतो. असं म्हणू या, एखाद्या योग्याला माहीत आहे की त्याचं जीवन अशा टप्प्यावर आहे की उद्या त्याला हे शरीर सोडावं लागणार आहे, परंतु त्याची कर्मं पूर्ण झालेली नाहीत, त्याच्या कर्माचा हिशोब पूर्ण झालेला नाही. म्हणून त्याला जायचं नसतं. त्याऐवजी तो एखादा आठवडा किंवा दहा दिवस समाधी अवस्थेमध्ये जातो. आता त्याला जे संपवायचं आहे, ते संपवण्यासाठी थोडा अधिक वेळ मिळतो. हा घड्याळाचे काटे उलटे फिरवण्याचा प्रकार आहे, कालप्रक्रियेला फसविण्याचा प्रकार आहे. जेव्हा एखादी व्यक्ती स्वतःला मन किंवा शरीर बनू देत नाही, तेव्हा ती कालचक्रापासून अलिप्त राहते. अशा प्रकारे एखादी व्यक्ती काळाला फसवते आणि तिथेच थांबून राहते. त्या व्यक्तीला स्वतःसाठी अतिरिक्त वेळ मिळतो.

समाधी अवस्थांना आत्मज्ञानाच्या किंवा स्वतःचं खरं स्वरूप जाणण्याच्या दृष्टीनं, स्वतःचं असं विशेष महत्त्व नाही. गौतम बुद्धांचे बरेच शिष्य फार दीर्घ काळासाठी समाधीत गेले. कित्येक वर्षं ते बाहेर आले नाहीत. परंतु गौतम बुद्धांनी स्वतः असं केलं नाही, कारण त्यांना ते अनावश्यक वाटलं. त्यांनी आत्मज्ञान होण्याअगोदर सर्व आठही प्रकारच्या समाधींची साधना केली आणि अनुभव घेतला. नंतर त्यांना सोडून दिलं. ते म्हणाले, "हे ते नाही. हे तुम्हाला आत्मज्ञानाच्या जवळ नेणार नाही. हे म्हणजे फक्त अनुभवाच्या वरच्या पातळीत प्रवेश करणं आहे आणि तुम्ही त्यात अधिक अडकून राहू शकता, कारण ते आताच्या वास्तवापेक्षा अधिक सुंदर आहे."

जर तुमचं ध्येय निश्चित असेल, आत्मज्ञानाला तुम्ही तुमच्या आयुष्यातील सर्वोच्च प्राथमिकता बनवली असेल, तर मग इतर सर्व काही, जे तुम्हाला एक पाऊलही त्याच्या जवळ नेत नसेल, ते अर्थहीन आहे.

आत्मज्ञान आणि मृत्यू

'मृत्यू' आणि 'आत्मज्ञान' यांचं काय नातं आहे? मृत्यू आणि आत्मज्ञान यांचा संबंध आहे, या अर्थाने की, जर तुमच्या जीवनऊर्जा अत्यंत तीव्र बनल्या, तर तुम्ही हे शरीर धरून ठेवू शकत नाही. तसेच, जर जीवनऊर्जा अति क्षीण झाल्या, तरीही तुम्ही हे शरीर धरून ठेवू शकत नाही. त्या जेव्हा तीव्रतेच्या एका विशिष्ट मर्यादेमध्ये असतात, तेव्हाच तुम्ही ह्या शरीरात राहू शकता. ऊर्जेची तीव्रता एका विशिष्ट मर्यादेपलीकडे वाढवत नेली, तर तुम्हाला आत्मज्ञान होईल आणि तुम्ही शरीर सोडून जाल. तुम्ही ती एक विशिष्ट मर्यादेच्या खाली नेली, तर तुमचा मृत्यू होईल. ही नैसर्गिक प्रक्रिया आहे. बहुतेक आत्मज्ञानी व्यक्ती, जर त्यांनी शरीर टिकवून ठेवण्यासाठी काही क्लृप्त्या केल्या नाहीत, तर ते या शरीरात राहू शकत नाहीत. एकतर त्यांना शरीरयंत्रणा कशी कार्य करते याचं चांगल्या प्रकारे ज्ञान असलं पाहिजे किंवा जाणीवपूर्वक सतत नवीन कर्म निर्माण करत राहिलं पाहिजे – जसं की एखादी इच्छा किंवा ओढ जी इतरांना विचित्र वाटेल, कारण ती त्या व्यक्तीच्या इतर गुणांशी अजिबात जुळत नाही. लोकांना ते वेडे वाटतील, परंतु त्यांना त्यांचं शरीर चालू ठेवण्यासाठी ते करत राहावं लागतं.

जर तुम्हाला तुमचं कर्म टप्प्याटप्प्याने संपवायचं असेल, तर साधना अनिवार्य आहे. अचानक आत्मज्ञान होणं यावर आम्ही 'ईशा'मध्ये विश्वास ठेवत नाही. जर आत्मज्ञान अचानक झालं, तर बहुतेक लोक ते सहन करण्यास सक्षम नाहीत. त्याने मृत्यू ओढवू शकतो किंवा ते पूर्णपणे अंतर्मुख होऊ शकतात. ह्या जगात हजारो लोकांना आत्मज्ञान होतं, परंतु त्यातील ९०% लोक आत्मज्ञान होण्याच्या क्षणी शरीर सोडून जातात. ज्या क्षणी एखाद्याला 'मी हे शरीर नाही' हा अनुभव होतो, त्या क्षणापासून पुढे तो या शरीरात राहू शकत नाही, कारण त्यांच्यामध्ये इथे राहून शरीराचं कार्य चालू ठेवण्यासाठी लागणारी परिपक्वता किंवा ज्ञान नसतं. म्हणूनच एखाद्याला आत्मज्ञान होताच, ते शरीरातून निसटून बाहेर जातील, आणि तोच शेवट असतो. यामुळेच बहुतेक आत्मज्ञानी जीव लोकांना कधीच माहीत होत नाहीत. अगदी थोडे जण असे असतात, ज्यांची समज एका विशिष्ट पातळीपर्यंत पोहोचलेली असते आणि आत्मज्ञान झाल्यानंतरही हे शरीर ते टिकवून ठेवू शकतात.

'ईशा'मध्ये खूप साधना चालू आहे. माझ्या खऱ्या कार्याच्या दृष्टीने, आम्ही

घेत असलेले योग कार्यक्रम माझा खूप वेळ घेत असले, तरीही ते माझ्या जीवनाचा फार छोटा भाग आहेत. खरं कार्य अगदी वेगळं आहे. असे खूप लोक इथे आहेत, जर मी त्यांना जाऊ दिलं, तर ते पूर्ण आत्मज्ञानी जीव बनतील, परंतु त्यांच्याकडे, त्यांचं शरीर टिकवून ठेवण्यासाठी लागणारं, शरीरप्रणालीवरचं प्रभुत्व नाही. मी त्यांना जाऊ दिलं, तर ते हे शरीर सोडून देतील. म्हणून, सर्वसाधारणपणे, आम्ही त्यांना शेवटच्या पायरीवर अडकवून ठेवतो, जेणेकरून त्यांचं शरीर त्याचा नैसर्गिक कार्यकाल पूर्ण करील. त्यांना अडकवून ठेवणं ही काही चांगली गोष्ट नाही, पण आम्ही सामाजिक जबाबदाऱ्या घेतल्या आहेत हे तुम्हाला माहीत आहे, म्हणून मी नेहमी त्यांना शेवटच्या पायरीवर अडकवून ठेवतो आणि शरीराला त्याचा नैसर्गिक कार्यकाल पूर्ण करू देतो. जेव्हा ते एक ठरावीक टप्पा पूर्ण करतं, तेव्हा मग पुढचं आम्ही त्यांच्यावर सोपवून देतो.

तर शेवटच्या पायरीपर्यंत पोहोचण्यासाठी आणि तरीही शरीर टिकवून ठेवण्यासाठी शरीराची यंत्रणा समजली पाहिजे किंवा मग हे शरीर टिकवण्यासाठी कुठलंतरी नाटक करत राहिलं पाहिजे. लोक मला विचारतात, "हे शरीर टिकवण्यासाठी तुम्ही काय युक्ती करता?" माझ्यात कुठलीही आसक्ती नाही. माझ्या पायाच्या घोट्यावर एक कडं आहे जे प्रत्यक्षात साखळदंडासारखं काम करतं. ते फक्त एक कडं नाही; तर एखाद्या खुंटीसारखं आहे. ते एका विशिष्ट पद्धतीने बसवले आहे. त्यामध्ये पारा भरला आहे आणि काही विशिष्ट गोष्टी केल्या आहेत. ती एक जिवंत वस्तू आहे. एखाद्या दिवशी जर तुम्ही हे कडं माझ्या पायावर पाहिलं नाही, तर फार थोडा वेळ उरलेला आहे, हे समजून जा.

मुक्ती आणि महासमाधी

भारतीय जीवनपद्धतीत ईश्वर किंवा स्वर्गापर्यंत पोहोचणं हे काही जीवनाचं सर्वोच्च ध्येय नाही. इथे नेहमी, असे सांगत आले आहेत की, मुक्ती किंवा स्वातंत्र्य किंवा जीवन-मृत्यूच्या चक्रातून कायमची मुक्तता, हेच जीवनाचं सर्वोच्च ध्येय आहे. परंतु जेव्हा तुम्ही 'स्वातंत्र्य' म्हणता, तेव्हा लोक आकाशात उडणाऱ्या पक्ष्याची कल्पना करतात. तुम्ही जर पक्षी निरीक्षक असाल किंवा तुम्ही पक्ष्यांना उडताना पाहिले असेल, तर तुम्हाला हे कळेल की गरुड किंवा ससाणा यांसारखे

अगदी भव्य पक्षीसुद्धा उडताना सतत खाली जमिनीकडे पाहात असतात. ते खाली काहीतरी खाण्यासाठी शोधत असतात. ते कदाचित उडण्याचा आनंदही घेत नसतील. त्यांच्यासाठी ती उपजीविकेची प्रक्रिया आहे, जसे तुम्ही ऑफिसला जाता. म्हणून 'मुक्ती' या शब्दाचा अर्थ एखाद्याच्या मनात चुकीच्या संकल्पना निर्माण करू शकतो.

'मोक्ष' किंवा 'निर्वाण' या शब्दांचासुद्धा तोच अर्थ होतो. निर्वाण हा अधिक योग्य शब्द आहे कारण निर्वाण म्हणजे अस्तित्वरहित. तुम्ही अस्तित्वाच्या ओझ्यापासून मुक्त आहात, असा याचा अर्थ होतो. जेव्हा मी म्हणतो की, तुम्ही अस्तित्वापासून मुक्त आहात, तेव्हा मला अस्तित्व म्हणजे एखादी वस्तू आहे आणि तुम्ही त्यापासून मुक्त आहात, असं म्हणायचं नाही. तुम्ही तुमच्या स्वतःच्याच अस्तित्वापासून मुक्त आहात. तुमचं अस्तित्व संपलं आहे. जेव्हा अस्तित्वच नाही, तेव्हा तुम्ही स्वातंत्र्यापासूनही मुक्त आहात. कारण स्वातंत्र्यसुद्धा एक प्रकारचे बंधन आहे. जोपर्यंत 'तुम्ही' आहात, तोपर्यंत तुम्ही कुठल्या ना कुठल्या बंधनात आहात. तुम्ही भौतिकदृष्ट्या अस्तित्वात आहात, तर ते एक प्रकारचे बंधन आहे. जरी तुम्ही हे भौतिक शरीर सोडलं आणि तुम्ही दुसऱ्या कोणत्या प्रकारे अस्तित्वात आलात, तरी तिथेसुद्धा दुसऱ्या प्रकारचं बंधन आहे. अस्तित्वामध्ये जे काही आहे, ते कोणत्यातरी नियमांच्या अधीन आहे. आता, मुक्ती म्हणजे, तुम्ही सर्व नियम मोडले आहेत आणि तुम्ही ते तेव्हाच मोडू शकता जेव्हा तुम्ही स्वतः उरत नाही, हेच परम स्वातंत्र्य आहे.

शेवटी, प्रत्येक साधकाला अस्तित्वाच्या पलीकडे जायचं आहे. तो अस्तित्वाच्या कुठल्याही प्रक्रियेत, म्हणजेच जन्म आणि मृत्यू किंवा मधली अधांतरी अवस्था किंवा असं काहीही, ह्या कशातही राहू इच्छित नाहीत. तुमचा भौतिक शरीरात प्रत्यक्ष जन्म होवो अथवा न होवो, जोपर्यंत तुम्ही आहात, तोपर्यंत तुम्ही कोणत्या ना कोणत्या प्रक्रियेमधून जात आहात. अस्तित्व ही नेहमीच एक प्रक्रिया असते. अस्तित्व ही काही वस्तू नाही. सूर्य ही एक प्रक्रिया आहे, संपूर्ण सूर्यमाला ही एक प्रक्रिया आहे, आकाशगंगा ही एक प्रक्रिया आहे, सर्व आकाशगंगा एकत्रितपणे एक प्रक्रिया आहे. तुम्ही सर्व प्रक्रियांपासून मुक्त होऊ इच्छिता, म्हणजेच तुम्ही तुमचं अस्तित्व संपवलं पाहिजे, दुसरा मार्ग नाही. जे अस्तित्व तुम्हाला आता माहीत आहे, ते संपलं पाहिजे, केवळ त्यानंतर कुठलीच प्रक्रिया उरणार नाही.

पण याचा उपयोग काय? जेव्हा एखादा खरोखर त्याच्या आयुष्याकडे बघतो आणि त्याला दिसतं की, 'याचा काय उपयोग?' - नेमका हाच विचार एखाद्याला मुक्तीचा शोध घेण्यासाठी प्रवृत्त करतो. "काय अर्थ आहे ह्या सगळ्याला?" लोक अजूनही तेवढं खोलवर जाऊन हा विचार करत नाहीत कारण ते अजून बालिश आहेत. शरीराने ते मोठे झाले असतील, परंतु त्यांची समज बघितली, तर ते अजून लहान मुलांसारखे आहेत. त्यांना हे पाहायचं आहे, त्यांना ते पाहायचं आहे. समजा, मागील शेकडो जन्मांची स्मृती तुमच्यासाठी उघड झाली, तर तुम्ही पाहाल की, तुम्ही त्याच त्याच निरर्थक गोष्टींमधून पुनःपुन्हा जात आहात. तुम्ही त्यानंतर निश्चितच प्रश्न विचाराल, "काय अर्थ आहे ह्याला?" पुन्हा एकदा दुसऱ्या स्त्रीच्या गर्भात जाणं, परत मूल म्हणून जन्माला येणं, पुन्हा तोच मूर्खपणा – काय उपयोग आहे याचा? जर तुम्ही शक्य तितक्या खोलवर जाऊन हा प्रश्न विचारला, तर तुमची मुक्तीची ओढ अगदी पक्की होईल.

मुक्ती म्हणजे तुम्ही जन्म आणि मृत्यूच्या प्रक्रियेतून मुक्त होऊ इच्छिता, अर्थात् तुम्ही दुःखात आहात यामुळे नाही. जे लोक दुःखात आहेत, ते मुक्ती प्राप्त करू शकत नाहीत. तुम्ही मजेत आहात, तुम्ही आनंदी आहात, परंतु तुमच्यासाठी आता बालक्रीडा खूप झाली, तुम्हाला पुढे जायचं आहे. तुमचं शालेय जीवन कितीही छान असलं, तरी तुम्हाला कॉलेजमध्ये जावंसं वाटतं, नाही का? बस्स एवढंच! मृत्यू म्हणजे भौतिक शरीराचा शेवट; बाकीचं सर्व चालूच राहातं, आणि लवकरच ते दुसरं शरीर शोधतं. परंतु मुक्तीबरोबर सगळ्यांच गोष्टींचा शेवट होतो. मुक्ती म्हणजे, एक प्रकारे मृत्यूचा शेवट आणि जन्माचासुद्धा. मुक्तीला 'महासमाधी'सुद्धा म्हणतात. महासमाधी म्हणजे, एखादी व्यक्ती जाणीवपूर्वक, शरीराला कोणतीही इजा न पोहोचवता, त्यातून बाहेर पडण्यास सक्षम होते. साधारणपणे, तुम्हाला शरीर सोडायचं असेल, तर तुम्ही काहीही करा, जोपर्यंत तुम्ही शरीराला कुठल्यातरी प्रकारे इजा पोहोचवत नाही, तोपर्यंत तुम्ही त्यातून बाहेर पडू शकत नाही. जोपर्यंत हे शरीर, त्याच्या आत असलेल्या जीवनाला राहण्यास अयोग्य बनत नाही, तोपर्यंत जीवन बाहेर पडणार नाही. जेव्हा परिस्थिती वाईट असते, तेव्हा लोक म्हणतात, 'मला मरायचं आहे', परंतु ते मरत नाहीत, कारण ते त्यांना शक्य नसतं. महासमाधी म्हणजे, कोणतीही बाह्य साधनं न वापरता तुम्ही हे शरीर तुमच्या इच्छेने सोडून देता. एखाद्याला हे करण्यासाठी प्रचंड शक्तीची गरज

असते. अशा व्यक्तीला हे शरीर जीवनाशी नेमकं कुठे जोडलं आहे, ते माहीत असतं आणि तिथून त्याला सोडवून ती व्यक्ती निघून जाते.

महासामाधीमध्ये तुम्ही भेदभावही ओलांडून जाता, ज्यायोगे मी आणि इतर कुणी असं काही उरत नाही. ते पूर्णपणे संपून जातं. आता जेव्हा तुम्ही इथे बसता, तेव्हा इथे तुम्ही आहात आणि अन्य आहेत. हे एका पातळीवरचं वास्तव आहे. परंतु महासामाधी म्हणजे वैयक्तिक अस्तित्व संपून जातं आणि तुम्ही जे आहात, ते यापुढे उरत नाही.

महासमाधी मुख्यतः समत्वाचा असा आयाम आहे, ज्याची तीव्रता इतक्या उच्च पातळीला जाते की, एखादी व्यक्ती सहजरीत्या भौतिक अस्तित्वापासून वेगळी होऊ शकते. ती व्यक्ती भौतिक शरीर किंवा अन्नमय कोषच नाही; तर मनोमय कोष, प्राणमय कोष आणि विज्ञानमय कोष हेसुद्धा वेगळे करू शकते. आतले जीवन आणि बाहेरचे जीवन जेव्हा एक होते, तेव्हा साहजिकच हे कोष मोडून पडतात. हे चार कोष मोडून पडले की, ते जीवन खरोखरच अजिबात उरत नाही, कारण पाचवा कोष किंवा आनंदमय कोष म्हणजे, मुळात चेतना किंवा जीवनाचा मूलभूत घटक आहे. तिथे विलय होण्यासारखं काहीच नाही. ते फक्त जीवनामध्ये मिसळून जाईल आणि जसं आधी होतं, तसं एकरूप होईल. हा खेळाचा शेवट आहे. चक्र समाप्त होतं. इथे पुनर्जन्माचा प्रश्नच येत नाही, सर्व काही अस्तित्वामध्ये पूर्णपणे विलीन होतं. तुम्ही असं म्हणू शकता की, ही व्यक्ती आता खरोखरच उरली नाही. ईशामधील साधकांचं भाग्य आहे की, ते महासामाधीच्या सान्निध्यात राहिलेले आहेत. तिचा सुगंध आणि सत्त्व ईशा योग केंद्रात सर्वत्र पसरलेला आहे.

प्रत्यक्षात मृत्यू हा शेवट नाही, कारण मृत्यू नावाची अशी कोणतीच गोष्ट नाही. ज्याला जीवनाची जाणीव नाही, त्याच्यासाठी मृत्यू आहे. इथे फक्त जीवन, जीवन आणि जीवनच आहे. परंतु 'महासमाधी' म्हणजे खरा शेवट. हे प्रत्येक आध्यात्मिक साधकाचं ध्येय असतं. सिद्ध योग्यांनासुद्धा त्यासाठी प्रयास करावे लागतात, कारण ते सोपं नाही. किंवा ते इतकं सोपं आहे की, ज्याच्याकडे मन आहे तो क्वचितच ते शोधून काढू शकेल, असं म्हणता येईल.

ज्याला 'जीवसमाधी' म्हणतात, त्या समाधीमध्ये व्यक्ती स्वतःला बंदिस्त जागेत कोंडून घेते आणि स्वतःच्या जीवनाचा शेवट करायचा ठरवते. हे करण्याचं एक कारण म्हणजे, तो किंवा ती, मेल्यानंतर, इतर लोकांना त्रास देऊ इच्छित

नाहीत. ते जाण्याअगोदर स्वतःच्या शरीराची व्यवस्था स्वतःच लावू इच्छितात. यातूनच या गोष्टीची सुरुवात झाली. दुसरं कारण असं की, असे काही आत्मज्ञानी जीव असतात जे आतून एक प्रकारे मुक्त असतात, परंतु त्यांच्याकडे स्वेच्छेने शरीर सोडून जायचं ज्ञान नसतं. जरी तुम्ही आतून मुक्त असला, स्वतःच्या आत एका विशिष्ट अवस्थेला प्राप्त झाला असला, तरी हे शरीर सोडण्यासाठी तुमच्याकडे ते कौशल्य पाहिजे, तुम्ही या शरीराशी कसे जोडले गेले आहात आणि ते वेगळं करण्यासाठी काय करावं लागतं, याचं शास्त्र माहीत पाहिजे. हे ज्ञान तुमच्याकडे असलंच पाहिजे, नाहीतर ते होऊ शकणार नाही. अशी व्यक्ती जी मुक्त आहे, परंतु आपणहून स्वतःला शरीरापासून वेगळं करू शकत नाही, ती बंदिस्त जागेत स्वतःला बंद करून घेते, जेणेकरून श्वास जसा हळूहळू निघून जाईल, तसे ते शरीर सोडून जातील. परंतु शरीरात कोणतीही तडफड व्हायला नको कारण अगदी थोडी जरी तडफड झाली, तरी ती केवळ आत्महत्या ठरते.

जे लोक योग मार्गावर आहेत, ते ही गोष्ट करणार नाहीत. ते उघड्या जागेवर बसतील आणि निघून जातील. कारण त्यांना शरीरातून कसं बाहेर पडायचं, शरीर कसं सोडून द्यायचं, याचं शास्त्र माहीत असतं. जसे तुम्ही कपडे काढून टाकता आणि निघून जाता, तसंच तुम्ही शरीर सोडून देता आणि निघून जाता. हे शक्य आहे. ही महासमाधी आहे. 'दीक्षा मृत्यू' नावाची आणखी एक गोष्ट असते. त्यामध्ये गुरू तुम्हाला मृत्यूकडे घेऊन जातो. हा काही मृत्यूसमान अनुभव नाही, तर साक्षात् मृत्यूच आहे. तुम्हाला प्रत्येकाची संमती असेल आणि तुम्ही एका प्रगल्भ समाजात असाल, तर हे करणं फारच चांगलं आहे. साधारणपणे, हे तेव्हा केलं जातं, जेव्हा गुरू बघतात की, एखाद्यामध्ये महासमाधीपर्यंत पोहोचण्याची पात्रता व क्षमताही आहे, परंतु महासमाधी अगदी अचूकपणे कशी साध्य करायची, हे माहीत नाही, म्हणून त्यांना अशी दीक्षा दिली जाते, जेणेकरून ते सोडून जाऊ शकतील. ते अगदी योग्य आहे. खरंतर, त्या जीवासाठी ती अतिशय चांगली गोष्ट आहे. परंतु आजकालच्या समाजात, दीक्षा देणाऱ्यासाठी ही एक आपत्ती आहे, कारण त्यानंतर समाजात त्यांच्यासमोर अनेक समस्या उद्भवतील.

महासमाधीच्या काही घटना

आम्ही दोन लोकांच्या महासमाध्या पाहिल्या आहेत. त्यांना आम्ही ओळखत होतो आणि ते आम्हाला अत्यंत प्रिय होते. एक होते स्वामी निर्मलानंद, ज्यांना मी बऱ्याच काळापासून ओळखत होतो आणि दुसरी म्हणजे विज्जी, माझी प्रिय पत्नी. स्वामी निर्मलानंद कर्नाटकमध्ये बिलिगिरी रंगणबेट्टा किंवा बी.आर.हिल्समध्ये राहायचे. त्यांच्या तरुणपणी त्यांनी भारताबाहेर सर्व धर्मांतील संताना भेटी देत खूप वर्षं प्रवास केला. दुसऱ्या महायुद्धामध्ये ते युरोप मध्ये होते, तेव्हा तिथले हाल पाहून, ते फार व्यथित झाले होते. १९६०मध्ये ते भारतात परत आले आणि जीवनाच्या शेवटी बी.आर.हिल्समध्ये आश्रम स्थापन केला. तिथे त्यांनी अकरा वर्षं मौन राहून व्यतीत केली.

मी त्यांना पहिल्यांदा भेटलो, तेव्हा मी बहुतेक २१ वर्षांचा होतो. मी पुष्कळ वेळा बी.आर.हिल्समध्ये एकटाच ट्रेक करायचो. एकदा, मी पाच-सहा दिवस जंगलात होतो. त्यामुळे मी जेव्हा बाहेर आलो, तेव्हा खूप भुकेला होतो. चोवीस तासांपेक्षा जास्त काळ मी काहीही खाल्लं नव्हतं. मी जिथे माझी मोटारसायकल उभी केली होती, तिथे गेलो. त्यावर बसलो आणि पर्वतावर गेलो. तिथे एकही उपहारगृह नव्हतं. परंतु तिथे निर्मलानंदांचा आश्रम आहे आणि त्यांच्याकडे खाण्यासाठी काहीतरी असेल, हे मला माहीत होतं. आश्रमामध्ये एक छोटं मंदिर होतं आणि पंचवीस पायऱ्यांवर वर छोटी कुटीर होती. त्या काळी मी मोटारसायकलवरून सहसा खाली उतरत नसे. मी तशीच पायऱ्यांवरून मोटारसायकल चालवत नेली आणि त्या कुटीरच्या भिंतीला टेकवून उभी केली. कित्येक दिवस-रात्र जंगलात पावसात घालवल्यामुळे मी चिखल आणि मातीने माखलो होतो. त्यांच्या खोलीसमोर मोटारसायकलचा आवाज ऐकून निर्मलानंद बाहेर आले आणि त्यांनी माझ्याकडे पाहिलं. त्यांच्या चेहऱ्यावर कायम एक स्मितहास्य असायचं. ते काही काळासाठी मौन धारण करायचे, म्हणून त्या दिवशीही ते मौनात होते. मी त्यांना सांगितलं, 'मला खूप भूक लागली आहे.' पण त्यांनी एक विचित्र गोष्ट केली.

ते बाहेर आले आणि त्यांनी माझ्या पायांना स्पर्श केला. मी असा कुणीतरी होतो, ज्याने उभ्या आयुष्यात कधी देवळात नमस्कारही केला नाही. मी कधीही कोणाच्या पायाला स्पर्श करत नसे. त्याचा विचारसुद्धा मी करू शकत नसे. हा

मनुष्य सरळ माझ्याकडे आला आणि चिखलाने माखलेले माझे बूट पकडले. मला फार लाजिरवाणं झालं. मला माहीत होतं, लोक त्यांना एक मोठी व्यक्ती मानत, परंतु ते किती मोठे आहेत हे मला माहीत करून घ्यायचं नव्हतं, ते संन्यासी आहेत का आत्मज्ञानी आहेत का अजून काही... माझ्यासाठी त्याला काही अर्थ नव्हता. मला फक्त त्यांच्याकडे असलेला ब्रेड हवा होता. पण ते आले आणि त्यांनी माझे पाय धरले. त्याने मी थोडाफार अस्वस्थ झालो. परंतु, मी त्याकडे दुर्लक्ष केलं कारण मला भूक लागली होती, त्यांनी दिलेला ब्रेड आणि मध मी खाल्ला.

त्यानंतर मी बरेच वेळा बी.आर.हिल्सला गेलो आणि त्यांना भेटलो. आमच्यामध्ये एक प्रकारचं नातं निर्माण झालं- एकमेकांविषयी आपुलकी निर्माण झाली (खरंतर माझ्यातच आपुलकी निर्माण झाली– ते नेहमीच प्रत्येकाविषयी आपुलकी दाखवत). बहुतेक वेळा ते मौनात असत. काही वेळा ते माझ्याशी बोलले; परंतु बरेचदा ते लिहून सवांद करत आणि मी बोलत असे. त्यानंतर माझ्यासोबत ती प्रक्रिया घडली[१] आणि मी योग शिकवायला सुरुवात केली. पुष्कळ वर्षं गेली आणि बऱ्याच कालांतराने मी त्यांना पुन्हा एकदा भेटलो. तोपर्यंत माझी दाढी वाढली होती आणि माझी पत्नी माझ्याबरोबर होती. तिलाही निर्मलानंद आवडले आणि आम्ही एकत्र काही वेळा त्यांना भेटलो. ह्या भेटींच्या वेळी आमच्यामध्ये बराच वेळ संभाषण चालत असे.

एकदा एप्रिल/मे १९९६च्या दरम्यान विज्जी, माझी मुलगी राधे आणि मी त्यांना भेटलो. आमचं बोलणं चालू असताना अचानक ते म्हणाले, “येत्या जानेवारीनंतर उत्तरायण सुरू झालं की मी जाऊ इच्छितो.”

मी विचारलं, “पण का?”

ते म्हणाले, “मी ‘योगी’ म्हणून जगलो आहे, मला आता ‘रोगी’ म्हणून जगायचं नाही.”

त्या वेळी ते त्र्याहत्तर वर्षांचे होते. त्यांचे डोळे अश्रूंनी डबडबले होते आणि त्यांनी मला सांगितलं की, कसं सोडून जायचं याची खरंतर त्यांना कल्पना नाही. त्यांनी स्वतःसाठी एक छोटी समाधी अगोदरच बांधून ठेवली होती. ते म्हणाले, “मला समाधीमध्ये बसायचं आहे आणि शरीर सोडून जायचं आहे.” मात्र, हे होऊ शकेल की नाही, याविषयी त्यांना शंका होती, आणि बरेच प्रश्नही होते.

---

१ त्यांचा चामुंडा टेकडीवरचा अनुभव - प्रकरण १मधील ‘शोध मृत्यूचा’ हा विभाग पहा

अचानक परिस्थितीने वेगळंच वळण घेतलं. आता ती एक साधी भेट उरली नव्हती. हा निर्मलानंदांचा आश्रम होता. ती एक अशी व्यक्ती होते, ज्यांना भेटण्यासाठी प्रत्येक जण येत असे आणि मीसुद्धा माझी पत्नी आणि मुलगी यांना सोबत घेऊन तिथे गेलो होतो, परंतु आता ते मला सल्ला मागत होते. मी त्यांना पुष्कळ वेळा भेटलो होतो, पण आता ते त्यांच्या शेवटच्या अवस्थेकडे चालले होते आणि ते थोडेसे गोंधळात पडले होते. ते कसं करायचं हे त्यांना माहीत नव्हतं. ते एक खूप साधी आणि आनंदी व्यक्ती होते. त्यांना काही गोष्टींचा साक्षात्कार झाला होता, परंतु तरीही त्यांना 'कसं' हे तंत्र माहीत नव्हतं, कारण त्यांनी स्वतःच्या शरीर यंत्रणेचा अभ्यास केला नव्हता. मात्र ते जागरूक झाले होते.

म्हणून मग मी त्यांच्याशी पूर्णपणे वेगळ्याच पद्धतीने उघड व्हायला लागलो. आम्ही अशा गोष्टींची चर्चा करायला सुरुवात केली, ज्यांची चर्चा मी कधीच, कुठेही केली नव्हती. मी, त्यांनी काय करायला हवं आणि काय करायला नको, याविषयी सांगितलं. मृत्यू नेहमी शरीराचं नुकसान केल्याने होतो, एकतर आजार किंवा इजा केल्याने. कोणतीही इजा होऊ न देता शरीर असंच सोडून जाण्यासाठी, एक विशिष्ट प्रकारचं प्रभुत्व लागतं. म्हणून, त्यांनी स्वतःची कशी तयारी करावी, हे मला विस्ताराने सांगावं लागलं. विज्जी तिथे होती. ती हे सर्व काही ऐकत होती. तिच्या अश्रूंचा बांध फुटला आणि ती अनावर रडायला लागली. तिच्याकडे दुर्लक्ष करून मी त्यांच्याशी बोलत राहिलो, कारण तिला कशानेही रडू यायचं. ती आनंदानेही रडायची, कुठलीही भावना उत्कट झाली की, तिला नेहमी रडू यायचं. ती तशीच होती. मी जसजसं सांगत रहिलो, तसतसं माझ्या बोलण्याने निर्मलानंदांना सुद्धा भरून आलं. तेसुद्धा अधूनमधून रडत होते आणि मला आणखी प्रश्न विचारत होते. त्याच वेळी मला कळलं की, निर्मलानंद नक्की सोडून जाणार.

मला माहीत होतं की, ते लवकरच सोडून जातील, आणि म्हणून आम्ही, डिसेंबर १९९६मध्ये, त्यांना एकदा अखेरचं भेटण्यासाठी, साधकांचा एक मोठा समूह घेऊन गेलो. त्यांनी बऱ्याच लोकांना जाण्याच्या तारखेची कल्पना दिली होती. ते ज्यांच्या संपर्कात होते, त्या प्रत्येकाला त्यांनी शेवटचं पत्र लिहिलं होतं. ही बातमी प्रसारमाध्यमात सुद्धा छापून आली. तोपर्यंत कर्नाटकातील स्वतःला 'बुद्धिवादी' म्हणवून घेणाऱ्या लोकांनी त्यांच्याविरुद्ध प्रसारमाध्यमांमध्ये मोठी मोहीम सुरू केली होती. ते म्हणाले की, हा मनुष्य आत्महत्या करायला निघाला

आहे, आणि हा सर्व मूर्खपणा करून स्वतःचा उदो उदो करून घेण्याचा प्रयत्न करतो आहे. त्यांना वाटत होतं, सरकारने ही आत्महत्या आणि तत्सम गोष्टी थांबवाव्यात. त्यांनी हे थांबवण्यासाठी आश्रमामध्ये दोन पोलीस कॉन्स्टेबलची नेमणूकसुद्धा करवली.

जेव्हा त्यांना मी शेवटचं भेटलो, तेव्हा त्यांना रडू कोसळलं. ह्या सगळ्या गोष्टींमुळे त्यांना खरंच वेदना झाल्या होत्या. ते अत्यंत प्रेमळ मनुष्य होते. त्यांच्या देवळासाठी, ते फुलंसुद्धा झाडावरून तोडत नसत. ते त्यांची देवपूजा खाली पडलेल्या फुलांनी करत, कारण त्यांना झाडांना दुखवायचं नसे. ते कधीही झाडावरून फळसुद्धा तोडत नसत. ते खाली पडलं, तरच ते घेत असत. असे होते ते. ते म्हणाले, "मी झाडावरचं फूलसुद्धा तोडत नाही; पण त्यांनी माझ्यावर पोलीस पहारा बसवलाय." आणि ते रडले. मी म्हणालो, "तुमचं काय बिघडतंय? पोलीस तिथे बसले आहेत. तुम्ही नका ह्याची काळजी करू." शेवटी, पोलीस काढून घेतले गेले; पण तरीही काही लोक बंगळुर आणि म्हैसूर इथे गोंधळ घालत होते.

त्यांचं १५ जानेवारीला जायचं ठरलं होतं; पण ते १० तारखेलाच गेले. ते पाच दिवस अगोदर गेले कारण त्यांना भीती होती की, बुद्धिवादी लोक येऊन नुसता गोंधळ घालतील. त्या दिवशी ते त्यांच्या कुटीरच्या बाहेर बाकावर बसले. मध्यान्हाच्या काही मिनिटं अगोदर, थोड्या लोकांच्या उपस्थितीत, ते सोडून गेले. निर्मलानंद अशी व्यक्ती होते, ज्यांना दीक्षा मृत्यूची गरज होती. त्याऐवजी आम्ही त्यांना महासामाधीविषयीचं खास ज्ञान दिलं.

माझी पत्नी विज्जी निर्मलानंदांच्या महासमाधीने खूपच प्रभावित झाली होती. एखाद्याला जायचंच असेल, तर हाच मार्ग आहे हे तिने जाणलं. जे विज्जीच्या संपर्कात आले होते, त्यांना हे माहीत होतं की, ती एका वेळी एकएक पायरी चढून जाणाऱ्यांपैकी नव्हती. तिने योगाची कोणतीही पायरी चढली नाही. तिने योगसराव तिच्या आरोग्यासाठी केला नाही किंवा स्वास्थ्यासाठीही केला नाही. तिला आपल्या स्वास्थ्याचीही काळजी नव्हती. तिनं योगसराव केला, तो केवळ माझ्यासाठी. अन्यथा खरंतर तिला त्याचं काहीच घेणंदेणं नव्हतं. कित्येक वेळा ती उघडपणे लोकांशी ह्याविषयी बोलली होती. लोकांना वाटायचं, ती मोठी अवहेलना करत आहे. 'ती सद्गुरूंची पत्नी आहे आणि बघा, ती काय निरर्थक बोलतेय?' पण तिच्या दृष्टीने जे खरं होतं, तेच ती बोलत होती.

एप्रिल/मेमध्ये, जेव्हा निर्मलानंदांबरोबर शरीर सोडण्यासंदर्भातील चर्चा चालू होती, तेव्हा ती तिथे बसून होती आणि शांतपणे रडत होती. त्या टेकडीच्या खाली अर्ध्या वाटेवर वन्यजीवांनी भरलेली एक सुंदर जागा होती, म्हणून गाडी चालवत परत येत असताना, मी तिथे गाडी उभी केली. विज्जी अजून रडतच होती म्हणून मी ह्या-त्या गोष्टीवरून हास्यविनोद करत होतो. त्यानंतर ती म्हणाली, "तुम्ही निर्मलानंदांबरोबर ज्याबद्दल बोलत होता, ते मलाही हवं आहे."

मी गमतीच्या सुरात म्हणालो, "ओह, तुला जायचंय? चांगली गोष्ट आहे. कधी जाणार आहेस?" आणि असंच काहीसं बोललो. पण ती खूप गंभीर होती आणि तिच्या आवाजाची धार वाढत चालली होती. मनात विचार आला, हा विषय आता विनोद न राहता, गंभीर होत चाललाय'. मग मी म्हणालो, "ओके, चला बघू या, तू ते करू शकते का, तू फक्त 'शंभो' जप करत राहा. बघू या."

ते दृश्य अजूनही माझ्या मनात स्पष्ट दिसत आहे. माझी छोटी कार रस्त्याच्या कडेला उभी केली होती. मी तिथे उभा होतो आणि राधे कशाशीतरी खेळत होती. तो एक सुनसान रस्ता होता. वीस-तीस मिनिटांनी एखादं वाहन जात होतं. विज्जी रस्त्याच्या मध्ये गुडघे टेकवून बसली होती आणि मला सांगत होती की, तिला जायचंय. आणि मी तिला म्हणालो, "ओके, तू 'शंभो' जप करत रहा." साधना म्हणून मी तिला एवढंच दिलं. मी ते तिला सहजगत्या दिलं. मी जमिनीवर बसून काही अलौकिक किंवा विशिष्ट साधनेची तिला दीक्षा दिली, असं काही केलं नाही. आणि ती ज्या पद्धतीने त्या साधनेला चिकटून राहिली, तो संयम तिच्याकडे असेल, अशी मी कधीच कल्पना केली नव्हती. हे करण्यासाठी खूप काही लागतं, कारण दिवसाचे चोवीस तास तुमचं लक्ष त्याच्यावर पाहिजे. नाहीतर ह्या गोष्टी तुमच्यात विकसित होऊ शकत नाहीत. तिच्याकडे काही खास गुण आहेत, हे मला माहीत होतं. तिने जर एखादी गोष्ट ठरवली, तर ती सर्वार्थाने त्याच्या मागे लागायची. पण मला असं कधीच वाटलं नाही की, तिचा निश्चय एवढा पक्का असेल, की ती अगदी टोकाला जाईल. ती ज्या प्रकारची भावुक व्यक्ती होती- माझ्याबद्दल आणि राधेबद्दलच्या तिच्या भावना- तिला ह्यापासून परावृत्त करण्यासाठी पुरेसे आहे, असं मला वाटलं. परंतु तिने ते उचलून धरलं. तिने त्यात इतकी गती घेतली की, थोड्याच काळात ती कुठल्याकुठे पोहोचली. ती पूर्वी होती, तशी आता राहिली नव्हती. ती ह्यापुढे माझी पत्नी नव्हती; तर एक पराकोटीची साधक होती.

मी तिची गती थोडी संथ करण्याचा प्रयत्न केला, कारण कोणीही त्या प्रकारची उत्कटता फार काळ टिकवून धरू शकत नाही. ती विझून जाईल. मी म्हणत असे, “काय घाई आहे? आपली मुलगी अजून सात वर्षांचीपण झाली नाही.” विज्जी स्वतःच एका पुष्कळ समस्या आणि संघर्षाने भरलेल्या कालखंडातून गेली होती आणि आता ती एका अद्भुत शक्यतेच्या दिशेने बहरत चालली होती. मी म्हणालो, “आत्ता तुझ्यासाठीसुद्धा सगळ्या गोष्टी व्यवस्थित चालल्या आहेत. मग आत्ताच कशासाठी?”

ती म्हणाली, “ह्या क्षणी मला आतून खूप सुंदर वाटतंय आणि बाहेरही प्रत्येक जण माझ्याशी छान वागत आहे. हीच वेळ आहे जाण्याची. आत्ता मी अशा ठिकाणी पोहोचले आहे, जिथे मला यायचं होतं; ह्याच स्थितीत मला सोडून जायची इच्छा आहे.”

मी पुन्हा म्हणालो, “काय घाई आहे आता? तू काही वर्षं थांबू शकते, ह्याचा आनंद घे आणि मग जा.”

तिने उत्तर दिलं, “आत्ता सध्या तुम्हाला मी जावं असं वाटत नाही, तर मग आणखी काही वर्षांनी तुम्हाला मी जावं असं वाटेल?”

तिला कसं समजवावं किंवा थांबवावं, हे मला कळत नव्हतं. मी तिला समजवण्याचा सर्व मार्गांनी प्रयत्न केला; पण कशाचाच उपयोग झाला नाही. ध्यानलिंग प्राणप्रतिष्ठा प्रक्रियेमध्ये ती अगोदरपासूनच सामील होती. प्राणप्रतिष्ठेसाठी कराव्या लागणाऱ्या बऱ्याच गोष्टी अजिबात सोप्या नव्हत्या. ‘कठीण’ हा शब्दही इथे कमी पडतो, कारण एखाद्या सर्वसाधारण माणसाला ह्या गोष्टी करणं आवाक्याबाहेरचं होतं. पण तिने त्यात स्वतःला झोकून दिलं आणि उत्कृष्टपणे केलं. ही प्रक्रिया, ती तिच्या जाण्याच्या दृष्टीने, पार पाडत होती. प्राणप्रतिष्ठा झाल्यानंतर तिची जायची इच्छा होती. लागोपाठ तीन पौर्णिमा - डिसेंबर, जानेवारी, फेब्रुवारी- तिला जेवण बनवून ब्रह्मचाऱ्यांना वाढायचं होतं. चमचा-पळीने नव्हे; स्वतःच्या हाताने. स्वतःच्या हाताने जेवण वाढणं हा भारतीय संस्कृतीचा भाग आहे. तिला ते तीन पौर्णिमांसाठी करायचं होतं आणि त्यानंतर फेब्रुवारीमधल्या पौर्णिमेला तिला जायचं होतं.

प्राणप्रतिष्ठेची प्रक्रिया, ज्या प्रकारे पार पडत होती, ती निश्चितपणे २३ जानेवारीपर्यंत संपणार होती. पण मला माहीत होतं, की असं काहीतरी घडणार आहे, ज्यामुळे हे सर्व बरंच पुढे ढकललं जाईल, आणि ज्यामुळे प्रत्येक गोष्ट

धोक्यात येईल. म्हणून १४ जानेवारीला ह्यात सामील असलेल्या लोकांना मी शपथ घ्यायला लावली की, येत्या फेब्रुवारीतील पौर्णिमेपर्यंत आपण ते पूर्ण करू. काहीही झालं तरी, काहीही करावं लागलं तरी, आपण हे पूर्ण करू. ते हो म्हणाले, पण मी म्हणालो, 'हे पुरेसं नाही, तुम्हाला खरोखर शपथ घेतली पाहिजे.' मी त्यांना प्रत्यक्षात ओरडून तीन वेळा हे म्हणायला सांगितलं की, 'होय, आम्ही हे करूच.' माझ्या गुरूंची इच्छा पूर्ण करण्यासाठी मी स्वतःला इतकं वाहून घेतलं होतं की, काहीही करण्याची माझी तयारी होती. एखाद्या स्त्रीच्या गर्भात जाणं, जन्म घेणं, त्या स्त्रीला ते सर्व करायला लावणं, मोठं होणं, हे सर्व फक्त एकाच हेतूने, ही एकच गोष्ट करण्यासाठी. मी यामध्ये स्वतःला तेवढं झोकून दिलं होतं. ध्यानलिंगाची प्राणप्रतिष्ठा करणं हे माझ्या गुरूंचं स्वप्न होतं आणि त्यांनी ते एक प्रकारे माझ्यावर सोपवलं होतं. हे करण्यासाठी मी काही जन्म खर्ची घातले होते, आणि ते पूर्ण होण्याच्या जवळ आम्ही होतो, मला ते विज्जी माझ्या बाजूला असताना पूर्ण करायचं होतं. तिच्याशिवाय, हे सर्व मला पुन्हा पहिल्यापासून सुरू करावं लागलं असतं, आणि ते जवळपास अशक्य होतं.

प्राणप्रतिष्ठेची योजना प्रगतिपथावर असताना त्याबरोबर, विज्जीची जाण्याची तयारीसुद्धा चालू होती. आम्ही तिच्या आई-वडिलांना आणि माझ्या नातेवाइकांना शेवटचं भेटून आलो होतो. तिने ते कुटुंबातील सगळ्यांना सांगण्याचा प्रयत्न केला; पण ते कोणाच्या लक्षात आलं नाही कारण तिची तब्येत अगदी छान होती. जेव्हा ती म्हणाली की, ही तिची शेवटची भेट आहे, तेव्हा त्यांना वाटलं की, ती त्यांच्यावर रागावली आहे. बऱ्याच काळानंतर आम्ही कुटुंबातील एका लग्नालासुद्धा जाऊन आलो. मी ह्या सर्व सामाजिक प्रसंगांमध्ये इतका काळ अनुपस्थित होतो की, पुष्कळ लोकांनी विज्जीला पहिल्यांदा तिथे पाहिलं. त्यानंतर २१ जानेवारीला आम्ही आमची मुलगी राधेला शाळेत सोडून आलो. विज्जी अगोदरच काही काळापासून राधेला सांगत होती की, ती जाणार आहे. राधेचा वाढदिवस मार्चमध्ये असल्याने ती तिला सांगत होती, की तिच्या वाढदिवसाला ती असणार नाही, त्या वेळी ती गेलेली असेल. विज्जी आणि राधे खरोखरंच असं होणार असं समजून अगदी सहज बोलत होत्या - ती असणार नाही आणि मी कसा येईन आणि हे करेन, ते करेन. मी म्हणालो, "हे तू त्या मुलीला कशाला सांगत आहेस? तिला हे सगळं नको सांगूस." ती म्हणाली, "नाही, नाही. मला हे तिला सांगितलं पाहिजे. मी तिला न

सांगता गेले असं तिला वाटायला नको.”

२१ जानेवारीला संध्याकाळी आम्ही उटीवरून परत आलो आणि २३ तारखेला संध्याकाळी ती गेली. जे फेब्रुवारीतील पौर्णिमेला होईल असं तिला वाटत होतं, ते एक महिना अगोदरच घडलं. त्या दिवशी अतिशय दुर्मिळ अशी ग्रहांची स्थिती होती. असं म्हणतात की, २०० वर्षांतून असं एकदा घडतं. तो दिवस थाईपूसम (धन्य पौर्णिमा)देखील होता. पूर्वी बऱ्याच ऋषींनी आपल्या महासामाधीसाठी हा दिवस निवडला होता. तर, ह्या गोष्टींचाही यात हातभार होता.

त्या दिवशी संध्याकाळी योग केंद्रातील काही लोक, जसे पौर्णिमेच्या रात्री एकत्र यायचे, तसे मंदिरात जमले होते. विज्जीने त्यांच्यासाठी अगोदरच स्वयंपाक केला होता. आम्ही सगळे मिळून ध्यान करणार होतो आणि त्यानंतर ती सगळ्यांना जेवण वाढणार होती. सारे जण ध्यानाला बसले आणि डोळे मिटून घेतले. त्यानंतर काही मिनिटांतच विज्जी उठून स्नानगृहात गेली. ह्यामुळे मी जरासा वैतागलो, कारण आम्ही एकदा ध्यानाला बसलो की, कोणीही जरासुद्धा हालचाल करत नसे, तर उठून निघून जाणं दूरची गोष्ट होती. पण ती स्नानगृहात गेली आणि काही मिनिटांनी परत आली. तिने तिच्या सोन्याच्या बांगड्या, कानातली कर्णफुलं आणि पायातली जोडवी हे सर्व काढून स्नानगृहात ठेवलं होतं आणि ती परत आली होती. काही वेळाने, तिने फक्त तीन वेळा 'शंभो' उच्चारलं आणि ती डाव्या बाजूला कलंडली. आणि सारं काही आटोपलं. काहीतरी घडलंय याची मला जाणीव झाली. मी एका ब्रह्मचाऱ्याला तिची काळजी घ्यायला सांगितलं आणि दुसरा पाणी घेऊन आला. पण तोपर्यंत ती गेली होती.

तिनं जे साध्य केलं होतं, तो काही पोरखेळ नव्हता. सिद्ध योग्यांनासुद्धा हे मिळवण्यासाठी खूप प्रयास करावे लागतात. निर्मलानंदांसारखा ज्ञानी माणूस, ज्यांनी पूर्ण आयुष्य आध्यात्मिक साधनेत घालवलं, त्यांनासुद्धा हे मिळवण्यासाठी प्रयास करावे लागले. शरीराला कोणतीही हानी न पोहोचवता, हे जीवन शरीराच्या बाहेर काढून टाकणं यासाठी वेगळंच काहीतरी लागतं. त्यासाठी प्रचंड प्रमाणात ऊर्जा निर्माण करावी लागते आणि त्यासाठी आत्यंतिक साधना करावी लागते. हे प्राप्त करण्याच्या पद्धती तिला माहित होत्या, आणि त्या दिशेने तिचे प्रयत्न चालले होते. पण माझ्या मदतीशिवाय, आवश्यक ऊर्जा ती निर्माण करू शकेल, याची मी कधीच कल्पना केली नव्हती.

विज्जी - अशी उत्कटता, जी समाविष्ट होऊ शकत नाही
महासमाधीच्या काही आठवड्यांपूर्वी...

शिवाय, त्यासाठी काही ठरावीक गोष्टी करणं गरजेचं असतं, आणि त्या तिला माहीत असणं शक्य नव्हतं. जेव्हा आम्ही कुठल्या साधकाला एखाद्या साधनेची दीक्षा देतो, तेव्हा आम्ही त्यांना धातूची अंगठी किंवा कडं घालायला देतो. गुरूंनी सांगितल्याशिवाय त्यांनी ती कधीच काढायची नसते. कारण काही वेळा, त्या प्रकारच्या साधनेच्या वेळी, तुम्ही अपघाताने शरीराच्या बाहेर पडू शकता. पण, तुमच्या शरीरावर विशिष्ठ ठिकाणी धातूची वस्तू असेल, तर ते अशी गोष्ट थांबवू शकतं. हे मी तिला कधीही सांगितलं नव्हतं. पण तरीही एक प्रकारे, आंतरिक जाणिवेने तिने तिचे दागिने त्या क्षणी काढून ठेवले. तिच्या लक्षात आलं असणार, की ते तिला जाण्यापासून थांबवत होते.

काही लोक मला विचारतात की, 'तिला थांबवता आलं असतं का?' ध्यानलिंगाच्या प्राणप्रतिष्ठेचं काम अजून पूर्ण झालं नव्हतं. शिवाय, ती माझी पत्नी होती आणि ती एक लहान मूलही मागे ठेवून जात होती. मग मी तिला का थांबवलं नाही? मी तिला थांबवू शकलो असतो का? मी म्हणेन, 'होय, ते शक्य आहे.' कुणीही तिला थांबवू शकलं असतं. फक्त गुरूच नाही, तर कुणीही तुम्हाला थांबवू शकतं. तुम्ही त्या जुन्या कथा ऐकल्या असतील - कोणी ऋषी तपश्चर्या करत होते, आणि कुणीतरी येतं आणि त्यांना विचलित करतं. अहो, शिव स्वतः विचलित झाले होते. कुठलंही साधं व्यवधान हे करू शकतं. त्यांचं लक्ष विचलित करण्यासाठी गुरू किंवा आध्यात्मिक क्षमतेची गरज नसते. मात्र, ते जर एका विशिष्ट टप्प्याच्या पुढे निघून गेले असतील, तर तुम्ही काहीही करा, ह्या गोष्टी त्यांना विचलित करू शकत नाहीत. तरीसुद्धा गुरू त्यांना थांबवू शकतो, गुरुंना ते करायचं असेल, तर. पण त्याच वेळी जर ते इतके पुढे गेले असतील, तर कोणाला त्यांना थांबवावंसं वाटेल? ते त्या अंतिम टप्प्यापर्यंत पोहोचण्याच्या अगोदर तुम्ही त्यांना थांबवू शकता, परंतु ते त्या अंतिम टप्प्यापर्यंत पोहोचले असतील, तर तुम्ही त्यांना थांबवणार नाही. अशा व्यक्तीला थांबवून ठेवण्यात काहीच अर्थ नाही; हे आपल्या अस्तित्वाच्या मूळ स्वरूपाविरुद्ध जाणं होईल.

'महासमाधी म्हणजे आत्महत्या समजू नका', मी हे आधीच स्पष्ट केलं आहे. ती वेगळी आहे कारण ती शरीराला हानी पोहोचवत नाही. एका निरोगी आणि जिवंत शरीरातून निघून जाणं म्हणजे तुमचं तुमच्या जीवनावर पुरेसं प्रभुत्व असलं पाहिजे, तुम्ही ते बनवू किंवा मोडू शकला पाहिजे. जेव्हा एखादी व्यक्ती तेवढ्या

उत्कटतेने, त्या मार्गाने सोडून जात असेल, तेव्हा तुम्ही त्यांना थांबवण्याचा प्रयत्न करत नाही. तो किंवा ती कोण आहे याने काही फरक पडत नाही. ते तुमचे वडील आहेत, आई आहे, तुमची पत्नी किंवा मूल आहे, याने काय फरक पडतो? त्या पातळीवर अशा गोष्टींना जागाच नसते. कोणी तुमची पत्नी आहे, पती आहे, हे फक्त आपल्या शारीरिक आणि मानसिक विश्वात सत्य आहे. होय, विज्जी माझी प्रिय पत्नी होती; परंतु ती जेव्हा त्या विशिष्ट अवस्थेपर्यंत पोहोचली, त्यानंतर मी तिला 'माझी पत्नी' म्हणून पाहिलं नाही. ती, सर्व काही ओलांडून, वैयक्तिक नातेसंबंधांच्या पलीकडे जाणारी शक्यता बनली होती. तिचं नाव 'विजयाकुमारी' होतं. म्हणजे 'विजयाची कन्या'. एखाद्यासाठी जीवनात जो सर्वोच्च विजय शक्य असतो, तो तिला मिळाला. आयुष्यभर ती म्हणत असे की, माझी पत्नी असल्याचा तिला अभिमान होता, पण ह्या गोष्टीमुळे मला तिचा पती आणि गुरू असल्याचा अभिमान वाटायला लागला.

विज्जी

तिला प्रेम माहीत होतं,
आणि आणखी काही नाही.
तीच प्रेम होती
आणि दुसरं काही नाही.
देवाला फक्त प्रेम हवं असतं
आणि आणखी काही नाही.
तिने प्रेमाने त्याला साद घातली
आणि आता ती उरली नाही.

लोकांनी आपल्या इच्छेने शरीर सोडल्याच्या अशा इतर अनेक घटना आहेत. अशीच एक सुंदर कथा आहे, लेमन पँग व त्याच्या मुलीची. लेमन पँग हे नवव्या शतकातील चीनमधील प्रसिद्ध बौद्ध होते. त्यांचा जन्म एका सधन कुटुंबात झाला, पण एक वेळ अशी आली, की ते, त्यांची पत्नी, मुलगा आणि मुलगी यांनी त्यांच्या सर्व संपत्तीचा त्याग केला व आध्यात्मिक मार्गाला वाहून घेतलं आणि फिरस्त्याचं आयुष्य जगू लागले. एके दिवशी, ते साधारण सत्तर वर्षांचे असताना, एका ठरावीक

दिवशी हा देह सोडण्याचा त्यांनी निर्णय घेतला. त्या वेळी फक्त त्यांची मुलगी त्यांच्याबरोबर राहत होती. ठरल्या दिवशी, त्यांच्या जाण्याच्या दृष्टीने दोघांनी त्यांची खोली तयार केली. त्यांनी स्नान केलं, वस्त्र चढवली आणि मांडी घालून त्यांच्या पलंगावर बसले. त्यांना माध्यान्हीला जायचं असल्याने त्यांनी मुलीला सांगितलं की, खिडकीतून बाहेर बघ आणि बरोबर माध्यान्ह झाली की मला सांग.

वडिलांच्याच आश्रयाने वाढलेली, लेमन पँग यांची मुलगी, लिंग-चाओ, स्वतःसुद्धा अध्यात्मातील सिद्ध साधक होती. लेमन पँग तिच्या बाबतीत बोलताना नेहमी म्हणायचे की ती कशी लवकर सगळ्या गोष्टी आत्मसात करते. त्या दिवशी लिंग-चाओ खिडकीच्या बाहेर माध्यान्हीची वाट बघत बसली होती. अचानक ती वडिलांना म्हणाली की ग्रहण लागलं आहे. “असं का?” लेमन पँग म्हणाले. तिने उत्तर दिलं, “होय, कृपा करून तुम्हीच बाहेर या आणि स्वतःच बघा.” लेमन पँग त्यांच्या बैठकीवरून उठले आणि खिडकीच्या बाहेर पाहिलं. लगेच लिंग-चाओ तिच्या वडिलांच्या पलंगावर उडी मारून आसन घालून बसली आणि क्षणार्धात शरीर सोडून गेली.

लेमन पँग परत आले, काय घडलं ते त्यांनी पाहिलं. ते म्हणाले, “माझ्या मुलीचा मार्ग नेहमीच शीघ्र होता. आताही, ती माझ्या पुढे निघून गेली.” लोक म्हणतात की, वडिलांच्या आधी जाण्यासाठी ही लिंग चाओने केलेली युक्ती होती. पण ते तसं नसावं. कदाचित, लेमन पँग यांनी वातावरण इतकं छान बनवलं होतं की, त्यांची मुलगी आंतरिक ओढीने त्यांच्या पलंगाकडे ओढली गेली आणि तिथे निर्माण झालेल्या ऊर्जांचं स्वरूपही असं होतं की लिंग-चाओ, जी स्वतःच एक सिद्ध आध्यात्मिक साधक होती, ती त्याच क्षणी शरीर सोडून जाऊ शकली. लेमन पँग यांनी परिस्थिती पाहिली आणि शांतपणे बाहेर गेले, लाकडं गोळा केली आणि अंत्यविधी केला. त्यानंतर त्यांनी रूढीप्रमाणे सात दिवसांचा शोक पाळला. शेवटच्या दिवशी शोक व्यक्त करण्यासाठी त्या प्रदेशाचे गव्हर्नर लेमन पँग यांना भेटण्यास आले. गव्हर्नरच्या बाजूला बसून त्यांचं संभाषण चालू होतं आणि त्याच वेळी लेमन पँग यांनी शरीर सोडलं.

•••

भाग २

मृत्यूचं सौंदर्य

मी होऊन जा

जन्म झाला माझा मातेच्या उदरात
पण नाही केली निर्मिती तिने माझी
खातो मीठ मी ह्या पृथ्वीचं
पण मी नाही या पृथ्वीचा
चालतो मी ह्या शरीराने
पण मी ते नाही
काम करतो मी माझ्या मनाद्वारे
पण सामावू शकत नाही ते मला
जगतो मी स्थान आणि काळाच्या कक्षेत
पण नाकारली नाही त्यांनी मला असीमता
जन्मलो मी तुमच्यासारखाच, जेवतो मी तुमच्यासारखाच
झोपतो मी तुमच्यासारखाच, मरेन मी तुमच्यासारखाच
पण मर्यादित तत्त्वांनी मला मर्यादित केलं नाही
बांधून ठेवत नाहीत मला जीवनाची बंधनं
चालला आहे जीवनाचा खेळ जसा पुढं पुढं
हे अवकाश, ही असीमता
मधुरता सहन होत नाही आता
बनून जा प्रेम आणि पोहोचा इथे
मीच होऊन जा.

प्रकरण ६

चांगल्या मृत्यूसाठी तयारी

जगातील बहुसंख्य लोकांचा विश्वास आहे की, जर त्यांना झोपेतच मरण आलं तर फारच छान. जग सोडून जाण्याचा काय भयानक मार्ग आहे हा!

मृत्यूसाठी तयारी आवश्यक आहे का?

मृत्यू जर अटळच आहे, तर त्याची तयारी करण्यासाठी वेळ आणि पैसा खर्च करण्याची काय गरज? ज्याला तुम्ही 'मृत्यू' म्हणता, ती फक्त एकदाच घडणारी घटना असल्याचं तुम्ही समजून घेतलं पाहिजे. तुमच्या आयुष्यातील तो अगदी शेवटचा क्षण आहे. तुमच्या आयुष्यातल्या इतर सर्व गोष्टी पुनःपुन्हा घडू शकतात, पण भौतिक शरीराच्या मर्यादा ओलांडून जाण्याचा तुमच्या आयुष्यात फक्त एकदाच येणारा तो अखेरचा क्षण आहे. तुमच्या आयुष्यातलीही शेवटची गोष्ट आहे. भौतिकापासून अभौतिकाकडे जायला निघणं, हा तुमच्या आयुष्यातील सर्वोच्च क्षण आहे. मग तुम्ही तो सर्वांत सुंदर आणि अद्भुत बनवणं, हे महत्त्वाचं नाही का?

असं समजा, तुम्हाला योग केंद्रातून कोईम्बतूरला जायचं आहे. ते फक्त ३०किलोमीटरच दूर आहे. मग साधारणपणे तुम्ही मिळेल ती बस पकडता आणि जाता. तुमच्या बसच्या जागेचं आरक्षण तुम्ही दहा दिवस आधी करत नाही, मोठी सूटकेस घेत नाही, जेवणाचा डबा, पाण्याची बाटली आणि तत्सम गोष्टीही घेत

नाही. जर वाहतुकीचं कोणतंच साधन उपलब्ध नसेल, तर कदाचित तुम्ही ते अंतर पायीसुद्धा चालत जाल. पण जर तुम्हाला लांबच्या प्रवासाला जायचं असेल, तर तुम्ही तुमची तिकिटं आरक्षित करता, जेवणाचा डबा, पाण्याची बाटली आणि लांबच्या प्रवासासाठी आवश्यक ते सोबत घेता. आता, जर तुम्हाला अंटार्क्टिकाला जायचं असेल, तर तुम्ही तुमच्याबरोबर जवळपास सर्व काही घ्याल, नाही का? जन्मापासून मृत्यूपर्यंतचा प्रवास हा मृत्यूनंतरच्या प्रवासाशी तुलना करता, अगदी छोटा आहे, हे तुम्हाला कळलं पाहिजे. जीवाने शरीररूपी अवस्थेत घालवलेला काळ, शरीरविरहित अवस्थेत घालवलेल्या काळाच्या तुलनेत, काहीच नाही. तरीसुद्धा तुम्ही त्यासाठी अति तयारी केली आहे. तुम्ही तीन जन्म पुरतील इतके कपडे, आठ जन्म पुरतील इतके चप्पल-बूट, आणि इतर पुष्कळ गोष्टी खरेदी करून ठेवल्या आहेत. परंतु मृत्यूनंतरच्या दीर्घ प्रवासासाठी तुम्ही पुरेशी तयारी करायला नको का?

चांगल्या प्रकारे मरणं फार महत्त्वाचं आहे, कारण जीवाने शरीर सोडल्यानंतर, त्याचा अनुभव स्वर्गाप्रमाणे असेल का नरकासमान, हे बहतांशी तो कशा प्रकारे मरण पावतो यावर अवलंबून असतं. संपूर्णपणे नाही, पण बऱ्याच अंशी. मरण्याची तयारी म्हणजे पुष्कळ माहिती गोळा करणं आणि त्याने जे काही पुढे होणार आहे याविषयी स्वतःची उत्सुकता शमवणं नाही. मृत्यूने उपलब्ध करून दिलेल्या संधीचा तुम्हाला उपयोग करून घ्यायचा असेल, तर भयभीत होऊन तुम्ही त्याला सामोरं जाऊ शकत नाही. तुम्ही ते आकस्मिकपणे, त्या क्षणी हाताळू शकाल असंही नाही. म्हणून मृत्यूची तयारी, बऱ्याच स्तरांवर, आपण आधीपासून करणं महत्त्वाचं आहे. आयुष्यातील हा शेवटचा जिवंत क्षण जर सुंदर पद्धतीने हाताळलात, तर तुम्ही निदान शरीरविरहित अवस्था चांगल्या रीतीने पार कराल. तुम्ही तिला नरकासमान बनवणार नाही.

दुर्दैवाने, बरेचसे लोक त्या क्षणी भीती निर्माण करतात, "मला मरायचं नाही" असं म्हणत घट्ट धरून राहतात. काही लोक खरोखरंच बेडशीट, किंवा एखाद्याचा हात किंवा असं काहीतरी एकदम घट्ट पकडून ठेवतात. अशा पद्धतीने जाणं चांगलं नाही. थोडीशी तयारी, मार्गदर्शन आणि थोड्याफार मदतीने, आत्ता जाणवत असलेली भयंकर आपत्ती ही आध्यात्मिक शक्यतेसाठी फार मोठी संधी असू शकते. आध्यात्मिक दृष्टिकोनातून, आयुष्यात कदाचित न घडलेलं सर्व एक प्रकारे

मृत्यूच्या क्षणी साध्य होऊ शकतं. अर्थात ते समंजसपणे हाताळलं तर. कारण तुम्ही गोळा केलेल्या सगळ्याच्या गाठी सोडवणं, शेवटच्या क्षणी खूप सोपं असतं. पण तुम्ही तयार नसाल अथवा त्याने भयभीत झाला असाल किंवा जीवन कसं कार्य करतं याविषयी अनभिज्ञ असाल, तर तुम्ही त्यामध्ये गतिरोध तयार कराल आणि ती शक्यता पूर्णपणे हरवून बसाल.

स्वतःहून कसं मरायचं हे प्रत्येकाला माहीत असलं पाहिजे. ज्या वेळी मी मरेन त्या वेळी मी हे निश्चित करेन, की कोणालाही मला उचलून घेऊन जावं लागणार नाही. मी माझ्या समाधीपर्यंत स्वतः चालत जाईन, हे मी लोकांना सांगत आलो आहे. बऱ्याच वर्षांपूर्वी त्यांनी माझ्यासाठी योग केंद्रामध्ये समाधी बांधून ठेवली होती. योग केंद्रामध्ये ती अजून आहे. ध्यानलिंग तयार झाल्यानंतर, एका विशिष्ट वेळी जाण्याची योजना आम्ही नेहमी तयार ठेवली होती. म्हणून आम्ही ती तयार केली. त्याविषयी आम्ही खूप चर्चा केली होती - "पायऱ्या खूप ठेवू नका, कारण कदाचित त्या वेळी मी जास्त पायऱ्या उतरू शकणार नाही," आणि असंच काही. त्या अंतिम वेळी, मला आतून बंद करता येईल यासाठी दरवाजा, कडी आणि कुलूप बंद करण्याची पद्धत कशी असावी, याची आम्ही तपशीलवार तयारी केली होती. आम्ही हे केलं कारण, मी स्वतःच माझ्या समाधीपर्यंत चालत जाईन, जेणेकरून त्या चार लोकांचे कष्ट वाचतील, अशी माझी योजना होती. परंतु समाधीचं बांधकाम वापरलं गेलं नाही आणि पैसा व्यर्थ गेला, ती वेगळी गोष्ट.

म्हणून प्रत्येकाने त्याच्या मृत्यूसाठी फक्त बाह्यच नाही; तर आंतरिकसुद्धा तयारी करायलाच पाहिजे. तुम्ही शांतपणे बसून मरू शकला पाहिजे. ज्या वेळी मृत्यू अगदी जवळ आलेला असतो, त्या वेळी बहुतेक जंगली प्राणी एखाद्या आडोश्याच्या ठिकाणी जातात. तिथे ते फक्त बसून राहतात. ते काहीही खातपित नाहीत आणि ते मरून जातात. जर प्राण्यांना, सरपटणाऱ्या जीवांना, इतक्या सन्मानाने मरता येतं, तर मग माणसं त्यांच्याभोवती इतकी नाटकं कशाला रचतात? जीवनात त्यांना नाटक पाहिजे असतं; पण निदान मृत्यू तरी सन्मानपूर्वक मार्गाने व्हावा.

आदर्शवत, मला संपूर्ण लोकसंख्येला, जीवनातला प्रत्येक क्षण छान, आनंदात ते जगू शकतील, असा एक मार्ग मला शिकवायला आवडेल. मग स्वाभाविकपणे, सोडून जाताना, कोणीही शक्य तेवढ्या चांगल्या मार्गाने हे जग सोडून जाईल. परंतु माझ्या वाढत्या वयानुसार मला कळायला लागलंय की, त्याला खूप वेळ आणि

श्रम लागत आहेत. म्हणून, मग हे जर शक्य नसेल, तर मग निदान चांगल्या पद्धतीने कसं मरायचं, हे तरी त्यांना शिकवायला मला आवडेल. जेणेकरून ते निदान त्यांचा शेवटचा क्षण सुंदर प्रकारे घालवू शकतील. लोक काही कारणास्तव जर आनंदात जगू शकत नसतील, तर निदान त्यांचा मृत्यू तरी चांगला झाला पाहिजे, ही माझी इच्छा आहे. परंतु एखाद्याने त्या दिशेने प्रयत्न केले, तर बरंच काही शक्य आहे. ही शक्यता फक्त सिद्ध योग्यांनाच नव्हे; तर समजेपलीकडच्या सूचना स्वीकारण्याची तयारी असलेल्या अशा कोणाही समजूतदार व्यक्तीला उपलब्ध आहे.

आध्यात्मिक मार्गावरचे लोक बरेचदा एक पाऊल पुढे जाऊन त्यांच्या मृत्यूची तारीख, वेळ आणि ठिकाण ठरवतात. हे लोक ते आधीच निश्चित करू शकतात आणि ते त्या वेळेला सोडून जातात, कारण त्यांनी आवश्यक ती आंतरिक जागरूकता निर्माण केलेली असते, जेणेकरून, ती वेळ आल्यावर ते जीवनशक्ती एकत्र करून, जाणीवपूर्वक हे शरीर सोडून देतात. या शरीराला काहीही हानी न पोहोचवता, जसे आपण कपडे काढतो, तसं जाणीवपूर्वक सोडून देणं, हे तुमच्या जीवनातील परमोच्च साध्य आहे. तुम्ही गोळा केलेलं हे भौतिक शरीर आणि तुमचं जीवन कुठं जोडलं गेलं आहे, हे तुम्हाला माहीत झालं, किंबहुना अशा एका टप्प्यापर्यंत तुमची जाणीव पोहोचली, तर मग ज्या वेळी तुमच्यासाठी योग्य क्षण असेल, त्या वेळी तुम्ही ते वेगळं करू शकता. तुमच्या मृत्यूसाठी तुम्ही करू शकणारी ही सर्वोच्च प्रकारची तयारी आहे.

जेव्हा आपण मरणाच्या तयारीविषयी बोलतो, तेव्हा लोक विचारतात, 'जर मृत्यू अचानक झाला तर काय? अशा व्यक्तीला चांगलं मरण कसं येणार?' मृत्यू कधीच अचानक होत नसतो. तुम्ही तो अगोदर पाहू शकला नसाल. परंतु तो अचानक नसतो. तत्काळ मृत्यू, ही भ्रामक कल्पना पसरवण्यामध्ये आजकालचे सिनेमे मोठ्या प्रमाणात दोषी आहेत. जीवन ही एक आतमध्ये बसलेली वस्तू आहे, जी एखाद्याला गोळी लागली की फट् करून फुटते, असं त्यांना वाटतं. वास्तविक, ते तसं नसतं. आता समजा, मी आता तुम्हाला डोक्यात गोळी मारली, तर तुमचा श्वास क्षणार्धात निघून जाईल का? नाही, तो हळूहळू जाईल. एकदा का तुमच्या छातीच्या पिंजऱ्याचा दाब कमी झाला की तो हळूहळू निघून जाईल. तशाच प्रकारे, जीवन हळूहळू, काही वेळाने निघून जातं. परंतु ज्या क्षणी तुमचं शरीर निर्जीव होतं, तुमचा जीवनाचा अनुभव संपतो. तुमचा शरीर आणि इंद्रियांचा अनुभव निघून

जातो; पण अनुभव स्वतः अजून तिथेच आहे. तुम्ही झोपलेले असतानाही असंच असतं. अनुभव तिथे असतो, परंतु तुम्ही तुमच्या आतमध्ये डोकावून हा अनुभव प्राप्त करू शकत नाही. तुमची इंद्रियं वेगळी झाल्यावर तुम्हाला या जगाचा किंवा शरीराचा अनुभव होत नाही, परंतु अस्तित्वाचा अनुभव मात्र अजूनही तिथे आहे.

समजा, एका माणसाला डोक्यात गोळी मारली, तर त्यालाही शांतपणे मरण्याची संधी आहे का? समजा, एक माणूस छतावरून खाली पडला आणि मेला. तुमच्या दृष्टीने, तुम्ही शरीराचे तुकडे होत असताना पाहात असता, म्हणून तो हिंसक मृत्यू आहे, असं तुम्हाला वाटू शकतं. परंतु त्या माणसाचा मृत्यू, शेवटच्या काही क्षणांत, अतिशय शांतपणे झालेला असू शकतो. किंवा तो हिंसक मृत्यूने मेला, असंही असू शकतं. शरीर कसं मोडून पडतं यामध्ये हिंसा नाही. त्या शेवटच्या क्षणामध्ये त्या मनुष्यजीवाचा अनुभव कशा पद्धतीचा होता, यावर तो मृत्यू हिंसक आहे की नाही, हे ठरतं. शरीराच्या बाबतीत काय घडलं आहे, हे बाहेरून पाहून तुम्ही त्याला हिंसक ठरवता. परंतु जोपर्यंत तुम्हाला काय घडलं आहे हे समजण्याचे मार्ग माहीत नाहीत, तोपर्यंत जीवाच्या बाबतीत काय घडलं आहे, हे तुम्हाला कळू शकत नाही. एखाद्या व्यक्तीच्या अवतीभवती त्याचे किंवा तिचे कुटुंब जमलेले असेल, परंतु शेवटच्या क्षणी असं होऊ शकतं की, त्यांनी त्यांच्या दुष्ट नातेवाइकाकडे फक्त नजर टाकली. तुम्हाला वाटेल की त्यांचा मृत्यू शांतपणे झाला. पण नाही, ते अत्यंत भयभीत झाले असू शकतात आणि त्यांचा मृत्यू हिंसक असू शकतो. आणखी कुणाचा मृत्यू कार अपघातात, शरीराचे तुकडे-तुकडे होऊन झालेला असू शकतो, परंतु त्या शेवटच्या क्षणी त्यांनी फक्त 'शिव' किंवा तत्सम काहीतरी म्हटलेलं असू शकतं आणि त्यांचा मृत्यू शांतपणे झालेला असू शकतो, आपल्याला माहीत नाही. मृत्यू हिंसक आहे, हे त्या शरीराचं काय झालं यावरून ठरत नाही, तर त्या व्यक्तीच्या आतमध्ये काय घडलं, यावरून ठरतं.

कुठला आजार अथवा वृद्धावस्था किंवा अशाच काही कारणांनी मरणाऱ्या माणसाच्या तुलनेत, डोक्यात गोळी लागल्यामुळे मरणाऱ्या माणसाला कोणतीही प्रतिकूलता नसते. हे तुम्ही समजणं गरजेचं आहे: मृत्यू कितीही अचानक घडला - हृदयविकाराचा झटका असू दे, गाडीचा अपघात, विमानअपघात किंवा डोक्यात गोळी लागली- तरीही झालेली इजा आणि मृत्यू यांमध्ये काही क्षणांचं अंतर असतं. जरी एखाद्या माणसाचं डोक क्षणार्धात उडवलं गेलं असलं, तरी त्याला झालेली

ती इजा आणि मृत्यू यांमध्ये काही क्षण मिळतात. ते काही क्षण जागरूक क्षण ठरू शकतात, जर त्याने त्याच्या आयुष्यात काही प्रमाणात जागरूकता आणली असेल तर. दुसरं असं की, जरी काही लोकांना शंभर वर्षांचं आयुष्य मिळालं, तरी ह्या शंभर वर्षांत ते जागरूक होऊ शकले नाहीत, असंही होऊ शकतं. हे जीवनाचं वास्तव आहे. एखाद्याला अचानक गोळी मारली आहे आणि त्याच्याकडे फक्त काही क्षण आहेत, पण तरीही तेच वास्तव आहे. तुम्ही जर जागरूक जीवन जगला असाल, तर त्या शेवटच्या क्षणी तुम्ही जागरूक असाल हे निश्चित शक्य आहे. हे घडून येण्यासाठी तुम्हाला जागरूक जीवन जगावं लागेल, तरच तुम्ही मृत्युसमयी जागरूक राहाल.

म्हणूनच, आयुष्य जगताना ही जाणीव विकसित करणं महत्त्वाचं आहे, जेणेकरून तुमचा मृत्यू कोणत्याही प्रकारे ओढवला, तरी तुमच्याकडे चांगल्या प्रकारे मरण्याची क्षमता असेल. काही लोक परिस्थिती चांगली असली, तरच चांगलं जगू शकतात. काही लोक परिस्थिती कशीही असली, तरी चांगलं जगतात. मृत्यूच्या बाबतीतही असंच आहे. तुम्ही जर आवश्यक क्षमता विकसित केली, तर मृत्यू कोणत्याही मार्गाने आला, तरी तुम्ही तुमची जागरूकता टिकवू शकाल आणि मृत्यू चांगला होईल. जर तुम्ही जीवन जागरूकपणे जगला नसाल तर, मृत्यूसारख्या टोकाच्या परिस्थितीत, तुम्ही जागरूक राहण्याची अजिबात शक्यता नाही. समजा, डॉक्टरनी एखाद्याला सांगितलं, 'तुम्हाला कॅन्सर आहे आणि तुमच्याकडे जगण्यासाठी फक्त एक महिना आहे.' आता तयारीसाठी फक्त एकच महिना उरला आहे म्हणून त्यांच्यापैकी किती लोकं जागरूक बनतील? ते कदाचित वेडे होतील. फारच थोडे जागरूक बनतात आणि ह्या आगाऊ सूचनेचा उपयोग करतात.

निद्रा, ओजस आणि मृत्यू

तुम्ही मृत्यूसाठी काही गोष्टींची तयारी करू शकता. त्यामध्ये निद्रा आणि ओजस[१] निर्मितीचा समावेश होतो. आता, झोप आणि मृत्यूचा काही संबंध आहे का? मुळात भौतिकतेच्या गतिशीलतेने अभौतिकतेच्या जडत्वाला स्पर्श केला पाहिजे. हेच शिव-शक्तीचे तत्त्व आहे. शिव हे जडत्व आहे, तर शक्ती

---

१ आध्यात्मिक साधनेने तयार झालेली अभौतिक शक्ती.

ही गतिशीलता आहे. भौतिक विश्वातील प्रत्येक गोष्टीला त्यातून जावं लागतं. हे अनेक रूपांमध्ये ह्या अस्तित्वामध्ये घडत आहे. अणू असो, अमीबा, मनुष्यप्राणी, ग्रह, सूर्यमाला, किंवा संपूर्ण विश्व – सगळेच ह्या चक्रातून जात आहेत, कारण हे सर्वांत मूलभूत चक्र आहे. आयुष्याचा कालावधी 'तुम्ही कोण आहात, काय आहात' यानुसार वेगळावेगळा असतो, परंतु तेच तत्त्व सर्वत्र कार्यरत आहे. श्वास-उच्छ्वास, जागृती-निद्रा, दिवस-रात्र, जीवन-मृत्यू, निर्मिती-संहार, ही सर्व मुळात एकच प्रक्रिया आहे.

तुम्ही ज्याला झोप म्हणता, तीसुद्धा एक प्रकारे मृत्यूच आहे. तुम्ही मरता, परंतु पुन्हा त्याच जुन्या शरीरात जागे होता. खरंतर, तुम्ही जेव्हा खूप थकून झोपी जाता, आणि मग चांगली झोप होऊन उठता, तेव्हा तुम्हाला असं वाटतं की, आपण नवीन शरीर घेऊन आलो आहोत. मृत्यू म्हणजे तुम्ही झोपी गेलात आणि उठल्यावर पाहिलं तर तुमच्याकडे आता एक नवीन शरीर आहे, जे खूप छोटं आहे. तुम्हाला पुन्हा ते वाढवावं लागणार आहे. आता जर तुम्ही गतिशीलता आणि जडत्व ह्या अवस्थांमधील स्थित्यंतरात जागरूक राहिलात, तर तुम्ही सहजरीत्या यातून बाहेर पडू शकता. जर जागेपणाकडून झोपेत जात असताना तुम्ही पूर्ण जागरूक राहून गेलात तर, जीवनापासून मृत्यूकडे जातानासुद्धा सहजरीत्या तुम्ही जागरूक राहू शकाल, कारण मुळात ते वेगळे नाहीत. हे फक्त गतिशील अवस्थेपासून जडत्वाकडे जाणं आहे. शिव आणि शक्तीचं हे चक्र आहे, त्यातील एका अवस्थेकडून दुसऱ्या अवस्थेकडे तुम्ही जर जागरूक राहून गेलात, तर तुम्ही खूप साऱ्या गोष्टींच्या पलीकडे गेलेला असाल.

आज रात्री झोपी जाताना तुम्ही हे करून बघा. ज्या वेळी तुम्हाला झोप लागत आहे, ज्या वेळी तुम्ही जागृत अवस्थेकडून निद्रावस्थेमध्ये जात आहात, तेव्हा बघा तुम्ही जागरूक राहू शकता का. तुम्ही जर त्या क्षणी जागरूक असाल, तर तुम्ही शरीरापासून शरीरविरहीत अवस्थेकडे जाताना जागरूक राहू शकाल. बहुतेक लोक झोपी जाताना जागरूक नसतात. त्या अंतिम क्षणी जेव्हा तुमचे जागृत अवस्थेकडून निद्रावस्थेकडे स्थित्यंतर होत आहे, त्या वेळी तुम्ही जागरूक राहू शकलात, तर झोपेतसुद्धा तुम्ही जागरूक असाल. तुम्ही जर ही जागरूकता आणू शकलात, तर काहीतरी अद्भुत घडेल.

आता, जर तुम्ही झोप लागण्यापूर्वीचे ते शेवटचे काही क्षण, जाणीवपूर्वक एखादी

भावना तुमच्यामध्ये आणली तर तुम्ही झोपेत असतानाही ती चालू राहील. आपण असं समजू की झोप लागण्याच्या त्या क्षणी, तुम्ही तुमच्यामध्ये प्रेम किंवा आनंद निर्माण केला, तर तुम्ही बघाल की त्या भावना झोपेतसुद्धा चालू राहतील. मृत्यूच्या बाबतीतसुद्धा अगदी असंच घडतं, पण फार मोठ्या प्रमाणात. जर अंतिम क्षणी एखादी भावना आपल्यामध्ये आणली, तर तीच भावना त्यानंतर पुढे चालू राहते.

झोपेत असताना जागं राहायला शिकणं अतिशय कठीण आहे, त्यापेक्षा तुम्ही जागरूक असताना झोपी कसं जायचं, हे शिकू शकता. हे जमणं जास्त सोपं आहे. तुम्ही थोडी साधना केली, तर तुम्हाला ते जमू शकतं. 'शून्य' ध्यान[२] करताना हेच होतं -तुम्ही जागे असता; परंतु झोपेत असता. शरीराला वाटतं - तुम्ही झोपलेले आहात म्हणून तुमच्या चयापचय क्रिया मंदावतात. ज्या वेळी तुम्ही शून्य ध्यानात बसलेले असता, अचानक शरीराला वाटतं की तुम्ही गेलेले आहात. तुमच्या अनुभवातून तुमचे हात नाहीसे होतात, पाय नाहीसे होतात आणि असंच कांही. त्या वेळी तुम्ही जागेच असता. तुम्ही जणू शरीराच्या नजरेतून गुपचूप सुटता. शरीराला कळत नाही की तुम्ही जागे आहात, पण एक जरी विचार आला, तरी अचानक त्याला कळतं की, तुम्ही त्याच्याकडे डोकावून पाहात आहात आणि हात आणि पाय पुन्हा अनुभवात येतात. झोपेत जागं राहण्यासाठी खूप प्रयत्न करावे लागतील; परंतु जागरूक असताना झोपी जाणं शक्य आहे. जर या दोन्ही स्थित्यंतरांमध्ये तुम्ही जागरूकता टिकवून ठेवण्यास शिकलात, तर शरीराकडून शरीरविरहीत अवस्थेत जाण्याच्या स्थित्यंतरामध्ये याची खूप मोठी मदत होईल. या दिशेने पुढे जाण्याचा आणखी एक सोपा मार्ग म्हणजे- 'ईशा क्रिया'[३], पण तो वर दिलेल्या मार्गाएवढा प्रभावी नाही.

तुम्ही जर खूप सारं ओजस गोळा करू शकत असाल तर त्यानेदेखील मृत्यूच्या प्रक्रियेला फार मोठी मदत होते. अतिपूर्वेकडच्या संस्कृतीमध्ये आत्मज्ञानी माणसाला ''एनसो'' म्हणतात. एनसो चा अर्थ वर्तुळ असा आहे. वर्तुळच का? तुम्हाला काय वाटतं, तुमच्या गाडीची सर्व चाकं वर्तुळाकार का असतात? त्रिकोणी चाकं अधिक आकर्षक वाटली असती, नाही का? मग ते वर्तुळाकार

---

२ सद्‌गुरूंनी दिलेले पंधरा मिनिटांचे ध्यान

३ रोजची अकरा मिनिटांची सोपी ध्यानप्रक्रिया. लोकांनी शरीर सोडण्याची क्रिया, वेळ आल्यानंतर, उत्तम प्रकारे पार पाडावी यासाठी सद्‌गुरूंनी बनविलेली प्रक्रिया.

का असतं, त्रिकोणी किंवा चौकोनी किंवा इतर कुठला आकार का नाही? कारण जे काही वर्तुळाकार असतं,त्याला कमीतकमी प्रतिरोध होतो. म्हणून आत्मज्ञानी जीवांना 'एनसो' असं म्हणतात. याचं कारण त्यांचं शरीर गोल आहे असं नाही, तर त्यांनी आयुष्यात निर्माण केलेल्या पुरेशा ओजसमुळे त्यांच्या जीवन आणि मृत्यू यांच्या मार्गात कमीतकमी प्रतिरोध असतो.

योग परिभाषेत याला लोक खोडसाळपणे 'पृथ्वीपासून चोरणं' म्हणतात. हे शरीर तुम्ही धरतीमातेकडून घेतलेलं कर्ज आहे. ते देताना ती खूप उदार असते, पण ज्या वेळी ती ते परत घेते त्या वेळी ती खूपच काटेकोर असते. ती तुम्हाला एक अणुसुद्धा आठवण म्हणून ठेवू देणार नाही. ती प्रत्येक अणु न् अणु परत घेईल. म्हणून योगी पृथ्वीकडून चोरून घेण्यास शिकले. याचाच अर्थ असा की, ते भौतिकाचं अभौतिकामध्ये रूपांतर करतात. आता पृथ्वी ते परत मागू शकत नाही. तिला ते ओळखता येत नाही. याच अभौतिक ऊर्जेला 'ओजस' म्हणतात.

काही वेळा, विशिष्ट प्रकारच्या साधनेत असताना, लोक खूप मोठ्या प्रमाणात अन्न सेवन करतील. बहुतेक वेळा हे एकांतात केलं जातं, म्हणजे ते लोकांच्या नजरेस पडत नाही. कोणतंही मानवी शरीर खाऊ शकणार नाही, इतक्या मोठ्या प्रमाणात ते खातात. ते दहा-दहा लोकांचं अन्न खातात, पण त्यांचं वजन औंसभरसुद्धा वाढत नाही, आणि त्यांना कुठल्याही प्रकारच्या आरोग्यविषयक समस्या येत नाहीत. तुम्ही तेवढं अन्न खाल्लं, तर तुमचं पोट फुटेल. पण त्यांचं वजन वाढत नाही, कारण त्या विशिष्ट काळात ते भौतिकाचं अभौतिकामध्ये रूपांतर करत असतात. सामान्यतः तुम्ही जे अन्न खाता, ते रक्त व मांस बनतं. परंतु तुमच्या शरीरव्यवस्थेत तुम्ही जर काही विशिष्ट गोष्टी केल्या तर, त्या गोष्टी भौतिकाचे अभौतिकामध्ये रूपांतर करतील. तुम्ही ओजस विकसित करता, शरीर नव्हे. तुमच्याभोवती पुरेसं ओजस असेल, तर तुमचा जीवन आणि मृत्यू यांमधून जाणारा प्रवास अतिशय सुलभ होतो. तुम्ही या साऱ्या प्रक्रियेतून अगदी सहजपणे जाऊ शकता.

तुमच्याकडे पुरेसं ओजस असेल, तर भौतिक शरीर गमावल्यानंतर ते तुम्हाला तुम्हाला एक प्रकारचं शरीर देतं. हे असं आहे, तुम्ही पाण्यात राहण्याकरता बनलेले नाही, तुम्ही काही मासा नाही. समजा, जर तुम्ही महासागरात पडला, तर किमान लाकडाचा एक तुकडा आपल्याकडे असावा असं तुम्हाला वाटेल. तशा परिस्थितीत लाकडाचा एक तुकडा तुमच्यासाठी खूप मोठा आधार आहे. जर तुमच्याकडे

कट्टूमारमचा[४] एक तुकडा असला, तरी तो पुरेसा आहे. तुमच्याकडे कट्टूमारमचे दोन तुकडे असतील, तर त्यावर बसून तुम्ही पाहिजे त्या ठिकाणी जाऊ शकता. म्हणून ज्या वेळी हे भौतिक शरीर सुटतं, त्या वेळी जर तुमच्याकडे शरीराचा एक भाग असेल, तर तुमची नौका तुम्ही पाहिजे त्या दिशेने घेऊन जाऊ शकता. याच हेतूने ओजस विकसित केलं जातं. तुमच्याकडे ओजस असेल, तर ते तुमच्या जीवनात वंगणासारखं काम करतं, परिणामी या जगातील तुमचा प्रवास सुलभ होतो.

मग हे ओजस कसं गोळा करायचं? ज्या योगक्रिया तुम्ही सकाळी व संध्याकाळी करता, तो ओजस निर्माण करण्याचा एक मार्ग आहे. तुम्ही जर कपालभाती[५] करत असाल, व जर ते पुरेशा शक्तिशाली पद्धतीनं करत असाल, तर तुम्ही ओजस विकसित कराल. आता तुम्ही जेव्हा कपालभाती करता, तेव्हा तुम्हाला चेहरा व डोकं थोडंसं गरम झाल्याचं जाणवेल. ते आरोग्यासाठी व चांगल्या जीवनासाठी पुरेसं आहे. पण जर तुम्ही व्यवस्थित कपालभाती केली, तर ती उष्णता तुमच्या डोक्याच्या वर अगदी एकाच बिंदूवर केंद्रित होईल. जर तुम्ही याप्रकारे कपालभाती केली, तर ओजस निर्माण होईल. आता ब्रह्मचारी सूर्यक्रियेच्या विविध साधना करत आहेत. तुम्ही त्या केल्या, तरी ओजस तयार होईल. ते करत असलेल्या कुंभक[६] साधनेमुळे खूप मोठ्या प्रमाणात ओजस निर्माण होतो. जेव्हा तुम्ही ओजस विकसित करता, तेव्हा तुम्ही लक्षपूर्वक पाहिलं तर दिसेल की, तुमची सावली स्पष्ट पडत नाही. ओजसमुळे प्रकाश गोंधळला किंवा विखुरला जातो. शरीराच्या सीमा काहीशा पुसून टाकणे, स्वतःला हानी पोहोचवून नव्हे; तर स्वतःभोवती ओजसाचे वलय तयार करून, हासुद्धा योग किंवा अस्तित्वासोबत एक होण्याचा प्रयत्न आहे.

---

४ मूळ तमिळ शब्द, ज्यापासून कॅटमरान हा इंग्रजी शब्द आला.

५ एक प्रकारची योगसाधना, ज्यामध्ये श्वास तीव्रतेने होतो.

६ ब्रह्मचारी साधकांना शिकवली जाणारी प्रगत योगसाधना, ज्यामध्ये श्वास बऱ्याच काळासाठी रोखला जातो.

लोक मरणाला का घाबरतात?

मरणाची भीती काहीशा अज्ञानामुळे व अजाणतेपणे आलेली आहे. काही लोक नुसते मृत शरीर बघूनसुद्धा खूप भयभीत होतात. ज्यांच्यावर तुम्ही प्रेम केलं, ज्यांची तुम्ही काळजी घेतली, अशा प्रिय व्यक्तीचा वियोग हे खूप मोठं नुकसान आहे, हे मी समजू शकतो. पण लोकांना मृत शरीर पाहून भीती का वाटते? जिवंत शरीरं धोकादायक असू शकतात, हे मी समजू शकतो. ती तुम्हाला बरंच काही करू शकतात. तुम्ही त्यांना आवडता असं ढोंग करून उद्या ते तुम्हाला ठारही मारू शकतात. परंतु मृत शरीरं पूर्णपणे सुरक्षित आहेत, तरीही लोक त्यांना घाबरतात!

जगाच्या अनेक भागात, मुलांना घरामध्ये 'मृत्यू' ह्या शब्दाचा उच्चारसुद्धा करू नका असं सांगितलं जातं. कारण तुम्ही जर तो शब्द उच्चारला नाही, तर तो तुमच्या घरात येणार नाही, अशी वेडी आशा त्यांना असते. मरणाबद्दलची अशी विचित्र भीती नैसर्गिक नाही. कदाचित बहुतांशी लोकांसोबत हे असं असेल, हा भाग वेगळा, परंतु भीती ही नैसर्गिक प्रक्रिया नाही. मृत्यू नैसर्गिक प्रक्रिया आहे. जीवन आहे, तिथं मृत्यू स्वाभाविकपणे आहेच. आपल्याला मृत्यूचं भय वाटतं कारण आपण आपली ओळख या शरीराशी खोलवर जोडली आहे. ह्या शरीराशी आपलं तादात्म्य इतकं तीव्र झालं आहे याचं कारण आपण शरीराव्यतिरिक्त दुसरा कोणताही आयाम शोधला नाही. जर आपण इतर आयामांचा शोध घेतला असता, त्या आयामांच्या अनुभवामध्ये आपण स्वतःला स्थापित केलं असतं, तर शरीर ही मोठी समस्या बनली नसती.

तुम्ही तुमच्या शरीराबद्दल असं बोलता की जणू काही ते तुम्ही घेऊनच आला आहात. तुम्ही ते आणलं नाही. तुम्ही फक्त ते गोळा केलं आहे. तुम्ही ते आईच्या उदरात असताना गोळा केलं आणि गोळा करण्याची ही प्रक्रिया जन्मानंतरही चालू ठेवली. जे काही गोळा केलं आहे, त्याला आपण 'हे माझं आहे' असं म्हणू शकतो. पण तुम्ही असं नाही म्हणू शकत की 'हे मी आहे'.

आता मी, ज्या पेल्यातून पाणी पितो, तो पेला घेतला आणि अचानक म्हणालो, "हा माझा पेला आहे." तर तुम्हाला वाटेल, की सद्‌गुरूंचं काहीतरी बिघडलंय. पण तरी तुम्ही विचार कराल की अजून काही काळ मला त्यांचं म्हणणं ऐकू दे, कारण लोक म्हणतात की ते ज्ञानी आहेत. पण काही वेळाने जर मी म्हणू लागलो

की, ''मी हा पेला आहे'' तर तुम्ही निश्चित म्हणाल. "या माणसापासून लांब असलेलंच बरं." पण तुमच्या शरीराच्या बाबतीतही तुम्ही हेच करत आला आहात, म्हणूनच ते सोडून देण्याविषयी तुम्ही एवढा मोठा बाऊ करत आहात.

समजा, पुढील काही आठवड्यांत तुम्ही जास्त खाल्लं आणि शरीर खूप वाढवलं. मग व्यायाम करून त्यातलं काही कमी करून टाकलं, तर तुम्ही त्याला 'मृत्यू' म्हणत नाही. तुम्ही काहीतरी गोळा केलं आणि ते परत काढून ठेवलं. यात फार मोठं असं काही नाही. तुम्ही आनंदी व्हाल, हायसं वाटेल, त्याचं दुःख करणार नाही. मृत्यूबाबतही तेच असलं पाहिजे. ज्याला तुम्ही मृत्यू समजता, ते थोडंफार शुद्धीकरण आहे. वाढत्या वयाने तुमच्या मांसपेशीची शक्ती कमी व्हायला सुरुवात झाली आहे, म्हणून त्यांची साफसफाई करणं गरजेचं आहे. मग तुम्ही जे गोळा केलं आहे, ते आनंदाने परत करा किंवा रडतखडत परत करा. ह्यांपैकी एक पर्याय तुमच्याकडे आहे. मृत्यू म्हणजे, जणू काही तुम्ही एक फावडं भरून माती उचलली होती, ती परत टाकली. पण त्या फावड्यातल्या मातीकडे तुम्ही पाहिलं आणि त्याकडे फार आसक्त झालात, तर ती ज्या वेळी ती फावड्यातून खाली पाडेल त्या वेळी तुम्ही लहान मुलासारखे रडाल. समजा, एखाद्या मुलाला कुठूनतरी एक गारगोटी मिळाली, तो घरी आला आणि त्याने ती हरवली. त्याचं हृदय पिळवटून निघतं. तो अनावर होऊन रडत बसतो. तुम्ही आयुष्यात फक्त या शरीराचाच विचार केला असेल, तर तुमच्या बाबतीत हेच होईल. जर तुम्ही, तुमच्या आयुष्यात शरीरापेक्षा जास्त मौल्यवान असं काहीतरी जाणलं असेल, तर शरीर सोडणं हा तुमच्यासाठी फार मोठा मुद्दा उरणार नाही.

ज्याला तुम्ही जीवन म्हणता, ते बँकेकडून घेतलेल्या कर्जासारखं असतं. ते तुम्हाला दहा वर्षांची मुदत देतील, पण ते तुमचं नसतं, ते तुम्हाला परत करावंच लागतं. काही युक्त्या लढवून तुम्ही त्याची मुदत बारा वर्षं वाढवू शकता. तुम्ही फारच हुशार असलात, तर ते पंधरा वर्षांपर्यंत वाढवाल. तुम्ही खूपच हिकमती असाल, तर कदाचित त्याची मुदत वीस वर्षांपर्यंत वाढवाल. तेवढंच. त्याच्यापुढे अजूनपर्यंत कुणालाही वाढवता आलेलं नाही. लोक तुम्हाला कथा सांगतील की, अमका ४००० वर्षं जगला, १०,००० वर्षं जगला, कारण त्यांना कदाचित चित्रपट तयार करायचा असेल, पण अजून कुणीही आपलं आयुष्यमान तेवढं वाढवू शकलं नाही. जीवन निष्क्रिय अवस्थेत ठेवण्याचे काही मार्ग आहेत, जेणेकरून तुम्ही

तुमचा जगण्याचा हेतू शरीरापलीकडे टिकवून ठेवू शकता आणि तुम्ही पुन्हा एकदा ते शरीर घेउन नव्याने जीवन सुरू करू शकता. ती वेगळी गोष्ट आहे. हे म्हणजे तुमचं आयुष्य वाढवणं नाही. हे नैसर्गिक चक्र जाणीवपूर्वक हाताळणं आहे.

आता, सर्वसाधारणपणे समाजात, लोक तुम्हाला पटवत आलेले आहेत की मरणाचं भय नैसर्गिक आहे. बहुसंख्य लोक जे करतात, त्याला 'नैसर्गिक' म्हटलं जातं. जर बहुसंख्य लोक सिगारेट ओढत आले असते, तर लोक म्हणतील की धूम्रपान करणं नैसर्गिक आहे, हो की नाही? पूर्वी हे असंच घडत असे. अजूनही काही लोक त्याला नैसर्गिक म्हणतात. मनुष्य सिगारेट ओढण्यासाठी बनलेला नाही, तुम्ही काही धूर सोडणारे वाहन नाही! धूम्रपान हे तुमच्यासाठी नैसर्गिक नाही. पण तरीही लोक त्याला नैसर्गिक बनवतील.

जेव्हा मी लहानाचा मोठा होत होतो, तेव्हा 'मला भीती वाटत नसे' याची माझ्या वडिलांना फार काळजी असे. ते नेहमी म्हणत, 'या मुलाचं काय होणार? त्याच्या मनात कशाचीच भीती नाही.' एकदा, मी त्यांना उलट प्रश्न केला, 'भीती हा सद्गुण केव्हापासून झाला?' भीती हा सद्गुण नाही, पण लोकांनी त्याला इतकं नैसर्गिक बनवलं आहे की ती नसली तर काहीतरी कमी आहे असं त्यांना वाटतं. तसंच आता मरणाबद्दलची भीतीसुद्धा समाजाने नैसर्गिक बनवली आहे.

काळाच्या ओघात, वेदनांची भीती मृत्यूच्या भीतीमध्ये मिसळली गेली आहे कारण बऱ्याच लोकांना वाटतं की, मृत्यू वेदनादायी होणार आहे. यामुळेच ते डॉक्टरांना विनंती करतात की, मला असं काहीतरी द्या की जाताना वेदना होणार नाहीत. माझ्यावर विश्वास ठेवा, मृत्यू हा वेदनादायी नाही. तो खूप छान आहे. तो एका विशिष्ट कारणानेच होतो असं नाही. तो नेहमी होतच असतो. एवढंच की, आपल्या बाबतीत हे घडलं आहे, हे फक्त ठरावीक टप्प्यावर लोकांच्या हे लक्षात येतं, नाहीतर इतर वेळा त्यांच्या लक्षात येत नाही. शरीराला अपाय होण्याने वदना होऊ शकते. ते वेदनामय असू शकतं, पण मृत्यू नाही. जो रोग मृत्यू घडवतो, तो वेदनादायी असू शकतो, जी इजा मृत्यू घडवते, ती वेदनादायी असू शकते, परंतु मृत्यू स्वतः वेदनादायी नसतो. एकदा असं झालं की, शंकरन पिल्लई दुसऱ्या मजल्यावरून खाली पडला आणि किंचाळला. लोक जमले आणि विचारलं, "काय रे? तुला खाली पडताना दुखलं का?" तो म्हणाला, "मूर्खांनो पडताना नाही, पडणं थांबल्याने दुखलं." लोकांच्या समजुतीमध्ये अनेकदा एक

गोष्ट दुसऱ्या गोष्टीत मिसळली जाते.

वेदनांची भीती ही शरीरव्यवस्थेशी निगडित आहेत. पुढे वेदना होतील या अपेक्षेने, शरीर जिवंत राहण्यासाठी ही वेदनांची भीती निर्माण करतं. वेदना म्हणजे शरीराशी निगडित वास्तव आहे आणि तुम्हाला ते नको असतं कारण तुम्हाला ते किती त्रासदायक असतं, याची जाणीव असते. पण मृत्यूच्या भयाला काहीही आधार नाही, कारण मृत्यू वेदनादायी नसतो. तरी लोक मरणाला का घाबरतात? समजा, तुम्ही माझ्याकडून दहा लाख रुपयांचं कर्ज घेतलं आणि दहा वर्षांत त्याचे एक अब्ज रुपये झाले. आता मी तुम्हाला सांगितलं, की मी तुमच्या घरी येतोय, तर तुम्ही माझं छान स्वागत कराल. मी जर माझे दहा लाख मागितले, तर तुम्ही ते आनंदाने परत द्याल, शिवाय, कदाचित वरती काही रक्कमही द्याल. दहा वर्षांपूर्वी दिलेल्या त्या पैशांमुळे तुम्ही मला तुमचा खूप जवळचा मित्र मानाल. पण जर तुम्ही मी दिलेले ते दहा लाख तुम्ही उधळले असतील आणि मी सांगितलं की, मी तुमच्या घरी येतोय तर तुम्हाला वाटेल की मरणच चालून येतंय. तुम्हाला हुडहुडी भरेल. खरंतर, बऱ्याच लोकांच्या बाबतीत, मृत्यूपेक्षा कर्ज वसूल करणारेच त्यांच्यामध्ये जास्त भय निर्माण करतात.

मृत्यूबद्दलची भीती अशीच आहे. तुमची कर्ज फेडण्याची वेळ आली आहे, हे धरती तुम्हाला सांगत आहे. व्याज वगैरे काही नाही. जर त्याचा वापर करून, तुम्ही आयुष्यात खरंच काही चांगलं कमावलं असेल, तर तुम्ही ते आनंदाने परत कराल आणि निघून जाल. पण तुम्ही त्याचा काहीच उपयोग न करता फक्त तुमच्या मनोविश्वामध्ये जगला असाल, तर तुम्ही अतिशय घाबरून जाल. ज्यांनी त्याचा चांगला उपयोग केला नसेल, ते नेहमीच टाळाटाळ करतील. ज्यांनी आयुष्य यशस्वीरीत्या जाणून घेतलं आणि एक परिपूर्ण आयुष्य जगले, ते लोक आनंदाने, विनासायास स्वेच्छेने ते कर्ज परत फेडण्यास तयार असतील. जे जीवन कधी जगलेच नाहीत, फक्त त्याचा विचार करत राहिले, ते घाबरतील आणि गोंधळून जातील.

तुम्ही जर नीट विचार केला, तर या शारीरिक मृत्यूचं तुम्हाला असं विशेष भय नसतं. समजा, तुम्ही म्हातारे झाला आहात आणि देवाने तुम्हाला म्हणाला, "तू मला हे तुझं म्हातारं शरीर परत कर, मी तुला नवीन शरीर देतो" तर कोणाला हे नको असेल? म्हणजेच, तुम्हाला हे शरीर सोडायची भीती खरंतर वाटत नाही.

मृत्यूचं भय हे खरंतर मृत्यू झाला तर तुम्ही काय हरवून बसाल याविषयी आहे. मृत्यूचं भय, हे मुळात, आपण काहीतरी गमावतोय याचं भय आहे. जर कोणी नोकरी गमावणार आहे, किंवा त्यांचा सर्व पैसा, किंवा कोणी अत्यंत प्रिय व्यक्ती, किंवा अशी व्यक्ती ज्याच्यावर ते अवलंबून आहेत, तर त्यांना यापेक्षा जास्त भीती वाटेल. जर त्यांचे स्वतःचे मरण येणार असेल, तर ते ज्या अवस्थेतून जातील, त्याच अवस्थेतून ते आता जात आहेत. या सगळ्यातून जाण्याऐवजी लोक कधी स्वतःचाच जीव घेतात. खरी भीती ही शरीर एक दिवस मोडून पडणार आहे याची नाही. "माझं काय होईल?" ही खरी भीती आहे.

मुळात अहंभाव व तुमचे व्यक्तित्व ही तुमच्यामधली एकमेव गोष्ट आहे, जिला हानी पोहोचू शकते, ती पायाखाली तुडवली जाऊ शकते, शिव्याशाप दिले जाऊ शकतात. मी जो कोण आहे, ही जी प्रतिमा बनवली आहे, ती संपणार असल्याची तुम्हाला सतत भीती असते. तुम्हाला सतत भीती आहे. खरंतर तोच सर्वांत मोठा अडसर आहे, की या बुडबुड्यातून तुमची बाहेर पडण्याची इच्छा नाही. खरोखर, जर आपण तुम्हाला कलंकित करण्याचे, कठोर त्रास देण्याचे, शारीरिकदृष्ट्या नाही पण दुसऱ्या सर्व मार्गांनी, असे काही उपाय शोधले, तर त्यापेक्षा तुम्ही मरण आलेलं बरं असं म्हणाल. या साऱ्यांतून जाण्यापेक्षा, तुमच्यासाठी मृत्यू हे एक वरदान असेल.

काही वेळा हेच भय बऱ्याच वेगवेगळ्या गोष्टीत रूपांतरित होतं. एखादा माणूस म्हणतो, 'मी मरणाला घाबरत नाही, पण माझ्या मुलाबाळांचे किती हाल होतील?" या भीतीने ते दुःखी होतील. दुसरा एखादा या भीतीने दुःखी होतो की 'मला मरायचं नाही' कारण फक्त त्यांना त्याच्या पलीकडचं काहीच माहिती नसतं. पण मला जे माहीत आहे, - मी स्वतः, माझं जग आणि माझं आयुष्य, हे सर्व मला सोडावं लागणार असल्याची त्यांना भीती असते. तुम्ही हे पाहिलंत का, की मेल्यामुळे मला काही मिळू शकतं, ही ज्या लोकांना खात्री झालेली असते, ते कुठल्याही भीतीशिवाय मरणाला जवळ करतात. जर तुम्हाला हे समजलं की हरवण्यासारखं काहीच नाही, आपण काहीच घेऊन आलो नव्हतो, त्यामुळे हरवण्यासारखंही काहीच नाही, तर मग मरणाच्या भीतीला काही संदर्भ उरणार नाही.

मृत्यूच्या भीतीला कसे सामोरे जावे?

आजपर्यंत, तुमच्या आयुष्याचे अनुभव फक्त या शरीरापुरते मर्यादित आहेत. तुम्हाला इतर लोकांनी कसलाही उपदेश दिला असला, तरी त्याने काही फरक पडत नाही. कुणीतरी सांगेल की तुम्ही म्हणजे शरीर नाही, किंवा तुम्ही आत्मा आहात, किंवा परमात्मा किंवा तसं काही, परंतु तुमचा अनुभव, मी शरीर आहे, हा आहे. ज्या काही गीता त्यांनी तुमच्यासाठी सांगितल्या आहेत, जी काही उपनिषदं तुम्हाला वाचून दाखवली आहेत, तरीही तुमचा अनुभव ह्या शरीरापुरताच मर्यादित आहे. म्हणून तुम्हाला ते हरवण्याची भीती वाटते. परंतु तुम्ही अनुभवाचं दुसरं परिमाण शोधलं आणि त्यात तुम्ही स्वतःला स्थापित केलं, तर शरीर हाताळणं सोपं होऊन जाईल. जीवन आणि मृत्यू असा मोठा कोणता फरक घडवू शकणार नाहीत. मृत्यू म्हणजे मुळात, तुम्ही या जीवनात जी काही शारीरिक किंवा मानसिक सामग्री गोळा केली आहे, ती तुम्ही सोडून देता. एक व्यक्ती म्हणून तुम्हाला स्वतःबद्दल बरंच काही समजत असाल, तरी पृथ्वीच्या दृष्टीने, ती फक्त त्याच गोष्टी पुन्हा री-सायकल करत आहे. ती तुम्हाला वर आणते आणि परत माघारी ओढून नेते. पण वर आणल्यानंतर हे संपूर्ण चक्र ओलांडून जाण्याची तुम्हाला एक संधी मिळते. परंतु तुम्ही ते ओलांडून जाता की नाही, ते सर्वस्वी तुमच्यावर अवलंबून आहे.

ज्या वेळी तुमचा अनुभव केवळ शरीरापुरताच मर्यादित असतो, त्या वेळी तुम्हाला मृत्यूचीच नाही, तर जीवनाचीसुद्धा भीती वाटते आणि तुम्ही सुरक्षितता मिळवण्याच्या मागे लागता. जीवनाच्या भीतीने तुम्ही मृत्यूला आमंत्रित करता, कारण सुरक्षिततेच्या मागे लागणं म्हणजे मृत्यूला बोलावणं आहे. तुम्ही पाहिलं आहे का, जेव्हा लोकांना असुरक्षित वाटतं, तेव्हा ते पाय पोटाशी घेऊन झोपतात? ते त्यांच्या गर्भावस्थेतील आसनात जातात. परत आईच्या गर्भात जावंसं वाटतं. गर्भ खरंतर आईच्या उदरात नाही, तर गर्भ खरा मृत्यूमध्ये आहे. आईचा गर्भ हे त्याचं छोटं प्रकट रूप आहे; खरा गर्भ मृत्यूमध्ये आहे. जेव्हा लोकांना असुरक्षित वाटतं, तेव्हा त्यांना मद्य घेऊन झोपावंस वाटतं, कारण झोप ही मृत्यूचं छोट रूपं आहे. लोकांना लाकडाच्या ओंडक्यासारखं गाढ झोपावंसं वाटतं, कारण ते त्यांना जीवनापासून स्वातंत्र्य देते. ह्या सगळ्या 'मृत्यूला जवळ करण्याच्या' गोष्टी, सुरक्षित होण्याच्या गरजेतून आल्या आहेत.

मुळात ही असुरक्षितता आली कुठून? तुमची स्वतःची मर्यादित ओळख हे असुरक्षिततेचं कारण आहे. तुम्ही स्वतःला शरीर मानता आणि फक्त यामुळेच ही सगळी असुरक्षितता येते. तुमचं शरीर हा तुम्ही फुगवून ठेवलेला नाजूक फुगा आहे. या अफाट विश्वात तुमचं अस्तित्व एक नगण्य व्यक्ती म्हणून आहे, केवळ यामुळेच मृत्यूची भीती आहे. तुम्ही जर तुमच्यातील असीमता अनुभवली असेल, जर तुम्ही खरोखर स्वतःला शरीरिक आणि मानसिक मर्यादांच्या पलीकडे अनुभवलं असेल, तर ही भीती उरणार नाही. याच कारणासाठी, तुमचा वेळ आणि आयुष्य, जे भौतिक मर्यादेच्या पलीकडे आहे ते जाणून घेण्यासाठी वापरावं, यावर एवढा जोर दिला जातो. याच कारणासाठी तुम्ही साधना केली पाहिजे. परंतु मृत्यूची भीती वाटत असलेले अनेक लोक अमर होण्याचा प्रयत्न करतात. ते त्याला टाळण्याचा प्रयत्न करतात. ही पद्धत चुकीची आहे. जर तुम्हाला मृत्यूची भीती वाटत असेल, तर त्यामागचा आधार तुम्ही शोधला पाहिजे. तुमची मर्यादित ओळख ओलांडून पलीकडे कसं जाता येईल हे पाहण्याऐवजी, तुम्ही अमर होण्याचा प्रयत्न केलात, तर ते फक्त तुमचं लक्ष विचलित करेल, ते तुम्हाला कुठेही घेऊन जाऊ शकणार नाही.

जर तुमच्या जीवनाचा अनुभव भौतिक शरीरापलीकडे भक्कमपणे स्थापित झाला असेल, तर शरीर सोडून देणं सोपी गोष्ट आहे. जेव्हा तुम्हाला कपडे बदलायचे असतात, तेव्हा ते तुम्ही सहज बदलता ना? तुम्हाला जर ते आवडत नसतील, तुम्हाला बस्स झालं असेल, तर तुम्ही नग्न चालाल. ते तुमच्यावर आहे. हे तुम्ही समजून घेतलं पाहिजे, की ह्या शरीराचं कार्य संपताक्षणी ते असंही जाणारच आहे, तुम्हाला आवडो अथवा न आवडो, तुम्ही ते मान्य असो की नसो. जोपर्यंत ते अस्तित्वात आहे, तोपर्यंत त्याची चांगली काळजी घेणं हे नक्कीच आपलं काम आहे. परंतु जर तुम्ही आरोग्याच्या समस्या किंवा मृत्यू याबद्दल सतत चिंतित असाल, तर तुम्ही त्याची चांगली काळजी घेणार नाही. तुमची चिंताच ह्या शरीराला नष्ट करेल. म्हणजे, ह्या शरीराचं काय होईल, ही चिंताच शरीराला नष्ट करेल.

मृत्यूच्या भीतीचा सामना केला, तर तुमच्यामध्ये अत्यंत स्पष्टता येईल आणि तुमच्या आयुष्याचा कायापालट होईल. हे काही दशकांपूर्वी घडलं. एकदा मी बंगळुर शहरात असताना भाजी मंडईत गेलो होतो. काही खरेदी करण्यासाठी नाही, मला भाजी मंडईत नुसतंच फिरायला आवडतं. तर मी फिरत होतो आणि अचानक मी एक भाजी विक्रेता पाहिला. तो निराळ्याच तेजाने झळकत होता. मला विश्वास

बसत नव्हता, की असा माणूस भाजी विकायला बसला आहे. मी त्याच्याकडे पाहिलं आणि त्याच क्षणी माझी नजर खिळून राहिली, आणि मी मोठ्याने हसायला लागलो. तोसुद्धा मला पाहून हसू लागला. मग त्याच्या जवळ गेलो आणि आम्ही बोलू लागलो. मी त्याला विचारलं, "तुमच्यासारखा माणूस भाजी विकायला कसा काय बसला आहे?"

त्याने उत्तर देणं टाळलं. तो म्हणाला, "मी फक्त माझं काम करतो आहे इथं."

आम्ही अजून थोडी थट्टामस्करी केली आणि काय घडलं, ते मी शेवटी शोधून काढलं.

तो एक साधा भाजी विक्रेता होता. एक दिवस तो आजारी पडला. आजार इतका बळावला, की त्याला वाटलं, तो मरणार आहे. पण प्रत्येक दिवशी ते एकेक दिवसाने पुढे ढकललं जात होतं. हे चार महिने चालत राहिलं. प्रत्येक दिवशी त्याला वाटायचं, "आता हा शेवट आहे." परंतु दिवसाच्या अखेरीस तो अजूनही जिवंत असायचा. त्या चार महिन्यांत, सतत मृत्यूबरोबर राहिल्यामुळे, त्याच्यामध्ये विलक्षण असं काहीतरी घडलं. त्याच्या ऊर्जा पार वेगळ्याच अवस्थेत पोहोचल्या. तो इतका आनंदमग्न झाला, की शरीर राहतंय की नाही याची त्याला तसूभरही काळजी नव्हती. त्यानं काळजी करणं सोडताच, त्याचं शरीर पुन्हा पूर्णपणे पूर्ववत झालं.

मृत्यू म्हणजे मर्त्य शरीरापासून सुटका. हे जमा केलेलं शरीर म्हणजे मी आहे, हा भ्रमच अज्ञानाचा पाया आहे. त्यातून सुटणं म्हणजेच आत्मज्ञान. त्यानंतर तो भाजीच्या दुकानात परत आला आणि भाजी विकायला सुरुवात केली. त्याच्या आजाराने त्याच्या आयुष्यात इतका मोठा चमत्कार घडवून आणल्याचं त्याने पाहिलं. म्हणून मग जो कोणी त्याच्याकडून भाजी खरेदी करायला येई, त्याला तो आशीर्वाद द्यायचाः "तुम्हीसुद्धा माझ्यासारखे आजारी पडा." आजारी पडण्याचा आशीर्वाद म्हणजे तुमचं आरोग्य बिघडावं असं त्याला वाटत नव्हतं. परंतु जर निरोगी राहून तुमच्यामध्ये ते घडू शकलं नाही, तर निदान आजारी पडल्याने तुम्ही जागं व्हावं, अशी त्याची इच्छा होती, कारण त्याच्या बाबतीत हेच घडलं होतं.

म्हणून काहीही असो- आजार, मृत्यू किंवा कुठलीही आपत्ती – तुम्ही ती स्वतःला मुक्त करण्यासाठी वापरू शकता किंवा स्वतःला गुंतवून घेण्यासाठी वापरू शकता. आपत्ती, खासकरून मृत्यू आणि आजार, या तुम्ही साधारणपणे ज्याला जीवन समजता त्याच्या मर्यादांच्या पलीकडे डोकावण्याच्या फार मोठ्या

संधी असतात. तुमच्या बाबतीत असंच होण्याची गरज नाही; तुम्ही जर बुद्धिमान असाल, तर तुम्ही दुसऱ्या लोकांच्या अनुभवातून शिकू शकता. तुम्ही गौतम बुद्धांबद्दल ऐकलं आहे. त्यांनी फक्त एक आजारी मनुष्य, एक म्हातारा मनुष्य, आणि एक मृत शरीर पाहिलं आणि त्यांच्या लक्षात आलं, "कोणत्याही दिवशी हे माझ्या बाबतीतही घडू शकतं, तर मग त्यापासून दूर पळण्यात काय अर्थ आहे?"

कोणी आजारी असेल किंवा मरणाच्या दारात असेल, तर माझं असं सांगणं आहे, तुम्ही त्यांच्या जवळ जाऊन बसा आणि बघा की तुमच्या बाबतीतही हे होऊ शकतं आणि कोणत्याही दिवशी तुम्ही त्या ठिकाणी असू शकता. एखाद्याला भयंकर आजार जडला असेल – तो आपल्याला नको आहे, तो व्हावा अशी आपली इच्छा नाही- परंतु तुम्हाला हे माहीत असलं पाहिजे, की कोणत्याही दिवशी ते तुम्हालाही होऊ शकतं. तुम्ही आज अठरा वर्षांचे आहात की ऐंशीचे याने काही फरक पडत नाही. ते तुमच्या बाबतीतही आज किंवा उद्या होऊ शकतं.

समजा, तुम्ही अगोदरच घाबरलेले आहात आणि तुमच्या आयुष्याच्या शेवटच्या टप्प्यात पोहोचला आहात तर मग काय करायचं? मुळात समस्या ही आहे की आपल्याला असं वाटतं की रागावर काही उपाय आहे, भीतीसाठी दुसरा उपाय आहे, नैराश्यासाठी आणखी काही उपाय आहे. नाही, अशा गोष्टींसाठी कोणताच इलाज नाही. हे साधं वाटतं असेल पण मुळात तुमचं मन तुमच्याकडून सूचना घेत नाहीये, ही वस्तुस्थिती आहे. मनुष्याकडे दोन विशेष क्षमता आहेत - अत्यंत स्पष्ट स्मृती आणि कल्पनाशक्ती. भीती म्हणजे तुमची कल्पनाशक्ती नियंत्रणाबाहेर आहे. तर भीतीशी लढत राहण्यापेक्षा, ह्या दोन क्षमता तुमच्या नियंत्रणात कशा आणता येतील, हा प्रश्न आहे. प्रत्यक्षात, भीती असं काहीच नसतं. तुम्हीच ती तुमच्यात तयार करता.

साधारणपणे जिवंत राहण्याची प्रक्रिया अधिक सुलभ झाली, अन्न आणि निवारा पुरेसा असेल, तर भीती निघून जाईल, असं लोकांना वाटतं. परंतु आर्थिकदृष्ट्या समृद्ध समाज हे असं होत नसल्याचं स्पष्टपणे दाखवून देतात. ते अगदी स्पष्ट विधान करत आहेत: तुम्ही पाहिजे तेवढं अन्न आम्हाला द्या, पाहिजे तेवढा निवारा द्या, त्याने काही फरक पडणार नाही, आम्ही दुसऱ्या कशाने तरी भयभीत होऊ. युद्धग्रस्त देशातील नागरिक फार मोठ्या भीतीखाली वावरत असतात, पण तुम्ही पाहाल की बॉंबहल्ल्यापासून जेव्हा सुटका होते, तेव्हा ते खेळतात, गातात, नाचतात आणि

आनंदी होतात, कारण अचानक त्यांना जीवनाचं महत्त्व समजलेलं असतं. परंतु श्रीमंत समाजाचं भीतीचं दुखणं वेगळं असतं, दिवसरात्र ते चालूच असतं.

भीती परिस्थितीमुळे येत नाही; ती यामुळे येते की तुमची मनोयंत्रणा तुमच्या हातात नाही. ते मुळात तुम्ही तुमचं मन कसं ठेवता, यावर अवलंबून असतं. दुर्दैवाने, लोक कारण न समजता, परिणामावर उपाय शोधायचा प्रयत्न करतात. भीती तुमच्या आत घडणाऱ्या विशिष्ट परिस्थितीमुळे तयार होते. तुम्ही जेव्हा भीतीवर उपाय करायला जाता, तेव्हा तुम्ही परिणामावर इलाज करण्याचा प्रयत्न करत असता. म्हणूनच तुमच्या शारीरिक आणि मानसिक प्रक्रियांवर ताबा मिळवण्याची आणि आपण विचार कसे निर्माण करतो, आपण भावना कशा निर्माण करतो, आपण शरीर कसं सांभाळतो, आपल्यातील रासायनिक प्रक्रिया कशा हाताळतो, या सर्वांकडे लक्ष देण्याची गरज आहे.

लोकांना असं वाटतं मृत्यूविषयी उघड चर्चा केल्याने, मृत्यूविषयी अधिक माहिती मिळवल्याने मृत्यूचं भय घालवण्यास मदत होईल. ते फक्त काही अंशी खरं आहे कारण ते तुम्ही कशा प्रकारे हाताळता यावर अवलंबून आहे. ते प्रत्येकाच्या बाबतीत काम करेल असं नाही. एखादी व्यक्ती माणसं मरताना पाहून आतंकित होईल, किंवा दुसरा कोणी बरीच लोकं मरताना पाहून निष्ठुर होईल. त्यांना कशाची पर्वा उरत नाही. अशा प्रकारचे बरेच लोक आहेत. तुम्ही जर स्मशानात, किंवा दफनभूमीत किंवा शवागारात गेलात, तर अशा बहुतेक ठिकाणी, त्यांना कशाचीच पर्वा नसते. त्यांना वाटतं, आपण अमर आहोत. तर प्रश्न तुमच्या जागरूकतेचा आहे आणि कोणत्या दृष्टीने तुम्ही त्याकडे पाहता याचा आहे. तुम्ही त्यासाठी तयार असाल, तुम्ही त्याबाबत संवेदनशील असाल तर ते तुमच्यामध्ये काहीतरी घडवू शकतं. परंतु बरेच लोक पूर्णपणे असंवेदनशील बनू शकतात. हे नेहमी त्या त्या व्यक्तीवर अवलंबून असतं.

तर तुम्ही अजूनही करू शकाल, तुमच्या आसपास विशिष्ट वातावरण तयार करू शकाल, जेणेकरून मृत्यूच्या क्षणीसुद्धा तुम्ही तुमच्या मनाच्या या कार्यक्षमतांवर हळूहळू नियंत्रण आणू शकाल, अशा काही साधना आहेत का? एक गोष्ट तुम्ही करू शकता. ती म्हणजे, स्वतःला मृत्यूची आठवण करून देणं, तुमच्या स्वतःच्या मृत्यूची. रोज, फक्त पाच मिनिटं स्वतःला आठवण करून द्या की, तुम्ही मरणार आहात आणि आज तुमचा मृत्यू होऊ शकतो. तुम्ही फक्त एवढीच

स्वतःला आठवण करून द्या, तुमच्यामध्ये विलक्षण गोष्टी घडतील. गुर्द्जेफ हे एकोणिसाव्या शतकातील युरोपमधील आत्मज्ञानी आणि आध्यात्मिक गुरू होते. त्यांच्या काळात त्यांना 'बदमाश संत' म्हणून ओळखायचे. बदमाश म्हणण्याचं कारण त्यांच्या पद्धती इतक्या टोकाच्या होत्या- त्यांनी लोकांबरोबर फार विचित्र गोष्टी केल्या. त्यांनी जगाला एक उपाय सुचवला: ते म्हणाले तुम्हाला संपूर्ण जग आत्मज्ञानी व्हावं असं वाटत असेल, तर आपण प्रत्येकाच्या शरीरात एक नवीन अवयव बसवला पाहिजे. या अवयवाचा उद्देश हा की, दिवसातून वारंवार तो तुम्हाला 'तुम्हीसुद्धा मरणार आहात' ही आठवण करून देईल. तुम्ही स्वतःला सतत फक्त आठवण करून देत राहा की, तुम्ही मरणार आहात आणि आज तुमचा मृत्यू होऊ शकतो. हे तुमच्यातील मृत्यूची भीती काढून टाकेल.

आम्ही शून्य ध्यानाची लोकांना दीक्षा देतो, तेव्हा ते तुमच्यामध्ये नवीन काही रोपण करतो असे नाही, तर हे ध्यान तुम्हाला मृत्यूची आठवण करून देतं. दररोज जेव्हा तुम्ही शून्य ध्यानाला बसता, तेव्हा तुम्ही पाहाल की तुमचं व्यक्तित्व विरघळून जातं आणि फक्त एक उपस्थिती उरते. ज्या ज्या गोष्टींना तुम्ही 'मी' समजता, ध्यानामध्ये त्या सर्व नाहीशा होतात. जणू काही तुम्ही मरता. ज्या वेळी तुम्ही डोळे उघडता, त्या वेळी त्या सर्व परत येतात. तर दिवसातून दोन वेळा तुम्ही जाणीवपूर्वक मरता. तुम्ही फक्त हे जास्तीतजीस्त जाणीवपूर्वक केलं, तर खरंच मरण्याच्या वेळी ती काही मोठी समस्या असणार नाही. हे तुम्हाला मृत्यूच्या भयापासून मुक्त करेल.

दुसऱ्या काही साधना आणि प्रक्रिया आहेत, ज्यामुळे ऊर्जेच्या दोन बाजू, इडा आणि पिंगला[७] वेगवेगळ्या प्रस्थापित केल्या जातात. तुमच्या अनुभवामध्ये ह्या दोन्ही वेगळ्या झाल्या, की ह्या दोन्हींच्या पलीकडे असणारी सुषुम्ना नाडीची ज्योत - द्वैतापलीकडची ऊर्जा - तुमच्या अनुभवास येईल. अद्वैताच्या अनुभवामध्ये जीवन आणि मृत्यू हे द्वैत एक होऊन जाईल. द्वैताचा भ्रम आणि त्यातील एकाबरोबर होणारी गुंतवणूक मृत्यूला भीतिदायक बनवते - तुम्हाला जे माहीत आहे, त्यापासून दूर घेऊन जाणारं असं काहीतरी. पंचप्राणांवर, म्हणजेच

---

७ इडा आणि पिंगला हे शरीरातील प्राणाचे दोन प्रवाह आहेत. ते पुरुष आणि स्त्री प्रधान गुणांचं प्रतिनिधित्व करतात. सुषुम्ना ही तिसरी नाडी असून, मध्यवर्ती प्राण-प्रवाह आहे. ही नाडी प्रवाहित होणं हे आध्यात्मिक जागृतीचं लक्षण मानलं गेलं आहे.

जीवन ऊर्जेच्या पाच प्रकट रूपांवर प्रभुत्व मिळवल्याने, किंवा पाच मूलतत्त्वांवर प्रभुत्व मिळवल्याने जीवन आणि मृत्यू यांमधील भेद नाहीसा होऊन जातो. एकाच गोष्टीच्या दोन बाजू असलेल्या जीवन आणि मृत्यूच्या सीमा पार केल्यावर तुम्ही जाणीवपूर्वक दोन्ही हाताळू शकाल, भीतीला जागा उरणार नाही.

तर मग ज्या लोकांना मृत्यूची भीती वाटते, त्यांचा मृत्यू नेहमी भयंकर होतो का? खरंतर हे दोन्ही प्रकारे होऊ शकतं. काही लोक जे नेहमी मृत्यूला घाबरत होते, ते प्रत्यक्षात तो क्षण आल्यानंतर काहीही समस्या न येता त्यातून पार होऊ शकतात. मात्र जे लोक स्वतःला खूप शूर समजतात, त्यांना त्या क्षणाला कसं सामोर जायचं हे माहीत नसू शकतं. ह्यामध्ये बरेच घटक काम करतात. एखाद्याचं कर्म नेहमीच एक मोठी भूमिका निभावत असतं आणि तुम्ही आतापर्यंत कशा प्रकारचं आयुष्य जगलात याचाही निश्चित प्रभाव पडतो. परंतु कोणत्या स्वरूपात आणि कोणत्या संदर्भात तुम्हाला मृत्यू आला, ह्याचाही प्रभाव पडतो. काही विशिष्ट संदर्भामध्ये, जरी त्यांची तशी प्रवृत्ती नसली तरी लोक आतंकित होऊ शकतात. दुसऱ्या काही संदर्भामध्ये ते मृत्यूचा सहज स्वीकार करू शकतील, कारण आसपास परिस्थिती तशी होती. म्हणून, भारतीय समाजामध्ये, नेहमी असं म्हणतात की मरणाऱ्या माणसाला अतिशय काळजीपूर्वक आणि आदरपूर्वक वागणूक दिली पाहिजे, तसंच योग्य वातावरण निर्माण करण्यावर खूप भर दिला गेला आहे. काही वेळाने ह्या पुस्तकात आपण त्याकडे पाहू.

वृद्धापकाळात आयुष्य कसं जगायचं?

असं वाटतं, माणूस सोडून ह्या जगातल्या प्रत्येक प्राण्याला सन्मानाने कसं मरावं हे कळतं. तुम्ही जर जंगलात फिरलात - जिथे बऱ्याच वन्य प्राण्यांचा वावर आहे अशा ठिकाणी सुद्धा- तर तुम्हाला मृत शरीराचे सांगाडे इतस्ततः पडलेले दिसणार नाहीत, अपवाद फक्त एखादा प्राणी हिंस्त्र पशूकडून मारला गेला असेल तर. आपण कधी मरणार आहोत, हे त्या सर्वांना कळतं. मग ते एखाद्या शांत जागी जातात आणि सन्मानाने मरतात. केवळ मनुष्यप्राण्यालाच ह्याची जाणीव नसते आणि तो अधिकाधिक विवेकशून्य प्रकारे मरतो.

बरेचदा, वृद्धापकाळ हे मोठं वरदान ठरू शकतं, कारण संपूर्ण आयुष्याचा

अनुभव तुमच्या पाठीशी असतो. जेव्हा तुम्ही मृत्यूच्या जवळ जात असता, ती एक संधी असते कारण जेव्हा तुमच्या शक्ती क्षीण झालेल्या असतात आणि त्या शरीर सोडण्याच्या मार्गावर असतात, त्या वेळी आपल्या अस्तित्वाचं स्वरूप जाणून घेणं अधिक सोपं असतं. जेव्हा तुम्ही लहान मूल होता, त्या वेळी सगळं काही सुंदर होतं, परंतु तुम्ही मोठं होण्यासाठी उत्सुक होता कारण तुम्हाला जीवनाचा अनुभव घ्यायचा होता. जेव्हा तुम्ही तारुण्यात आलात, त्या वेळी तुमची बुद्धी हार्मोन्सच्या ताब्यात जाते. जे काही तुम्ही केलं, जाणतेपणी किंवा अजाणतेपणी, ते तुम्हाला त्या दिशेने ढकलत होतं. फार थोडे लोक, या हार्मोन्सच्या प्रभावाबाहेर आपली बुद्धी शाबूत ठेवून, आयुष्याकडे स्पष्टपणे बघण्यास सक्षम असतात. बाकीचे सर्व त्यात अडकलेले असतात. तारुण्यात ज्या वेळी शरीरात जोम असतो, त्या वेळी स्वतःला जागरूक ठेवणं फार अवघड असतं कारण त्या वेळी मी म्हणजे माझं शरीर ही भावना इतकी दृढ असते की, तुम्ही त्याच्यापलीकडे काही पाहात नाही.

परंतु, जसं तुमचं वय वाढत जातं तसं हे कमीकमी होत जातं. शरीरातील जोम कमी झाल्यामुळे तुम्ही अधिकाधिक जागरूक होत जाता कारण तुम्ही आता क्षीण होत चाललेल्या शरीराशी तादात्म्य करू शकत नाही. ज्या वेळी तुम्ही वृद्धापकाळात येता, त्या वेळी सर्व उत्कट इच्छा संपलेल्या असतात आणि संपूर्ण आयुष्याचा अनुभव तुमच्या पाठीशी असतो. म्हणून पुन्हा एकदा तुम्ही लहान मुलासारखे होता; पण आता तुमच्याकडे आयुष्याचा अनुभव आणि शहाणपणं असतं. तुमच्या आयुष्याचा हा काळ फार सुंदर आणि फलदायी होऊ शकतो. तुम्ही जर शरीराच्या पुनरुज्जीवन प्रक्रियेची व्यवस्थित काळजी घेतली, तर वृद्धापकाळ हा तुमच्या आयुष्याचा एक अद्भुत काळ बनू शकतो. दुर्दैवाने, बरेचसे लोक वृद्धापकाळाने त्रस्त होतात, कारण ते त्यांच्या शरीराच्या पुनरुज्जीवन प्रक्रियेची नीट काळजी घेत नाहीत. स्मितहास्य देणंसुद्धा वृद्धापकाळात फार थोड्या लोकांना शक्य होतं. कारण त्यांच्या आयुष्यात त्यांना माहीत असलेली एकच गोष्ट जी होती ती म्हणजे भौतिक शरीर. शरीर ज्या वेळी जीर्ण व्हायला लागतं, ते निराश व्हायला लागतात. ते व्याधींनी भरलेलं नसेल, भयंकर कॅन्सर रोग होण्याचीही गरज नाही, परंतु तुम्ही प्रत्येक पाऊल टाकता, त्या वेळी तुमचं वय सांगत असतं, 'हे कायमस्वरूपी टिकणार नाही.' तुम्ही जर दुसऱ्या आयामांच्या अनुभवात स्थिरावला असाल, तर शरीर हाताळणं सोपी गोष्ट आहे. वृद्धापकाळ आणि मृत्यूसुद्धा आनंदी अनुभव बनू

शकतो. यासाठी तुम्हाला कधी सोडायचं आणि सन्मानपूर्वक कसं निघून जायचं, हे माहीत असायला पाहिजे.

ज्या वेळी मृत्यू पुढच्या एक किंवा दोन आठवड्यांत होणार हे निश्चित असतं, त्या वेळी जागरूक होणं फारच सोपं असतं. त्या वेळी अधिक जागरूक होण्यासाठी काही विशिष्ट गोष्टी केल्या जाऊ शकतात. फक्त आडवे पडून रहा. आता, जर तुम्हाला दुसरं काही माहीत नसेल, बाहेरून काही मदत मिळणार नसेल, तर अशावेळी जी सर्वांत चांगली गोष्ट करू शकता, ती म्हणजे फक्त हे पहा की तुम्ही काय नाही, कारण तुम्ही कोण आहात ते जरी पाहू शकला नाहीत, तरी तुम्ही काय नाही हे तुम्ही सहज पाहू शकता. आता, तुमच्या शरीरातील जोम खूप कमी झाला आहे, परंतु जीवन अजून चालूच आहे. म्हणून तुम्ही मी आणि माझं शरीर यातील अंतर पाहू शकता. तुम्ही काय आहात आणि तुमचं शरीर काय आहे यातलं अंतर पाहात राहण्यात हा वेळ घालावणं चांगलं. तुम्ही अत्यंत सहजरीत्या ह्या अवस्थेमधून पार व्हाल.

प्रत्येक दिवशी ही जागरूकता आणणं हेसुद्धा तुम्ही तुमच्या आयुष्याचा एक भाग बनवू शकता. भुकेले असताना तुम्हाला काही खायचं असतं, त्या वेळी फक्त दहा मिनिटं थांबा. तुमची भूक जाणीवपूर्वक पहा, दुसऱ्या कुठल्या कामात स्वतःला गुंतवू नका. जाणीवपूर्वक काही वेळासाठी जेवण लांबणीवर टाका आणि वाट पहा. तुम्ही नेहमी जेवायला बसतानाही, अन्नाकडे पाहात असताना, तुमची भूक फक्त जाणीवपूर्वक पहा. हे फक्त दोन मिनिटांसाठी करा. ह्या साध्या उपायांनी, तुम्ही तुमच्या शरीरापासून वेगळे आहात या अनुभवामध्ये स्थिर व्हाल. हे करण्यासाठी, अर्थातच ह्यापेक्षा अधिक प्रगत मार्ग आहेत. ज्या वेळी तुम्ही भुकेला असता त्या वेळी, तुमचं शरीर हे जमा केलेली वस्तू आहे हे अधिक स्पष्ट दिसतं. म्हणून, सर्व संप्रदायांमध्ये, उपवास करण्याला एवढं महत्त्व दिलेलं आहे.

भारतामध्ये, असं नेहमी म्हणतात की, तुम्ही तुमच्या कुटुंबीयांमध्ये राहून मरू नये. मरण्यासाठी लोक वनात जात असत. या प्रथेला 'वानप्रस्थाश्रम' असेही म्हणतात. याचा अर्थ आयुष्याच्या एका ठरावीक ठरावीक टप्प्यानंतर, लोक स्वतःला कुटुंब, समाज यांपासून दूर करून अरण्यामध्ये किंवा या उद्दिष्टासाठी स्थापन केलेल्या आश्रमामध्ये जात असत आणि तिथे आनंदाने राहत असत. परंतु आजकाल, दुर्दैवाने, वृद्धापकाळ म्हणजे 'हॉस्पिटल आश्रम' झाला आहे. जेव्हा

वेळ येते, तेव्हा मरण्यासाठी सर्वांत चांगलं ठिकाण कोणतं असेल, तर मोकळ्या आकाशाखाली; हॉस्पिटलमध्ये नव्हे. तुम्हाला जर पर्वतामध्ये जाऊन एकटंच बसायचं असेल आणि मरायचं असेल, तर तेसुद्धा चांगलं आहे. एके काळी ही प्रथा सर्वत्र होती. महाभारत काळातील सम्राट धृतराष्ट्रानेही वानप्रस्थाश्रम स्वीकारला. तो, त्याची राणी गांधारी आणि त्याच्या भावाची पत्नी कुंती, कुरुक्षेत्र युद्ध संपल्यानंतर वनात गेले, त्या वेळी मदतीसाठी फक्त संजय होता. ते सर्व वृद्ध झाले होते, म्हणून त्यांनी राजवाड्यात मरण्यापेक्षा अरण्यात जाऊन मरणं पसंत केलं.

धृतराष्ट्र जरी अंध असला, अतिशय पक्षपाती असला आणि बराच मूर्खही असला, तरी आपण मृत्यू समंजसपणे हाताळला पाहिजे, ही जाणीव त्याला होती. एखाद्या संस्कृतीचं शहाणपण किंवा संस्कार यांचं महत्त्व यामुळेच आहे. हे आजकालच्या जगात हरवलं आहे. कुंतीला तिच्या आयुष्यात सर्व प्रकारचे कष्ट भोगावे लागले. आता, तिच्या मुलांनी युद्ध जिंकलं होतं आणि ते सम्राट बनले होते. निदान आता तरी ती राजवाड्यात राहण्याचा आनंद घेऊ शकली असती आणि आरामात मरू शकली असती. परंतु तिनेही अरण्यात जाण्याचा आणि मरण्याचा निर्णय घेतला. त्या काळी हे मोठं शहाणपण सर्वांमध्ये होतं, कारण त्या वेळची संस्कृती सत्याचा शोध घेणारी होती. असं घडलं की, एके दिवशी ते चारही जण एका उंच टेकडीवर चढून गेले आणि जंगलात वणवा पेटला. त्यांतले तिघे जण वृद्ध असल्यामुळे पळून जाऊ शकत नव्हते किंवा जंगलाच्या आगीचा सामना करू शकत नव्हते. म्हणून मग त्यांनी स्वतःला अग्नीला अर्पण करण्याचा निर्णय घेतला. धृतराष्ट्र संजयला म्हणाला, “आतापर्यंत तू माझी खूप चांगली सेवा केली आहेस, परंतु तू अजून तरुण आहेस - तू निघून जा. आम्ही तिघे जण स्वतःला अग्नीच्या स्वाधीन करू.” संजयने निघून जाण्यास मनाई केली आणि ते चारही जण स्वेच्छेने जंगलातील वणव्यामध्ये जळून गेले.

धृतराष्ट्राने आणि इतरांनी जे केलं, ती एक प्रकारे टोकाची कृती होती, परंतु सर्वसामान्य लोक वानप्रस्थाश्रमाच्या व्यवस्थित आखलेल्या मार्गाने जात होते. हा मार्ग अधिक सुटसुटीत होता आणि प्रत्येकाला चांगल्या प्रकारे उपयुक्त ठरला होता. वानप्रस्थाश्रम आणखी नियोजनबद्धसुद्धा केला जाऊ शकतो.

वानप्रस्थाश्रमाचं प्रयोजन

पूर्वीच्या काळी भारतामध्ये, पती-पत्नी ज्या वेळी वानप्रस्थाश्रम स्वीकारत होते, त्या वेळी ते दोघंही बाहेर पडून, मृत्यू येईपर्यंत, अतिशय साधे, कमीतकमी गरजा असणारे, आयुष्य जगत असत. चांगला मृत्यू सुनिश्चित करण्यासाठी असं केलं जायचं. आजकालच्या आधुनिक मनाला हे अतिशय कठोर आणि तर्कहीन वाटेल. ज्या वेळी तुम्ही तरुण आहात, आरोग्य चांगलं आहे, ज्या वेळी तुम्ही ते सहन करू शकता, त्या वेळी तुम्हाला चांगल्या बांधलेल्या, सर्व सुखसोईयुक्त घरात आणि समाजामध्ये राहू दिलं जातं, परंतु ज्या वेळी तुम्ही वृद्ध आणि अशक्त असता, त्या वेळी तुम्ही सर्व काही सोडून अरण्यात राहायचं आणि स्वतःची काळजी स्वतःच घ्यायची? परंतु खोलवर विचार करता असं दिसतं की, हे करण्यामध्ये मोठं शहाणपण आहे. हा अत्यंत सोपा मार्ग आहे, जेणेकरून आपल्या इच्छेनुसार शरीर सोडून देण्यासाठी लागणारं नैपुण्य नसलेले लोकसुद्धा चांगला मृत्यू प्राप्त करू शकत होते.

ही प्रथा वर्णाश्रम व्यवस्थेमधून आली. यामध्ये त्यांनी मनुष्यस्वभावाचा खूप खोलवर अभ्यास केला होता. त्यांनी मनुष्यजीवनाच्या सर्व बाजूंचा विचार केला होता – त्याच्या गरजा, क्षमता आणि शक्यता. यामध्ये व्यक्तिगत तसंच समाजाचंही कल्याण सुनिश्चित करणाऱ्या अशा मार्गदर्शक सूचना तयार केल्या. त्याप्रमाणे त्यांनी आयुष्याच्या प्रत्येक टप्प्यात तुमची ध्येयं काय असावीत आणि कोणती कार्यं करावीत, यांची एक रचना केली.

आयुष्याची वेगवेगळ्या टप्प्यांत केलेली विभागणी काटेकोर नव्हती, तर कोणत्या टप्प्यात कशावर भर द्यावा या बाबतीत मार्गदर्शक सूचनांच्या स्वरूपात होती. हे सर्व टप्पे सक्तीचेही नव्हते. एखाद्याच्या क्षमतेनुसार एक किंवा दोन टप्पे ओलांडून पुढील टप्प्यात जाता येत होतं.

आश्रम किंवा टप्पा	वय (वर्षे)	वर्णन	ध्येय / उद्दिष्ट
बालावस्था (बालपण)	०-१२	उद्देश हा की शरीर आणि मेंदूची पूर्ण क्षमतेने वाढ होऊ देणे. खाणे, खेळणे आणि झोपणे यावर भर दिला जातो.	शरीर आणि बुद्धीचा पूर्ण विकास
ब्रह्मचर्य (अविवाहित विद्यार्थी)	१२-२४	ह्या काळात विद्यार्थी घर सोडून आध्यात्मिक आणि व्यावसायिक ज्ञान प्राप्त करण्यासाठी गुरूंकडे जाऊन राहतात. विद्यार्थ्यांची दोन कर्तव्य: जीवनावश्यक कौशल्य शिकणे आणि गुरूप्रति अतूट समर्पण.	ज्ञान
गृहस्थ (कुटुंबात राहणारे)	२४-४८	ह्या टप्प्यात जीवनचर्येसाठी आवश्यक धन कमावणे आणि कुटुंब सांभाळणे.	धनसंपदा आणि वंशवृद्धी

वानप्रस्थ (अरण्यात वास)	४८-६०	ह्या टप्प्यात व्यक्ती कौटुंबिक जबाबदारी पुढच्या पिढीकडे सोपवून, सांसारिक कर्तव्यापासून दूर राहते. बराचसा काळ आध्यात्मिक ज्ञान आणि शहाणपण मिळवण्यासाठी व्यतीत केला जातो.	शहाणपण
संन्यास (त्याग)	६०+	ह्या टप्प्यात भौतिक इच्छा आणि पूर्वग्रह यांचा त्याग करून पूर्ण वेळ आध्यात्मिक ध्येयप्राप्तीसाठी समर्पित करणे.	मुक्ती /मोक्ष

वानप्रस्थाश्रम म्हणजे वृद्धापकाळात अतिशय खडतर अशी खूप सारी आव्हानं स्वीकारणं नव्हे. हे करण्यात काही अर्थ नाही, कारण परिस्थिती अत्यंत कठीण असेल तर कोणीही मोडून पाडेल. मुळात ज्या ठिकाणी चार भिंती आहेत, तिथून बाहेर पडणं, यातून वानप्रस्थाश्रमाची कल्पना आली. तुम्ही चार भिंतींच्या आत राहू इच्छित नाही कारण ते एक प्रकारचं मोहजाल तयार करतं, अमर असल्याची भावना. तुम्ही एका बॉक्समध्ये असल्यामुळे, तुम्ही अगोदरच शवपेटीत गेले आहात आणि असं वाटतं, तुम्ही तिथे कायमचे राहणार आहात. तुमच्या घराच्या चार भिंती अमर असल्याची चुकीची भावना तयार करतात. पण तुम्ही फक्त घराच्या बाहेर जरी झोपलात, तरी तुम्हाला खूप असुरक्षितता जाणवेल. ज्या वेळी तुम्ही बाहेर झोपता, त्या वेळी तुम्हाला जरी हे कळलं नाही, तरी तुमच्या शरीराला हे फार स्पष्टपणे कळतं. कदाचित, तुमच्यापैकी बऱ्याच जणांना काहीच अनुभवायला मिळत नसेल, कारण तुम्ही रूममध्ये बसलं असताना एकतर संगीत

चालू असतं किंवा फोनकडे एकटक बघत असता. परंतु तुम्ही जर बाहेर जंगलात असाल - फक्त एक वादळ, त्याबरोबर विजेचा कडकडाट, पाउस आणि वारा असेल, तर मनुष्य-शरीर किती असहाय्य आहे, हे तुमच्या लक्षात येईल. तुम्ही बाहेर राहिलात, तर केवळ एका रात्रीतसुद्धा अचानक, तुमच्यामध्ये एक प्रकारचं शहाणपण उत्पन्न होईल.

तर वानप्रस्थाश्रम म्हणजे वनाच्या सान्निध्यात राहणं. आयुष्यभर घरात राहिल्यानंतर, शेवट जवळ आल्यानंतर, आता तुम्ही निसर्गाच्या जवळ जा आणि किती असुरक्षित आहोत हे जाणून घ्या, ही खरी मूळ कल्पना आहे. मुळात लोक घर बांधतात, ते स्वतःला अमर बनवण्यासाठी नव्हे; तर मनुष्याच्या मुलाची शरीररचना अशी आहे की, ते संपूर्णपणे घराबाहेर वाढू शकत नाही. मानवी शरीर आणि मनाला एक प्रकारची पक्वता येण्यासाठी काही काळ जावा लागतो. याची प्राण्यांना आवश्यकता नसते. आपण हे इथे पाहिलं आहे- एक हत्तिणीने योग केंद्राच्या गेटजवळ पिल्लाला जन्म दिला. ती फक्त तिच्या पिल्लाजवळ तीन दिवस उभी राहिली आणि त्यानंतर दोघेही सहजपणे चालत जंगलात निघून गेले. ही त्यांच्यासाठी नैसर्गिक गोष्ट आहे. मनुष्याच्या मुलाच्या बाबतीत असं होत नाही. मनुष्याच्या मुलाला काही वर्षं पालनपोषणाची आणि संरक्षणाची गरज असते. म्हणून आपण काही गोष्टी केल्या, जसं की हे संरक्षण मिळवण्यासाठी घर बांधणं आणि आपण अधिकाधिक संरक्षण तयार करत गेलो. आपण अतिसंरक्षण आणि त्यापेक्षा जास्त संरक्षण तयार केलं, ही गोष्ट वेगळी. परंतु मुळात घर बांधण्याची कल्पना आली कारण लहान मुलं घराशिवाय बाह्य वातावरण सहन करू शकणार नाहीत.

म्हणून त्या वेळी मुलांबरोबरच वयस्क लोकांनीसुद्धा चार भिंतींच्या आतील सुखसोयींचा लाभ घेतला, ते ठीक आहे. परंतु त्यानंतर त्यांच्याकडे हे समजण्याइतपत जाण होती, 'मी जर असाच जगत राहिलो तर, मी अमर आहे ही खोटी भावना बाळगून जगत राहीन.' म्हणून ते अधिक स्पष्ट व्हावं, फक्त विचारामध्ये नाही; तर प्रत्येक मार्गाने, म्हणून पहिली गोष्ट ही करायची की चार भिंतीच्या बाहेर पडायचं. म्हणून साधू आणि संन्यासी एखाद्या इमारतीमध्ये कधीही राहात नाहीत. झोपायच्या वेळी ते फक्त झाडाखाली झोपतात. जर हवामान फारच कठोर असेल, तर ते एखाद्या गुहेत किंवा नैसर्गिक सुरक्षित जागेत जातील. परंतु ते इमारतीमध्ये जाऊन झोपणार नाहीत. जरी त्यांनी इमारती बांधल्या, तरी त्यांना

फक्त छप्पर असते. बाजू मोकळ्या असतात. जरी त्यांनी भिंती बांधल्या, तरी त्या नेहमी मातीच्या असतात. यामागची कल्पना अशी की तुम्ही पृथ्वीच्या सान्निध्यात राहिलं पाहिजे, तुम्ही पंचतत्त्वांच्या सान्निध्यात राहिलं पाहिजे. ते सतत शरीराला आठवण करून देतं राहतं. ही जाणीव तुमच्या डोक्यात नसेल, परंतु ही व्यवस्था सतत तुमच्या शरीराला आठवण करून देईल की, तुम्ही मातीतून वर आला आहात आणि तुम्ही परत तिथेच जाल. हा त्यामागचा विचार आहे, आणि याचा मोठा फायदा होतो.

मी हे गिर्यारोहण करणाऱ्यांमध्ये पाहिलं आहे- त्यांच्यामध्ये एक विशेष गुण असतो, जो बाकी कुठल्या मार्गाने येणं कठीण आहे. दक्षिण अमेरिकेमध्ये आणि आल्प्समध्ये बरेच पर्वत चढून गेलेल्या, युरोप आणि अमेरिकेच्या गिर्यारोहण समूहाला मी अलीकडेच भेटलो. जेव्हा मी त्यांना भेटलो, तेव्हा ते कसे होते, हे मला जाणवलं. त्यांच्यामध्ये एक प्रकारची स्थिरता आणि सहजता आली होती. खरंतर ती अतिशय पराकोटीच्या साधनेने येते. तिथपर्यंत पोहोचण्यासाठी खूप मेहनत करावी लागते. परंतु प्रत्येक दिवशी आपला जीव धोक्यात टाकल्याने, प्रत्येक दिवशी आपण जिवंत राहू की नाही हे माहीत नसल्यामुळे, त्यांच्यामध्ये एक प्रकारची स्थिरता आणि सहजता आली होती. तुम्हाला हे कळतं की, तुम्ही मर्त्य आहात, तुम्ही एक जरी चूक केली, तरी तुम्ही मरणार आहात, हे तुम्हाला माहीत असतं.

लोक वानप्रस्थाश्रमात जातात, म्हणजे ते तिथे मरण्यासाठी जात आहेत, असा याचा अर्थ नाही. तर, त्यांना आपण मरणार असल्याची जाणीव झाली आहे, हा याचा अर्थ आहे. वानप्रस्थाश्रम म्हणजे, शरीराला खोलवर मर्त्य असल्याची जाणीव करून देणं. ह्या शरीराला ते मर्त्य असल्याची पूर्ण जाणीव झाली की मग ते स्वतःचं व्यवस्थित आयोजन करेल. अचानक, तुम्ही संपत्ती, पैसा, नातीगोती आणि त्या प्रकारच्या सर्व गोष्टींपासून एक ठरावीक अंतर ठेवाल. तुम्हाला हे समजेल, की हे जाळं तुम्ही स्वतः तुमच्या जिवंत राहण्यासाठी विणलं आहे. हे अत्यंत महत्त्वाचं आहे कारण त्याशिवाय मनुष्य फार मूर्खपणाचं आयुष्य जगेल. ते मर्त्य आहे, हे त्याला कळलं, तर ते स्वतःच्या शक्तींचं योग्य नियोजन करेल. ते अधिक काळ जगेल. ते मूर्खासारखी आपली शक्ती व्यर्थ घालवणार नाही.

आम्ही हे होताना पाहिलंय- भारतामध्ये फारसं नाही; पण अमेरिकेमध्ये -

जे लोक 'ईशा इन्स्टिट्यूट ऑफ इनर सायन्सेस, टेनेसी'मध्ये आले, ते जास्त निरोगी झाले. भारतामधील योग केंद्रामध्ये आम्ही वानप्रस्थाश्रम उघडला, त्या वेळी आलेले लोक तरुण होते, त्यामुळे कदाचित हे दिसून आलं नसेल. परंतु तिथे आतमध्ये आलेले बरेच जण पासष्ट वर्षांच्या वरचे होते, काही जण सत्तर वर्षांचे होते. तुम्ही पाहू शकता, मागच्या आठ ते दहा वर्षांत ते अधिक टवटवीत, तरुण आणि स्वस्थ झाले आहेत. ते पहिल्यापेक्षा अधिक चांगले आणि सशक्त दिसत आहेत, केवळ बाह्य वातावरणात राहिल्यामुळे. अर्थात, ते योगसाधनाही करत आहेत, परंतु ते सतत खाली-वर चालण्याने आणि जंगलात काम करून पंचतत्त्वांच्या संपर्कात असल्याने त्यांची शरीरयष्टी सडपातळ आणि निरोगी आहे.

वानप्रस्थाश्रम अस्तित्वात येण्याचं दुसरं कारण म्हणजे, आपल्या नातेवाईक, कुटुंबीयांसोबत राहून मरणं लोकांसाठी चांगलं नाही. आता, मरताना आपल्या आसपास कोणी नसेल, तर ते चांगलं नाही, असं लोक या जगात मानतात. त्यांना वाटतं की मरताना संपूर्ण कुटुंब त्यांच्या आजूबाजूला पाहिजे असतं. मरण्याची ही सगळ्यांत वाईट पद्धत आहे, कारण तुम्ही ह्या सर्व ओळखीच्या चेहऱ्यांकडे पाहात आहात आणि तुम्ही आता जे सोडून चालला आहात त्याच वास्तवाशी पुन्हा जोडून घेत आहात.

तुम्ही जेव्हा तुमच्या कुटुंबासोबत घरात असता त्या वेळी दोन गोष्टी घडतात: तुमचं शरीर तिथल्या प्रत्येक दुसऱ्या शरीराशी जोडलं जातं. मी शारीरिक किंवा मानसिक संबंधाविषयी बोलत नाही, ते तर असतीलच, शिवाय त्याच्या पलीकडेसुद्धा तुमचं शरीर इतर प्रकारचे संबंध प्रस्थापित करेल. दुसरं : कुटुंब किंवा घर म्हणजे जगण्यासाठीची केलेली अति-व्यवस्था - फक्त आजच्यासाठी नाही, तर उद्यासाठी आणि परवासाठीसुद्धा. तुम्ही तुमच्या घरात किंवा कुटुंबासोबत राहिलात, तर तुम्ही त्यात ओढले जाल. दुसरी शरीरं आणि जगण्यासाठीची अति-व्यवस्था तुमच्यातलं 'मीपण' वाढीस लावेल. त्यामुळे गोष्टी सोडणं फार अवघड होईल. शिवाय, तुम्ही जर कुटुंबामध्ये असताना मरण पावलात, तर मरताना तुमच्यामध्ये मोठ्या प्रमाणात आसक्ती असेल. मृत्यूनंतर जे घडणार आहे, त्यासाठी ती चांगली नाही. तुम्ही हे समजून घेतलं पाहिजे, कुटुंब म्हणजे फक्त आसक्ती नव्हे. तुमच्या शेवटच्या क्षणी तुम्ही तुमच्या मुलाकडे, मुलीकडे, पत्नीकडे किंवा पतीकडे पाहिलं, तर ते केवळ प्रेम नसतं, त्याबरोबर बऱ्याच गोष्टी

तुमच्यामध्ये वर येतील, कारण नातं म्हणजे केवळ प्रेम नसतं. आता त्या सर्व आठवणी आणि भावनाही वर येतील. हे होणंसुद्धा चांगलं नाही.

म्हणून या संस्कृतीमध्ये, लोकांना ज्या ठिकाणी आसक्ती नाही, अशा ठिकाणी मरावंसं वाटायचं. त्यांचं शरीर, त्यांच्या आसक्ती, त्यांचे संघर्ष आणि त्यांच्या वस्तू, यांच्याशी ज्याचा काही संबंध असणार नाही, अशा पद्धतीने त्यांना मरायचं असायचं. त्यांना जास्त आध्यात्मिक स्वरूपाच्या जागेत मरावंसं वाटायचं. पूर्वीच्या काळीसुद्धा प्रत्येक जण धृतराष्ट्र आणि त्याच्या कुटुंबासारखं वनात जाऊन राहिले नाहीत. बरेचसे लोक एखाद्या आश्रमात निघून जात. त्या काळी देशाच्या विविध भागांत ते पुष्कळ प्रमाणात होते. आजकालच्या परिस्थितीत, वानप्रस्थाश्रमासाठी तुम्ही जंगलात जाऊन, जंगलातील वणवे, किंवा हत्ती किंवा वाघ यांना आमंत्रण देऊ इच्छित नाही. तुम्ही मरायच्या अगोदर ते तुम्हाला मारून टाकतील. किंवा वन विभाग तुम्हाला अतिक्रमण केल्याबद्दल पकडून नेईल, याची शक्यता जास्त आहे. होय, वन म्हणजे अरण्य. परंतु वन म्हणजे बागसुद्धा होऊ शकते. म्हणून सुरक्षित, तरीही चार भिंतींबाहेर असलेल्या जागी जाणं सर्वांत उत्तम.

जर निसर्गामध्ये मरणं शक्य नसेल, तर दुसरा उत्तम पर्याय म्हणजे, तुम्ही ज्यांना ओळखता त्यांच्यापासून, विशेषकरून तुमचे नातेवाईक आणि जवळचे मित्र यांपासून दूर व्हा. तुम्ही जे आयुष्य जगलात, त्याची आठवण करून देईल, असं काहीही तुमच्या आजूबाजूला नको, हे सर्वांत चांगलं. तुमचे नातेसंबंध आणि जे काही ऋणानुबंध आहेत, ते सर्व दूर ठेवा. देवी आणि देवतासुद्धा जरुरी नाहीत. कारण तोसुद्धा ऋणानुबंधच आहे- तुम्हीच निर्माण केलेलं एक नातं. तुम्ही जर पुरेशी जागरूकता निर्माण केली असेल, तर तुम्ही जाताना तुमच्या सेवेला कोणीही नसणं हे सर्वांत चांगलं. तुम्ही जर आवश्यक जागरूकता निर्माण केली नसेल, तर त्या क्षणाच्या वेळी तुम्ही आतंकित होऊ शकता. कोणीतरी तुमचा हात धरावा, असं तुम्हाला वाटेल. ते ठीक आहे. जागरूक अवस्थेत नाही, तरी तुम्ही निदान थोडंफार प्रेम किंवा सुखद अवस्थेत जाल. ते चालू शकतं, परंतु हे अगदी कमीतकमी असावं.

तर मग वानप्रस्थाश्रमात जाण्याची योग्य वेळ कोणती? परंपरेनुसार असं म्हणतात की, अठ्ठेचाळीस वर्षांनंतर किंवा चार सौर चक्रं पूर्ण झाली, म्हणजे तुमची वानप्रस्थाश्रमात जाण्याची वेळ आली आहे. आजकालच्या जगात हे वय म्हणजे तो टप्पा असं असेलच असं नाही. शिवाय, आयुष्याचे हे टप्पे वेगवेगळ्या लोकांसाठी

वेगवेगळे असू शकतात. म्हणून कॅलेंडरच्या वयानुसार हे ठरवता येत नाही. आयुष्याच्या एका कालखंडानंतर, व्यक्तीने आयुष्याच्या प्रत्येक टप्प्यावर आपल्या परिस्थितीचं लक्षपूर्वक परीक्षण केलं पाहिजे. एकदा असं घडलं: बंगळूरमध्ये दोन उद्योजक होते. एके दिवशी कॉफी घेण्यासाठी दोघे एकत्र आले. बोलताबोलता एक जण म्हणाला, "माझा असा आग्रह असतो की, माझ्याबरोबर काम करणाऱ्या सर्व लोकांनी दर सहा महिन्यांनी एक आठवड्याची सुट्टी घेतली पाहिजे." दुसऱ्याने विचारलं, "पण हे करणं खर्चीक नाही का?" तो म्हणाला, "नाही, याच एका मार्गाने मला कळतं, की कोणत्या लोकांशिवाय माझं चालू शकतं."

म्हणून आयुष्याच्या प्रत्येक टप्प्यानंतर, मधूनमधून स्वतःच्या परिस्थितीचं पुन्हा परीक्षण करणं चांगलं आहे. तुमच्या आजूबाजूच्या परिस्थितीला तुम्ही किती उपयुक्त आहात, आयुष्यामध्ये तुमचा प्राधान्यक्रम काय आहे, आणि तुमच्यासाठी बाहेर पडण्याची वेळ आली आहे का, हे तपासणं चांगलं राहील. जसं आपण अगोदर पाहिलं, वानप्रस्थाश्रमात जाणं म्हणजे मरण्यासाठी जाणं नव्हे, तर एक विशिष्ट जाणीव ठेवून तयारी करत आयुष्य जगणं, म्हणजे मृत्यू शक्य त्या सर्वोत्तम मार्गाने होईल. हे मृत्यूला आमंत्रण नाही, तर मनुष्याच्या जीवन-स्थितीचा अत्यंत सखोल स्वीकार आहे.

सल्लेखना पद्धत

भारतीय जीवनपद्धतीमध्ये, असं म्हणतात, जगण्यासाठी तुमच्याकडे तीन पर्याय आहेत. तुम्ही 'भोगी' म्हणून, किंवा 'रोगी' म्हणून, किंवा 'योगी' म्हणून जगू शकता, परंतु मरताना तुम्ही फक्त 'योगी' किंवा 'रोगी' म्हणून मरता. 'भोगी' म्हणजे जो वस्तू आणि इंद्रिय सुखात हरवून गेला आहे. 'रोगी' म्हणजे ज्याचं आयुष्य रोगग्रस्त आहे. 'योगी' म्हणजे ज्याने अस्तित्वाशी एकरूपता किंवा समरसता साधली आहे. तुम्ही या तीनपैकी कोणत्याही एक अवस्थेत जगू शकता परंतु मरण्यासाठी दोनच पर्याय उपलब्ध आहेत: तुम्ही एकतर 'रोगी' म्हणून किंवा 'योगी' म्हणून मरता. 'भोगी' म्हणून मरण्याचा पर्याय उपलब्ध नाही.

या संस्कृतीमध्ये एके काळी मोठ्या प्रमाणत लोक 'योगी' म्हणून मरण्याची निवड करत होते. परंतु आजकाल ते सर्व रोगी म्हणून मरण्याची निवड करतात.

यासाठी एक संपूर्ण उद्योग उभा राहिला आहे- त्याला मदत केली पाहिजे असं त्यांना वाटत असावं. सध्या, अमेरिकेमध्ये, आयुष्याच्या शेवटच्या तीस दिवसांत मोठ्या संख्येने जरुरीपेक्षा जास्त वैद्यकीय इलाज केले जातात. त्या टप्प्यात इतके इलाज करायची काय गरज आहे? हे प्रयत्न तुमच्या भल्यासाठी नाहीत, ह्याच्यामुळे बऱ्याचदा लोकांचा कमालीचा छळ होतो, काहीही केलं तरी ते लवकरच जाणार आहेत, हे माहीत असूनसुद्धा. म्हणून त्या शेवटच्या तीस दिवासागोदर, असं म्हणू, त्याच्या सहा महिने अगोदर, तुम्ही निर्णय घेता की जीवन क्षीण करायचं आणि सोडून जायचं. तुमच्या मर्त्य स्वरूपाला सामोरं जाण्याचा हा सर्वांत समजूतदार मार्ग आहे.

आध्यात्मिक मार्गावर नसलेल्या लोकांनासुद्धा त्यांचं शरीर जाणीवपूर्वक सोडावंसं वाटतं, कारण त्यांनाही सर्व शरीरभर सुया-नळ्या खुपसून घेऊन मरण्याची इच्छा नसते. त्यांना वाटतं, ह्या सगळ्या प्रकारच्या हालअपेष्टांमधून जाण्यापेक्षा, हळूहळू क्षीण होत जाऊन सन्मानपूर्वक मरावं. हॉस्पिटलमध्ये जे होतं, ते नरकापेक्षा भयंकर आहे. ही वस्तुस्थिती आहे. तुम्हाला हे माहीत नसेल, तर भारतातील सर्व सरकारी हॉस्पिटल्सच्या सामान्य वॉर्डमध्ये फेरफटका मारून काही दिवस तिथे घालवा. जेणेकरून, जिथं तुमचा शेवट होऊ नये, अशीच ही जागा असल्याचं तुमच्या लक्षात येईल. याच कारणासाठी अमेरिकेतील वैद्यकीय क्षेत्रातील बहुसंख्य व्यावसायिक मला 'कृत्रिम श्वासोच्छ्वास लावू नका' या सूचनेवर अगोदरच सही करून ठेवतात. कारण केवळ शरीर जिवंत ठेवण्यासाठी हालअपेष्टा चालू ठेवून, अंगभर सुया आणि नळ्या खुपसून, लोक न संपणाऱ्या संघर्षातून जात असल्याचं ते पाहतात. हे सर्व ते त्यांच्या रुग्णासाठी करतील, परंतु त्यांच्या स्वतःच्या बाबतीत मात्र त्या वेळी हे होऊ नये, असं त्यांना वाटतं.

या संस्कृतीमध्ये, पूर्वीच्या काळी लोकांनी हे वेगळ्या पद्धतीने हाताळलं. समजा, तुम्हाला काहीच योगसाधना माहीत नव्हती, आणि तुमचं वय ऐंशी वर्षांच्या वर होतं व प्रकृती अजूनही ठीक होती. तुम्ही जास्तीतजास्त दहा किंवा पंधरा वर्षं अजून जगू शकला असता. परंतु शरीर दुर्बल होत असल्याच्या जाणिवेमुळे तुम्ही निर्णय घेतला, "माझ्यासाठी हीच वेळ आहे, ते जाणीवपूर्वक क्षीण होऊ द्यायचं.' असंही ते क्षीण होत जाणारच होतं, तुम्ही ते जाणीवपूर्वक क्षीण करायचा निर्णय घेतला. म्हणून दिवसाला दोन जेवणांवरून तुम्ही काही वर्षं एका जेवणावर आलात, हे एखाद्याचं आयुष्य फार वाढवूही शकतं किंवा खाली आणू शकतं, हे

तुमचं कर्म आणि तुमच्या शक्ती कुठल्या अवस्थेत आहेत यावर अवलंबून आहे. परंतु ते निश्चितपणे दीर्घकाळ चालणाऱ्या हालअपेष्टांपासून तुमची सुटका करेल. पूर्वीच्या काळी लोक जेव्हा वानप्रस्थाश्रमात जात त्या वेळी ते फळांपासून सुरुवात करून त्यानंतर ताजी पानं, ताज्या पानांनंतर वाळलेली पानं, वाळलेल्या पानांनंतर ते फक्त पाणी घ्यायचे आणि त्यानंतर पाणीही घ्यायचे थांबवित. त्यानंतर तीन ते पाच दिवसांत ते सोडून जात कारण त्यांना रोगी म्हणून मरायचं नसे.

हो आत्महत्या आहे का? निश्चितच नाही. आत्महत्या ही वैफल्यातून, क्रोधातून, भीतीमुळे, किंवा हालअपेष्टा सहन करू न शकल्यामुळे होत असते. ही आत्महत्या किंवा स्वेच्छामरण नाही. हे म्हणजे, तुम्हाला जाणवतं की जीवनचक्र केव्हा पूर्ण झालं आहे आणि तुम्ही त्यातून बाहेर पडता, इतकी तुमची जाणीव विकसित झाली आहे. हे म्हणजे, पुरेशी जाणीव विकसित करून, ह्या गोळा केलेल्या भौतिकतेपासून वेगळं होणं. तुम्ही जाणिवेच्या या पातळीपर्यंत पोहोचू शकत नसाल, तर निदान तुम्ही तुमचा शेवटचा क्षण खूप सन्मानजनक, सुखद आणि आनंदी बनवा. तुम्ही अगोदरच काही गोष्टींची काळजी घेतली तर हे करू शकता. यांपैकी काहीच शक्य नसेल, तर निदान तुम्ही वैद्यकीय इलाजांचा अतिरेक न करण्याचा निर्णय घेऊ शकता. हे तुमच्यासाठी चांगलं असेल आणि पृथ्वीसाठीही चांगलं असेल.

आधुनिक समाज मनुष्याचं आयुष्य काहीही करून कसं वाढवत न्यायचं यासाठी जास्तीतजास्त वेडा होत चालला आहे. प्रत्येक जण १००-१०५ वर्षं जगण्यासाठी बनलेला नाही, हे तुम्ही समजून घेतलं पहिजे. तुम्हाला जर हे करायचं असेल, तर तुम्हाला तुमच्या आयुष्याचं बऱ्याच प्रकारे नियोजन करावं लागेल. दुर्दैवाने, यातील अमर होण्याच्या मागे लागलेल्या बऱ्याच कोट्यधीशांना शारीरिक सुखं, मनोविश्वातील नाट्यांची सुख-दुःख आणि सत्तेची धुंदी या पलीकडे इतर काही माहीत नाही. हे सर्व शारीरिक असल्यामुळे या आयामाच्या पलीकडे त्यांनी काही पाहिलेलं नाही. आजकाल प्रगत वैद्यकीय उपायांनी – हार्मोन्स किंवा पूरक पदार्थ किंवा स्टेमसेल्स किंवा तत्सम काही- यांनी कसंतरी करून ते फक्त शरीर जिवंत ठेवत आहेत.

जेव्हा लोकांचं सॉफ्टवेअर संपून जातं, परंतु हार्डवेअर अजूनही चालू असतं, तेव्हा ते आतून पोकळ बांबूसारखे बनतात. पश्चिमेकडच्या समाजांत आता अशा प्रकारचे खूप सारे पोकळ बांबू आहेत. अशा लोकांबरोबर काम केलेल्या

काही लोकांनी मला सांगितलं की, त्यांच्याकडचे पंच्याऐंशी ते नव्वद वर्षांचे हे स्त्री आणि पुरुष सर्व स्मृती हरवून बसले आहेत, परंतु पौगंडावस्थेतील एकच गोष्ट त्यांना आठवते. ती म्हणजे, विरुद्धलिंगी व्यक्तीला आकर्षित केलं पाहिजे. ते बाकी सर्व विसरून गेले आहेत, परंतु ही एक गोष्ट राहिली आहे, कारण या गोष्टीचं रासायनिक स्वरूप त्यांच्या शरीरयंत्रणेमध्ये खोलवर कोरलं गेलं आहे. ते मोठ्या मुश्किलीने चालू शकतात, ते व्हीलचेअरमध्ये बसून आहेत. परंतु जो कोणी येतो -भेटायला असो, कामगार किंवा इतर कोणी- तो विरुद्धलिंगी असेल, तर ते त्यांना पकडायचा प्रयत्न करतात. प्रत्येक दिवशी आकर्षक दिसावं म्हणून ते सर्व प्रकारच्या लिपस्टिक लावतील, मेकअप चढवतील किंवा गुळगुळीत दाढी करण्याच्या प्रयत्नात चेहऱ्यावर कापून घेतील. जो कोणी दिसतो, त्याला ते पकडण्याचा प्रयत्न करतात. किती दयनीय अवस्था आहे ही? परंतु अशा गोष्टींचं आजच्या समाजात कौतुक केलं जातं. तुम्ही नव्वदीचे असाल आणि कोणाबरोबर रोमान्स चालू असेल, तर ती अभिमानाची गोष्ट मानली जाते. हा मूर्खपणा, वेडेपणा मानला जात नाही, कारण या एकाच गोष्टीची त्यांना सवय झाली आहे.

इतर प्राण्यांप्रमाणे, जर मनुष्यलासुद्धा कधी आणि कसं सन्मानाने मरावं हे माहीत असतं, तर अशी परिस्थिती ओढवली नसती. तर मग ज्या लोकांकडे स्वेच्छेने शरीर सोडण्याची क्षमता नाही, ते सन्मानपूर्वक जाण्यासाठी काय करू शकतात? तुम्ही ते केव्हा आणि कसं ठरवावं? प्रत्येकासाठी ते सारखंच असेल असं नाही. एखादी व्यक्ती पंचाऐंशी वर्षांची असूनही खूप ताकदवान असू शकते, दुसऱ्या एखाद्याला सत्तरीमध्ये जावं लागेल, हे बऱ्याच गोष्टींवर अवलंबून असतं. जन्मतारखेनुसारच्या वयावरून हे ठरत नाही. हे निश्चितपणे माहीत होण्यासाठी एखाद्याने ठरावीक साधना केली पाहिजे किंवा जीवनाकडे पाहण्याची दृष्टी पाहिजे. परिणामी, शारीरिक दुर्बलता, शरीर अस्थिर होत चालल्याची जाणीव आणि कर्म संपल्याची जाणीव हे सर्व तुम्हाला माहीत होईल. अन्यथा, तुम्हाला या जगात हरवून गेल्यासारखं वाटेल. दुर्दैवाने, बऱ्याच आधुनिक माणसांची हीच अवस्था आहे.

प्राचीन काळी, आपलं शरीर क्षीण करून सन्मानाने निघून जाण्यासाठी जाणीवपूर्वक पाऊल उचलणाऱ्या लोकांना समाजाकडून खूप पाठिंबा मिळत असे. उदाहरणार्थ, जैन समाजामध्ये 'सल्लेखना' किंवा 'संथारा' नावाची प्रथा आहे. हिंदूंमध्ये त्याच्याशी मिळतीजुळती अशी प्रायोपवेश पद्धत आहे. ह्या परंपरेमध्ये,

एखाद्याला वाटलं की, जाण्याची वेळ आली आहे आणि त्यांना इतकी जाणीव आहे की ते स्वतःचा निर्णय घेऊ शकतात, तर ते पूर्णपणे स्वीकारलं जात होतं. समजा, एखाद्याला ही जाणीव नसेल, तर ते आसपासच्या सर्व लोकांचा, कुटुंबाचा, समाजातील ज्येष्ठांचा आणि त्यांच्या आध्यात्मिक प्रमुखांचासुद्धा सल्ला घेत. लोक त्यावर चर्चा करत, वादविवाद करत. आता समजा, एखाद्याने असं म्हणत आवेदन दिलं आहे, “मला असं वाटतं की, सल्लेखाना किंवा प्रायोपवेश करण्याची माझी वेळ आलेली आहे.” मग त्यावर वादविवाद, चर्चा होईल आणि ते सांगत, “नाही, तुमच्यासाठी ही वेळ नाही. तुम्ही हे का करू इच्छिता?” ते त्या माणसाच्या आयुष्यात अजून व्हायच्या शिल्लक असलेल्या गोष्टींची आणि त्याने किंवा तिने पार पाडायच्या जबाबदाऱ्यांची एक यादी बनवीत. परंतु ती व्यक्ती म्हणते, “नाही, मला वाटतं, मी ते पुरेसं केलं आहे. माझं शरीर इथे मला राहू देण्यास तयार नाही. मला गेलं पाहिजे.” मग ते म्हणत, “आम्हाला अमुक-अमुक व्यक्तीचा सल्ला घेतला पाहिजे,” ती त्या समाजाची आध्यात्मिक प्रमुख मानली जायची.

ते एकत्र बसून त्यांचा सल्ला घेत आणि निर्णय करत, “ठीक आहे, आम्हाला वाटतं, या माणसाच्या जाण्याची वेळ आली आहे. परंतु आत्ता नाही, पुढच्या वर्षी.” मग तो किंवा ती समाजाच्या सल्ल्यानुसार पुढच्या वर्षात जाण्याचा निर्णय घेत असे. त्यानंतर त्यांना आध्यात्मिक प्रमुखाकडून त्या प्रक्रियेची दीक्षा दिली जायची. ही प्रक्रिया खूप लांबवर चालायची आणि बऱ्याच टप्प्यांतून जायची. प्रत्येक टप्प्यात आध्यात्मिक प्रमुख प्रगतीचा आढावा घ्यायचे आणि या व्यक्तीसाठी ही योग्य गोष्ट आहे की नाही, याची निश्चिती करायचे. त्या बाबतीत थोडी जरी शंका असेल, तर ते थांबवलं जायचं आणि त्या व्यक्तीला त्या प्रक्रियेमधून बाहेर काढलं जायचं.

समजा, माझ्या बाबतीत हा विचार करायचा झाला. कदाचित मी म्हणेन, “ठीक आहे, आणखीन सहा महिन्यांनी मला जायचं आहे.” मग मी योग केंद्रातील लोकांबरोबर सल्लामसलत करेन, “मला वाटतं मी पुरेसं केलं आहे, तुम्ही योग केंद्राची छान काळजी घेत आहात. मला नाही वाटत देवीला[८] माझी गरज आहे किंवा ध्यानलिंगाला माझी गरज आहे किंवा आणखी कोणाला माझी गरज आहे” ते म्हणतील, “नाही, नाही, सद्‌गुरू, तुम्ही इथे असायलाच पाहिजे.’ मी म्हणेन, “ठीक आहे, किती वेळ?” ते म्हणतील, “अजून वीस वर्षं.” मी म्हणेन, “नाही,

---

८ सद्‌गुरूंनी प्राणप्रतिष्ठित केलेली लिंगभैरवी देवी, ईश योग केंद्राजवळ

जास्तीतजास्त तीन वर्षं." जर प्रत्येकाकडे पुरेशी परिपक्वता आणि जाणीव असेल, तर आपण चर्चा करून एखाद्या निर्णयापर्यंत पोहोचू शकतो. नाहीतर, तुम्ही नुसता मृत्यू शब्द उच्चारला तरी सगळीकडे गदारोळ उडेल.

मृत्यू हा जीवनाचा अपरिहार्य भाग असल्याची जाणीव जेव्हा संपूर्ण समाजाला असते, तेव्हा आपण बसून बोलू शकतो, एकमेकाचं मार्गदर्शन करू शकतो आणि निर्णय घेऊ शकतो, की ते करण्याचा हा सर्वांत चांगला मार्ग आहे. हे अगदी भारतामध्ये होणाऱ्या लग्न जमवण्याच्या प्रक्रियेसारखं आहे. समजा, तुमची मुलगी वयात आली आहे, तर मग तिचं लग्न कधी करायचं? कुटुंब एकत्र बसतं, चर्चा करतं. ते मुलीला तिचं मत विचारतात. ते तिला काय म्हणायचं आहे ते ऐकून घेतात, परिस्थितीचा सर्वांगाने विचार करतात आणि जे काही सर्वांत चांगलं असेल ते ठरवतात आणि शेवटी तारीख ठरवतात. त्याचप्रमाणे, मृत्यूसुद्धा तुमच्या जीवनाचा आणखी एक भाग आहे, तोही त्याच प्रकारे हाताळला पाहिजे.

पूर्वीच्या काळी ही प्रथा सर्वदूर पसरली होती, जरी त्याचं स्वरूप वेगवेगळं असलं, तरीही. राजे लोकसुद्धा त्यांच्या आयुष्याच्या शेवटी वानप्रस्थाश्रम किंवा सल्लेखना किंवा प्रायोपवेश घेण्याचा निर्णय घेत असत. सल्लेखना घेतलेली सगळ्यांत प्रसिद्ध अशी एक व्यक्ती म्हणजे, चंद्रगुप्त मौर्य. चंद्रगुप्त मौर्य हा मौर्य साम्राज्याचा संस्थापक होता, आणि पहिला सम्राट होता. त्याने भारताला एकत्र करून एक राष्ट्र बनवले. तेव्हापासून, दुसरा कुठलाही सम्राट त्याच्यापेक्षा मोठं साम्राज्य या उपखंडात निर्माण करू शकला नाही. त्याने इसवी सन पूर्व ३२२-२९८पर्यंत राज्य केलं. सम्राट अशोक त्याचा नातू होता. बेचाळीस वर्षांचा असताना त्याने आपलं राज्य त्याचा मुलगा बिंबिसारकडे सोपवलं. नंतर त्याने जैन संत भद्रबाहूंकडून संन्यास घेतला आणि जैन साधूंबरोबर दक्षिण भारतात स्थलांतर केलं. वयाच्या पंचावन्नाव्या वर्षी त्यांनी सल्लेखना घेऊन कर्नाटकातील श्रवणबेळगोळ इथे आयुष्य संपवलं. आजही, श्रवणबेळगोळ इथे, त्यांनी सल्लेखना घेतल्यानंतर ज्या छोट्या दगडी आवारात वास्तव्य केलं, ती जागा पाहायला मिळते.

आधुनिक जगात, बऱ्याच ख्यातनाम व्यक्तींनी, जसं की आचार्य विनोबा भावे, ह्या प्रकारचं मरण स्वीकारलं होतं. म्हणून तर जसे तुम्ही जगण्यासाठी प्रयत्न करता, तसे मरणाच्या तयारीसाठीसुद्धा केले पाहिजेत. तुम्ही निर्णय घेतला पाहिजे, "जर मी मेलो तर मी अशा प्रकारे मरेन." या क्षणी आपण असं म्हणू या, मी

उद्या मरणार आहे. याचा अर्थ, मी उद्या मरण्याची योजना बनवत नाही, पण ते आलंच, तर मी तयार आहे का? १०० टक्के! कारण संपूर्ण आयुष्य मी त्याची तयारी करत आलो आहे. याचा अर्थ असा आहे का, की मला उद्या मरण हवं आहे? नाही, चांगलं जगण्यासाठी जे करायला पाहिजे, ते सर्व मी करेन. मी नेहमी म्हणतो, माणसाला परमोच्च गोष्टीचं वेड असलं पाहिजे, सर्वांप्रति करुणा असली पाहिजे, आणि स्वतःप्रति विरक्ती असली पाहिजे. तसंच मी म्हणेन, तुम्हाला जर चांगल्या प्रकारे मरायचं असेल, तर तुम्ही तुमच्यामध्ये स्वतःच्या मृत्यूविषयी काही प्रमाणात विरक्ती निर्माण केली पाहिजे. अन्यथा, जाताना तुम्ही संघर्ष करत जाल -हातपाय आपटत आणि ओरडत- हे त्यानंतर पुढे जे काही होणार आहे, त्यासाठी चांगलं असणार नाही.

काशीमध्ये मरण्याचं महत्त्व

जगातल्या कुठल्याही शहराची मृत्यूशी एवढी खोलवर जवळीक नाही, जेवढी काशीची आहे. ते जगातील सर्वांत प्राचीन आणि सतत लोकवस्तीने गजबजलेले शहर आहे. ते कमीतकमी १२,००० वर्षं जुनं असल्याचे पुरावे आहेत. परंतु ते निश्चितच त्यापेक्षा प्राचीन आहे. काशीमध्ये हजारो वर्षांपासून लोक सतत वस्ती करत आले आहेत, एवढंच नव्हे, तर ते सर्वांत शक्तिशाली आध्यात्मिक चुंबक होते ज्यामुळे फार दूरदूरचे लोक इथे खेचले जायचे. हे बोलणं अतिशयोक्ती होणार नाही की, या उपखंडात असा माणूस मिळणं अशक्य आहे, जो कुठल्या का कारणाने होईना, काशीला जाऊ इच्छित नाही.

काशीमध्ये मरायला मिळावं, म्हणून लोक त्याकडे आकर्षित होत ही केवळ एक बाजू आहे. परंतु काशी फक्त मृत्यूविषयीच नाही. काशीमध्ये जीवन आणि मृत्यू दोन्हीही तितक्याच आदराने आणि जल्लोशात साजरे केले जातात.

लोक, त्याची भव्यता आणि सुंदरता पाहण्यासाठीसुद्धा मोठ्या संख्येन जात. हजारो वर्षापासून, भारतभरातून लोक काशी आणि त्याच्या आसपासच्या उपनगरात वसले आहेत. प्रत्येकाने काहीशी स्वतःची मूळ ओळख आणि भाषा जपली आहे. काशी, बऱ्याच अंशी, भारतीय संस्कृतीचं छोटं प्रारूप आणि भारताचं सांस्कृतिक केंद्र आहे.

'काशी' या शब्दाचा अर्थ प्रकाश. काशी प्रकाशाचा मनोरा आहे, आध्यात्मिक अर्थाने. असा प्रकाश मनोरा तयार करण्यामागे ही कल्पना आणि उद्देश होता की, तुम्हाला तुमच्यातील त्या आयामापर्यंत पोहोचता यावं, जिथपर्यंत स्वतःहून पोहोचणं शक्य नाही. एक वैश्विक शक्यता इथे वास्तव रूपात साकारली आहे, हाच काशीचा अर्थ आहे. अशा प्रकारे निर्माण केलेल्या जागांपैकी काशी ही अशी एकच जागा नाही- अशा बऱ्याच जागा निर्माण केल्या गेल्या होत्या. परंतु काशी तिच्या भव्यतेमुळे, सौंदर्यामुळे महत्त्वाची आहे. असं म्हणतात की, त्या काळी याच्यासारखं सुंदर शहर पृथ्वीवर इतर कुठेही नव्हतं. तिथे तीनमजली इमारती होत्या, ज्याबद्दल त्या काळी कोणी ऐकलंही नव्हतं. त्या पाहून लोक विस्मयचकित व्हायचे. नदीकाठावर तीन मजली घरं बांधली जात होती, हे त्यांच्यासाठी खूप अविश्वसनीय होते. अभियांत्रिकी कौशल्यामध्ये ती एक जबरदस्त कामगिरी होती.

काशी हे आध्यात्मिक ज्ञानप्राप्तीसाठीसुद्धा सर्वोच्च पीठ होतं. असं म्हणतात, हजारो ऋषी, मुनी, गुरू, आत्मज्ञानी पुरुष आणि विद्वान तिथे राहत होते आणि जगभरातून व देशभरातून आलेल्या हजारो शिष्यांना त्यांचं ज्ञान प्रदान करण्याचं कार्य करत होते. भारतातील प्रत्येक आध्यात्मिक संप्रदाय, आध्यात्मिक परंपरेतील प्रत्येक पंथ, उपपंथ तिथे प्रातिनिधिक स्वरूपाने हजर होता. शहरातच जवळपास ३००० मंदिरं आहेत. काशी हे कला, संस्कृती आणि संगीताचं मूळ केंद्रस्थान होतं. सौंदर्यशास्त्राच्या दृष्टीने, अध्यात्माच्या दृष्टीने, ज्ञानाच्या दृष्टीने आणि प्रत्येक प्रकारे त्या काळची ती एक सर्वांत सुंदर जागा होती. ह्या सर्व गोष्टी एकत्र आल्यामुळे, हे शहर विविध प्रकारच्या लोकांना खेचून आणू लागलं. मागील सर्व काळातील बरेचसे प्रमुख संत, तत्त्वज्ञानी, कवी, लेखक आणि संगीतकार जीवनाच्या कोणत्या ना कोणत्या कालखंडात तिथे राहिलेले आहेत. शिवसुद्धा गेले आणि काशीमध्ये राहिले. जेव्हा अगस्त्य मुनींना काशी सोडावी लागली, तेव्हा त्यांनीसुद्धा काशीच्या सौंदर्य आणि भव्यतेबद्दल अनेक स्तुतिगीतं लिहिली. त्यांना हे शहर सोडून जायचं नव्हतं. परंतु त्यांचं कार्य त्यांना दक्षिणेकडे घेऊन गेलं.

पूर्वीच्या काळी लोक मृत्युशय्येवर असतानाच काशीला जात होते असं नाही. लोक जात आणि आयुष्याची शेवटची पंधरा-वीस वर्षं तिथे घालवत, कारण त्यांना सर्वांत सुंदर ठिकाणी राहायचं असे. तिथे राहणं आणि शरीर तिथेच सोडणं ही एक महत्त्वाची गोष्ट बनली. म्हणून ते शहर मुळात राहण्यासाठी निर्माण केलं

होतं. हळूहळू त्यांचा व्यवसाय दुसरीकडे असल्यामुळे, लोक तिथे राहिले नाहीत. तरीसुद्धा निदान आयुष्याच्या शेवटच्या भागात तिथे राहावं असा त्यांचा प्रयत्न असे. यामधूनच 'मरणाऱ्यांसाठीचं शहर' असा लौकिक त्याला लाभला.

काशी शहराची हद्द मोठ्या परिघाने आखली गेली आहे, ज्याला 'पंचक्रोशी मार्ग' असेही म्हणतात, त्याने एक विस्तीर्ण वर्तुळाकार आकृती बनते. ती साधारणतः ८४ किलोमिटर लांब आहे. परंपरेने लोकांचा विश्वास होता की 'काश्याम् मरणम् मुक्तिः' , याचा अर्थ असा की जो कोणी या परिघाच्या आतमध्ये मरतो, त्याला 'मुक्ती' मिळते, असा विश्वास होता. तुम्ही आयुष्यभर कितीही वाईट जीवन जगला असला, तरी तुम्ही काशीमध्ये मरण पावलात, तर तुम्हाला मुक्ती मिळेल, असं म्हटलं जायचं. हे करण्यासाठी 'शिव' काशीमध्ये कालभैरवाचं रूप घेतात. कालभैरव म्हणजे काळ्या रंगाचा, जो अमर्यादित काळ आणि अवकाश यांचं प्रतीक आहे. काल म्हणजे काळ आणि अवकाश, हे दोन्ही. हे शिवाचं भयंकर रूप आहे. कालभैरव रूपात तो विध्वंसक आहे. तो ह्याचा-त्याचा नाश करत नाही, तर काळ नष्ट करतो. सर्व भौतिक वास्तव काळाच्या सीमेतच अस्तित्वात आहेत. जर तुमचा काळ नष्ट केला, तर तुमच्यासाठी सर्व काही संपतं. कालभैरव फक्त तेच करतो.

काशीमध्ये, शिव, स्वतः कालभैरव रूपात, तिथे मरणाऱ्यांना तारक मंत्र देऊन व्यक्तिशः मुक्ती देतो, असं मानलं जात. असं म्हणतात, यम, जो मृत्युदेव आहे, त्याला काशीच्या या परिघामध्ये अधिकार नाही. तो किंवा त्याचे प्रतिनिधी, यमदूत, या शहरात प्रवेश करू शकत नाहीत. एकदा का माणसाने भौतिक शरीर सोडलं की, कालभैरव त्यांना, त्यांची कर्म संपवण्यासाठी, यातना शरीर देतो, खास सूक्ष्म ऊर्जांचं एक शरीर. असं म्हणतात की, ती व्यक्ती ह्या यातना शरीरामध्ये नेहमीपेक्षा बेचाळीस पट जास्त तीव्र दुःख भोगते. ते इतकं तीव्र असतं की, ते क्षणार्धात संपून जातं. या सगळ्यांतून अगदी सुंदर प्रकारे हे सांगितलं जात आहे की, मेल्यानंतर आपण ज्या प्रक्रियेतून साधारणतः जातो, त्या इथे लागू होत नाहीत, आणि वेगळं काहीतरी, जे अतिशय तीव्र स्वरूपाचं आहे, ते घडतं.

परंपरेनुसार याला म्हणतात, 'भैरवी यातना.' यातना म्हणजे टोकाचं दुःख. ते असं काहीतरी आहे, जे ह्या शरीरापलीकडेच घडू शकतं, परंतु कालभैरव ते तुमच्या बाबतीत इथेच घडवून आणतो. म्हणून मृत्यूच्या क्षणी, तुमचे अगणित जन्म तुम्ही अतिशय तीव्रतेने, पण काही क्षणांपुरते जगता. कित्येक जन्म, जे काही

सुख, दुःख आणि वेदना तुम्हाला भोगावं लागलं असतं, ते क्षणार्धात घडून जाईल. ते तुम्ही सहन करू शकणार नाही, इतकी ह्या भोगांची तीव्रता असते. दुःखं लवकर संपवण्यासाठी त्यांना कमालीचं तीव्र बनवावं लागतं, तरच ते लगेच पटकन संपून जातील. हे तुमच्या कर्मांनी भरलेले गोदाम पटापट रिकामं करण्यासारखं आहे. ते जर तुम्ही हळूहळू करत राहिलं, तर कित्येक जन्म चालूच राहील. म्हणून, कालभैरव इतक्या प्रचंड यातना देतो की, त्याची तुम्ही कल्पनाही करू शकत नाही. म्हणून मग त्यानंतर मागचं काही कर्म तुमच्यात बाकी राहत नाही. हे जितकं थोडक्यात करता येईल, तितकं तो करतो.

मी हे बऱ्याच प्रकारे सांगत आलो आहे: अध्यात्म म्हणजे मुळात तुमचं जीवन तीव्र गतीने पुढे नेणं. तुम्हाला फार जास्त दुःख भोगावं लागू शकतं कारण प्रत्येक गोष्ट तीव्र गतीने होते. जे काही दहा वर्षांपर्यंत लांबवत गेलं असतं, ते कदाचित एका महिन्यात घडून जाईल. म्हणून तुम्हाला ज्या भोगांतून जावं लागेल, त्याची तीव्रता कमालीची जास्त असते. काही क्षण आनंदाचे आणि अत्यानंदाचे असतील, परंतु प्रचंड दुःखंही तीव्र गतीने तुम्हाला आतमध्ये होत राहतील.

हे फक्त काशीमध्येच नाही, तर कोणत्याही प्राणप्रतिष्ठा केलेल्या जागेत घडतं. जेव्हा आम्ही एखाद्याला दीक्षा देतो, तेव्हा एक प्रकारे, आपण त्यांच्यासाठी भैरवी यातना सुरू करतो. हवं असेल तर आपण ते अधिक तीव्रही करू शकतो. फक्त ती व्यक्ती त्यासाठी तयार असली पाहिजे! प्राणप्रतिष्ठित जागा म्हणजे केवळ हेच - ती खूप प्रखर जीवनाने एकवटलेली जागा आहे. बेचाळीस पट अधिक तीव्र दुःख म्हणजे तुम्हाला जे जीवन माहीत आहे, त्याच्या बेचाळीस पट अधिक तीव्र जीवन. याचाच अर्थ, तुम्ही बेचाळीस पट अधिक तीव्रतेने इंधन जाळत आहात. म्हणजेच प्रत्येक गोष्ट तीव्र गतीने चालली आहे. काही काळाने, तुम्हाला त्याची सवय झाली की मग यातना उरत नाहीत, फक्त भस्मसात होत राहतात. तुम्ही तीव्र गतीवर आहात. कुठल्याही प्राणप्रतिष्ठित जागेचा हाच उद्देश असतो. काशीमध्ये मरण्याची जी उत्कट इच्छा असते, ती यासाठीच की तुम्ही तुमची कर्मांची बकेट निदान आयुष्याच्या शेवटी तरी पूर्णपणे रिकामी करावी, काशीला तुमच्या बकेट लिस्टवरची आणखी एक नोंद करणं नव्हे. कर्म रिकामी करण्याच्या प्रक्रियेचा परिणाम असा होतो, की सर्व अनुभव तीव्र गतीने होत राहतात.

ही गोष्ट करण्यासाठी काशीसारख्या प्राणप्रतिष्ठित जागा चांगल्या असतात. काशी निश्चितच पूर्वी जशी होती तशी नाही, परंतु तरीही आजही ती महत्त्वाची आहे. खूपच महत्त्वाची. पण अशा प्रकारे बनवलेली काशी ही अशी एकमेव जागा नाही. अशा बऱ्याच जागा आहेत, परंतु तेवढ्या आकारमानाच्या नाहीत. ध्यानलिंग मंदिर ही अशी एक जागा आहे, परंतु काशीइतके लोक आपण त्यात सामावू शकत नाही. अशा जागेत जीवन अधिक चांगल्या प्रकारे घडतं आणि मृत्यूसुद्धा अधिक चांगल्या प्रकारे घडतो. तो नेहमीच मोक्षप्राप्तीकडे घेऊन जाईल का? जरुरी नाही, पण त्याच्या थोडं अधिक जवळ नेऊ शकतो. तुम्ही जे काही स्वतःहून करू शकला असतात, त्यापेक्षा ते निश्चितच अधिक चांगलं आहे.

लोकांना आयुष्याचा शेवटचा काळ तिथे घालवावा असं वाटण्याचं दुसरं कारण म्हणजे, तिथे एके काळी खूप सारे आत्मज्ञानी व्यक्ती आणि आध्यात्मिकदृष्ट्या प्रगत लोक असायचे. प्रत्येक रस्त्यात एखादी आत्मज्ञानी व्यक्ती भेटत असे. आणि त्या काळात त्यांच्याकडे घरामध्ये बाथरूम नव्हती. त्यामुळे संपूर्ण शहर घाटावर स्नान करण्यासाठी सकाळ-संध्याकाळी येत असे. गंगाकिनारी जाणाऱ्या, आध्यात्मिकदृष्ट्या सिद्ध व्यक्तींची प्रचंड संख्या बघता, निश्चितच त्यांच्यापैकी एखाद्याला, ज्याचा शेवट जवळ आला आहे, अशी व्यक्ती नजरेस पडत असे, मग ते त्याच्यासाठी आध्यात्मिकदृष्ट्या जे काही आवश्यक आहे, ते करत असत. शिवाय, ह्या लोकांना एखादी विशेष व्यक्तीसुद्धा माहीत असे किंवा कोणाला विचारून घेत, जी मरणाऱ्या माणसाच्या बाबतीत जे काही करायला पाहिजे ते करू शकत असे. म्हणून या शक्यतेमुळे, जरी लोक आयुष्य अज्ञानात जगले, जरी त्यांनी आयुष्यात कोणतीही साधना केली नाही, तरीही जर ते काशीमध्ये मेले, तर त्यांना निश्चित चांगल्या प्रतीचा मृत्यू मिळत असे.

काशी हे 'महास्मशान' म्हणूनही ओळखलं जातं. सहसा स्मशानं गावापासून किंवा शहरापासून दूर असतात. लोकवस्तीपासून ती काही अंतरावर असतात, कारण, तुम्ही जर आध्यात्मिक मार्गावर चालणारे नसाल आणि ते तुमच्या साधनेचा हिस्सा नसेल, तर जिवंत व्यक्ती आणि मृत या दोघांनाही एकमेकांजवळ असणं चांगलं नाही. काशीमध्ये, संपूर्ण शहरच एका मोठ्या स्मशानाभोवती बांधलेलं आहे.

आजही, चोवीस तास, जळणाऱ्या मृत शरीरांनी घाट पूर्ण भरलेले असतात, कारण ते फक्त शहरातील लोकांसाठीच नव्हे; तर दूरच्या ठिकाणच्या लोकांनासुद्धा सेवा पुरवतात. शंभर दोनशे किलोमीटर त्रिज्येच्या परिसरात कोणीही मृत झाले, तरी शरीर अंत्यसंस्कारासाठी काशीला नेलं जातं. त्यामागचा विचार हा की, ती व्यक्ती जरी काशीमध्ये राहू शकली नाही, किंवा काही कारणाने मरूही शकली नाही, तरी निदान अंत्यसंस्कार काशीमध्ये व्हावेत आणि उरलेली राख गंगेत विसर्जित व्हावी. असं म्हणतात, की अंत्यसंस्काराचा अग्नी अनादी काळापासून तिथे अखंड जळत आला आहे, तेव्हापासून तो कधीही विझलेला नाही. तिथे घाटावर कित्येक पिढ्यांपासून राहत आलेलं एक कुटुंब आहे. त्यांची जबाबदारी ही आहे की, तो अग्नी सतत जळत ठेवायचा आणि तिथे होणाऱ्या प्रत्येक अंत्यसंस्कारासाठी तो द्यायचा.

पूर्वी लोकांना काशीमध्ये राहायचं असे. काही काळानंतर असं झालं की, त्यांना निदान काशीमध्ये मरायचं असे. त्यानंतर अशी परिस्थिती झाली की, लोकांना निदान अंत्यसंस्कार तरी काशीमध्ये व्हावेत, अशी इच्छा असायची. परंतु आजकाल लोकांना फक्त आयुष्यात एकदातरी काशीला भेट द्यावी वाटते, आणि तीसुद्धा पर्यटक म्हणून, तीर्थयात्रा म्हणून नव्हे. अर्थातच, काशी शहरसुद्धा फार मोठ्या प्रमाणात बदललं आहे. आता ते पूर्वीच्या वैभवशाली अवस्थेत नाही. आधुनिकतेने तिची व्यवस्था आणि आकार यावर खूप मोठा आघात केला आहे. तरीसुद्धा संपूर्ण वातावरणाचा लोकांवर काही परिणाम होत असतो. कर्मावर प्रभाव पडण्यापेक्षा, मानसिक स्तरावर थोडीफार जाणीव होते - जीवन आणि मृत्यू ज्या सहज पद्धतीने हाताळले जातात, ते पाहून बौद्धिक स्तरावर एक प्रकारचा साक्षात्कार होतो. जे साधारणपणे पडद्याआड किंवा एकांतात केलं जातं, ते इथे उघड्यावर केलं जातं. तुम्हाला मरण्यासाठी हॉस्पिटलमध्ये जाण्याची गरज नाही. तुम्ही असेच नदीकिनारी बसून मरू शकता. तुमचे अंत्यसंस्कारही नदीकिनारी होतील. लोक त्याकडे एक सामान्य, अगदी सामान्य गोष्ट म्हणून पाहतात. म्हणून अशा ठिकाणी फक्त भेट जरी दिली, तरी त्याचा विशिष्ट परिणाम घडून येतो. जरी काशी भयंकर छिन्नविच्छिन्न झाली असली, तरी आजही ती एका शक्तिशाली शक्यतेच्या रूपात टिकून आहे. नवीन प्रकाशमनोरे उभे करण्याची वेळ मात्र निश्चितच आली आहे.

•••

प्रकरण ७

मरणाऱ्याची सहाय्यता

अशरीरी जीव पूर्णपणे असहाय्य असतो. म्हणून जीवनाचा तो भाग आत्यंतिक जबाबदारीने पार पाडायला हवा. अंतकाळी दिलेली थोडीशी मदत फार मोलाची ठरते. अशा जीवांच्या पुढील आयुष्यातील बहुतांशी आध्यात्मिक साधना त्या क्षणीच्या मदतीने पूर्ण होऊ शकते.

आयुष्याच्या अखेरच्या क्षणांचं महत्त्व

शरीराकडून अशरीरी अवस्थेत जाण्याच्या स्थित्यंतराला एवढं महत्त्व का असतं? मी एक उदाहरण देतो. आता तुम्ही शरीरात असताना एका नदीसारखे असता, प्रवाह एकाच दिशेने असतो. पण अशरीरी अवस्थेत तुम्ही जणू वाफ होऊन एका ढगासारखे बनता. ज्या दिशेने वारा वाहील, त्या दिशेने तुम्ही जाता. तुमच्या जाण्याला दिशा नसते. नदी निदान समुद्राकडे तरी जात असते, पण ढग कुठून कुठे जातो हे आपल्याला कळत नाही. जसा वारा वाहील, तसा ढग जातो. शरीर संपणं आणि विवेकी मन गमावणं हे तसं असतं. जेव्हा तुमच्याकडे विवेकी मन असतं, तेव्हा तुम्ही इकडे किंवा तिकडे जाऊ शकता. पण तुम्ही मेलात, की मग तुम्ही एक बुडबुडा होता, तुमच्या कर्माच्या गतीवर डोलणारा! देवदूत नेहमी ढगात तरंगतात, असं तुम्हाला सांगितलं जातं. त्यांनी खरोखर योग्य उपमा दिली आहे.

तुम्ही तुमचं विवेकी मन वापरून तुमच्या आयुष्याची दिशा ठरवू शकता, हे मनुष्यजन्माचं महत्त्व आहे. तुम्ही जर ते केलं नाही, तर तुम्ही खऱ्या अर्थाने मनुष्य नाही. उदाहरणार्थ, समजा- मला भूक लागली आहे आणि माझ्यासमोर अन्न आलं, तर मी निवड करू शकतो आणि म्हणू शकतो की 'नाही, मी खाणार नाही.' माझ्यात विवेक करण्याची क्षमता असल्याने, शरीराच्या प्रवृत्ती कितीही उफाळून आल्या, तरी काही फरक पडत नाही, जर मला खायचं नसेल, तर मी खाणार नाही. मी निवड करू शकतो. हे नसेल तर तुम्ही हवेसारखे व्हाल ; तुमच्या प्रवृत्ती ज्या दिशेला घेऊन जातील, त्या दिशेला वाहाल.

जेव्हा तुमचं शरीर नसतं, तेव्हा तुमची विवेकबुद्धी हरवते. स्मृती आणि मन वगैरे अजून असतं, पण विवेक करण्याची क्षमता लोपते. त्या वेळी जर तुमच्यात थोडी जरी अप्रिय भावना निर्माण झाली, तरी ती लक्षावधी पटींनी वाढते. जर एखादी सुखद भावना निर्माण झाली, तर सुखही लक्षावधी पटींनी वाढतं. हे असं का? समजा, आज तुम्हाला किंचित राग आला, तर तुमची विवेकबुद्धी वापरून तो तुम्ही आवरू शकता. पण जर विवेकबुद्धी नसेल, तर तो किंचित राग प्रचंड वाढून तुम्हाला वेडं करेल. मृत्यूचा क्षण हा महत्त्वाचा असतो, कारण त्या क्षणी माणसाची आनंदी किंवा दुःखी अशी मानसिक अवस्था असते, ती विवेकबुद्धीच्या अभावी अनेक पटींनी वाढू शकते. म्हणून तुम्ही कुठल्याही देशातून, संस्कृतीतून आला असला, तरी मरणाऱ्या माणसाला शांततेत मरू द्यावं, असं सर्व संस्कृतींमध्ये सांगितलं जातं.

शरीर सोडण्याच्या वेळी, जर तुमचा आनंद अनेक पटींनी वाढला, तर आपण म्हणू की, तुम्ही स्वर्गात आहात आणि जर तुमचं दुःख अनेक पटींनी वाढलं, तर आम्ही म्हणू की, नरकात आहात. स्वर्ग किंवा नरक यांचा भौगोलिक पत्ता नसतो. पण माणसाच्या अनुभवात ते असतात. स्वर्गात किंवा नरकात जाण्यासाठी तुम्ही अशरीरी अवस्थेत जाण्याची आवश्यकता नाही, तुम्ही जिवंत असतानासुद्धा ते तुमच्यासाठी अस्तित्वात असू शकतात. शरीराने इथे असण्याचा एक फायदा असा आहे, की तुमच्या अनुभवात जर तुम्ही नरकात गेलात, तर तुमची विवेकबुद्धी वापरून तुम्ही त्या खड्ड्यातून बाहेर येऊ शकता. तसंच जर तुम्ही स्वर्ग अनुभवू लागलात, तर विवेकबुद्धी वापरून, तो कितीही सुखावह अनुभव असला, तरीही तो सोडून तुम्ही पुढच्या गोष्टीकडे जाऊ शकता. शरीरात असूनही जर विवेक

करण्याची क्षमता लोपली, तर कुणी नैराश्यात गेल्यावर दीर्घकाळ तिथे राहू शकतो, तर सुखावह अनुभव व्यसनांचे रूप घेऊ शकतात.

भारतीय संस्कृतीत मृत माणसाशी कसे व्यवहार करायचे, याला खूप महत्त्व असे. असं म्हणत की, माणसाचं मरण योग्य ठिकाणी, योग्य वातावरणात, योग्य भावनांसह, योग्य विचारात असताना यावं. जेव्हा एखादा मरत असतो, तेव्हा तुम्ही कधी 'अय्यो, अम्मा' (अगं आईगं) असं न म्हणता 'राम' किंवा 'कृष्ण' किंवा 'शिव' असं काही म्हणावं. वास्तविक, आपल्या स्वतःपलीकडचा विचार व्हावा, ही कल्पना आहे. ही अत्यंत शास्त्रशुद्ध पद्धत आहे. ती भावनात्मक प्रक्रिया नाही, कारण या अखेरच्या भावना आणि विचार, जे तुम्ही निर्माण करता, तीच त्या व्यक्तीची धारणा बनते. असं म्हणतात की, जरी ती व्यक्ती तुमचा शत्रू असली, तरी तिच्या मृत्युसमयी तुम्ही असं वातावरण ठेवा की, ती शांतपणे शेवटचा श्वास घेईल. समजा, तुम्ही लढाईत त्याला गोळी मारली, तरी जेव्हा त्याला तिथून नेत असतील, तेव्हा तुम्ही डोक्यावरची टोपी काढा, किंवा 'राम राम' म्हणा, किंवा असं जे काही तुम्हाला माहीत असेल, ते करा. कारण या प्रवृत्ती अनेक जन्मांसाठी राहतात. त्यांचं आयुष्य कसंही असो, अखेरच्या क्षणी जर त्यांनी योग्य गोष्टी केल्या, तर त्यांचा प्रवास चांगला होईल, नाहीतर तो वाईट प्रवास ठरेल. म्हणून एखाद्याच्या आयुष्याचा स्तर उंचावण्याची ही खूप चांगली संधी आहे.

ज्या वेळी एखादा मृत्युपंथावर असतो, तेव्हा शिट्टी वाजलेली असते आणि खेळ संपलेला असतो. आता चेंडू लाथाडण्यात काही अर्थ नसतो. मुख्य म्हणजे, तुमचं शत्रुत्व तो शरीरात असेपर्यंत असतं. एकदा त्याने देह ठेवला की नाट्य संपलं. आता तो तुमचा शत्रूही नाही किंवा मित्रही नाही. तो किंवा ती फक्त जीवनाचा एक तुकडा आहे, आणि जीवनाचा जीवन म्हणून आदर केला पाहिजे. जेव्हा खेळ सुरू असतो, तेव्हा आपण सगळे ते पाहतो, संदर्भ जोडतो आणि वेगवेगळ्या प्रतिक्रिया देतो. पण जेव्हा पडदा पडतो, तेव्हा सारे जण उभे राहतात. फक्त झोपी गेलेला तिथेच राहतो. बाकी सारे जण, अगदी नाटक आवडलं नसलेलेसुद्धा सगळेच उभे राहून टाळ्या वाजवतात आणि नाटक संपलं, हे मान्य करतात. जर प्रत्येक अभिनयाला दाद देऊ शकलात किंवा थोड्या आदराने त्याच्याकडे पाहिलंत, तर ते सर्वांत उत्तम. तुम्हाला जर ते जमलं नाही, तरी निदान शेवटच्या प्रसंगाचा, म्हणजे मृत्यूचा तरी आदर झाला पाहिजे.

एखाद्या मृत व्यक्तीला नीट वागवलं नाही, तर आत कुठेतरी तुम्ही हेलवता, हे याचं खरं कारण आहे. त्या शरीराला मान नको असतो. ते शरीर सोडून जात असलेली जी व्यक्ती असते, तिच्यासाठी त्याची आवश्यकता असते. ते कसेही जगले असू दे; निदान शेवट तरी चांगला व्हावा. प्रत्येक माणसाची एवढी तरी इच्छा असलीच पाहिजे. एका माणसासाठी किंवा त्या जीवासाठी तुम्ही निदान एवढं तरी करू शकता. या गोष्टीची जगात सर्वत्र थोडीफार जाण आहे, पण भारतात ती अत्यंत जागरूक प्रक्रिया राहिलेली आहे.

कुरुक्षेत्रावरील युद्धात अर्जुन हा सर्वश्रेष्ठ धनुर्धर होता, पण भीम अधिक शूर व पराक्रमी होता. पण या त्याच्या गौरवाला गालबोट लागलं, कारण त्याने विरुद्ध पक्षाच्या योद्ध्याच्या मृतदेहाची अवहेलना केली. एका लढाईत तो दुःशासनासमोर उभा ठाकला. दुःशासनाने द्रौपदी वस्त्रहरण केलं होतं. म्हणून द्रौपदीच्या या अपमानाचा बदला घेण्याची प्रतिज्ञा भीमाने केली होती. तुंबळ युद्धाच्या दिवशी भीमाने दुःशासनाची निर्घृण पद्धतीनं केवळ हत्याच केली नाही, तर त्याची छाती फोडली आणि त्याचं रक्त पिऊन आपली प्रतिज्ञा पूर्ण केली. दोन्हीकडचे योद्धे भीमाच्या या कृत्याने स्तब्ध झाले. जरी तो पूर्वीच्या अन्यायाचा बदला घेत असला, तरी भीमाची प्रतिमा कायमची डागाळली गेली, कारण शत्रुपक्षाच्या योद्ध्याच्या शवाचा अनादर करून त्याने युद्धाचा नियम मोडला होता.

आपला व्यवहार या शेवटच्या क्षणी कसा असावा, याला इतकं महत्त्व असण्याचं आणखी एक कारण म्हणजे, अशरीरी जीव अगदीच असहाय्य असतो. म्हणून तो क्षण पूर्ण जबाबदारीने पार पाडला पाहिजे. या लहान जीवाला आपण जरी लहानशी मदत केली, तरी ती दीर्घकालीन गोष्ट ठरते. त्याच क्षणी त्यांच्या पुढील आयुष्याच्या पुष्कळ आध्यात्मिक साधना पूर्ण होतील. तुम्ही आजूबाजूला पाहिलं, तर राग आणि द्वेष टाकून प्रेमळ होण्यासाठी लोकांना किती प्रयत्न करावे लागतात, हे तुम्हाला दिसेल. कधीकधी लोकांचे असे प्रयत्न पाहून बऱ्याच वेळा मला काही उमजत नाही. त्यांच्या जुन्या सवयी व भावना टाकण्याससुद्धा त्यांना झगडावं लागतं. पण जेव्हा तुम्ही एखाद्या व्यक्तीला चांगल्या प्रकारे मरायला मदत करता, तेव्हा या सगळ्या गोष्टी अगदी सहज धुवून टाकल्या जातात. पुढच्या वेळी तुमचा जन्म योग्य गुणांसहित होतो. एखाद्या जीवाचा पुनर्जन्म आनंदी भावाने होण्याच्या दृष्टीने हे करण्याचा हा अगदी सोपा मार्ग आहे.

एवढंच नाही; तर आणखीही काही गोष्टी करता येतील. शरीर सोडल्यानंतरही आपण त्या जीवाचं मार्गदर्शन करू शकतो. तुमच्यावर जर त्या जीवाचा विश्वास असेल, तर त्यांनी आयुष्यभरात जे मिळवलं नाही, ते तुम्ही त्यांना मिळवून देऊ शकता. जर मरणाऱ्यासाठी योग्य वातावरणनिर्मिती करून त्यांना मरायला मदत केली, तर हे सगळं शक्य आहे. ही त्या जीवाच्या आयुष्यासाठी केलेली खूप मोठी मदत आहे. मुख्य म्हणजे, जर एखाद्याला खरोखर चांगल्या प्रकारे मृत्यू आला, तर त्या जीवासाठी पुनर्जन्म नसतो. त्या जीवाला असीमित स्वातंत्र्य लाभतं. हे सारं केवळ चांगल्या भावना व इच्छा यांनी होत नाही. अथवा एखाद्याला तुम्ही स्वर्ग लाभो अशा फक्त शुभेच्छा दिल्याने ते स्वर्गात जात नाहीत. तुम्हाला जर हे साधायचं असेल, तर एक वेगळं ज्ञान, जागरूकता आणि कौशल्य असण्याची गरज आहे. नाहीतर अशा गोष्टी होण्याचा प्रश्नच नाही.

पीडित लोकांना मरण्यासाठी सहाय्य

जेव्हा एखाद्याला खूप त्रास होत असेल, तर त्या व्यक्तीला मरण्यासाठी मदत करायला नको का? जेव्हा तुम्ही जन्मला, तेव्हा तुमच्या आईला खूप वेदना सहन कराव्या लागल्या. एखाद्याला वेदनांपासून मुक्त करण्यासाठी मारणं जर रास्त असेल, तर त्या वेळी तिला किंवा तुम्हाला मारायला हवं होतं. तुम्हाला असं वाटतं का, की मृत्युशय्येवरच्या माणसाला प्रसूतिवेदनेइतक्या किंवा त्याहून अधिक वेदना होत असतील? जरुरी नाही. हा प्रश्न आज उपस्थित होण्याचं कारण असं आहे की, आजकाल बरेच लोक दीर्घ काळ अर्धमेलं जगत असतात. तुम्ही विनाकारण जीवनाच्या प्रक्रियेत हस्तक्षेप करून औषधोपचारांनी त्यांचं मरण पुढे ढकलण्याचा प्रयत्न केला नाही, तर हे दीर्घकाळाचं दुखणं नसलं असतं. याविना कुणीही त्यांच्या नैसर्गिक काळापेक्षा जास्त जगणार नाही.

याचा अर्थ असा आहे का, की माणूस आजारी पडला की, त्याला दिलं जाणारं वैद्यकीय सहाय्य काढून घ्यावं? नाही, तसं नाही. अनेक जण आशा नसलेल्या अवस्थेतून परत येतात. अनेकदा असं वाटतं की, हा आता मरणार, पण ते बरे होतात आणि चांगलं आयुष्य जगतात. मग अशा लोकांना आपण जगण्याची संधी नाही का द्यायची? कुणाला मरण्यासाठी मदत करावी आणि केव्हा, हे कोणी ठरवावं?

जेव्हा संभाव्य वैद्यकीय लक्षणांवरून हा १०० टक्के परत येणार नाही असं वैद्यकीय निदान झालं, तर वैद्यकीय मदत थांबवावी. पण एखाद्याला विषारी इंजेक्शन देऊन व इतर काही प्रकारांनी का मारायचं? तुम्ही वैद्यकीय मदत थांबवली, आणि जर शरीर जगायला लायक नसेल, तर तो जीव पुढच्या मार्गाला लागेल. तो जगायला लायक आहे किंवा नाही, हा तुमचा निर्णय नाही, जोपर्यंत तुम्ही स्वतः तुमचं शरीर जागरूकपणे सोडून जाऊ शकत नाही.

तुम्ही जर म्हातारपणाला आणि कष्टांना घाबरत असाल, तर तुम्ही थोडी साधना तुम्ही आतापासूनच का सुरू करत नाही, ज्यायोगे तुम्ही तुम्हाला हवं तेव्हा देह ठेवू शकाल? तुम्हालाच तुमच्या मुलाला किंवा मुलीला विष मागण्याची वेळ यावी, याची तुम्ही का वाट पाहता? तुम्हाला विष प्यायला देणं हे त्यांच्याकरता चांगलं नाही. आणि समजा, तुमच्यावरील प्रेमापोटी त्यांनी तुम्हाला विष दिलंही, तरी ते ती गोष्ट कधी विसरू शकतील का? तुम्ही कसंही करून जालच, पण पुढे आणखी काळ जगणाऱ्यांसाठी अशा गोष्टींचं ओझं तुम्ही का निर्माण करता? कुणाचीही दया घ्यावी लागणार नाही, अशा पद्धतीने तुम्ही जगू शकता. तुम्ही तुमचं आयुष्य एका योजनाबद्ध पद्धतीनं जगू शकता. जोपर्यंत धडधाकट आहात, तोपर्यंत जगा आणि जेव्हा वेळ येईल, तेव्हा सन्मानाने जा. दयामरण नको. हा पर्याय तुम्ही का निवडत नाही?

आत्ता सध्या दयामरण चांगलं आहे असं लोकांना वाटत असेल. समाजात आज ही क्रांतिकारी कल्पना वाटेल. अशी कायम लोकं असतात ज्यांना खूप पुढारलेल्या विचारांचं असावं असं वाटत असतं, जे दयामरणाची बाजू घेतात. तुम्ही खरंच पुढारलेले असाल, तर प्रत्येक व्यक्तीला तिच्या इच्छेनुसार देह ठेवण्याची क्षमता का प्रदान करत नाही? आता मी हेच करतो आहे. म्हणजे, लोकांना त्यांच्या आयुष्याचा शेवट त्यांना जेव्हा हवा तेव्हा करता यावा, विषप्रयोग किंवा उशी वापरून नव्हे, ही क्षमता त्यांच्यात तयार करायची.

मात्र, हल्ली एक निराळीच परिस्थिती असते. आधुनिक वैद्यकाच्या मध्यस्थीमुळे अधिकाधिक लोक जास्त वेळ अर्धमेलं स्थितीत राहतात आणि काही लोक बऱ्याच वर्षांनी पुन्हा बरे होऊन वावरू लागतात. तेव्हा, आपल्या प्रियजनांच्या जीवनाचा प्लग (खटका) ओढून शेवट करायचा की नाही, या प्रचंड मानसिक संघर्षातून त्यांचे जवळचे लोक जातात. हे मोरक्कोमध्ये घडलं. शंकरन

पिल्लई हा युरोपमध्ये राहात होता. तो थोडा म्हातारा झाला होता आणि टीव्हीवर वृद्धाश्रम व आजार यावरचा एक कार्यक्रम पाहात होता. कार्यक्रम पाहतापाहता तो त्याच्या बायकोला म्हणाला, ''प्रिये, जर माझी अवस्था कधी अर्धमेल्यासारखी झाली, तर तू प्लग ओढून संपवून टाक. तू या साऱ्यातून जावं असं मला वाटत नाही.'' त्याच्याकडे पाहून ती उठली आणि तिने टीव्हीचा प्लग खेचला. म्हणून प्लग ओढण्याचा हा निर्णय फसवा असू शकतो.

अर्धमेल्यासारख्या अवस्थेतून किंवा मरणाच्या दारातून परत येणाऱ्या लोकांना असं वाटतच नाही की आपण मेलो होतो, आणि परत आणलो गेलो. हे खरं नाही. कदाचित असं झालं असेल की, जीवनशक्तीला मिळालेल्या धक्क्याने ती अंतरंगापेक्षा जास्त बाह्यकेंद्रित झाली असावी. जाणतेपणीसुद्धा तुम्ही थोडेसे बाह्यकेंद्रित आणि जास्त करून अंतर्मुख असता. अंतर्मुख अवस्था तुमच्या जीवनाला अखंडता आणि स्थैर्य हे दोन्ही देते. बाह्यकेंद्रित अवस्था तुम्हाला एक शक्तिशाली उपस्थिती आणि जीवनाची अभिव्यक्ती देते. ही आत-बाहेर अशी दोलायमान अवस्था मनुष्यासहित सर्व प्राण्यांत घडत असते. पण ठरावीक प्रभुत्व असलेलं हे स्थित्यंतर तुम्ही जागरूक निवडीतून करू शकतात. म्हणून त्या क्षणी कदाचित तुमची ऊर्जा बाह्यकेंद्रित जास्त आणि आंतरिक कमी प्रमाणात असते. म्हणूनच 'इथे असावं की नाही? हा जीवनशक्तीला प्रश्न पडतो. हा तत्त्वज्ञानाचा प्रश्न नसून प्रत्यक्षात हे शरीर जिवंत राहण्यास योग्य आहे का नाही, हा असतो. म्हणून काही वेळ 'इथे असावं की नाही' या दोलायमान स्थितीत राहिल्यावर जर 'इथेच असावं' असा विचार झाला, तर तो वैद्यकीय कर्मचाऱ्यांच्या कौशल्याने किंवा चमत्कारामुळे नव्हे. कदाचित, वैद्यकीय कर्मचाऱ्यांनी शरीराला पूर्वीपेक्षा थोडं अनुकूल केलं असेलही, पण शेवटी जीवच राहण्याचा निर्णय घेतो, कारण शरीर अजूनही राहण्याजोग्या स्थितीत असतं.

जर एखाद्याची जाणीव आणि बोधशक्ती विकसित असेल, तर प्राणमय कोष किंवा ऊर्जा शरीराच्या कंपनशक्तीकडे बघून रुग्णाच्या वाचण्याच्या शक्यतेचा अंदाज लावता येतो. त्याच्या जीवनऊर्जा तब्येत सुधारण्यासाठी पुरेश्या प्रखर आहेत की नाही हे सांगता येणं शक्य आहे. याउलट, प्रथमदर्शनी शरीर जरी रुग्णाईत वाटलं नाही, पण जीवनऊर्जेला जर ओहोटी लागली असेल, तर सुधारणा अशक्य आहे, कितीही औषधोपचार केले तरी. हा आतल्या सॉफ्टवेअरचा प्रश्न आहे. जर

सॉफ्टवेअर संपुष्टात आले असेल, तर तुम्ही काहीही केलं, तरी ते पुनर्जीवित होत नाही. पण सगळ्यांकडेच हा निर्णय करण्याची बोधशक्ती नसते. म्हणून उगीच जिवंत माणसाला इतर लोकांनी मृत्यूचं सर्टिफिकेट देण्याऐवजी जीवनाला त्याच्या मार्गाने जाऊ देणंच श्रेयस्कर असतं.

अर्धमेलं अवस्थेचे दोन प्रकार आहेत. एका प्रकारात शरीर इतकं अचल होतं की, उपचारांना प्रतिसाद देत नाही, पण मन कार्यरत असतं, भावना उद्भवतात, सर्व जाणिवा कार्यरत असतात. हे सारं छळवादी असतं, कारण रुग्णाचं शरीर स्तब्ध होतं. यामुळे त्यांना प्रचंड पीडा सहन करावी लागते, कारण त्यांना दिसतं, ऐकू येतं, उमजतं; पण काहीच करण्याची क्षमता नसते. त्यांना उठून चालायचं असतं; पण शरीर हलत नाही. अशा वेळी कुठलाही निर्णय घेणं खूप कठीण असतं. कारण रुग्ण बऱ्याच वेळा आजूबाजूला चाललेली कुजबूज समजू शकतो - प्लग काढायचा की नाही आणि अशा सगळ्या गोष्टी - ही खूपच वाईट अवस्था असते. असं कुणाच्याही बाबतीत घडू नये. पण असं झालंच, तर काय व कसं करायचं? हा निर्णय घेणं खूप कठीण असतं. यासाठी एका ठरावीक पद्धत असू शकत नाही, कारण सारं वैयक्तिक भावनांवर अवलंबून असतं.

दुसऱ्या प्रकारात शरीर चांगल्या प्रकारे कार्यरत असतं, अन्नपचन आणि बाकी सारं व्यवस्थित असतं. पण मन निष्क्रिय बनतं. म्हणून शरीर हालचाल करू शकत नाही. बाह्य औषधोपचारांनी शरीर अजूनही सुरू ठेवलेलं असतं. हे रिकामा डबा जिवंत ठेवल्याप्रमाणे असतं. त्याकडून कुठलाच प्रतिसाद अपेक्षित नसतो. असं झालं, तर तुम्ही एकवीस दिवसांची पाच चक्रं पूर्ण होईपर्यंत थांबा आणि मग निर्णय घ्या. त्याहीनंतर जर परिस्थिती तशीच असेल, तर तुम्ही प्लग ओढा. आता आयुष्य पुन्हा मार्गी लागणार नाही याची १०० टक्के खात्री असते. हे तुम्हाला खूप कठीण वाटेल; पण जेव्हा कुठल्याही औषधाने काही फरक पडणार नसतो, तेव्हा सध्या बरेच सच्चे डॉक्टर रुग्णाला घरी घेऊन जायला सांगतात. मात्र, ज्यांना फक्त तुमचं बिल वाढवायचं असतं, ते रिकामा डबा वाजवत राहतात.

आजकाल प्रगत दुःखशामक उपचार व वेदनाशामक यांनी एवढी प्रगती केली आहे की, मृत्युशय्येवर होणाऱ्या वेदनांचं योग्य औषधांनी पूर्ण निराकरण होतं. पण तरीही लोक विचारतात की, निश्चित येणाऱ्या या मरणात वेदनाशामक औषधामुळे मृत्यूच्या गुणवत्तेवर तर परिणाम होणार नाही ना? मृत्युशय्येवर पूर्ण यातनामय

काळ घालवण्यात काही अर्थ आहे का? हे सगळे प्रश्न यामुळे येत आहेत कारण जगभरात सगळीकडे अशी शिकवण दिली जाते की सततच्या यातना आणि कष्ट हे सद्‌गुण आहेत, त्यामुळे तुमच्या पापांचा भार कमी होतो.

त्याचं असं झालं की, काही जणांची एक नवी तुकडी स्वर्गात आली. सगळे गोल्फ खेळणारे होते. त्यांनी विचारलं, "स्वर्गात गोल्फ कोर्स आहे का?"

सेंट पीटर म्हणाले, "हो नक्कीच."

त्यांनी विचारलं, "आम्ही पाहू शकतो का? चालेल का?"

एका पवित्र भुताला त्याने त्यांना गोल्फच्या गाडीतून तिथे घेऊन जायला सांगितलं. तो त्यांना विलक्षण सुंदर गोल्फ कोर्सवर घेऊन गेला. तिथे खूप फुलं होती, सुंदर हिरवळ होती, सारं काही होतं. त्यांनी जेव्हा गोल्फचं तिसरं होल पार केलं, तेव्हा त्यांना दिसलं की, तिथे एका खड्ड्यात आग पेटली होती आणि लोक त्यात पडले होते. ते किंचाळत होते, ओरडत होते. त्यांनी हे पाहून विचारलं, "हे काय आहे? आम्हाला वाटलं की स्वर्गात दुःख, भोग नसतात."

ते पवित्र भूत म्हणालं, "ते धार्मिक लोक आहेत. त्यांचा तसा आग्रहच असतो."

म्हणून मृत्युशय्येवरील माणसासाठी वेदनाशामक औषधं वापरली, तर चालतील का? जर ती गुंगी आणणारी नसतील आणि जर ती घेऊन तुम्ही पुरेशी जागरूकता राखू शकत असाल, तर त्यात काहीच हरकत नाही. जर वैद्यकीय उपचारांत त्यांची गरज नसेल, तर कशासाठी यातना सोसायच्या? पण जर ती वेदनाशामक औषधं जास्त गुंगी आणणारी असली, तर आणि त्यामुळे तुम्ही थोडेफारही जागरूक राहू शकणार नसाल, तर तो शरीर सोडण्याचा चांगला मार्ग नाही.

घरी मरण्याबाबत

मला असा दिवस बघायला आवडेल, जेव्हा लोक 'कायान्त स्थानम्' (ईशा केंद्रातील स्मशान)मध्ये येतील, आणि म्हणतील की, 'आता माझी वेळ आली आहे. इथे जागा आहे का मला मरायला? मला कोणी खांद्यावर उचलून आणायला नको.' तो चांगला दिवस असेल. तिथे जा, आनंदाने बसा, काही खाऊ-पिऊ नका, फक्त मरून जा. अंत्यविधी वगैरे काही नाही, फक्त दहन. ते एक आत्मज्ञानी जग असेल. ती सध्यातरी खूप दूरची गोष्ट आहे, तसं आत्ताच होणार नाही. पण निदान

जिथे लोक एका ठरावीक भावनेने आणि शांतपणे मरतील, अशी जागा तरी तुम्ही निर्माण करायला हवी.

जरी प्रत्येक जण मरणार असला, तरी मृत्यू आला की तो हाताळण्याचं तंत्र कुणालाच अवगत नसतं. असं कसं? अमेरिकेत प्रत्येक खानावळीत जर कुणी जेवताना गुदमरू लागला, तर त्याला कुठले प्रथमोपचार द्यायचे, याचे सूचनाफलक असतात. पण कुणी जेवताना का गुदमरेल? मी भारतात असं कधीच ऐकलं नाही. भारतात जेवताना कुणी गुदमरत नाही. भारतातील लोक अमेरिकन लोकांपेक्षा जास्त भुकेले असतात. जेवताना लोक गुदमरण्याचं कारण म्हणजे, बहुधा ते जेवताना बडबड करीत असावेत. जेव्हा एकाच नळीतून आत व बाहेर एकाच वेळी क्रिया होते, तेव्हा काहीसा गोंधळ उडतो. जर लोकांनी गप्प राहून खाल्लं, तर कुणीच जेवताना गुदमरणार नाही.

असो. जेवताना जीव गुदमरला तर काय करावं हे लोकांना सांगण्यासाठी एवढे सारे प्रयत्न व काळजी घेतली जाते. पण मृत्यू कसा हाताळावा याबद्दल काहीच केलं गेलं नाहीये. लोक मरणार असल्याचं प्रत्येकाला माहीत असतं. तुम्हाला माहीत आहे, की तुमचे आजी-आजोबा मरणार, आई-वडील मरणार, पण प्रत्यक्षात जेव्हा तो समोर ठाकतो, तेव्हा काय करायचं हे कुणालाच कळत नाही, कारण कुठे ना कुठेतरी तो टाळण्याचा प्रयत्न असतो. त्यांना वाटतं की, त्याबद्दल बोललं नाही, त्याची तयारी केली नाही, तर तो येणार नाही. खूप कमी कुटुंबांत असं पाहायला मिळतं, की ते म्हणतात, ‘‘ठीक आहे. आता हा मरणार आहे. त्याची तयारी करू या.’’ आता वेळ आली आहे की, आपण स्वतःला काही थोड्या गोष्टी करण्यासाठी तयार करावं, जेणेकरून जो माणूस मरतो आहे, त्याला नको त्या पीडा होऊ नये.

आता जरी कुणी वैद्यकीयदृष्ट्या मरण पावला असला, तरी प्रत्यक्षात तो मृत नसतो, कारण मृत्यू हा सावकाश होत असतो. तेव्हा काही तयारी आधीच केली, तर मृत्यूच्या क्षणाचा धक्का कमी केला जाऊ शकतो आणि प्राण शरीराबाहेर शांतपणे जायला मदत करता येते. तुमचं मरण घरीच होणार असेल, तर तुम्ही एका स्वच्छ, शुभ्र पांढऱ्या खोलीत राहा जिथे सौम्य निळा प्रकाश असेल. कुठले फोटो नकोत. काही नको. तुमच्या बाजूला जर निळसर छटा असेल, तर चांगलं मरण येण्यास मदत होईल. अजून एक साधी गोष्ट जी करता येईल, ती म्हणजे, त्या खोलीत दिवसाचे चोवीस तास एक दिवा तेवत ठेवावा. तुपाचा दिवा अधिक

श्रेयस्कर, पण तुम्ही लोणी सुद्धा वापरू शकता. याने एक आभा तयार होते. यामुळे प्राण शरीरातून बाहेर पडण्याची प्रक्रिया कमी त्रासदायक होऊ शकते.

शिवाय, एखादा जप किंवा योग्य ध्वनी असलेलं असं काही सुरू ठेवावं. तुमच्या आतल्या मूलभूत स्वरूपाला स्पर्श करणारे अशा प्रकारचे ध्वनी असले पाहिजेत. हे ध्वनी, जप किंवा मंत्रोच्चार प्राणप्रतिष्ठित असतील, तर अधिकच चांगलं. जर हे मंत्र तुम्ही आधीच अंतर्भूत केलेले असतील, तर आणखी चांगलं. एखादा मंत्र अंतर्भूत करणं जीवनासाठी आणि मृत्यूसाठी अत्यंत शक्तिशाली साधन ठरू शकतं. असं एका संताच्या बाबतीत घडलं. त्यांचं नाव स्वामी रामदास[१]. रामदासांना त्यांच्या वडिलांनीच रामनाम जपाची दीक्षा दिली होती. 'राम, राम, राम' असा मंत्र होता. अनेक वर्षं तो मंत्र त्यांच्या शरीरात मुरत गेला. एके दिवशी जेव्हा ते अजूनही एक साधक होते, तेव्हा ते डोंगरकपारीतून फिरत होते. संध्याकाळ झाली आणि एका कृपाळू माणसाने त्यांना रात्री घरी राहण्याची विनंती केली.

तिथे दिलेलं जेवण करून रामदास झोपी गेले. पण मध्यरात्री त्या यजमानाला त्यांच्या खोलीतून 'राम, राम, राम' असा जपाचा जोरात आवाज येऊ लागला. त्याला राग आला, कारण त्याला झोपायचं होतं. म्हणून तो रामदास झोपले होते, त्या खोलीत गेला. पण ते गाढ झोपले होते. पण मालकाला अजून तो 'राम, राम, राम' आवाज ऐकू येतच होता. म्हणून तो हळूच रामदासांच्या जवळ गेला, तर आवाज रामदासांच्या शरीरातून येत असल्याचं त्याच्या लक्षात आलं. त्यांचा रामनामाचा जप इतका खोलवर मुरला होता, की ते झोपले असताना, त्यांचं शरीरच म्हणत होतं, 'राम, राम, राम.'

मंत्र अंगभूत होण्याचा असाच प्रकार इतर अनेक संतांच्या बाबतीतही प्रत्ययास आला आहे. हे माझ्या दैवी गुरूंच्या बाबतीतसुद्धा घडलेलं आहे. मी त्यांना 'दैवी' म्हणतो, याचं कारण त्यांच्या उपस्थितीमुळेच देवत्वाचा अंश माझ्यात आला. पलानी स्वामींनी त्यांचं नाव कुणालाच सांगितलं नाही. कदाचित, ते त्यांनाच आठवत नसावं. पण पलानी टेकडीच्या परिसरात लोकांनी त्यांना अनेक अद्भुत अवस्थांमध्ये पाहिलं असल्याने ते त्यांना 'पलानी स्वामी' म्हणू लागले. नुसते एका जागी बसले, तरी त्यांच्याभोवती प्रचंड गर्दी जमा होत असे. त्यामुळे तिथल्या देवळांमधल्या

---

१ या ठिकाणी सद्गुरू १९ व्या शतकातील 'स्वामी रामदास' म्हणून ओळखल्या जाणाऱ्या केरळ येथील संताबद्दल बोलत आहेत, महाराष्ट्रातील समर्थ रामदास स्वामी नाही.

पुजाऱ्यांना त्यांचा मत्सर वाटत असे. काहीही करत नसलेल्या आणि पोटासाठी इतरांकडून भिक्षा मागणाऱ्या या माणसाभोवती इतकी गर्दी जमा होते, याची त्यांना चीड येई. आणि ते मात्र दिवसभर देवळात बसून असायचे, देवपूजा व आन्हिकं करत. पण लोक तिथे जास्त न जाता या माणसाकडे जात असत. म्हणून त्या माणसाविरुद्ध काही मिळतंय का, या शोधात ते पुजारी होते. एक दिवस पलानी स्वामी शौचाला गेल्यावर 'शंभो, शंभो' असं म्हणताना त्यांनी ऐकलं. असं करणं म्हणजे पवित्र गोष्टींची अवहेलना करणं आहे, अशी मान्यता होती. म्हणून त्यांनी पलानी स्वामींना गावच्या पंचायतीसमोर आणलं व त्यांच्यावर देवाच्या नावाची अवहेलना केल्याचा आरोप ठेवला. पलानी स्वामी त्या अज्ञानी पंचांसमोर फक्त बसून होते, डोळे व तोंड बंद करून. त्याच वेळी मोठ्यांदा 'शंभो, शंभो' असा आवाज जमलेल्या लोकांना ऐकू येऊ लागला आणि खटला तिथेच संपला.

म्हणून असा एखादा मंत्र तुम्ही अशा प्रकारे अंगीकारावा, की तुमच्या सर्व ऊर्जा त्या ध्वनीसोबत स्पंदित होतील. तो मंत्र तुमच्यात पूर्णपणे अंगीभूत होण्यासाठी तो मंत्र आधी मोठ्याने उच्चारावा लागतो. तुम्ही जर हा तुमच्या दैनंदिन जीवनाचा भाग केला, तर मृत्यू समीप आल्यावर तुम्हाला त्याचा मोठा आधार होईल. आम्ही 'वैराग्य' या नावाने काही पवित्र मंत्र एकत्र केले आहेत. त्यात पाच मंत्र आहेत. ते मंत्र काळजीपूर्वक ऐका, वारंवार लावून ऐका. प्रत्येक मंत्राचं लक्ष देऊन श्रवण करा. प्रत्येक मंत्र दहा मिनिटं वाजतो. कुठला मंत्र तुमच्या मनाला भिडतो ते पहा. पुनःपुन्हा ऐका आणि त्यांतल्या एखाद्याने तुमच्या मनाचा वेध घेतला, तर तो निवडा. तो मंत्र तुमच्या कारमध्ये, घरात, आयपॉड, आयपॅड, मोबाईलवर सर्वत्र सतत लावा.

सतत ते तुमच्या कानावर पडू द्यात. सुरुवातीला ते गाण्यासारखे जोरात म्हणा. नंतर तुमचं तोंड बंद ठेवून तो पुटपुटा. सुरुवातीला तुम्ही थोडा मोठ्याने ऐकल्याशिवाय तो आत्मसात होणार नाही. त्या मंत्राच्या स्पंदनांची स्मृती तुमच्या शरीरात भिनली पाहिजे, जेणेकरून तुमचं तोंड बंद असेल, तरीही मंत्र चालू राहील. काही काळानंतर तुम्ही स्वतःला नुसती आठवण करून दिली, तरी तो आपोआप वाहू लागेल, कारण त्या स्पंदनांची स्मृती तुम्ही अंगीकारलेली असते.

आता, कदाचित, मरणाऱ्या व्यक्तीला स्वतःहून तो जप करणं शक्य होत नाही. त्या मृत्यूच्या क्षणी, जागरूक राहून त्यांना काय म्हणायचे आहे ते म्हणू शकण्यासाठी त्या व्यक्तीकडे पुष्कळ काही लागतं. बरेच लोक मरताना जागरूक

नसतात. म्हणून या संकृतीमध्ये जर कोणी मरत असेल, तर आजूबाजूचे लोक नेहमी 'राम,राम', किंवा 'ओम नमः शिवाय' किंवा जे काही त्यांना माहीत असेल त्याचा जप चालू करतात, कारण त्या मरणाऱ्या व्यक्तीने सुद्धा जागरूकता निर्माण करणाऱ्या, त्या पवित्र ध्वनीचा जप करावा, असं त्यांना वाटतं. म्हणून जेव्हा कोणी घरी किंवा इतर ठिकाणी मरण पावत असेल, तर तुम्ही यांपैकी एखाद्या मंत्राचा जप अगदी हळू आवाजात चालू ठेवू शकता. जर त्यांनी आधीपासूनच स्वतःचा मंत्र निवडला असेल आणि आत्मसात केला असेल, तर तोही लावू शकतो. जर त्यांनी काहीच निवडलं नसेल, तर 'ब्रह्मानंद स्वरूपा' मंत्र प्रत्येकासाठी लावू शकतो. याच्यामुळे प्राण निघून जाण्याची प्रक्रिया त्रासदायक होणार नाही.

आपण, शरीरातून बाहेर पडतानाचे अधिक शक्तिशाली मंत्रही देऊ शकतो, कारण जीवन निघून जाण्याच्या तयारीत असताना त्यावर ध्वनिकंपनांचा अद्भुत परिणाम घडू शकतो. तुम्ही जर शक्तिशाली कंपनं सुरू ठेवली, तर जीवन स्वतःला व्यवस्थित आवरू शकेल आणि तुम्ही आणि तुमचं शरीर हा बंध आणखी सैल होईल. त्यामुळे निदान काही दिवस किंवा काही तास, तुम्ही १००% शरीर नाही, हा अनुभव घेऊ शकता. ही कोणत्याही मनुष्यजीवासाठी खूप सुंदर गोष्ट असते. पण ती आजूबाजूला असलेल्या लोकांवरही परिणाम करेल, म्हणून याचा प्रयोग करताना कोणीही तिथे असू नये. शिवाय, लोक त्याचा कसा वापर करतील, हेही आपल्याला माहीत नाही. ते जबाबदारीने वापरलं जाईल, हे निश्चित करण्याचा कोणताही मार्ग नाही. ते कार चालवताना वापर करतील आणि अपघात करून शरीर सोडून जातील. म्हणून जनसमूहाला हे उपलब्ध करून न देणंच उत्तम. याऐवजी आपण वैराग्य मंत्रासारख्या साधारण मंत्रांचा वापर करू शकतो.

पाच प्राणांपैकी, उदान वायू योग्य प्रकारच्या कंपनांनी प्रभावित केला जाऊ शकतो. आधी सांगितल्याप्रमाणे, उदान वायू श्वासोच्छ्वास थांबल्यानंतर सहा ते बारा तासांत निघून जातो. मंत्र जप आणि साम्ब्रानी धूप लावल्याने उदान वायू लगेच बाहेर पडण्यासाठी अनुकूल कंपनं तयार होतात. अन्यथा, उदान वायू बाहेर पडायच्या अगोदरच एखाद्याच्या शरीराचे दहन केल्यास काही प्रमाणात क्षोभ निर्माण होऊ शकतो.

आता समजा, जर कोणी आयसीयूमध्ये किंवा त्यासारख्या परिस्थितीत मरत असेल, तर आपण काय करू शकतो? कारण तिथे डॉक्टर दिवा किंवा मंत्रजप किंवा

तत्सम काही लावू देणार नाहीत. पहिली गोष्ट, लोकांनी मरण्यासाठी आयसीयूमध्ये जाऊ नये. परंतु अशी स्थिती अनिवार्य असेल, तर तुम्ही घरी काही गोष्टी करू शकता; परंतु त्या एवढ्या प्रभावी नाहीत. उदाहरणार्थ, तुम्ही त्यांनी वापरलेले काही कपडे पांढऱ्या कपड्यामध्ये गुंडाळून त्यांच्या फोटोसमोर ठेवा आणि तेथे दिवा लावा. तिथे तुम्ही मंत्र जपही लावू शकता. त्याचा थोडा परिणाम होईल. परंतु त्यांच्या उपस्थितीत केलं असता जितका होईल, तितका नाही.

दिवा आणि मंत्र जप, हे एखाद्याचा मृत्यू झाला आहे हे प्रमाणित झाल्यानंतर, चौदा दिवसांपर्यंत चालू ठेवा, कारण एखादी व्यक्ती वैद्यकीयदृष्ट्या मृत झालेली असते; परंतु अस्तित्वाच्या दृष्टीने नाही. मृत्यू हळूहळू घडत असतो. मातीच्या या शरीरापासून जीवन निघून जाण्याची प्रक्रिया टप्प्या-टप्प्यात होत असते. प्रत्यक्षात फुप्फुसं, हृदय आणि मेंदूचं कार्य थांबलेलं असतं म्हणून त्यांना मृत घोषित केलं जातं; परंतु ते अजून संपलेलेले नसतात. जरी त्या व्यक्तीच्या शरीराचं दहन केलं, तरीही ते अजून गेलेले नसतात, कारण त्यांचा दुसऱ्या लोकातील प्रवास अजून सुरू झालेला नसतो.

आता, ज्या वेळी मृत्यू जवळ येत असतो, त्या वेळी मरणाऱ्या व्यक्तीला घराच्या बाहेर मोकळ्या जागेत किंवा अंगणात हलवावं. तिथे तुम्ही त्यांना उत्तर-दक्षिण दिशेने, उत्तरेला डोकं करून, मातीवर कापड अंथरून त्यावर ठेवावं. ज्या वेळी मृत्यू निश्चित असतो आणि तो सहज व्हावा असं तुम्हाला वाटतं, त्या वेळी हे करावं. शरीर जर घरामध्येच, बांधकाम केलेल्या वातावरणात असेल, तर जीव सहजपणे शरीर सोडून जात नाही.

डोकं उत्तरेकडे का ठेवायचं? उत्तरेकडे डोकं ठेवून झोपू नका, असं तुम्हाला भारतात परंपरेनुसार सांगतात. तुम्ही उत्तर गोलार्धात असाल, तरच हे बरोबर आहे. तुम्ही जर दक्षिण गोलार्धात, म्हणजे ऑस्ट्रेलियात गेलात, तर तुम्ही तुमचं डोकं दक्षिणेकडे ठेवू नये. शरीराची रचना बरीचशी अशी आहे की, तुमचा मणका ताठ उभा राहिला, तर ती आदर्श स्थिती आहे. आता तुमच्या हृदयाचं स्थान तीन चतुर्थांशावर आहे कारण रक्त वर ढकलणं अवघड आहे, ते खाली ढकलणं सोपं आहे, आणि हृदयाच्या वरच्या दिशेने जाणाऱ्या सर्व धमन्या आणि वाहिन्या अतिशय पातळ आहेत. खाली जाणाऱ्या रक्तवाहिन्या बऱ्याच जाड आहेत. जसं आपण मेंदूकडे जातो, तसं रक्तवाहिन्या केसासारख्या बारीक होतात. म्हणून

तुम्ही ज्या वेळी आडवे झालेलं असता, त्या वेळी शरीराच्या वरच्या भागात रक्त ढकलणं बरंच सोपं होतं. तुम्ही आडवं झाल्यानंतर हृदय त्याच्या क्रियेत काही अनुकूल बदल करतं. तरीही थोडा परिणाम होतोच.

आता, लोह हा तुमच्या रक्ताचा एक महत्त्वाचा घटक आहे. तुम्ही जर अशक्त असाल, तर डॉक्टर तुम्हाला लोहाच्या पूरक गोळ्या देतात. तुम्हाला माहीत आहेच, उत्तर ध्रुव बाकीच्या पृथ्वीला अतिशय ताकदवान चुंबकीय बलाने खेचत असतो. जर तुम्ही तुमचं डोकं उत्तरेकडे करून आडवे झालात, तर तुमचा रक्तप्रवाह ते उत्तर दिशेने खेचेल. परिणामी, तुमच्या मेंदूमध्ये अधिक रक्तप्रवाह जाईल. हा फार जास्त नाही; परंतु तुमच्या व्यवस्थेवर परिणाम करेल, इतपत पुरेसा आहे. म्हणून तुम्ही जर उत्तरेकडे डोकं करून झोपलात, तर तुम्हाला नीट झोप लागत नाही. तुम्हाला झोप नीट न लागल्याने वाईट स्वप्न पडू शकतात. जर वृद्ध लोकांचं डोकं उत्तरेकडे केलं, तर ते झोपेमध्येच मरू शकतात. किंवा त्यांना मेंदूचा रक्तस्राव किंवा पक्षाघात किंवा तत्सम काही होऊ शकतं. म्हणून तुम्ही जेव्हा उत्तर गोलार्धात राहता तेव्हा तुम्ही डोकं उत्तरेकडे करून आडवं होऊ नये.

परंतु व्यक्ती जेव्हा मृत्युसमीप असेल, तेव्हा तुम्ही तिचं डोकं उत्तरेकडे केलं पाहिजे, कारण ते शरीरापासून वेगळी होण्याची प्रक्रिया सोपी करतं. त्या शेवटच्या क्षणांमध्ये, जरी भौतिक शरीरातून शक्ती निघून गेल्या असल्या, तरी जीवन अजून तिथेच थांबून काही करण्याचा प्रयत्न करतं, कारण त्याला काय करावं हे कळत नाही. परंतु तुम्ही जर ते उत्तर-दक्षिण ठेवलं, तर आता संपलेलं असल्याचं त्याला लगेच कळतं. मग ते शरीर सहजरीत्या सोडून देईल. त्या स्थित्यंतरामध्ये, त्या जीवाला जागृत स्थिती टिकवण्यासाठी सुद्धा याची सहायता होते. ह्या काही साध्या; परंतु प्रभावी गोष्टी मरणाऱ्या व्यक्तीला सहायता करण्यासाठी तुम्ही करू शकता.

मृत्यूपासून शरीराच्या दहनापर्यंतचं क्रियाकर्म

आपण अगोदर पाहिलं की ज्या वेळी मृत्यूचा विषय असतो, त्या वेळी आपण भाषेचा प्रयोग कसा करतो, हे महत्त्वाचं असतं: तुम्ही कोणी मृत झाल्याचं निदान करत नाही, तर तुम्ही ते घोषित करता. हे महत्त्वाचं आहे कारण या दोघांमध्ये फरक आहे. ज्या वेळी तुम्ही त्यांना मृत घोषित करता, त्या वेळी ते फक्त तुमच्यासाठी

मृत असतात. परंतु त्या व्यक्तीसाठी, एक प्रकारे, एवढंच घडलं आहे की ते शरीर-विरहित झाले आहेत, त्यांचं शरीर सुटलं आहे. हे भौतिक शरीर म्हणजे पृथ्वीकडून गोळा केलेला थोडासा भाग आहे हे न समजता, आपण हे शरीरच आहोत या समजुतीत ते संपूर्ण आयुष्य जगले. जेव्हा ते अचानक शरीराबाहेर निसटतात, तेव्हा ते त्याच्याभोवती घिरट्या घालण्यास प्रवृत्त होतात, कारण आता त्यांच्याकडे विवेकबुद्धी उरलेली नसते. जीवन टप्प्या-टप्प्याने ह्या शरीरात येतं आणि टप्प्या-टप्प्याने निघून जातं.

भारतीय संस्कृतीमध्ये असा विश्वास आहे की, एखादी व्यक्ती मृत झाल्याची ज्या क्षणी आपल्याला खात्री होते, त्या क्षणी आपण काही ठरावीक गोष्टी केल्या पाहिजेत, जेणेकरून त्या स्थितीमध्ये जाणाऱ्या जीवाला आपण मदत करू शकतो. ज्या व्यक्तीला मृत्यूच्या प्रक्रियेतील बारीकसारीक गोष्टींचं ज्ञान आहे, ती त्या जाणाऱ्या जीवासाठी बरंच काही करू शकते. त्याचप्रमाणे, मृत व्यक्तीच्या जवळ असणाऱ्या, साधारण व्यक्तीनेसुद्धा जाणाऱ्या जीवासाठी काही ठरावीक गोष्टी केल्या, तर मृत व्यक्तीचा प्रवास सहज होण्यासाठी खूप फरक पडू शकतो, त्यांना त्यातलं काही कळत असो किंवा नसो. ही त्या मृत व्यक्तीसाठी खूप चांगली गोष्ट असेल आणि मागे राहणाऱ्या जिवंत व्यक्तींसाठीसुद्धा.

मृत शरीर कसं ठेवावं?

जरी शरीर मृत झाले असले, तरी ते उत्तर-दक्षिण दिशेने, डोकं उत्तरेकडे करून ठेवलेलं चांगलं. आपण अगोदर म्हटल्याप्रमाणे, त्या मृत व्यक्तीने त्यांचं संपूर्ण आयुष्य 'मी शरीर आहे अशा समजुतीत आणि मी शरीर आहे याचा अनुभव घेत' घालवलेलं आहे. अचानक ते बाहेर टाकले जातात आणि त्यांचा गोंधळ उडतो. मानसिकदृष्ट्या नाही; परंतु अस्तित्वाच्या दृष्टीने. त्यांच्याकडे विचार करण्यासाठी विवेकशील मन उरत नाही. आता हे संपलं असल्याचं त्यांना कळत नाही. ते आसपास घोटाळत राहतात कारण शरीर अजून तिथेच असतं. ते त्या शरीरात पुन्हा प्रवेश करण्यास प्रवृत्त होतात, जरी ते शरीर जीवन धारण करण्यास अयोग्य असलं तरी. परिणामी, एक ठरावीक प्रकारची ऊर्जा त्या जागेत निर्माण होऊ लागते. त्या व्यक्तीसाठी आणि आसपास राहणाऱ्या लोकांसाठीही ती चांगली नसते.

जेव्हा तुम्ही शरीर उत्तर-दक्षिण दिशेने डोकं उत्तरेकडे करून ठेवता, तेव्हा जीव शरीरापासून बाहेर ओढला जातो. हे केल्यानंतर टाकून दिलेल्या शरीरातील शारीरिक क्रियांमध्ये ठरावीक बदल फार झपाट्याने व्हायला सुरुवात होते. परिणामी, त्या विशिष्ट शरीराभोवती घुटमळण्यात काही अर्थ नाही, याची जाणीव जीवाला होते. कारण यापुढे तो त्या शरीरात प्रवेश करू शकत नाही. तो जीव आणि ते शरीर यांच्यात थोडं अंतर तयार होतं. त्या जीवाच्या बाबतीत पुढे जे काही होणार आहे, त्यासाठी ते अनुकूल असतं.

पायांचे दोन्ही अंगठे एकत्र बांधणं

मृत्यूनंतर करायची पुढची गोष्ट म्हणजे, पायांचे दोन्ही अंगठे एकत्र बांधणं. याचं कारण ज्या वेळी तुम्ही जिवंत असता, त्या वेळी जीवनशक्ती तुमच्या शरीरातील प्रत्येक पेशीत खोलवर भिनलेल्या असतात. जेव्हा मृत्यू होतो, तेव्हा त्या हळूहळू क्षीण होत जातात. शारीरिक कार्यांचा विचार करता, ते मृत असेल; परंतु ते पूर्णपणे मृत होत नाही, ते हळूहळू मृत होत जातं, कारण शरीरातील सर्व पेशी अजून मृत झालेल्या नसतात आणि त्या अजूनही जिवंत राहण्याचा प्रयत्न करत असतात. त्या बाहेरून शक्ती खेचण्याचा प्रयत्न करतात. जेव्हा त्या शक्ती खेचण्याचा प्रयत्न करतात, तेव्हा काही ठरावीक प्रकारच्या शक्ती शरीरामध्ये शिरू शकतात. ह्या गोष्टी टाळण्यासाठी लोक पायांचे दोन्ही अंगठे अशा प्रकारे एकत्र बांधतात की अंगठ्याच्या बाहेरचा पृष्ठभाग एकमेकांना स्पर्श करेल.

आतासुद्धा, तुम्ही जर तुमच्या पायाचे अंगठे एकत्र बांधलेत, तर तुमच्या लक्षात येईल की, तुमचं गुदद्वार आणि मूलाधार चक्र नेहमीच घट्ट बंद होतील. जर मूलाधार चक्र बंद नसेल, तर उरलेले प्राणाचे अंश त्या चक्रातून बाहेर पडण्याचा प्रयत्न करतील. हे चांगलं नाही. शिवाय, जर मूलाधार चक्र आणि गुदद्वार बंद नसेल, तर जीव पुन्हा त्या खालच्या मार्गातून शरीरात पुन्हा प्रवेश करण्यास प्रवृत्त होतात. यामुळे अनिष्ट परिस्थिती उद्भवू शकते, हे त्या जीवासाठी आणि जिवंत व्यक्तींसाठीही अजिबात चांगलं नाही.

मूलाधार चक्र बंद झालं, की जीव त्यात जाऊ शकत नाही आणि शरीरात पुन्हा प्रवेश करणं शक्य होत नाही. शरीरात प्रवेश करण्याचे प्रयत्न नेहमी सोडून गेलेल्या

जीवाचेच असतील असं नाही. त्या मार्गाने येण्याचा प्रयत्न करणारे इतरही जीव आहेत. जर कोणाला नुकतंच मृत झालेलं शरीर वापरून विशिष्ट तांत्रिक क्रिया करायच्या असतील, तर ते नेहमी मूलाधार चक्राचा वापर करतात. कारण हा सर्वांत सोपा मार्ग आहे. दुसरे मार्ग इतके सहजासाहजी उपलब्ध होत नाहीत. म्हणून अंगठे बांधल्याने अशा गोष्टींपासून संरक्षण होतं, ज्यामध्ये तांत्रिक क्रिया करणारे लोक हे शरीर वापरून त्या जीवाला बऱ्याच प्रकारे बद्ध करून ठेवतात.

खरंतर याला एक व्यावहारिक बाजूही आहे. जर तुम्ही अंगठे एकत्र बांधले नाहीत, तर जेव्हा मृत्यू होतो, तेव्हा पाय नैसर्गिकपणे फाकत जाऊन बरेच पसरण्याची शक्यता असते. शरीरात ताठरपणा यायला सुरुवात झाली की तुम्ही ते पाय परत एकत्र आणू शकणार नाही. परिणामी, ते शरीर हाताळणं अवघड आणि विचित्र होऊन बसेल. म्हणून अंगठे बांधल्याने शरीराची अंगं अस्ताव्यस्त होणं टाळता येतं.

शरीराचं स्नान आणि कपडे चढवणं

भारतातल्या काही जमातींना ह्या गोष्टींची जाणीव आहे. ते एखादी व्यक्ती मृत झाल्यावर त्या शरीरावरचे कपडे काढून नग्न करतात. यानंतर त्याशरीराला पाण्याने अंघोळ घालतात. याचं एक कारण असं की, त्या व्यक्तीला इजा झालेली असू शकते किंवा शेवटच्या काळात ती आजारी असू शकते, म्हणून मग ते स्वच्छ केलं पाहिजे. परंतु फक्त स्वच्छतेच्या दृष्टिकोनातून आपण त्याला स्नान घालत नाही. हे बघा, तुम्ही जिवंत असताना तुम्हाला कोणी अंघोळ घालण्याचा प्रयत्न केला आणि अचानक चेहऱ्यावर पाणी ओतलं, तर तुम्हाला पाण्यात उडी मारल्यासारखं वाटेल. असं वाटतं की, तुम्ही बुडणार आहात. शरीरात अगदी थोडी जरी एखादी कृती होत असेल, तर ती थांबेल. यामागचा विचार, फक्त शरीर स्वच्छ करणं एवढाच नाही; तर जीवाला शरीरातून पूर्णपणे बाहेर पडण्यासाठी सहायता करणं हा आहे, कारण वाहत्या पाण्यामध्ये शरीराचे बरेच पैलू स्वच्छ करण्याची क्षमता आहे.

त्यानंतर आता पुन्हा एकदा तुम्ही ते शरीर उत्तर-दक्षिण दिशेने उघड्या जागेत ठेवावं. शरीर नग्न असतं. त्यावर फक्त पांढरं वस्त्र टाकून झाकलेलं असतं. हे वस्त्रसुद्धा लोकांसाठी असतं, त्या मृत शरीरासाठी नाही. मृत शरीराच्या बाबतीत

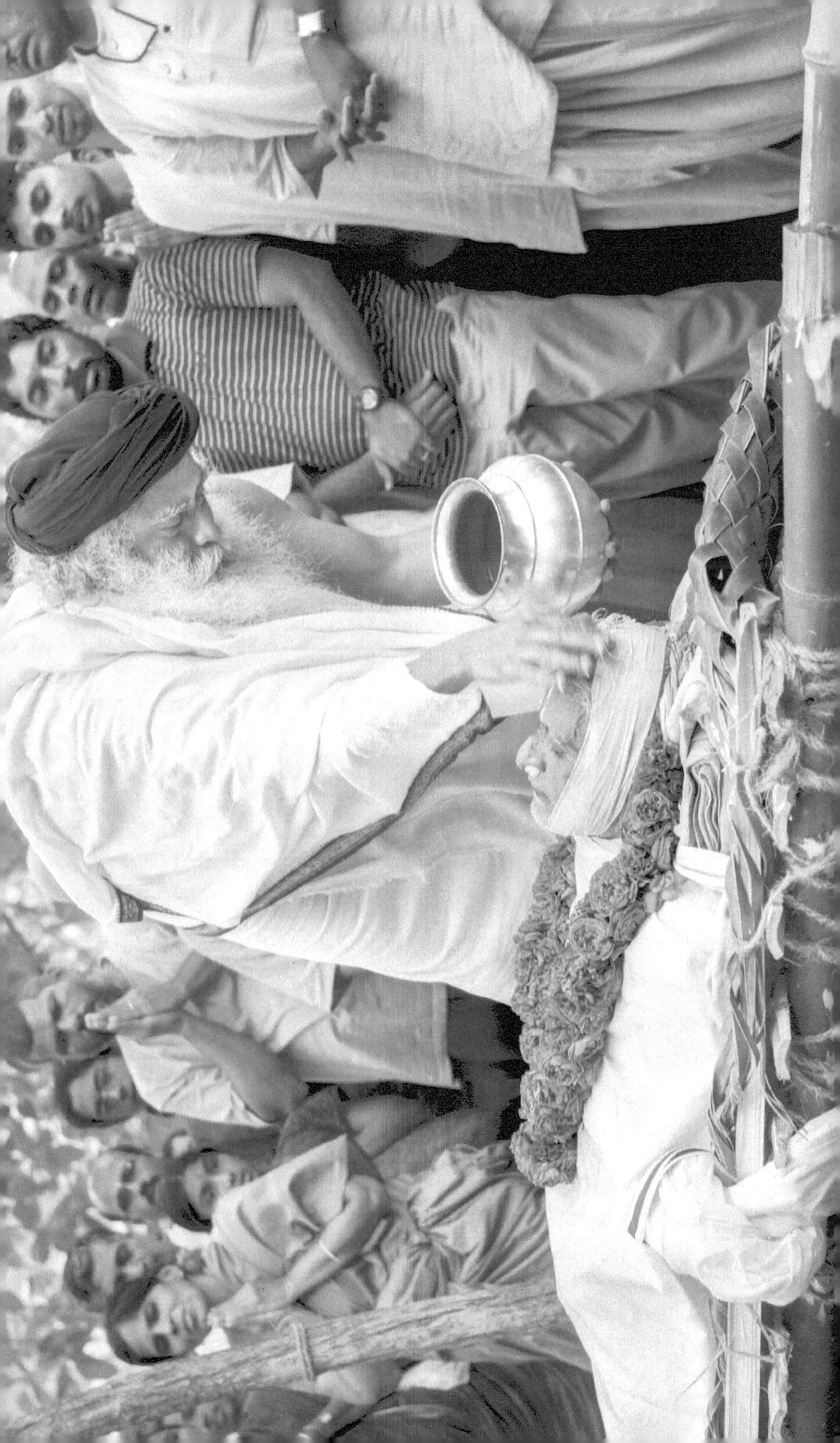

काहीच झाकण्यासारखं नसतं किंवा काहीच उघड करून दाखवण्यासारखं नसतं, परंतु जिवंत लोकांना समस्या असतात. म्हणून एक पांढरं कापड, फक्त एक वस्त्र ते शरीर झाकण्यासाठी वापरलं जातं. पांढरं कापड का? हा रंग सर्व प्रकाश आणि बरीचशी उष्णता परावर्तीत करतो. हे दोन घटक पेशींचं विघटन जलदरीत्या घडवून आणतात. या टप्प्यात जलद विघटन होणं उचित नाही, कारण प्राणाचे ठरावीक पैलू अजूनही काही अंशी शरीरात कार्यरत असतात. काळ्या किंवा इतर रंगांचं कापड हे प्रकाश आणि उष्णता दोन्ही शोषून घेईल. ते टाळलं पाहिजे.

दुर्दैवाने, आजकाल लोकांनी शरीराला कपडे चढवून मोठ्या प्रमाणात सुशोभित करायला सुरुवात केली आहे. पाश्चिमात्य देशांत अंडरटेकर (दफनविधीची व्यवस्था पाहणारी व्यक्ती), हॉलिवूड तारकांना जेवढा मेक-अप करतात, त्यापेक्षा जास्त मेकअप मृत शरीराला करतात. हा फारच आर्थिकदृष्ट्या फायदेशीर व्यवसाय होत चालला आहे. परंतु या संस्कृतीमध्ये, तुम्ही जेव्हा परत मृत्यूकडे जाता, तेव्हा नग्न होऊन परत जाता, जसे तुम्ही जन्माला आला, तसेच. तुम्ही जिवंत असताना जरी ते तुम्हाला उमगलं नाही, तरी हे पाहणाऱ्या इतरांना तरी ते कळावं. हे त्यांच्या डोक्यात प्रकाश पडावा म्हणून आहे, की या गोष्टी यानंतर काही कामाच्या नाहीत.

मृत शरीराच्या आसपास कोणत्या गोष्टी करू नयेत?

विविध संस्कृतींमध्ये मृतासाठी बऱ्याच प्रथा आणि क्रियाकर्म आहेत, परंतु तुम्ही मृत शरीराच्या आसपास अजिबात करू नयेत, अशाही काही गोष्टीं आहेत. पहिली गोष्टः मृत शरीराच्या जवळ तुम्ही झोपू नये. कारण झोपेमध्ये प्रत्येक जण, सर्वच गोष्टींसाठी, जागृत अवस्थेपेक्षा खूप जास्त संवेदनशील आणि असुरक्षित असतो. आपण आगोदरच पाहिलं की, मृत्यू ही प्रक्रिया आहे आणि ती बराच काळ चालू राहते. तुम्ही जर शरीर सहा तास, बारा तास, किंवा चोवीस तास किंवा जितका काळ ते ठेवलं असेल, त्या वेळी ती प्रक्रिया चालूच असते आणि जीवन अजूनही बाहेर पडत असते. म्हणून त्या शरीराजवळ झोपणारे लोक अशा गोष्टींसाठी उपलब्ध होतात. हे त्यांच्यासाठी चांगलं नाही.

दुसरी गोष्ट म्हणजे, कोणीही मृत शरीराजवळ अन्न शिजवू नये किंवा खाऊ नये. अन्नाची प्रकृती स्वतःकडे ऊर्जा खेचून घेण्याची असते. म्हणून जिथे जीवनशक्ती

अजूनही बाहेर पडत असतात, जर तिथे तुम्ही अन्न शिजवत असाल किंवा खात असाल, तर तुम्ही एका प्रकारे तुमच्याच मृत नातेवाइकाला खाल्लं, असं होईल. हे अगदी अतिरेकी वाटेल; परंतु अन्न त्या शक्ती खेचून घेईल. म्हणून परंपरेने ज्या घरात मृत्यू झाला आहे, त्या घरात लोक चौदा दिवसांपर्यंत अन्न शिजवत नाहीत. तिथे राहणाऱ्यांसाठी लोकांसाठी, बाहेरचे लोक अन्न आणून देतात. परंतु तिथे अन्न खाणंही चांगलं नाही.

खाण्याच्या प्रक्रियेचं स्वरूपच असं आहे की, ते व्यक्तीला अनेक बाह्य प्रभावांप्रति ग्रहणक्षम बनवते. अन्नग्रहण आणि लैंगिक क्रियेचे क्षण असे आहेत की, मनुष्य त्या वेळी इतर वेळेपेक्षा जास्त ग्रहणक्षम असतो कारण ते आतमध्ये घेण्यासाठी मानवी शरीररचनेला काही प्रमाणात स्वतःला उघडावं लागतं. याच कारणासाठी तुम्ही अन्नग्रहण किती वेळा करता, ती संख्या कमी केली पाहिजे, जेणेकरून तुम्ही तुमच्या शरीरव्यवस्थेची अखंडता टिकवू शकाल. तुम्ही हे स्पष्ट पाहू शकता: जे लोक सतत खात असतात, म्हणजे जरी ते कमी खात असले तरी, त्यांच्या शरीरव्यवस्थेची अखंडता राहात नाही. लैंगिकता, खाणे आणि सतत पाणी पीत राहण्यानेसुद्धा शरीर वेगवेगळ्या प्रभावांसाठी उघडलं जातं, जे नेहमीच त्या लोकांसाठी चांगलं नसतं. यामुळेच, योगी त्यांची शरीरव्यवस्था अगदीच आवश्यक असेल, त्याच वेळी प्रमाणबद्ध आणि शिस्तबद्ध रूपात उघडतात. सतत आत घेत राहिल्याने शरीराच्या सूक्ष्म आयामांची अखंडता सैल पडते. जे लोक सतत काहीतरी खात असतात, त्यांची बुद्धी सैल पडेल, हे तुमच्या लक्षात येईल. ते स्थूल होतील, हा मुद्दा नाही. ते सर्व प्रकारे सैल पडतात, त्यांच्याकडे शक्ती किंवा चैतन्य किंवा क्षमता नसते, कारण ते त्यांची व्यवस्था सतत उघडत असतात. तसंच तुम्ही अगदी केव्हाही आणि कुठेही खाऊ नये. भारतामध्ये, तुम्ही जेवत असताना, कधीही अनोळखी व्यक्तींच्या नजरेस पडू नये अशी तुमची अपेक्षा असते. तुम्ही अगदी कोणाबरोबरही बसून खात नाही. परंतु आजकाल जरी तो तुमचा शत्रू असला, तरी जेवणाच्या टेबलवरच मीटिंग करता. परंतु निदान मृत शरीराच्या आसपास तरी तुम्ही खाण्याचं टाळावं.

मृत शरीराला विनाकारण स्पर्श करणंही टाळावं. स्पर्श करणं गरजेचं असेल, तर ते फक्त स्वच्छता करणं, अंघोळ घालणं, किंवा शरीर हलवणं एवढ्यापुरतंच असावं, परंतु आवश्यकता नसताना शरीराला धरून ठेवणं, मिठी मारणं आणि ते

सर्व टाळावं. ते तुमच्यासाठी आणि निघून चाललेल्या जीवासाठीही चांगलं नाही. आणखी एक गोष्ट म्हणजे, तुम्ही मृत शरीराला एकटं सोडू नये. भारतामध्ये, तुमच्या जवळचं कोणी मृत झालं, तर तुम्ही त्या शरीराजवळ तुपाचा, लोण्याचा, किंवा तिळाच्या तेलाचा दिवा लावून ठेवावा, अशी अपेक्षा असते. लोकांनी तिथे बसून लक्ष ठेवणं अपेक्षित असतं, कोणीही मृत शरीराला एकटं टाकत नाही. दिव्याच्या ज्योतीमुळे शुद्धीकरण होतं. ते क्लेशनाशन क्रियेसारखं असतं. जर नेहमीसारखा मृत्यू असेल, तर दिवा पायाजवळ ठेवा. जर तो उच्च श्रेणीतला असेल, तर बाहेर पडणाऱ्या शक्तीचं शुद्धीकरण व्हावं यासाठी दिवा डोक्याजवळ ठेवला जातो. जर तिथे जाणकार मनुष्य मदतीसाठी असेल, तर ते शरीराच्या विशिष्ट भागावर दिवा लावून ठेवतील. शरीराचं दहन किंवा दफन झाल्यानंतरही तुम्ही चौदा दिवसांपर्यंत दिवा लावून ठेवू शकता.

मृताला आदरांजली

जगातील जवळपास सर्व भागांत, कोणी मरण पावलं, तर जे लोक मृताला ओळखतात, ते येऊन त्याला आदरांजली वाहतात. परंतु भारतामध्ये मृत व्यक्ती देवतासमान मानली जाते आणि लोक त्यांना वाकून नमस्कार करतात. जेव्हा ते जिवंत होते, तेव्हा ते कोण होते याने फरक पडत नाही. जेव्हा ते जिवंत होते, तेव्हा कदाचित ते कुठल्याही प्रकारच्या आदराला पात्र नव्हते; परंतु आता ते मरण पावल्यानंतर लोक त्यांना नमस्कार करतात. हे ती व्यक्ती गेल्याचा आनंद झाला म्हणून नव्हे. ते त्याला किंवा तिला नमस्कार करतात, कारण यापुढे तो किंवा ती, 'व्यक्ती' म्हणून राहात नाही. आता जे काही उरलं आहे आणि जे काही आसपास घुटमळत आहे, त्याचं स्वरूप वेगळं आहे. ते 'जीवन' आहे. ते जीवनाचा आधार आहे आणि त्याच्यासोबत तुम्ही वादविवाद करत नाही. तुम्ही त्याच्या बुद्धीवर प्रश्नचिन्ह उपस्थित करत नाही. तुम्ही फक्त त्याला वाकून नमस्कार करता, कारण ते तुमच्या खूप पलीकडचं आहे.

मृत व्यक्तीच्या वस्तू

जेव्हा व्यक्ती मरण पावते, तेव्हा जे कपडे त्या शरीराच्या खूप संपर्कात होते (जसं की अंतर्वस्त्रं), ते लगेच जाळून टाकले पाहिजेत. बाकीचे कपडे, दागिने आणि इतर वस्तू तीन दिवसांच्या आत पुष्कळ लोकांमध्ये(एकाच व्यक्तीला नव्हे) वाटून टाकल्या पाहिजे. सर्व काही लवकरात लवकर वाटून टाकलं पाहिजे, म्हणजे तो जीव गोंधळून जातो. ह्यापुढे कशाच्या जवळ राहायचं, हे त्याला कळत नाही. तुम्ही जर तो कपड्यांचा गठ्ठा एकाच व्यक्तीला दिला, तर तो जीव तिथे जाईल कारण त्यांच्या शरीराची शक्ती अजूनही त्या कपड्यांमध्ये असते आणि तो त्याकडे आकर्षित होतो. हे फक्त मृताच्या शांतीसाठीच नव्हे; तर कुटुंब आणि नातेवाइकांच्या शांतीसाठीही आहे, कारण तेही समजतील की, आता ते संपलं आहे. तुम्ही त्याच्या किती जवळ होता किंवा किती त्याच्यात गुंतला होता, त्याने काही फरक पडत नाही. जेव्हा हे केलं जातं, तेव्हा खेळ संपलेला असतो.

दहन करावं की दफन ?

जर तुमच्या अगदी जवळचं कोणी मरण पावलं असेल आणि शरीर अजून तिथेच असेल, तर तुम्हाला भास होत राहतील, हे तुम्ही बघाल. 'कदाचित ते फक्त झोपले असतील, कदाचित ते उठून बसतील, कदाचित एखादा चमत्कार घडेल. कदाचित दुसरं काही घडेल.' हे विनाकारण चालू राहील. लोक रडत आहेत आणि भावनाविवश होऊन वागत आहेत, हे तुम्ही पाहाल. परंतु ज्या क्षणी शरीराचं दहन केलं जातं, तेव्हा प्रत्येक जण त्या क्षणी शांत होतो, हेही तुम्ही पाहाल. कारण खेळ संपला असल्याचं आता प्रत्येकाला कळतं. शरीराची दहनक्रियासुद्धा जीवनाच्या त्या विशिष्ट जाणिवेतून आली आहे. कारण तुमचा काहीही अंश शिल्लक राहायला नको, हा शरीर जाळण्याचा उद्देश आहे. तुम्ही गेला की, तुम्ही सर्वार्थाने गेला आहात. तुमचं काही बाकी राहता कामा नये. परंतु जर कोणी जाणीवपूर्वक शरीर सोडलं असेल, किंवा जाणीवपूर्वक नसलं, तरी हळुवारपणे सोडलं असेल, तर तुम्ही त्यांना पुरू शकता. परंतु जर ते शरीराच्या बाहेर फेकले गेले असतील, तर तुम्ही ते शरीर जाळलं पाहिजे.

शेतकरी कुटुंब परंपरेने त्यांच्या मृताचं दफन करतात, हे तुम्हाला भारतामध्ये आढळेल, कारण त्यांतले बरेच जण वार्धक्याने मरण पावले असतील - ते हळुवारपणे शरीराबाहेर पडले असतील. क्षत्रिय कुटुंबांमध्ये, जी योद्धयांची कुटुंबं होती, तिथे मृताचं नेहमीच दहन केलं जायचं, कारण त्यांतले बरेच जण शरीराबाहेर फेकले जात, युद्धात किंवा इतर कुठे लढताना. दुसरं असं की, त्या लोकांनी विलासी जीवनशैली, मद्यपान आणि या त्या गोष्टींमुळे आपल्या शरीराची काही अंशी दुर्दशा केलेली असे. अशी शरीरं लगेच जाळून टाकली पाहिजेत. परंतु आता या सर्व गोष्टी ओळखणारं कोणी उरलं नाही, शिवाय तुम्ही जर त्यांना शवपेटीत ठेवून दफन केलं, तर त्यांचं मातीत लवकर विघटनही होत नाही. म्हणून मी म्हणेन, की जर कोणी तरुण आणि चैतन्यशील असताना मरण पावलं, तर त्यांचं दहन कारण चांगलं. जर कोणी वृद्धापकाळानं मरण पावलं, तर दफन करू शकता.

तुम्ही जर जीवनाची प्रक्रिया चांगल्या प्रकारे समजली असेल, अत्यंत चांगल्या प्रकारे, तर तुम्ही संपूर्णपणे बाहेर पडता, तुम्ही सर्व काही गोळा करून बाहेर पडता. तुम्ही अशा प्रकारे शरीर सोडू शकता. तुम्ही जर त्या प्रकारे सोडून गेलात, तर तुमचंसुद्धा दफन करता येऊ शकतं. तुम्ही जर पूर्णपणे बाहेर पडला असाल, तर काही घाई नसते. आम्ही तुम्हाला एक किंवा दोन दिवस ठेवू शकतो आणि नंतर दफन करू शकतो. साधारणपणे, लोक अशा व्यक्तींची समाधी बांधतात, जेणेकरून त्यांनी मागे ठेवलेल्या ऊर्जांचा बाकी लोक उपयोग करू शकतील.

जरी आपण कोणाला पुरलं, तरी शरीराच्या वर आणि खाली मीठ आणि हळदीचा थर दिला पाहिजे. त्या शरीराचं विघटन लवकरात लवकर झालं पाहिजे, ही यामागची कल्पना आहे. आपण जर ते ह्या पदार्थांशिवाय जमिनीमध्ये पुरलं, तर ते शरीर बराच काळ तसंच राहतं आणि विनाकारण काही प्रक्रिया घडतात. त्या चांगल्या नसतात. तसंच, विविध तंत्रविद्या करणारे लोक नेहमी नवीन मृत शरीराच्या शोधात असत, ही आणखी एक भीती भारतामध्ये होती. तुम्ही जर शरीर पुरून गेलात, तर तुम्ही निघून गेल्यावर लगेच ते येतील आणि उकरून बाहेर काढतील. आजच्या काळात आपण अशा गोष्टींबद्दल फारसं ऐकत नाही, परंतु पूर्वीच्या काळी हे बरेचदा घडत असे. जर तुम्ही मीठ टाकलं, तर ते शरीर त्यांच्यासाठी निरुपयोगी ठरतं. तुम्ही मीठ टाकलेलं असल्याचं त्यांना जर कळलं, तर ते कबर उकरणार नाहीत.

काही ठरावीक संस्कृतींमध्ये मृत शरीर गिधाडासारख्या पक्ष्यांना खाण्यासाठी ठेवलं जातं. आपल्याला माहीत आहे, नाविक लोकांमध्ये समुद्रात अंत्यसंस्कार करतात. ह्या सर्व चालीरीती सोयीस्कर असल्यामुळे आल्या आहेत. काही धर्म अशा ठिकाणी उदयास आले, जिथे जाळण्यासाठी लाकूड फार दुर्मीळ होतं, म्हणून तिथे मोठ्या प्रमाणावर दफन केलं जातं. वाळवंटी प्रदेशात जळावू लाकूड ही अतिशय मौल्यवान गोष्ट होती, त्यामुळे तिथे जाळण्याचा प्रश्नच नव्हता. शिवाय वाळूमध्ये दफन करणं सोपंही आहे. खड्डा अगदी हातांनीही खणला जाऊ शकतो आणि बुजवता येऊ शकतो. मृत शरीराचं शवपेटीत ठेवून दफन करण्याची प्रथा कदाचित यामुळे आली असेल, की जंगली जनावरांना त्याचा वास येऊन ते मृत शरीरं उकरून काढत. हळूहळू शवपेट्या जास्तीतजास्त तपशील विचारात घेऊन बनवल्या जाऊ लागल्या. काळाच्या ओघात, आजकाल त्या अधिकाधिक सजविल्या जातात. टणक लाकूड, स्टील किंवा कॉन्क्रीटपासूनही बनवल्या जातात. तुम्ही जर अशा पेटीत दफन केलं, तर आतमध्ये ते केवळ सडेल. ते बऱ्याच, बऱ्याच काळापर्यंत पृथ्वीमध्ये मिसळून जाणार नाही. हे चांगलं नाही.

दफन करणं टाळण्याचं आणखी एक कारण म्हणजे, तुम्ही मागे काय ठेवून जात आहात हा प्रश्न आहे. तुम्ही हा प्रयोग करून बघा. दफनभूमीत जा आणि बघा कसं वाटतं. त्यानंतर दहन करण्याच्या जागेत जा आणि पाहा कसं वाटतं. समजा, आज पाच शवांचं दहन झालं आहे, तर स्मशानभूमीत फार चैतन्य असेल, ऊर्जेनं भरलेलं असेल. तिथे बरंच जीवन आहे, परंतु तुमच्याकडे संतुलित मन नसेल, तर ती फार भीतिदायक वाटेल अशी शक्ती आहे. भीतिदायक दुसऱ्या कशामुळे नाही; तर ती तुम्हाला 'तुम्ही नश्वर आहात' याची एक प्रकारे आठवण करून देते. तिथली स्थिती जवळपास तिथे बळी दिल्यासारखी असते, त्या प्रकारची शक्ती. योगी आणि तांत्रिक अशा जागेच्या आसपास घुटमळत असतात, कारण त्यांना त्या शक्तीचा चांगल्या प्रकारे उपयोग करून घेता येतो. म्हणून दहन केल्याने मागे जे राहतं, ते चैतन्यशील असतं; परंतु दफनभूमीत तसं नसतं.

तुम्ही जर दफन भूमीत गेला तर तुम्हाला एक प्रकारे सडत असलेली शक्ती जाणवेल. सडणे हा योग्य शब्द नाही कारण ती शरीर सडत असल्यामुळे नाही. इथे तीच शक्ती अगदी हळू बाहेर पडत आहे. ह्या व्यतिरिक्त, ती शक्ती बराच काळ तिथेच घुटमळत राहिल्याने बऱ्याच जीवांमध्ये तिची सरमिसळ, खूप जास्त

प्रकारे झाली आहे. ह्याचा परिणाम म्हणजे, एक प्रकारची शिळी झालेली ऊर्जा. दफनभूमी तुमच्या मनात भीती निर्माण करत नाही; परंतु त्या जागेला नुसती भेट दिल्याने एखाद्या व्यक्तीमध्ये एक प्रकारची दुःखाची किंवा नैराश्याची भावना अगदी सहजपणे तयार होऊ शकते, जरी तुमच्या कोणा प्रिय व्यक्तीचं दफन तिथे केलेलं नसलं तरी. तुम्ही सरकारी हॉस्पिटलमधल्या जनरल वॉर्डला भेट दिल्यावर वाटतं, तसंच काहीसं वाटेल. ना ते जीवन आहे ना मरण. हे असं काही मागे ठेवून जाणं पुढच्या पिढींसाठी चांगलं नाही.

शरीर घरी आणणं

लोकांमध्ये ही तीव्र भावना असते की एखाद्याचा मृत्यू कुठेही झाला, तरी त्यांचं शरीर दहन किंवा दफन करण्यासाठी घरी आणलं पाहिजे. एके काळी याचा थोडाफार उपयोग होता, कारण ह्या देशातले बरेच पारंपरिक लोक, त्यांच्या घरापासून एका दिवसात चालत जाता येईल, इतक्या अंतरापलीकडच्या ठिकाणी उगवलेले काहीही खात नसत. त्या क्षेत्राबाहेरचं ते काहीही ग्रहण करत नसत. ज्या वेळी ते प्रवास करत, त्या वेळी ते त्यांचं अन्नही बरोबर घेऊन जात. त्यांना इतर कुठूनही आलेलं अन्न घ्यायचं नसे. म्हणून ते ज्या भूमीवर राहात होते, त्या भूमीची स्पंदनं त्यांच्यामध्ये ठळकपणे उमटत असत आणि त्या भूमीशी त्यांचं एक खोलवरचं आणि मजबूत नातं तयार होत असे. जर तुम्ही तशा प्रकारे जगला असाल, तर त्याच भूमीत मरणं आणि तिथेच अंत्यसंस्कार होणं फार महत्त्वाचं असू शकतं.

आजकाल आपण जगभरातून आलेल्या किंवा निदान देशभरातून आलेल्या गोष्टी खात आहोत आणि सर्व जगभर फिरत आहोत. म्हणून आता तुम्हाला कुठं पुरलं जातं हे जास्त महत्त्वाचं नाही. ती जास्तकरून भावनिक बाब म्हणून उरली आहे. आणि जर तुम्ही अगोदरच परदेशात असाल, तर त्या देशाच्या किती गोष्टी तुमच्यात आल्या आहेत, हे आपल्याला माहीत नाही. म्हणून अस्तित्वाच्या दृष्टीने तुम्ही शरीराचे कुठे अंत्यसंस्कार करता याने फरक पडत नाही, परंतु भावनिकदृष्ट्या लोकांना फरक पडतो. शिवाय, त्याला काही व्यावहारिक कारणंसुद्धा असू शकतात. सर्व कुटुंबीय आणि मित्र किंवा ज्यांना त्या अंत्यसंस्कारात सहभाग

घ्यायचा असेल, ते सर्व तुमच्या घराजवळ असण्याची शक्यता जास्त असल्यामुळे ते शरीर घराकडे परत आणणं जास्त सोयीस्कर आहे, कारण त्यांतले बरेच लोक जिथे त्या व्यक्तीचा मृत्यू झाला, तिथपर्यंत प्रवास करू शकणार नाहीत.

घराची शुद्धी

जेव्हा कधी एखाद्या ठिकाणी किंवा राहत्या जागी मृत्यू होतो, तेव्हा साधारणपणे, तिथे काही प्रकारच्या शुद्धीकरणाच्या प्रक्रिया केल्या पाहिजेत. हे फक्त आरोग्याच्या दृष्टिकोनातून नाही; तुम्हाला ती ऊर्जा त्या जागेतून पूर्णपणे पुसून टाकायची आहे. तुम्हाला जर ते घर किंवा राहती जागा स्वच्छ करायची असेल, तर पुण्य पूजा[२] किंवा त्यासारखं काही केलं जाऊ शकता, ज्याचा चांगला परिणाम होतो. तुम्ही तेजस्वी अग्नी, जसे की कापराचा अग्नी, सर्व घरभर फिरवूनसुद्धा शुद्धी करू शकता. ज्याप्रमाणे आपण एखाद्या व्यक्तीसाठी क्लेशनाशन क्रिया करतो, त्याचप्रमाणे संपूर्ण घरासाठीही क्लेशनाशन क्रिया करू शकतो. काही मंत्र जप त्या जागेत केल्यानेसुद्धा खूप फायदा होतो.

शुद्धीकरणाची गरज जिथे मृत्यू घडला, तिथेच फक्त असते असं नाही. परंपरेने, जर तुम्ही अंत्यसंस्कारात सहभाग घेऊन आलात, तर घरामध्ये प्रवेश करण्याच्याही आधी किंवा तिथे कुठल्याही गोष्टीला स्पर्श करण्याअगोदर, तुम्ही स्नान केलं पाहिजे, स्वतःची व्यवस्थित स्वच्छता केली पाहिजे आणि कपडे बदलले पाहिजेत. काही संस्कृतींमध्ये जे कपडे अंत्यसंस्कारांत सहभागी होताना घातले होते, ते पुन्हा कधीही वापरत नाहीत. ते जाळून टाकले जातात, कारण ते कपडे एक प्रकारे मृत्यूची आभा जमा करतात. ती घेऊन तुम्ही इकडे-तिकडे जायचं नसतं.

अंत्यसंस्कारानंतर मुंडन करणं

मृताच्या सर्व पुरुष नातेवाइकांनी मुंडन करणं, हा मृत्यूनंतरचा विधी हिंदूंमध्ये सर्वत्र आढळतो. डोक्याचं मुंडन करण्याची ही प्रथा ज्या वेळी लोक सामान्यतः

२ ईशा योग केंद्र, लिंगभैरवी मंदिरातून येणाऱ्या लोकांतर्फे केले जाणारे जागेच्या शुद्धीकरणासाठीचे विधी

डोक्यावर खूप केस ठेवत होते, त्या वेळेपासून आली आहे. आजकाल ते असंही प्रत्येक महिन्याला किंवा काही काळाने कापतच आहेत, त्यामुळे तुम्ही मुंडन केलं किंवा नाही याने फारसा फरक पडत नाही. परंतु पूर्वी लोक सामान्यतः लांब केस ठेवत असतं आणि केस ही काही प्रमाणात आभा सहज जमा करू शकणारी अशी गोष्ट आहे. तुम्हाला माहीत आहे, की केस स्थिर विद्युतभार (स्टॅटिक इलेक्ट्रिसिटी) जमा करतात. ज्या लोकांच्या डोक्यावर खूप केस असतील, त्या लोकांच्या केसांवर विद्युतभार असतो. काही ठरावीक हवामानात ते काही वेळा तडतड आवाज करतात. केसांमध्ये ही क्षमता असते. त्याचप्रमाणे, ज्या घरात मृत्यू झाला आहे, त्या ठिकाणी तुम्ही असाल किंवा तुमचं त्या व्यक्तीशी नातं असेल, तर तुम्ही ती मृत्यूची आभा विशेषकरून तुमच्या केसांमध्ये गोळा करता. परिणामी, ती आभा तुमच्याभोवती राहते.

म्हणून जर भरपूर केस असतील, तर तुम्ही ते कापून टाकावेत, म्हणजे ती आभा निघून जाईल. याच कारणाने नवीन जन्म झालेल्या बाळाचंसुद्धा मुंडन करतात. तुम्ही ज्या वेळी आईच्या गर्भात असता, तेव्हा तुम्ही ती आभा जमा करता. जन्म झाल्यानंतरसुद्धा ती आभा तशीच राहते. ती तुमच्याबरोबर राहिली, तर तुमची वाढ चांगली होत नाही. म्हणून पाच ते सहा महिने वाट पहिली जाते, जेणेकरून तोपर्यंत बाळाची पुरेशी वाढ होऊन आरोग्य स्थिरस्थावर होते आणि त्यानंतर डोक्याचं मुंडन केलं जातं. मुलाच्या डोक्याचं मुंडन केल्याने त्याच्या शक्ती डोक्याच्या दिशेने जाऊन मेंदूचा विकास होण्यास मदत होते.

अस्थिरक्षा विसर्जन

मृत्यू झाल्यानंतर, जीवाला शरीरातून पूर्णपणे बाहेर पडण्यासाठी चाळीस दिवसांपर्यंतचा काळ लागू शकतो. तुम्ही जरी भौतिक शरीर जाळून टाकलं असलं, तरी तो शरीराच्या काही विशिष्ट घटकांच्या, जसे अस्थिरक्षा, किंवा वापरलेले कपडे किंवा त्यांच्या ज्या गोष्टी होत्या, त्याच्या शोधात येईल. तो मग घाम किंवा शरीराचा वासही असू शकतो, कारण अजूनही त्या जीवामध्ये आता सर्व संपलं असल्याची जाणीव आलेली नसते. असं होणं चांगलं नाही म्हणून आपण त्या

गोष्टी नष्ट करतो. यासाठी एक गोष्ट केली जाते, ती म्हणजे, त्यांची अस्थिरक्षा शक्य तितकी सर्वदूर विसर्जित करणे.

अंत्यसंस्कारानंतर तुम्ही ती एका ठिकाणी ठेवली असेल, तर त्याच्या शोधात येण्याची जीवाची प्रवृत्ती असते. म्हणून ती नदीमध्ये सोडतात, म्हणजे ती खरोखरच सर्वदूर पसरेल. त्यामुळे ती शोधून काढता येणार नाही. आता सर्व संपलं आहे ही जाणीव जीवामध्ये निर्माण व्हावी म्हणून जे काही शक्य आहे, ते करण्याचा हा प्रयत्न असतो. किंबहुना, आता सर्व संपलं आहे, हे जीवित व्यक्तींनाही कळावं यासाठीसुद्धा हे आहे. अन्यथा तुम्ही ती अस्थिरक्षा एखाद्या कलशामध्ये ठेवाल आणि त्याविषयी विनाकारण भावनिक व्हाल.

रक्षा विसर्जित करण्याचं आणखी एक कारण म्हणजे, त्याचा दुरुपयोग न होऊ देणं. तंत्रविद्या करणाऱ्यांना, जेव्हा त्या शरीरविरहित जीवाला आपल्याकडे आकर्षित करून घ्यायचं असतं, तेव्हा ते नेहमी स्मशानातून ती राख गोळा करून त्या प्रकारचे क्रियाकर्म करतात. ते वाट बघत असतात -ते जणू काही तुम्हाला मदत करायला थांबले आहेत असं दाखवून स्मशानात बसून राहतात. साधारणतः, त्यांना एक विशिष्ट प्रकारचा विधी करायचा असेल, तर ते शरीरच चोरून नेतील. हे सामान्यतः अघोरी लोक करतात. ते नेहमी तरुण, चैतन्यशील मृत शरीराच्या शोधात असतात. कारण त्यावर बसून ते साधना करू शकतात. व्यान वायू, जो अजून हळूहळू शरीरातून निघून जात आहे, त्याला वापरून ते शरीराला सक्रिय करतात आणि त्या शरीरावर एक प्रकारे स्वार होतात. किंवा ते स्वतःच्या शक्ती वापरून, काही गोष्टी करण्यासाठी, त्या मृत शरीराला सक्रिय करतात. पूर्वीच्या काळी हे दुर्मीळ नव्हतं. चेटूक करणारे तांत्रिक हे आणखी एक प्रकारचे लोक ह्या राखेच्या शोधात असतात. ते त्याचा दुरुपयोग करतात.

ह्या सर्व कारणांसाठी जेव्हा तुमच्या प्रिय व्यक्तीचं निधन होतं, तेव्हा ती राख शक्य तितकी सर्वदूर पसरेल, हे तुम्ही निश्चित करावं. ते स्वतःच त्याच्या शोधात यावे किंवा चेटूक करणाऱ्यांचे ते शिकार व्हावे, अशी तुमची इच्छा नसते. म्हणून तुम्ही ती रक्षा गोळा करून नदीत सोडता. किंवा तुम्ही पर्वतावर जाता आणि जिथे जोरात वारा वाहात आहे अशा ठिकाणी तुम्ही ती हवेत सोडता, म्हणजे ती सगळीकडे पसरते. पूर्वीच्या काळी असा दुरुपयोग दुर्मीळ नव्हता; परंतु आजकाल

असं करण्याची क्षमता असणारे लोक अगदी मूठभर उरले आहेत. परंतु तरीसुद्धा ती रक्षा विसर्जित करणं चांगलं, कारण त्यामुळे जीव त्याकडे आकर्षित होत नाही.

अवयव दान करणं चांगलं आहे का?

मी तर असं म्हणेन, तुम्ही जर उपयोगी आयुष्य जगला नसाल, तर निदान मृत्यूमध्ये तरी तुम्ही उपयोगी पडावं. म्हणून एखाद्याने त्यांच्या मृत शरीराचा उपयोग केला, तर ते चांगलंच आहे. सगळे लोक जसे एकाच प्रकारे जगत नाहीत, तसेच ते एकाच प्रकारे मरतही नाहीत, हे आपण आधीच पाहिलं आहे. तुम्ही जर योगशास्त्राच्या दृष्टीतून पाहिलं, तर लोकांचा मृत्यू कोणत्याही एका चक्रातून होऊ शकतो. त्यातील कोणत्याही एका आयामात मृत्यू होऊ शकतो. जर एखाद्याचा मृत्यू विशिष्ट पद्धतीने झाला असेल, आणि जागरूक अवस्थेत शरीर सोडलं असेल, तर त्यांच्या शरीराचे अवयव वेगळं करणं चांगलं नाही. परंतु जर लोक नेहमीच्या पद्धतीने मरण पावले असतील, तर ते करणं ठीक आहे. परंतु हा निर्णय करू शकेल अशी सक्षम व्यक्ती असली पाहिजे, ही खरी समस्या आहे. शिवाय, एखाद्याचा मृत्यू झाल्यावर कोणी जाऊन तिथे सांगू शकतो का, 'तुमच्या वडिलांचं निधन वाईट प्रकारे झालं आहे, त्यामुळे तुम्ही शरीरराची चिरफाड करून त्यांचे अवयव दान करू शकता?' असं करणं सामाजिकदृष्ट्या उचित नाही आणि शक्यही नाही. म्हणून हेच अधिक चांगलं होईल की, अवयव दान हे सर्वांसाठी खुलं करावं ना की अपवाद म्हणून. शिवाय, जर इतरांसाठी उपयुक्त ठरणार असेल, तर करणंच अधिक चांगलं होईल. स्पष्ट सांगायचं, तर, अवयव काढून घेतले, तर काही ठरावीक लोकांसाठी ते काहीसं नुकसानकारक ठरू शकतं, परंतु जर तुमचे अवयव घेऊन कोणी पाहू शकत असेल किंवा अधिक काळ जगू शकत असेल, तर ते ठीक आहे.

आता लोक विचारतात, जर कोणी आध्यात्मिक मार्गावर असेल, तर त्यांनी अवयव दान करावेत का? मला वाटतं, किडनी आणि इतर काही थोड्या गोष्टी सोडल्या तर तुम्ही ते अवयव मृत्यूनंतर दान करत आहात. मग करा ते दान, काय समस्या आहे? प्रश्न हा आहे की, मृत्यूनंतर दान करतेवेळी शरीराला जी काही थोडीफार इजा होत असेल ती आध्यात्मिक व्यक्तीसाठी ठीक आहे का? एखाद्याचा मृत्यू झाल्यानंतर, असंही ते शरीर आपण जाळणार किंवा पुरणार

आहोत. तुम्ही जर ते पुरलं तर किडेमुंग्यांना किंवा झाडांना ते अवयव दान होणार आहेत. तेही त्याचा वापर करतात. तुम्ही जर डोळा काढून घेतलेला असेल, तर किड्यामुंग्यांना काही कमी आहे असं वाटणार नाही. तुम्ही जर अपघात किंवा जिथे शरीराची दुर्दशा झाली आहे, परंतु अवयव शाबूत आहेत; अशाच काही परिस्थितीत मरण पावला असाल, तर ते आपण काढून घेऊ शकतो. ते योग्य आहे. त्याचा अध्यात्माशी काही संबंध नाही. तो भावनिक प्रश्न आहे. एखादी गोष्ट कोणासाठी उपयुक्त असेल, कोणी पाहू शकत असेल किंवा त्याचा वापर करून जगू शकणार असेल, तर ते ठीक आहे. शिवाय, एखाद्या व्यक्तीने 'माझं शरीर दहा जणांच्या उपयोगी पडू दे' हा हेतू ठेवून मरणं, ही चांगली गोष्ट आहे.

काही लोक त्यांचं संपूर्ण शरीर संशोधन करण्यासाठी देऊन टाकतात. ही शरीरं फार दीर्घकाळ सांभाळून ठेवली जातात आणि त्यांची जास्तीतजास्त चिरफाड होते. जर त्यांनी पहिल्या अकरा ते चौदा दिवसांच्या आतच शरीराचं विच्छेदन करायला सुरुवात केली, तर ते निश्चितच त्या व्यक्तीचं थोडंफार नुकसान करतं. जर असं काही होत असेल, तर आपण काही गोष्टी करू शकतो, जेणेकरून ते पूर्णपणे निघून जातील. त्याच्यानंतर शरीराचा कसा वापर केला जातो, याने काही फरक पडत नाही. परंतु मला असं वाटतं, शैक्षणिक किंवा संशोधनाच्या कामासाठी शरीराचं विच्छेदन करण्याची सुरुवात ते चौदा दिवसांच्या कालावधीनंतर बऱ्याच दिवसांनी करत असावेत. त्या वेळी ते जणू अर्धमेल्यासारखं असतं. तुम्ही ते डॉक्टरांना देता की पुरता की जाळून टाकता, यानं त्या व्यक्तीला काही फरक पडत नाही.

आता काही लोकांना याची काळजी वाटते की, जर कर्म शरीराच्या अगदी लहानशा भागातही कोरले जात असेल, तर अवयव रोपण करून हे जे अवयव घेतले जातात, ते दात्याचं कर्मही बरोबर आणत नसतील का? लोक रक्तदान कित्येक वर्षांपासून करत आहेत. बाकीच्या अवयवांपेक्षा रक्त अधिक महत्त्वपूर्ण आहे आणि ते सर्व शरीरभर फिरत असतं, प्रत्येक अवयवापर्यंत. त्याला प्रत्येक ठिकाणी प्रवेश आहे, तुमच्या मेंदूतही. परंतु असं रक्त घेऊनसुद्धा लोक छान आहेत, तर मग हेही चांगलंच आहे. निश्चितपणे तुम्ही थोडं काहीतरी घेत आहात, परंतु यात धोक्यांपेक्षा फायदे जास्त आहेत. हे करणं सर्वांत चांगलं आहे का? नाही. परंतु हे करणं गरजेचं असेल, तर तुम्ही करावं का? होय. जर तो अवयव अनुकूल नसेल किंवा काही वेळा शरीराशी जुळवून घेत नसेल, तर शरीर त्याला असाही नकार देईल.

मात्र, या गोष्टीविषयी आपल्याला खूप भावना असतात, ही समस्या आहे. तुमच्या किडनी फक्त फिल्टर आहेत. तुमची डिझेल गाडी असेल, तर प्रत्येक १०,००० किलोमीटरला तुम्ही फिल्टर बदलता. तसंच तुम्ही तुमचा किडनी फिल्टर बदलत आहात. प्रश्न हा आहे की, तुमचा फिल्टर अगोदर कोणीतरी वापरला आहे, तो सेकंडहँड फिल्टर आहे. मग यात काही अडचण आहे का? कदाचित असू शकते. म्हणूनच, आजकाल प्रयोगशाळेत नवीन फिल्टर बनवण्याचा प्रयत्न चालू आहे. ते प्रयोगशाळेत यकृत, किडनी, प्लीहा, आणि ज्याची गरज आहे असे अवयव बनवून साठवून ठेवत आहेत. ज्या वेळी तुम्हाला कशाची गरज असेल त्या वेळी तो तयार असेल. तो चांगला नवा फिल्टर आहे. तो तुम्ही शरीरामध्ये बसवू शकता, कारण शरीर म्हणजे शेवटी एक यंत्र आहे. तुमचे जर सर्व अवयव बदलले, तर तुम्हाला तुमचं शरीर 'तुमचं स्वतःचं आहे' अशी जाणीव उरणार नाही. कदाचित, तुम्ही जास्त सहज आध्यात्मिक व्हाल. ती चांगली गोष्ट असेल, कारण अशा लोकांना सांगावं लागणार नाही, 'तुम्ही शरीर नाही.' त्यांना आधीच ठाऊक आहे की, ते त्यांचं हृदय नाही, ते त्यांचं यकृत नाही, ते त्यांची किडनी नाही!

शरीर अमूर्त करणं

मृत्यूनंतर करायचे हे सर्व विधी हे मुळात शरीराची योग्यरीत्या विल्हेवाट लावणं आणि त्या जीवाला पुढच्या प्रवासासाठी सहायता करण्यासाठी आहेत. परंतु जे स्वतःच स्वतःची मदत करतात आणि त्यांना दुसऱ्या कोणाच्या मदतीची आवश्यकता नसते, असेही काही लोक असतात. हे अतिशय उच्च सिद्धयोगी आहेत. ते केवळ त्यांचं शरीर स्वच्छेने सोडत नाहीत, तर ते नाहीसंसुद्धा करतात. त्यांना कोणालाही अंत्यसंस्कारांसाठी त्रास द्यायचा नसतो! असं शरीर नष्ट होत नाही, त्याचं अमूर्त स्वरूप, म्हणजेच नाहीसं होतं. ते दृश्य जगतापासून अदृश्य जगतामध्ये जातं. सृष्टीमध्ये जे काही पाहतो, ती म्हणजे अ-सृजनामधून सृजनाच्या निर्मितीची प्रक्रिया आहे, अदृश्यापासून दृश्याची निर्मिती. पण इथे उलट होत असतं. पंच महाभूतांवर पुरेसं प्रभुत्व असलेले योगी अशा प्रकारे शरीर नाहीसे करू शकतात.

अशा प्रकारचे बरेच योगी होऊन गेले. जेव्हा ते निघून जातात, तेव्हा काही जण राख मागे ठेवून जातात; परंतु बऱ्याच वेळा मागे फक्त थोडंसं पाणी उरलेलं

असतं. हे कसं केलं जात? मुळात हे शरीर पाच तत्त्वांपासून बनलं आहे: ७२% पाणी, १२% पृथ्वी (भूमी), ६% वायू, ४ % अग्नी आणि उरलेलं आकाश. आकाशाचं तुम्हाला काही करायची आवश्यकता नसते. तुम्हाला जर बाकीच्या गोष्टी अमूर्त करता आल्या, विशेषकरून पृथ्वी, तर तुम्ही इथेच लुप्त होऊन जाल. ते लोक पाणीसुद्धा अमूर्त करू शकतात; परंतु तो शरीराचा बराच मोठा हिस्सा असल्यामुळे त्याचा काही भाग मागे उरतो. त्यांच्या सिद्धीचं प्रावीण्य थोडं कमी पडतं एवढंच, आणखी काही नाही. आमच्या ज्या साधकांच्या घरी लिंगभैरवी यंत्र आहे, त्यांच्यापैकी बऱ्याच जणांकडे हे घडलं आहे. काही दिवशी सकाळी त्यांना यंत्राजवळ पाणी साठलेलं दिसतं. आदल्या रात्री त्यांनी सर्व काही स्वच्छ केलेलं असतं, दिवा लावलेला असतो आणि सर्व काही, परंतु सकाळी तिथे पाणी साठलेलं असतं. यामध्ये चिंता करण्यासारखं काही नाही. हे असं होण्याचं कारण, एखाद्या शरीरविरहित जीवाने त्या यंत्राचा वापर करून आपलं कर्म-शरीर पूर्णपणे संपवलं आहे, आणि त्या प्रक्रियेमध्ये काही पाणी मागे उरलं आहे. ते अगदी योग्य आहे.

ज्यामध्ये शरीर अमूर्त होण्याच्या घटना घडल्याचं सांगितलं गेलं आहे, असे काही प्रसंग अलीकडच्या इतिहासात घडले आहेत. 'वाल्लालर' नावाने प्रसिद्ध असलेल्या रामलिंग आदिगळ या तमिळ संताने १८७३ मध्ये त्यांचं शेवटचं प्रवचन दिलं आणि 'ते आता जाणार असल्याचं' जाहीर केलं. जानेवारी १८७४ मध्ये, ते त्यांच्या राहण्याच्या खोलीत गेले. खोली प्रकाशित करण्यासाठी ते जो दिवा लावायचे, तो त्यांनी जाण्याआधी आणून बाहेर ठेवला आणि 'त्या दिव्यापासून आणखी दिवे लावा, आणि अशा दिव्यांसमोर ध्यान करा', असं सांगितलं. तसंचकोणीही ती खोली उघडू नये, अशी विनंती त्यांनी केली, जर ती उघडलीच, तर ते आतमध्ये सापडणार नाहीत, हेही सांगितलं. तेव्हाच्या ब्रिटिश सरकारने जबरदस्तीने ती खोली मे महिन्यात उघडली आणि अपेक्षेप्रमाणे ती खोली रिकामी होती. जिथे संत आणि योगीपुरुषांनी त्यांच्या शरीराची व्यवस्था करायला लोकांना त्रास पडू नये म्हणून हा मार्ग निवडला होता, असे बरेच प्रसंग घडले आहेत.

असाच एक प्रसंग अगदी अलीकडच्या काळात १९५२मध्ये तिबेटमध्ये घडला होता. सोनम नामग्याल नावाचे एक प्रसिद्ध महापुरुष होते. ते दगडावर मंत्र आणि पवित्र पुस्तकं कोरणारे साधे कारागीर होते. ते तिथे स्थापित अशा कोणत्याही आध्यात्मिक संप्रदायामध्ये किंवा परंपरेमध्ये सामील नव्हते. ते पारंपरिक गीतं

आणि मंत्र यांऐवजी स्वतःच रचना करायचे आणि गायचे. पण ते काय करत होते, याची कोणालाही कल्पना नव्हती. ते म्हणायचे, त्यांच्या तरुणपणी ते एक शिकारी होते आणि एकदा पर्वतामध्ये फिरत असताना एका महान गुरूकडून त्यांनी उपदेश घेतला होता. एकदा ते आजारी पडले. यामुळे दुःखी होण्याऐवजी किंवा दबून जाण्याऐवजी ते अधिकाधिक आनंदी होत गेले. आपल्या कुटुंबाला आणि जवळच्या प्रत्येकाला बोलावून ते म्हणाले, 'मी आता लवकरच मरणार आहे, आणि माझं फक्त एवढंच मागणं आहे, की मी मेल्यानंतर एक आठवडाभर माझं शरीर हलवू नका. त्यानंतर तुम्ही त्याची पुढची व्यवस्था करू शकता.'

आधी भाकीत केल्याप्रमाणे, ते काही आठवड्यांत मरण पावले. त्यानंतर त्यांच्या कुटुंबाने त्यांचं शरीर कापडात गुंडाळून ते घरातल्या एका लहान खोलीत ठेवून दिलं. त्या वेळी त्यांना ते हलकं आणि त्यांच्या आकारापेक्षा लहान झाल्यासारखं वाटलं. आठवडाभर, जेव्हा कधी ते त्या खोलीमध्ये डोकावत होते, तेव्हा ते शरीर अधिक लहान होत असल्यासारखं वाटत होतं. मृत्यूनंतर आठव्या दिवशी त्यांच्या अंत्यसंस्कारांची तयारी केली गेली आणि जेव्हा शरीराभोवती गुंडाळलेलं कापड काढलं, तेव्हा आतमध्ये त्यांची नखं आणि केस सोडले, तर बाकी काहीच नव्हतं. ते निश्चितच भारतात फिरले असणार आणि कधीकाळी हिमालयातील योग्यांकडून शिकले असणार, कारण त्यांच्या अशा प्रकारे निघून जाण्यात भारतीय योग्यांची छाप स्पष्टपणे दिसत होती.

तंत्रविद्येचा वापर करूनसुद्धा शरीर अमूर्त करता येऊ शकतं. एकेकाळी अनेक शतकांपासून, विशेषकरून उत्तर अमेरिकेतील आदिवासी समाजामध्ये ही प्रथा चालू होती. म्हैसूरमध्ये असताना हे घडताना मी एकदा पाहिलं होतं. मी मोटरसायकल चालवत होतो आणि खरं असं काही कारण नसताना मी एका ठिकाणी थांबलो. ती संध्याकाळ होती, आणि अचानक एक दाढीवाला मनुष्य माझ्यासमोर प्रकट झाला, कमरेला फक्त एक टॉवेल गुंडाळला होता. मी त्याच्याकडे पाहिलं आणि तो ज्योत बनला, फक्त जळणारी ज्योत. तो दहा मिनिटं जळत राहिला आणि त्यानंतर - फू - तो गायब झाला. त्यानंतर, काही ठरावीक काळात, तो मनुष्य खूप साऱ्या मार्गांनी माझ्यासमोर यायला सुरुवात झाली. मी त्याला काही पैसे देण्याचा प्रयत्न करत असे आणि, फू, तो आहे तसाच अदृश्य होत असे.

ध्यानलिंग प्राणप्रतिष्ठेची तयारी करत असताना हे आणखी एकदा घडलं. हेसुद्धा पुन्हा म्हैसूरमध्येच घडलं. माझ्या एक मित्राने घड्याळाची नवीन शोरूम उघडली होती आणि त्याने मला भेट देण्यासाठी बोलावलं होतं. एके दिवशी, विज्जी आणि मी तिथे जाण्याचं ठरवलं. मी कार उभी केली आणि आम्ही चालत रस्ता ओलांडत होतो. आम्ही दुकानात प्रवेश करणार होतो, इतक्यात एक माणूस आमच्याजवळ आला. त्यानेसुद्धा कमरेभोवती एक कापड गुंडाळलं होतं. तो आला आणि त्याने भिक्षा मागितली. मी त्याच्याकडे पाहून ओळखलं की, हा काही भिकारी नाही. म्हणून मी माझं पाकीट काढलं, त्यात होते ते सर्व पैसे काढले आणि त्याच्या हातात ठेवले.[३] ते किती रुपये होते, हेदेखील मी पाहिलं नाही. मी फक्त ते सर्व काढले आणि त्याच्या हातात ठेवले. पुढच्या क्षणी तो गायब झाला होता, असाच अदृश्य झाला.

विज्जीने हे सर्व पाहताच ती स्तब्ध झाली. ती इतकी घाबरली होती की, काही दिवस ती झोपू शकली नाही. तिला ते पचनी पडलं नाही की, हा मनुष्य तिथे उभा होता आणि नंतर तो अदृश्य झाला-अगदी क्षणात. मी याचा पाठपुरावा केला नाही. मी ते पाकीट माझ्याकडे ठेवल्याचं मला वाईट वाटलं. मी त्याला सगळं काही द्यायला पाहिजे होतं. त्यात पैशांव्यतिरिक्त इतर काही गोष्टी होत्या, म्हणून मी ते ठेवून घेतलं.

ज्यांनी पंचतत्त्वांपैकी एखाद्या ठरावीक तत्त्वावर प्रभुत्व मिळवलेलं असतं, असे हे लोक असतात. त्यांचं अस्तित्व त्यासारखंच असतं. त्यांचं भौतिक शरीरात प्रकट होणं कदाचित पूर्णपणे त्यांच्या नियंत्रणात नसावं, आणि ते बराच काळ तशा प्रकारे राहू शकत नसावेत. म्हणून ते काही क्षणांपुरते प्रकट होतात आणि नंतर गायब होतात. म्हणून एकतर पंचतत्त्वांवर प्रभुत्व असल्यामुळे किंवा वामाचार मार्गाने लोक अशा गोष्टी करू शकतात.

•••

---

३ भारतीय संस्कृतीमध्ये साधू लोकांना भिक्षा देणं भाग्याचं मानलं गेलं आहे.

प्रकरण ८

शरीरविरहित जीवाला सहाय्यता

ज्याप्रमाणे जिवंत व्यक्तींबद्दल आपली कर्तव्यं आहेत, त्याचप्रमाणे मृतांबद्दलही आपली काही कर्तव्यं आहेत.

मृत्यूनंतरचे विधी का गरजेचे आहेत?

आपण अगोदर[1], पाहिलं की जेव्हा व्यक्ती मरते, तेव्हा सर्व जीवनशक्ती एकदम निघून जात नाहीत. व्यावहारिकदृष्ट्या, एखादी व्यक्ती मृत झाली असेल, परंतु तुम्ही डॉक्टर असाल आणि आसपासचे बरेच मृत्यू पाहिले असतील किंवा तुम्ही अंडरटेकर (दफनविधी करणारे लोक) असाल, तर तुम्हाला माहीत असेल, की मृत्यू ही काही काळ चालणारी प्रक्रिया आहे आणि ती अशी घटना नाही की, जी क्षणार्धात घडते. कारण शरीर सोडण्याच्या प्रक्रियेमध्ये पंचप्राण एकदम सगळे निघून जात नाहीत, तर टप्प्या-टप्प्याने निघून जातात. ज्याप्रमाणे, तुम्ही एका दिवसात जन्म घेतला नाही. तुम्ही पूर्ण जीवन बनण्यासाठी नऊ महिन्यांपेक्षा जास्त कालावधी घेतला. त्याचप्रमाणे एखाद्याचा मृत्यूही एकदम होत नाही. जीवन टप्प्या-टप्प्यात शरीर सोडून जातं. साधारणपणे मरणाऱ्या व्यक्तीला या वेळेला काही मदत मिळाली, तर ती चांगल्या प्रकारे मरू शकते. प्रत्येक जण मरणार आहे, आणि आपल्या काही प्रिय व्यक्तींना आपण जीवनात कधी ना कधी गमावणार

१ प्रकरण २ मधील 'मृत्यूचा क्रम' हा विभाग पहा.

आहोत. म्हणून त्यांच्या बाबतीत काहीतरी छान घडलेलं पाहायला आपल्याला निश्चितपणे आवडेल.

समजा, तुम्ही भाड्याच्या घरात राहात आहात आणि घरमालक तुम्हाला घर खाली करायला सांगतो. पण तुम्ही ते टप्प्या-टप्प्याने खाली करता. तुम्ही तुमचं फर्निचर घेऊन जाल, पण स्वयंपाकघरातील गोष्टी मागे ठेवाल; तुम्ही स्वयंपाकघरातील सामान घेऊन जाल, पण तुमचा बिछाना मागे ठेवाल, कारण तुम्ही अजूनही ती जागा मनातून सोडलेली नाही - तुम्हाला परत-परत यावंसं वाटतं आणि त्या घराशी संबंध टिकवून ठेवावासा वाटतो. जेव्हा मालक हे बघतो, तेव्हा तो सर्व सामान बाहेर फेकून देईल. एका प्रकारे, तुमच्या बाबतीतही नेमकं हेच करण्याची गरज असते.

जो योगी असेल व ज्याने त्याच्या किंवा तिच्या पंचवायूची पुरेशी साधना केली आहे, ते जाताना सर्व गोळा करतील आणि निघून जातील. अशा वेळी मृत वस्तूच्या आसपास घुटमळत राहायची त्यांची इच्छा नसते. म्हणून जेव्हा ते रिकामं करतात, तेव्हा ते पूर्णपणे करतात. सोडून जाण्याचा हा चांगला मार्ग आहे, परंतु असं सोडून जाण्यासाठी स्वतःच्या ऊर्जांवर विशिष्ट प्रावीण्य असावं लागतं. जर व्यक्ती अशा प्रकारे सोडून गेली, तर त्याच्यासाठी काही क्रियाकर्म करायची गरज नाही, कारण तो पूर्णपणे सोडून गेला आहे. परंतु तुम्हाला जर घर खाली कसं करायचं माहीत नसेल आणि जर तुम्ही त्या घरात राहात असल्याने फार आसक्त असाल व तुम्ही ते टप्प्या-टप्प्यात खाली करत असाल, तर इतर कोणी तुम्हाला धक्का देऊन थोडं बाहेर ढकलू शकतो.

ही प्रक्रिया मृत्यूनंतर पहिल्या तीन ते पाच दिवसांत फार प्रभावी पद्धतीने करता येते. अकरा दिवसांपर्यंत अजूनही शक्यता चांगली असते. चौदा दिवसांपर्यंत ते शक्य आहे, परंतु त्यानंतर ते अवघड बनतं. कोणी फार तरुण वयात मरण पावलं असेल किंवा शरीर सोडल्यानंतरही त्यांच्या ऊर्जा खूप चैतन्यशील असतील, तर त्यांच्या बाबतीत चाळीस ते अठ्ठेचाळीस दिवसांपर्यंत हे करता येऊ शकतं. त्यानंतर त्या शरीरविरहित जीवाशी संबंध प्रस्थापित करण्याची आपली क्षमता कमी होते.

जोपर्यंत ते गोंधळलेले आहेत आणि स्थित्यंतराच्या अवस्थेत आहेत, तोपर्यंत त्यांच्यापर्यंत जास्त सहज पोहोचू शकतो. समजा, तुम्ही खरंच एखाद्या मोठ्या समस्येमुळे आयुष्यात गोंधळून गेला आहात, आणि तुम्ही माझ्याकडे येता आणि

विनंती करता, 'सद्‌गुरू, कृपाकरून काहीतरी करा.' आता, या वेळी तुमच्यासाठी काहीतरी करणं सोपं आहे. असंच हे आहे. परंतु तुमचं जरा बरं चाललेलं असतं आणि थोडे आरामात असता, त्या वेळी तुमच्याशी कोणी बोलू शकत नाही! ह्या जीवांचंही असंच आहे. चौदा दिवसांनंतर ते त्यांच्या नवीन निवासात स्थिर झालेले असतील आणि त्यानंतर त्यांच्यासाठी काही करणं थोडं कठीण होऊन बसतं.

याशिवाय, तुम्ही काही विशिष्ट गोष्टी केल्या आणि भौतिक यंत्रणेतून बाहेर पडणारा व्यान वायू काढून घेतला, तर सूक्ष्म शरीराला, स्वतःला जतन करून ठेवण्यासाठी लागणारा, व्यान वायू मिळणार नाही. म्हणून ते आकुंचन पावायला सुरुवात होईल. आताही, आपण तुमच्या शरीरातून व्यान वायू काढून घेतला, तर ते शरीर चुरगळलेल्या कागदाच्या बोळ्यासारखं होईल. शरीर स्वतःच स्वतःला पाडायला सुरुवात करेल. जेव्हा तुम्ही व्यान वायू काढून घेता किंवा मृत्यूनंतर शरीरात असणारी त्याची मात्रा मर्यादित करता, तेव्हा जतन करून ठेवण्याचा तो गुण निघून जातो. आता, तो जीव हताश होऊन नवीन शरीर मिळवण्याच्या मागे लागतो. आपण करत असलेली ही क्रियाकर्म त्या व्यान वायू निघून जाण्याच्या प्रक्रियेमध्ये हस्तक्षेप करतात, आणि ही प्रक्रिया पुढे चालू राहू देत नाहीत. आता जणू काही ते नवीन ठिकाणी किंवा नवीन देशात गेले आहेत; परंतु त्यांना अजून ओळखपत्र मिळालेलं नाही. म्हणून ते नवीन निवासस्थान शोधू शकत नाहीत किंवा कुठेही जाऊ शकत नाहीत. ते कोलमडू लागतात.

मृत्युपश्चात् विधी हे फक्त मृत व्यक्तीला पुढच्या प्रवासासाठी मदत करण्यासाठीच नाही; तर ते मागे राहणाऱ्याच्या सुद्धा फायद्याचे आहेत, कारण जी व्यक्ती मेली आहे, ती जर आपल्या अवतीभवती बरंच अस्थिर जीवन सोडून गेली, तर आपलं जीवन चांगलं राहणार नाही. असं नाही, की भूतं येऊन तुम्हाला धरतील. परंतु ते वातावरण प्रभावित करेल. आसपास जे आहेत, त्यांना मानसिकरीत्या ते प्रभावित करेल. ते आसपासच्या जीवनाची गुणवत्तासुद्धा प्रभावित करेल. याच कारणासाठी जगातील प्रत्येक संस्कृतीमध्ये मृतांसाठी त्यांचे स्वतःचे विधी आहेत. सामान्यतः त्यांतले बरेच जवळच्या आणि प्रिय व्यक्तींना मानसिक स्थैर्य लाभावं म्हणून आहेत. एक प्रकारे त्यांच्यामागे एक ठरावीक अर्थ आणि शास्त्रही असत. परंतु भारतीयांमध्ये जेवढ्या विस्तृत पद्धती आहेत, तेवढ्या कदाचित दुसऱ्या कोणत्याही संस्कृतीमध्ये नसतील. अगदी मृत्यू झाल्याच्या क्षणापासून, किंवा

तो होण्याच्या अगोदरपासून, व्यक्ती अतिशय हितकारक मार्गाने मरण पावेल, यासाठी संपूर्ण व्यवस्था आहेत. जीवनाच्या शक्य त्या सर्व बाजूंचा विचार करून, प्रत्येक गोष्टीचा मुक्तीसाठी कसा जास्तीतजास्त उपयोग करता येईल, असा त्यांचा प्रयत्न असे. मृत्यू होणार असेल, तर त्याचाही ते कोणत्यातरी मार्गाने मुक्तीसाठी उपयोग करू इच्छितात. म्हणून त्यांनी मरणाऱ्यासाठी आणि मृत झालेल्यांसाठी शक्तिशाली विधी तयार केले.

आजकाल, हे विधी आणखी जास्त महत्त्वाचे झाले आहेत, कारण जवळपास प्रत्येक जण, स्वतःची जीवनप्रक्रिया कशी काम करते, याची आवश्यक समज नसताना आणि अजगारूक अवस्थेत मरायला सुरुवात झाली आहे. जुन्या काळी बरेचसे लोक संसर्ग किंवा रोगांमुळे मरत असत. म्हणून मग त्यांना शरीरापलीकडे गेल्यानंतरही मदत व्हावी म्हणून लोकांनी एक संपूर्ण शास्त्र तयार केले. जेव्हा ते शरीरात होते, तेव्हा कदाचित आसपासचे लोक त्यांना काय आजार आहे, हे शोधू शकले नसतील, किंवा त्या व्यक्तीला आवश्यक ते उपचार मिळाले नसतील, किंवा दुसरं काही घडलं असेल आणि ते मरण पावले असतील. त्यामुळे निदान त्याच्या किंवा तिच्या मृत्यूनंतर ते जास्त काळ घुटमळत राहणार नाहीत आणि लवकर विलीन होऊन जातील, अशी मदत ते त्यांना करू इच्छित होते. यामधूनच कर्मकांडामागचं शास्त्र विकसित झालं. दुर्दैवाने, आजकाल जरुरी ज्ञान आणि प्रावीण्य यांच्या अभावामुळे ते विधी बऱ्याच प्रमाणात अर्थहीन बनले आहेत.

जेव्हा आपण मृतांची व्यवस्थित काळजी घेत नाही, तेव्हा त्यामुळे त्या समाजातील पौगंडावस्थेतील मुला-मुलींना भयंकर त्रासातून जावं लागतं. हे शरीररहित जीव पहिल्यांदा कोणत्या गोष्टीकडे जात असतील, तर ते आहे पौगंडावस्थेतील जीवन. कारण आपल्या आसपासचं ते सर्वांत सोपं आणि असुरक्षित मनुष्यजीवन आहे. वयात येणं, म्हणजे जणू कात टाकण्याची अवस्था आहे, जिथे वाढ झपाट्याने होत असते, शारीरिकच नव्हे; तर हरएक प्रकारे. याच कारणामुळे ते जीवन बाहेरच्या प्रभावाप्रति फारच संवेदनशील असतं. जर आसपास काही सकारात्मक किंवा नकारात्मक शक्ती असतील, तर पहिल्यांदा वयात येणारी पिढी ते शोषून घेईल.

वयात येणाऱ्यांमध्ये, मुली या गोष्टींसाठी मुलांपेक्षा आणखी जास्तच संवेदनशील असतात. परंतु वयात येण्याच्या अगोदरची मुलं, आठ ते दहा वर्षांची

होईपर्यंत, साधारणपणे ह्या गोष्टींपासून सुरक्षित असतात. निसर्गाने त्यांना ते संरक्षण दिलं आहे, त्यामुळे तुम्हाला त्यांना जास्त संरक्षण देण्याची गरज नाही. मुख्यतः दहा ते वीस वर्षांची मुलं त्याने बाधित होऊ शकतात. ते बाधित होऊ शकतात, म्हणजे मी त्यांच्या हार्मोन्सच्या क्रियांबद्दल बोलत नाही किंवा ते ड्रिंक्स आणि नशेच्या आहारी जातात, असं नाही. तेही होऊ शकतं; परंतु ज्यांच्या प्रभावाखाली ते येऊ शकतात, अशा इतर प्रकारच्या शक्ती आहेत. आजकाल तुम्ही बघता आहात की, पौगंडावस्थेतील मुलांना किती उलथापालथीमधून जावं लागत आहे, तेही केवळ वयात येण्याला सामोरं जाण्यासाठी. पूर्वीच्या पिढीमध्ये पौगंडावस्था कधीच इतकी अवघड नव्हती. याचं एक कारण म्हणजे, जे निघून गेले आहेत, त्यांची आपण योग्य पद्धतीने काळजी घेत नाही आहोत. ते एक मोकळं सॉफ्टवेअर असल्यासारखं आहे आणि पौगंडावस्थेतील जीवन नैसर्गिकरीत्या त्याच्यात गुंतलं जातं. म्हणूनच, प्रत्येक संस्कृतीमधल्या लोकांनी, जाणीवपूर्वक किंवा अंतःप्रेरणेने, पौगंडावस्थेतील मुलांसाठी काही ना काही मार्गाने सुरक्षित वातावरण निर्माण करण्याचा प्रयत्न केला होता.

बऱ्याच परंपरेमध्ये मृतांच्या जागा पवित्र ठेवल्या गेलेल्या आहेत, आणि त्या जागेत स्त्रियांना आणि लहान मुलांना कधीही प्रवेश दिला जात नव्हता. मग ते मायन्स असू देत, किंवा स्थानिक अमेरिकन किंवा लॅटिन अमेरिकेतील लोक - स्त्रिया आणि लहान मुलांना अशा ठिकाणी प्रवेश करण्याची अनुमती नव्हती. भारतामध्ये अर्थातच विस्तृत मार्गदर्शक सूचना केल्या गेल्या आहेत, की अशा जागी कोण जाऊ शकतो आणि केव्हा आणि अशा सर्व गोष्टी. हे फक्त मानसिक कारणासाठीच नाही. याचा मानवी व्यवस्थेवर अस्तित्वाच्या दृष्टीने परिणाम होतो आणि तसंच जे जास्त संवेदनशील आहेत, अशांवर ह्या गोष्टींचा जास्त परिणाम होतो. म्हणून ह्या संस्कृतीमध्ये, शरीराचे अंत्यसंस्कार झाल्यानंतर, ती जागा गेलेल्या व्यक्तीपासून मुक्त करण्यासाठी विस्तृत प्रक्रिया होत्या.

दुर्दैवाने, काळाच्या ओघात लोकांनी त्याचा विपर्यास केला आणि या गोष्टींचा अशा प्रकारे अतिरेक केला गेला की, हे सर्व विधी मोठा व्यवसाय झाले आणि एक प्रकारे कर्मकांडांची सर्कस बनवली गेली. अजूनही थोडे जण आहेत, जे हे विधी चांगल्या प्रकारे करू शकतात, परंतु ते फार दुर्मीळ झाले आहेत. काही लोकांसाठी हा कायमचा धंदा झाला आहे, कारण अर्थव्यवस्थेची परिस्थिती कशीही असली,

तरी लोक तर मरतच राहणार. म्हणून जर अशी संधी मिळत असेल, तर त्यांना ती सोडून देणं जमत नाही. तिथे उद्योजकता जिवंत होते, ती मृतांनाही सोडत नाही.

ऋणानुबंध - ऋणांचं जाळं

तुम्हाला जर मृत लोक आपलं जीवन कसं प्रभावित करतात हे समजून घ्यायचं असेल, तर तुम्ही पहिल्यांदा 'ऋणानुबंध म्हणजे काय असतं' हे समजून घेतलं पाहिजे. हे असं आहे : एक वैयक्तिक मनुष्य, तो किंवा ती जे कोण आहे, ते बनण्यासाठी बऱ्याच गोष्टींचा हातभार लागतो. त्यांपैकी महत्त्वाचा एक पैलू म्हणजे, त्या व्यक्तीचा भोवतालच्या लोकांशी किंवा वस्तूंशी निर्माण होणारा बंध. परंतु आधुनिक समाजाने त्याकडे खूप दुर्लक्ष केलं आहे. आपली पाच ज्ञानेंद्रियं कोणत्याही प्रकारे, कळत किंवा नकळत, जाणीवपूर्वक किंवा अजाणतेपणी ज्या कशाच्या संपर्कात येतात, त्याच्याशी आपण एक प्रकारचा संबंध प्रस्थापित करत असतो. हे संबंध फक्त आसपासच्या लोकांशीच नाही, तर ज्या भूमीवर आपण चालतो, ज्या हवेत श्वास घेतो आणि अगदी जी कोणती प्रत्येक गोष्ट आपण पाहतो, ऐकतो, वास घेतो, चव घेतो आणि स्पर्श करतो, त्या सगळ्यांशी सबंध स्थापित करत असतो. याचं कारण म्हणजे, यांपैकी कोणतीही गोष्ट तुम्ही त्यात काही प्रमाणात ऊर्जा खर्च केल्याशिवाय होत नाही. तुम्ही कुठलीच गोष्ट त्यात ठरावीक ऊर्जा खर्च केल्याशिवाय पाहू शकत नाही. तुम्ही खरंच कुठली गोष्ट त्यात ठरावीक ऊर्जा खर्च केल्याशिवाय ऐकू शकत नाही. तुम्ही ठरावीक ऊर्जा गुंतवल्याशिवाय कशाचा स्पर्श जाणवू शकत नाही की कशाची चव घेऊ शकत नाही. या गुंतवणुकीमुळे संबंध तयार होतात. पारंपरिक भाषेत याला म्हणतात, 'ऋणानुबंध.'

शरीराला स्वतःची स्मृती असल्यामुळे ऋणानुबंधाचं अस्तित्व आहे. तुम्ही तुमच्यामध्ये बाळगून असलेली ती एक प्रकारची भौतिक स्मृती आहे. माता-पित्याकडून मुलांकडे संक्रमित होणाऱ्या जनुकीय घटकांपेक्षा ती वेगळी आहे. तुम्ही आयुष्य जगत असताना ऋणानुबंध पुष्कळ मार्गांनी जोडत असता. एक सामान्य मार्ग म्हणजे, शारीरिक स्पर्श. कुठल्याही भौतिक वस्तूबरोबर तुमची होणारी कोणत्याही प्रकारची जवळीक, शरीराला आठवत असते. याच कारणामुळे भारतामध्ये हात जोडून एकमेकांना अभिवादन करण्याची परंपरा आहे, कारण

त्यांना अतिरीक्त ऋणानुबंध जमा करण्याची इच्छा नसते, कारण ते बंधन तयार करतात आणि मुक्तीच्या मार्गात अडसर बनतात. काही विशिष्ट प्रकारच्या पदार्थांचा संपर्कसुद्धा इतरांपेक्षा जास्त परिणाम करतो.

भारतामध्ये पारंपरिक लोक ठरावीक पदार्थ जसे की मीठ, तीळ किंवा तिळाचे तेल कधीही इतर कोणाच्या हातातून घेत नाहीत, कारण त्यांना ऋणानुबंध वाढवायचे नसतात. तुम्ही फक्त दुसऱ्याचे कपडे जरी वापरले, तरी ऋणानुबंध निर्माण होतात. योग केंद्रामध्ये सर्व ब्रह्मचारी आपापले कपडे वेगळे धुतात. कारण ते सर्व साधना करत आहेत आणि प्रत्येकाची स्वतःची खास वैशिष्ट्यं आहेत. आपल्याला ते एकमेकांत मिसळून गोंधळ होऊ द्यायचा नसतो. हा गोंधळ टाळण्याचा आणखी एक मार्ग म्हणजे, प्रत्येक वेळी धुताना त्यांच्यावर मातीचा थर देणे. साधू आणि संन्यासी नेहमी बारीक गाळलेली लाल माती त्यांच्या कपड्यांना रंग देण्यासाठी वापरतात. त्यांचे कपडे मूळचे पांढरे असतात, परंतु सतत ते गाळलेल्या मातीमध्ये धुतल्यामुळे त्यांना मातीचा रंग येतो. यामुळे हे निश्चित होतं की, त्यांचा ऋणानुबंध केवळ भूमीशी राहील-आजूबाजूच्या लोकांबरोबर किंवा वस्तूंबरोबर नाही.

आणखी एका मार्गाने तुम्ही ऋणानुबंध निर्माण करता. तो म्हणजे, नातेसंबंधांतून. तुम्ही फक्त एखाद्याचा हात जरी धरला, तरी ऋणानुबंध निर्माण होतात. सर्व संबंधांच्या तुलनेत, आणि सर्व प्रकारच्या पदार्थांच्या संपर्काच्या तुलनेत, लैंगिक संबंधांचा परिणाम सर्वांत जास्त प्रमाणात स्मृती मागे ठेवतो. आता हे कुठल्या गोष्टीला चूक ठरवण्याबद्दल किंवा स्वतःमध्ये अपराधीभाव निर्माण करण्याबद्दल नाहीये. अपराधीभाव ही एक सामाजिक घटना आहे. तुम्हाला कशामुळे अपराधी वाटतं, हे मुळात तुम्ही राहात असलेल्या समाजाच्या नियमांवर अवलंबून आहे. तुम्हाला काही गोष्टींमुळे एका समाजात अपराधी वाटतं असलं, तरी दुसऱ्या कोणत्या समाजात तसं वाटेलच असं नाही. ऋणानुबंध हे सामाजिक स्थितीचा परिणाम नाहीत, तर ते जीवनाचं सत्य आहे.

भारतीय संस्कृतीमध्ये, मुळात मोक्षप्राप्ती हेच ध्येय असल्यामुळे, लोकांनी हे निश्चित करण्यासाठी खूप कष्ट घेतले होते की, जिवंत असताना त्यांचे ऋणानुबंध अगदी अत्यावश्यक असतील, तेवढेच राहतील. ते जेव्हा शरीराने इथे होते, तेव्हा त्यांचे लोकांबरोबर वेगवेगळ्या प्रकारचे संबंध आले होते- रक्ताचे, लैंगिक, व्यावहारिक- एक शारीरिक एकरूपता झाली होती. म्हणून, त्या व्यक्तींबरोबर

ऋणानुबंध बनला होता. जेव्हा ती व्यक्ती मरण पावते, तेव्हा त्या व्यक्तीबरोबर जे ऋणानुबंध बनले होते, ते शक्य तितके पुसून टाकण्याचा प्रयत्न केला जातो. ही संस्कृती इतकी जास्त जागरूक होती.

तुम्हाला चांगलं जगता यावं यासाठी तुम्ही मृत व्यक्तीबरोबरचं हे नातं तोडलं पाहिजे. कारण जीवनाचं स्वरूप असं आहे की, काही वेळा तुम्ही जास्त संवेदनशील बनता, आणि तेव्हा चांगलं आणि वाईट, दोन्ही प्रकारच्या गोष्टी तुमच्यात शिरू शकतात. जर हे ऋणानुबंध योग्य प्रकारे तोडले गेले नाहीत, तर ते निश्चितपणे तुमच्या शारीरिक रचनेवर परिणाम करतात, हे आधुनिक समाजात होत असताना आपण पाहू शकतो. ते तुमचं शरीर आणि मानसिक रचना अशा प्रकारे कमकुवत करतात, की तुम्ही नुसते दुःखीच होत नाही; तर एक प्रकारे तुमचं जीवन मोडकळीला येतं. याच कारणासाठी, भारतीय संस्कृतीमध्ये, हे ऋणानुबंध जाणीवपूर्वक पुसून टाकण्यासाठी, मृत्यूनंतर केल्या जाणाऱ्या विधींच्या बऱ्याच पद्धती विकसित केल्या गेल्या.

'कालभैरव कर्म' – ईशामध्ये मृत्यूनंतर केला जाणारा विधी

बराच काळ, आम्ही मृतांसाठी ही सेवा देत होतो. जे लोक व्यक्तिगतरीत्या त्यासाठी आमच्याकडे येत होते, त्यांच्यासाठी आम्ही हे करत होतो. ज्या क्षणी व्यक्तीचा मृत्यू होतो, त्या वेळी कोणी जर मला त्याचा फोटो पाठवला, तर मृत्यूनंतरच्या पहिल्या तीन दिवसांपर्यंत मी त्यांच्यासाठी काही करू शकत असे. काही वेळा आम्ही खूप काही करू शकत असू, काही वेळा खूपच कमी. काही वेळा आम्ही अगदी संपूर्ण काम करू शकत असू, ती व्यक्ती तशी असेल तर. अर्थात, काय केलं ते आम्ही त्यांना सांगत नसू, परंतु आम्ही काहीतरी करत होतो, हे निश्चित. आतापर्यंत आम्ही हे हजारो लोकांसाठी केलं आहे. परंतु जशी लोकांची मागणी वाढत गेली, तसं आम्ही विचार केला की, ही सेवा आणखी वाढवणं गरजेचं आहे. आता, योग केंद्रामध्ये आम्ही उचित विधी करतो. त्याला'कालभैरव कर्म' म्हणतात. जाणाऱ्या जीवाला जो प्रवास सुरू करायचा आहे, त्यामध्ये हे मोठ्या प्रमाणात मदत आणि सहाय्य करेल. यासाठी फक्त मृताचा फोटो आणि त्यांनी वापरलेल्या कपड्याचा एक तुकडा हवा असतो. हे कर्म करताना त्या व्यक्तीच्या

रक्ताचे नातेवाईक जर योग केंद्रामध्ये उपस्थित राहू शकले, तर ते चांगलं होईल.

आपण, फक्त एक फोटो आणि कपड्याच्या तुकड्याने मृत व्यक्तीला त्याच्या पुढच्या प्रवासात सहायता करणं कसं शक्य आहे? जीवन समजून घेण्याची एक पद्धत म्हणजे, आता तुम्हाला जीवन म्हणजे जे काही माहीत आहे, तो एक ठरावीक स्मृतींची ठसा आहे. आता जेव्हा मी स्मृती म्हणतो, तेव्हा मी फक्त जागरूक मनामध्ये कुठली गोष्ट आठवण्याबद्दल बोलत नाही. ती त्याच्या पलीकडची आहे. तुम्ही या दोन हात, दोन पाय, अशा मनुष्यरूपात आहात, याचं कारण उत्क्रांतीच्या प्रक्रियेत बनलेली एक स्मृती आहे. या मनुष्यरूपात, काही विशेष गोष्टी आहेत, जसं की त्वचेचा रंग, नाकाचा आकार, डोळ्यांचा आकार इत्यादी, जे सर्व जनुकीय स्मृतीमुळे आलं आहे. ह्या सर्व गोष्टी जरी एकसारख्या असल्या, तरी प्रत्येक मनुष्याचं काही न काही वेगळेपण आहे, याचं कारण प्रत्येकाची वैयक्तिक कर्म स्मृती आहे. असे हे स्मृतींचे वेगवेगळे थर आहेत. आता ह्या सर्व स्मृती मनामध्ये, शरीरामध्ये आणि जीवनऊर्जांमध्ये साठवलेल्या असतात आणि खूप साऱ्या मार्गांनी व्यक्त होत असतात.

मुळात, तुम्ही ज्याला 'वैयक्तिक जीवन' म्हणता, ते सर्व ह्या स्मृतींचे छोटेछोटे बुडबुडे आहेत-वेगवेगळ्या पातळीवरच्या स्मृती वेगवेगळ्या प्रकारचे जीव बनले आहेत. ह्या सर्व सजीवांपैकी मनुष्यप्राण्यामध्ये सर्वांत जास्त गुंतागुंतीची स्मृती आहे. स्मृतीच्या या जटिलतेमुळे आपल्या क्षमता वाढल्या आहेत, त्याचप्रमाणे आपली दुःखंही वाढली आहेत. बाकीच्या जीवांना मनुष्यासारखा त्यांच्या स्मृतींचा त्रास होत नाही. काही वेळा ते एखाद्या स्मृतीमुळे दुःखी होतात. काही पक्षी आणि प्राणी एखाद्या खास स्मृतीमुळे दुःखी होतात- त्यांचा जोडीदार मृत झाला आहे किंवा आणखी काही घडलं आहे आणि ते निराश होतात. ते फक्त ती एकच गोष्ट आठवू शकतात, त्यामुळे ते दुःखी होतात. परंतु मनुष्यप्राणी तसा नाही. तो किंवा ती कोट्यवधी लहानसहान गोष्टी आठवू शकतो आणि कोट्यवधी प्रकारे दुःखी होऊ शकतो, कारण मनुष्यस्मृती ही फार बारीकसारीक गोष्टी साठवून ठेवते आणि त्यात स्पष्टताही असते. त्याला एक प्रकारची वास्तविकता असते, प्रत्यक्ष वास्तवापेक्षा अधिक वास्तव. बऱ्याच लोकांसाठी काल काय घडलं आहे, हे आता या क्षणी काय घडत आहे, यापेक्षा जास्त वास्तव असतं. त्यांच्या जीवनाचा अनुभव तशा प्रकारचा असतो. ते स्मृतीमध्ये जगत असतात. जेव्हा तुम्ही स्मृतींमध्ये जगत

असता, तेव्हा तुमचा एक पाय मृत्यूच्या भूमीत आणि दुसरा जीवनाच्या भूमीत असतो. ही स्वतःचीच छळवणूक आहे.

या गोष्टीकडे अगदी बाळबोधपणे पाहायचं म्हटलं, तर असं समजा, तुम्ही तुमच्या बागेत चालत गेला. आता आपण वासावरून माग काढणारे कुत्रे आणले तर, फक्त जमिनीचा वास घेऊन, त्याला तुम्ही कोणत्या मार्गाने चालत गेला आहे हे कळेल. तेही तीन ते चार दिवसांपर्यंत, काही वेळा आणखी जास्त काळापर्यंत, जर तिथे काही फेरबदल केला नसेल तर. याचं कारण तुम्ही ज्या वेळी चालत जाता, त्या वेळी मागे-मागे तुम्ही स्मृतीची छोटी तळी बनवत जाता. आपला वैयक्तिक गंध हा, आपल्यात असलेल्या, अद्वितीय जटिल स्मृतिरचनेच्या स्वरूपाचा परिणाम आहे. म्हणूनच कुत्रा त्याचा माग काढू शकतो. तुमचा भूमीशी फक्त काही थोडे क्षण संपर्क आला, तरी तुम्ही जर स्मृतीची तळी मागे ठेवून जाता, जी कुत्र्यासारखा प्राणीही शोधून काढू शकतो, तर मग कल्पना करा की तुमच्या संपूर्ण आयुष्याच्या कालखंडात तुम्ही किती स्मृती मागे ठेवून जात असाल. तुम्हाला काय वाटतं, तुम्ही जे कपडे घालता, ज्या ठिकाणी बसता, ज्या ठिकाणी झोपता, ज्या वस्तूंचा तुम्हाला स्पर्श झाला आणि अशा सर्व गोष्टी तुमच्या किती स्मृती बाळगत असतील?

एकदा का व्यक्ती मृत झाली की, आपल्याला नेहमी ते ऋणानुबंध पुसून टाकायचे असतात, कारण आपल्याला माहीत आहे, की भूतकाळाची त्याची स्वतःची एक शक्ती असते. तुम्ही जर त्यापासून स्वतःला मुक्त केलं नाही, तर कालचा दिवस उद्याच्या दिवसावर राज्य करेल. कालचा दिवस उद्यावर राज्य करतो, म्हणजे 'उद्या' कधीच येत नाही. कोणीतरी फार जोरदार वक्तव्य केलं आहे, 'मृतांना मृतांबरोबरच असू द्या.' मृतांना मृतांबरोबरच असू द्या, याचा अर्थ असा नाही की, जे मरण पावले आहेत, त्यांच्याकडे दुर्लक्ष करा. याचा अर्थ एवढाच की, जे काही काल घडलं आहे, जे काही अगोदरच्या क्षणी घडलं, ते आता मृत आहे याची जाणीव नेहमी असली पाहिजे. व्यक्ती मरण पावल्यानंतर, कदाचित त्यांना मुक्ती मिळाली असेल किंवा ते दुसरीकडे कुठे गेले असतील, ते आपल्याला माहीत नाही. परंतु तुमचा जन्म त्यांच्यापासून झाला आहे किंवा तुम्ही कोणत्या ना कोणत्या प्रकारे त्यांच्या संपर्कात होता. त्यांच्या स्मृतीचा ठसा तुमच्यामध्ये उमटला आहे. हे ठसे फक्त तुमच्या मनातच नाही, तर तुमच्या शरीरामध्ये आणि

ऊर्जांमध्येसुद्धा आहेत. म्हणून मृतांच्या क्रियाकर्माचा महत्त्वाचा एक पैलू म्हणजे, तुम्ही ह्याच्यापासून मुक्त झालं पाहिजे, ते फार महत्त्वाचं आहे.

ह्या स्मृतींपासून मुक्त होणं आणि तुमची स्मृती हरवणं ह्या दोन वेगळ्या गोष्टी आहेत. तुम्ही जर तुमची जागृत स्मृती हरवली, तर तुम्ही त्या गोष्टी आठवू शकत नाही. परंतु, तुम्ही त्यापासून मुक्त झाला आहात, असा याचा अर्थ नाही. ती तुमच्यामध्ये अजाणतेपणी बऱ्याच मार्गांनी कार्य करायला सुरुवात करेल. म्हणूनच आपल्याला आपल्या स्मृतींपासून अंतर ठेवलं पाहिजे. आपल्याला ती स्मृती हरवायची नाही, आपल्याला फक्त ती आपल्याला चिकटून राहायला नको. एवढंच. म्हणून या विधीमध्ये मृतांना मुक्त करण्यासाठी तुम्ही काही गोष्टी करता, परंतु जिवंत व्यक्तीही मुक्त झाल्या पाहिजेत, हेही महत्त्वाचं आहे. थोडं अंतर निर्माण झालं पाहिजे.

तीव्र स्मृतींची खूप तळी साठली असतील, तर ते मृतांनाही त्रासदायक ठरेल. जवळचे नातेवाईक, विशेषतः जर त्या व्यक्तीबरोबर त्यांचे जवळचे संबंध असतील, तर तेही मृतांना त्रासदायक ठरेल. म्हणून या संस्कृतीमध्ये, ज्या वेळी कोणाला मरायचं असेल, त्या वेळी ते जिथे त्यांचे कुटुंबीय सोबत नसतील, अशा ठिकाणी जायचे. ज्या वेळी तुमचा मृत्यू जवळ येतो, त्या वेळी तुम्ही तुमच्या कुटुंबासोबत राहायचं नसतं, कारण ह्या आसक्ती शेवटच्या क्षणापर्यंत चालूच असतात. या जगात आपण निर्माण केलेली नाती ही मुळात स्मृती आहे, हे स्पष्टपणे समजून घेऊन, तुम्ही एकटं दूर राहायचं असतं. ह्या स्मृती पुसून टाकल्या, की नाती उरत नाहीत. आता, आपल्याला ते तत्त्व आपल्या आत स्थापित करणं सोपं आहे, जे स्मृतींच्या पलीकडे आहे त्याला जाणून घेणं सोपं आहे, तेच खरं जीवन आहे. म्हणून जे निघून गेले आहेत, त्यांची स्मृती शक्य होईल, तितकी आपल्याला काढून टाकायची असते, म्हणजे त्यांची मुक्तीची प्रक्रिया अधिक सहज-सोपी होते, ते इकडे-तिकडे अडकून पडत नाहीत.

मृतांसाठी विधी करताना मृत्यूनंतरचा चौदावा दिवस महत्त्वाचा आहे. या दिवशी मृतांचे रक्ताचे सर्व नातेवाईक गोळा झाले पाहिजेत आणि त्यांनी काही विधी केले पाहिजेत. पारंपरिक व्यवस्थेत, अशा प्रसंगी, मृतांचे नातेवाईक 'कोण आले - कोण नाही', याची नोंद करत असतात, हे तुम्ही पाहाल. ते लक्ष ठेवून असतात की, प्रत्येक जण आला आहे का नाही, कारण याच लोकांच्या मृत व्यक्तीविषयी तीव्र स्मृती

किंवा ऋणानुबंध बनलेले असतात. त्यांनी आलं पाहिजे आणि कोणत्यातरी मार्गाने त्यांच्या स्मृती धुवून टाकल्या पाहिजेत आणि त्या व्यक्तीला मुक्त केलं पाहिजे. चौदा दिवस, त्यांनी त्या व्यक्तीने मागे ठेवलेल्या सर्व लहानसहान आठवणी गोळा केल्या असतील, आता त्यांना त्या सर्व एकत्र करून नष्ट करायच्या आहेत. ह्या उरलेल्या आठवणी जिवंत राहता कामा नयेत, त्या गेल्या पाहिजेत, शक्य त्या प्रत्येक मार्गाने नष्ट केल्या पाहिजेत. म्हणून ज्या कोणाजवळ ह्या आठवणींचा काही भाग असेल, त्याने तिथं उपस्थित राहणं गरजेचं आहे.

जेव्हा एखादी व्यक्ती मरण पावली, तर त्याच्या वंश-कुळातले सर्व जण एकत्र येत असत, तेव्हाचे ते दिवस गेले. आजकालच्या परिस्थितीत हे शक्यही नाही. 'कालभैरव कर्म' करण्यासाठी फक्त एक किंवा दोन लोक येतात, तरीही ते कुरबुर करत असतात, 'मला आलंच पाहिजे का? मी ते डीएचएल कुरिअरने पाठवू शकतो का? किंवा फेडएक्सने पाठवू का?' मात्र, जो माणूस मेला आहे, त्या माणसाच्या स्मृती कुठे-कुठे अडकल्या आहेत, हे आपल्याला माहीत नसतं. म्हणून आपण जे काही सर्वांत उत्तम करू शकतो, ते करतो. अशा प्रसंगी, एक सोपी गोष्ट करता येते, ती म्हणजे त्यांच्या स्मृतींचा गंध काढून, जिथे मुक्त होण्याची प्रक्रिया नैसर्गिकरीत्या होते, अशा ठिकाणी तो ठेवता येतो. सहसा, ते शिवमंदिरासमोर टांगून ठेवतात, कारण तो विरक्त आहे, त्याला कशाचाही स्पर्श झालेला नाही, नेहमी भस्म फासलेलं असतं. त्याच प्रकारे'कालभैरव कर्म' करतानाही आपण त्या मृत व्यक्तीचा फोटो आणि त्याच्या शरीराच्या संपर्कात असलेल्या कपड्याचा तुकडा वापरतो. ह्या दोन्ही गोष्टींवर त्या व्यक्तीच्या स्मृतींचे तीव्र ठसे उमटलेले असतात. आता आपण शक्य तितकी ही स्मृती विरघळवून टाकण्यासाठी प्रक्रिया करतो. जे शक्य नाही, ते शिवावर सोडून द्या. आपल्याला त्या वस्तू ध्यानलिंगावर ठेवायच्या नसतात, म्हणून आपण त्या जाळतो आणि जे काही मागे उरलेलं आहे, त्याची व्यवस्था होण्यासाठी, त्याची राख ध्यानलिंग प्रवेशद्वाराच्या बाहेर असलेल्या चिंचेच्या झाडावर बांधून ठेवतो.

'कालभैरव कर्म' म्हणजे, सर्व काही खोदून काढून साफ करण्याची प्रक्रिया नाही. आपण फक्त पृष्ठभाग पुसून घेतो, म्हणजे शक्य तो काही चिकटून राहू नये. बऱ्याच जणांसाठी एवढंच पुरेसं असतं. अशा गोष्टी मोजणं ठीक होणार नाही; परंतु माझा अंदाज आहे की, १०-१५ टक्के लोकांसाठी त्यांना मुक्त करायला फार

जोरदार प्रक्रियेची गरज असते. उरलेल्या ६०-७० टक्के लोकांसाठी तुम्ही त्यांना अत्यंत साध्या 'कालभैरव कर्म' सारख्या प्रक्रियेने मुक्त करू शकता. आणखी १०-१५ टक्के लोकांसाठी, जे ह्या दोघांमध्ये असतात, त्या व्यक्तीचं उरलेलं असं काही जर शक्तिशाली ठिकाणी ठेवलं, तर ते पुढचं काम करेल, जे आम्ही करतो.

जर आपल्याला संपूर्ण व्यवस्थित साफसफाई करायची असेल, जे काही वेळा आवश्यक असू शकतं, त्यासाठी दोन्ही बाजूंकडून वेगळ्या पातळीवरचा सहभाग गरजेचा आहे- जी व्यक्ती ते कर्म करत आहे आणि गेलेल्या व्यक्तीचे नातेवाईक या दोघांकडून. याने गुंतागुंत वाढते. त्यासाठी खूप वरच्या पातळीवरच्या सहभागाची गरज आहे, आणि ती नेहमीच चांगलं काम करेल असं नाही. जर समजा, तिने काम केलं नाही, तर जे जिवंत आहेत, त्यांना विनाकारण त्रास होण्याची शक्यता असते. आपल्याला ते प्रत्यक्षात उकरून काढायचं नसतं, म्हणून आपण फक्त पृष्ठभागावर जे काही आहे, ते सर्व स्वच्छ पुसून घेतो. 'कालभैरव कर्म' हेच करतं. (कालभैरव शांती[२] मात्र बऱ्याचदा जिवंत लोकांसाठी केली जाते, परंतु काही वेळा मृतांसाठीसुद्धा केली जाते.)

आता जर त्या व्यक्तीच्या तीव्र आठवणी असलेली जवळची नातेवाईक व्यक्ती आली आणि तिने पुरेसा वेळ ध्यानलिंग मंदिरात घालवला, तर जरी काही विधी केला नाही, तरीसुद्धा त्या मृत व्यक्तीसाठी ते काम करेल. हे 'कालभैरव कर्मा'मुळे होतं असं नाही, तर त्या जागेचं स्वरूप तसं आहे. जेव्हा आपण जिवंत असतो, जेव्हा आम्ही म्हणतो की, ते तुम्हाला ध्यानावस्थेत घेऊन जाईल, याचा अर्थ असा की, ते त्या व्यक्तीमध्ये चाललेला, न संपणारा, मानसिक विचारांचा अतिसार थांबवेल. जेव्हा मानसिक अतिसार थांबतो, याचा अर्थ असा की एक प्रकारे सडत असलेली स्मृती कमी होते. आता समजा, तुमच्या पोटात अन्न नसेल, तर तुम्हाला अतिसार होणार नाही. नाही का? तसंच, आतमध्ये सडत असलेली स्मृती नसेल, तर विचारांची प्रक्रिया होणार नाही, ती तुमच्यापासून काही अंतरावर राहील.

तुम्ही जिवंत आहात की मृत याने ध्यानलिंगाला काही फरक पडत नाही. धान्याच्या दाण्यांपासून त्याची फोलपटं वेगळी करणं एवढंच त्याला माहीत आहे. तो तुम्हाला, 'तुम्ही जे नाही', त्यापासून वेगळं करू इच्छितो. त्याला तुमच्याकडे

---

२ ईशा योग केंद्रामध्ये लिंगभैरवीजवळ केलं जाणारं आणखी एक क्रियाकर्म.

शरीर आहे का नाही, याची काळजी नसते. म्हणून असे नातेवाईक, ज्यांच्याकडे त्या मृत व्यक्तीच्या तीव्र आठवणी आहेत, त्यांनी पुरेसा वेळ ध्यानलिंग मंदिरात घालवला – समजा, दोन किंवा तीन दिवस, पौर्णिमा किंवा अमावास्येच्या आसपास - तर ते त्या गेलेल्या व्यक्तीसाठी चांगल्या प्रकारे काम करू शकतं.

'कालभैरव कर्मा'ची व्याप्ती

साधारणपणे, सर्व जगभर, जेव्हा हे मृत्यूनंतरचे विधी केले जात, तेव्हा त्याचे दोन भाग होते: एक होता, जे लोक मागे राहिले आहेत, त्यांच्या भावना हाताळण्यासाठी आणि दुसरा होता, गेलेल्या जीवाला योग्य पद्धतीने दिशा देण्यासाठी. म्हणून काही संस्कृतींमध्ये, लोकांना हे समजवण्यासाठी काही धर्मग्रंथ मोठ्याने वाचले जातात, त्यांची भीती घालवण्यासाठी आणि त्यांना हा विश्वास देण्यासाठी, की सर्व काही ठीक झालं आहे.

याबरोबरच त्यांच्या भावनांवर फुंकर घालण्यासाठी काही मंत्रपठण आणि विधीसुद्धा केले जात. काही संस्कृतीमध्ये, कोणीतरी मोठ्याने वाचत सांगत असतो की, या व्यक्तीसोबत काय होत होते आणि त्या व्यक्तीला धैर्य दाखवून पुढच्या पायरीवर जाण्यासाठी प्रेरित करत असतो. परंतु तुम्ही भौतिक शरीर सोडलं, की तुमच्याकडे विवेकी मन नसतं. त्यामुळे तिथे भाषा पोहोचत नाही. तिथे आवाजही नसतो किंवा शांतताही नसते. त्यामुळे गेलेल्या व्यक्तीला यातलं काही समजण्याचा प्रश्नच येत नाही. ते सर्व जिवंत माणसांसाठी असतं. क्रिया-कर्म करून तुम्ही त्या जीवाला एखाद्या ठिकाणी आकर्षित करू शकता, तुम्ही त्या जीवाला विशिष्ट दिशा देऊ शकता, परंतु तुम्ही त्याच्याशी बोलू शकत नाही.

या क्रियाकर्माने आपण काय करू शकतो, याची व्याप्ती खूप मोठी आहे. उदाहरणार्थ, काही लोक आहेत, जे त्या जीवाने कुठे पुनर्जन्म घ्यावा, विशेषतः श्रीमंत कुटुंबात का त्याच कुटुंबात किंवा राजघराण्यात याप्रमाणे त्या जीवाला दिशा देतात. ह्या गोष्टी करता येतात; परंतु ते हास्यास्पद आहे, कारण याची काही शाश्वती नाही की एखाद्याचा जन्म श्रीमंत कुटुंबात झाला म्हणजे तो चांगल्या प्रकारे जगणार आहे. हे ठरण्यामागे जीवनातले बरेच मोठे गुंतागुंतीचे घटक असतात. आणि शिवाय, अशा प्रकारची ढवळाढवळ करणं चांगलंही नसतं. हे

त्या जीवासाठी चांगलं काम करत नाही. सर्वांत चांगली गोष्ट ही, की तो 'जीवनाचा बुडबुडा' अधिक पातळ करणं आणि सोडून देणं. तो स्वतःच अधिक चांगल्या ठिकाणी जाण्याचा मार्ग शोधून काढेल. म्हणून मला व्यक्तिशः फक्त त्या जीवाची वरची साल शक्य होईल, तितकी काढून टाकण्याची चिंता असते. शक्य असेल, तर सर्वच काढणं गरजेचं आहे; परंतु कमीतकमी तो बुडबुडा आहे त्यापेक्षा शक्य तितका अधिक पातळ करणं. काय होईल, तो कसा परत जन्माला येईल, याची काळजी तुम्ही करू नये.

समजा, वारा वाहात आहे. एखादा पदार्थ किती हलका आहे यावर तो कुठे जाऊन पडेल, हे ठरेल. कागदाचा एखादा तुकडा किंवा पीस दूरवर जाईल; परंतु फांदी किंवा एखादी काडी तुमच्यापासून जवळच कुठेतरी पडेल. काही वेळा त्याचं वजन आणि आकार जर योग्य असेल, तर पीस महिनो न् महिने खाली न पडता प्रवास करत राहील. महत्त्वाची गोष्ट ही आहे की ते हलकं करणं. ते किती दूर उडेल, त्याचं काय होईल, ते कुठे जाऊन पडेल आणि असे सर्व प्रश्न, ते जीवन ठरवेल. ही अशी गोष्ट आहे, ज्याला तुम्ही दिशा देण्याचा प्रयत्न करू नये कारण अशा प्रकाराची ढवळाढवळ पुढे बऱ्याच समस्या आणू शकते. व्यक्ती मृत झाली, की ती गेलेली व्यक्ती कुठे आहे -स्वर्गात की नरकात की दुसरीकडे कुठे यामध्ये लोकांना जास्त रस असतो. काही लोक असा दावा करतात की, त्यांना हे सांगता येतं. तुम्ही हे शोधून काढू शकता की जीव सुखात आहे की त्रासात. त्याप्रमाणे तुम्ही काही विधी त्या जीवासाठी करू शकता. हे शक्य आहे; परंतु भौगोलिकदृष्ट्या तो जीव कुठे आहे हे शोधणं मूर्खपणा आहे, कारण 'भौगोलिकदृष्ट्या कुठे' असं त्याच्या बाबतीत काहीच नसतं.

'कालभैरव कर्म' जर ठरावीक वेळेच्या आत केलं, तर तो जीव आपल्या लक्ष्यापर्यंत पोहोचेल. ते जर उशिरा केलं, तर ते परिणामकारक होईलच असं नाही. परंतु जीव फक्त घुटमळत असेल, तर तो काळ ते निश्चितपणे कमी करू शकेल. निश्चितपणे ते मधला स्थित्यंतराचा काळ कमी करतं. पण किती कमी? हे त्या जीवावर अवलंबून आहे. आता आपण परत बुडबुड्याच्या उदाहरणाकडे[३] जाऊ. तो बुडबुडा किती मोठा आहे आणि त्याचं आवरण किती पातळ आहे, यावर ते

---

३ पाहा -प्रकरण २मध्ये भाग 'जीवन-मरणाचा बुडबुडा'

अवलंबून आहे. परंतु ते जर अकरा ते चौदा दिवसांच्या आत केलं, तर आपण त्याला बऱ्याच प्रमाणात मुक्त करू शकतो. तुम्ही जर हे बुडबुड्याचं साधर्म्य आणखी पुढे नेलं- शरीर सोडल्यानंतर, तो बुडबुडा स्वतःहून बराच काळ आसपास तरंगत राहू शकतो. तो बराच काळ तरंगत राहील, कारण त्याला स्वतःचं अस्तित्व घालवायचं नसतं. परंतु 'कालभैरव कर्म' केलं की, पुढची चक्रं जलद गतीने फिरतात. 'कालभैरव कर्म' हे मधला घुटमळत राहण्याचा काळ कमी करतंच, आणि शिवाय ते पुढचा प्रवासही जास्त सुखद बनवतं.

हे कर्म करून आपण लोकांना मुक्ती देऊ शकतो का? 'कालभैरव कर्म' करून आपण कोणाला महासमाधी देऊ शकतो का? हे शक्य आहे; पण नेहमीच नाही. त्याला बऱ्याच बाजू आहेत. जर असा कोणी जीव असेल, जो खूप मोठा बुडबुडा आहे; परंतु स्वतःहून तो फुटू शकत नाही, तर कदाचित 'कालभैरव कर्म' त्याला फोडू शकतं आणि ती महासमाधी बनू शकते. परंतु सर्व साधारणपणे, ते कर्म बुडबुड्याला पातळ आणि नाजूक बनवतं, म्हणजे मग तो स्वतःच लवकरच नवीन भौतिक शरीर शोधेल, कारण तो स्वतःहून जास्त काळ अस्तित्वात राहू शकत नाही. मात्र कसंही असलं, तरी आपण त्याच्या प्रवासाची गती निश्चितच वाढवतो.

तुम्ही जर जिवंत असताना, 'कालभैरव कर्म' स्वतःसाठी केलं, तर ती कालभैरव क्रिया बनते. मुळात, 'कालभैरव कर्म' यासाठी केलं जातं की तुम्ही मेल्यानंतर, तुमच्या जीवनाचा जो काही भाग इकडे-तिकडे अडकला आहे, तो पुसून काढला जातो. 'कालभैरव कर्म' यासाठी केलं जातं, की तुम्ही योगी नसल्यामुळे स्वतःहून स्वतःला पुसून काढू शकत नाही.

एक योगी जंगलात जाईल आणि जंगलामध्ये एकटाच मरून जाईल, कारण त्याने जीवनासाठी जे काही करायला पाहिजे होतं, ते सर्व केलं आहे. नंतर त्याच्यासाठी कोणीही काहीही करायची आवश्यकता नसते. सर्व काही संपलं आहे. 'कालभैरव कर्मा'चीही गरज नाही. जेव्हा तो जातो, तेव्हा त्याने व्यापलेली जागा तो पूर्णपणे रिकामी करतो. तुमचं तुमच्या ऊर्जांवर त्या प्रकारचं प्रभुत्व नसेल, तर तुम्ही कालभैरव क्रिया करू शकता. ती लोकांना शिकवता येऊ शकते, परंतु त्यासाठी तुम्ही कोण आहात आणि तुम्ही तुमची शरीरव्यवस्था आणि ऊर्जा कशी सांभाळली पाहिजे, याविषयी टोकाची शिस्त लागते.

एकदा असं झालं: हृदयाचा एक सर्जन त्याच्या कारची काही तक्रार असल्यामुळे ती मेकॅनिककडे घेऊन गेला. मेकॅनिक म्हणाला, "ती ठीक करायला चोवीस तास लागतील."

दुसऱ्या दिवशी ती कार घेण्यासाठी सर्जन जेव्हा गेला, तेव्हा ती तयारही नव्हती आणि 'उशीर का झाला?' याबद्दल जबाबदार उत्तरही मिळालं नाही. सहा दिवस असेच निघून गेले. प्रत्येक दिवशी मेकॅनिक त्याला दुसऱ्या दिवशी यायला सांगत असे. एक आठवडा झाल्यानंतर सर्जनने त्या मेकॅनिकला विचारलं, "तू माझ्या बाबतीत हे असं का करत आहेस? मला कामाला जायचं असतं, कामं असतात मला आणि माझ्याकडे कार नाही."

तो मेकॅनिक थोडा बाजूला वळून म्हणाला, "अच्छा, तुम्ही हृदयाचे सर्जन आहात. काय करता तुम्ही? तुम्हीही माझ्यासारखं इंजीनच दुरुस्त करता ना. परंतु तुम्हाला माझ्यापेक्षा पन्नासपट जास्त पैसे का मिळतात?"

हृदयाच्या सर्जनला मुद्दा लक्षात आला. तो म्हणाला, "मी इंजीन चालू असताना दुरुस्त करतो. तू ते करू शकतो का?" कालभैरव क्रिया तशीच आहे.

गेलेल्यासाठी काही करणं ही एक गोष्ट आहे. पण तीच गोष्ट इंजीन चालू असताना, स्वतःसाठी करणं ही वेगळी गोष्ट आहे. तुम्हाला याला ते चालू असताना मुक्त करायचं असेल, तर त्यासाठी वेगळ्या पातळीवरची शिस्त लागते. ती शिस्त जर तुम्ही जीवनात करत असलेल्या प्रत्येक गोष्टीमध्ये दाखवली- तुम्ही जर निष्काळजी नसलात, प्रत्येक लहानलहान गोष्टींत सतर्क राहिलात, तर तुम्ही 'कालभैरव कर्म' करू शकता. त्यानंतर तुम्ही सोडून गेल्यावर तुमच्यासाठी कोणालाही काही करायची गरज नाही. हे स्वतःच्या आयुष्यात करणं ही निश्चितच फार मोठी गोष्ट असेल. तुम्ही स्वतःसाठी करू शकणारी ती खूपच अद्भुत गोष्ट आहे. परंतु त्यासाठी शिस्त पाहिजे, जी आजकालच्या जगात फार दुर्मीळ झाली आहे.

परंपरेने असं म्हणतात, तुम्ही स्वतःसाठी 'कालभैरव कर्म' केलं, तर तुम्ही परत तुमच्या घरी किंवा गावात जाऊन नेहमीचं सामाजिक जीवन जगू शकत नाही. तुम्ही तुमचं उर्वरित जीवन तुमच्या समाजापासून दूर व्यतीत केलं पाहिजे, एखाद्या बहिष्कृतासारखं. असं नाही की, ती व्यक्ती बहिष्कृत आहे. ते आता त्या समाजाचे नाहीत, त्यांच्यामध्ये जनुकीय अंतर तयार झालं आहे. त्यांचं त्यांच्या कुटुंबाशी किंवा त्यांच्या समाजाशी काही कर्तव्य नाही, कारण त्यांच्यासाठी ते आता संपलं

आहे. तुमची मूळची शारीरिक वैशिष्ट्यंसुद्धा बदलू शकतात, इतकं अंतर तुम्ही तयार करू शकता. हे होऊ शकतं.

आम्ही योग केंद्रामध्ये 'कालभैरव कर्म' सुरू केल्यानंतर लोकांनी आम्हाला विचारायला सुरुवात केली की, 'त्यांच्या कुत्रा किंवा मांजरासाठीसुद्धा 'कालभैरव कर्म' करू शकतो का?' मात्र त्याची काहीही गरज नाही. अस्तित्वाच्या दृष्टीने, प्राणिजीवन आणि वनस्पतिजीवन यांत मूळ फरक हा आहे की, वनस्पतींना सूक्ष्म शरीर नसतं. त्यांच्यामध्ये खूप स्पंदनं असतात, परंतु वनस्पतींमध्ये सूक्ष्म शरीर नसतं. वनस्पती त्यांच्याभोवती खूप आभा (ऑरा) जमा करू शकतात. काही ठरावीक वृक्ष किंवा वनस्पती ती इतरांपेक्षा जास्त प्रमाणात करतात, म्हणून ह्या वनस्पतींना किंवा वृक्षांना भारतामध्ये पवित्र वनस्पती मानलं गेलं आहे, कारण त्यांच्याजवळ राहिल्याने आपल्याला फायदा होतो. परंतु वनस्पती आभा तयार करू शकत नाहीत, कारण त्यांना सूक्ष्म शरीर नाही.

मृत्यूनंतर केले जाणारे सर्व विधी हे सूक्ष्म शरीर योग्य त्या ठिकाणी घेऊन जाण्यासाठी केले जातात. जेव्हा सूक्ष्म शरीर व्यवस्थित तयार झालेलं नसतं, तेव्हा त्यासाठी काही करण्याची आवश्यकता नाही किंवा काही करण्याची शक्यताही नाही. प्राण्यांना सूक्ष्म शरीर असतं, परंतु गाई आणि नाग सोडले, तर इतरांमध्ये ते स्पष्ट नसतं किंवा विकसित झालेलं नसतं. म्हणून आपण इतर सर्व प्राण्यांच्या सूक्ष्म शरीराकडे दुर्लक्ष करतो. ह्या प्राण्यांचं सूक्ष्म शरीर सहज सृष्टीमध्ये मिसळतं आणि सामावून घेतलं जातं, ते खरंतर स्वतःहून कुठेही जात नाही.

गाई आणि नाग वेगळे आहेत, कारण त्यांचं सूक्ष्म शरीर जास्त विकसित झालं आहे. गाईचं सूक्ष्म शरीर भावनिक क्षमतेमधून विकसित झालं आहे. तुम्ही जर गाईचं निरीक्षण केलं, तर तिला बऱ्याच भावना असल्याचं तुमच्या लक्षात येईल. काही वेळा अगदी त्या माणसांसारख्या असतात. त्यामुळे त्यांना सूक्ष्म शरीर आहे. दुसरीकडे, नागाचं सूक्ष्म शरीर स्पंदनांच्या तीव्र आकलनशक्तीमधून विकसित झालं आहे. बरेचसे साप हे 'ठार बहिरे' असतात, परंतु ते त्यांच्या पूर्ण लांबलचक शरीराद्वारे ऐकू शकतात.

त्यांचे खऱ्या अर्थाने जमिनीला कान आहेत, असं म्हणावं लागेल, जे खूप विलक्षण आहे. या क्षमतेमधूनच त्यांचं सूक्ष्म शरीर विकसित झालं आहे. म्हणून त्यांच्या मृत्यूनंतर काही विधी करण्याला काही अर्थ आहे. म्हणून विशेषकरून हे

दोन प्राणी या संस्कृतीमध्ये पूज्य मानले गेले आहेत. परंपरेने गाईचं किंवा नागाचं शव असंच टाकलं जात नाही, एकतर ते पुरलं जातं किंवा दहन केलं जातं. जरी तुम्हाला ते असंच पडलेलं दिसलं, तरी तुम्ही त्याचं दहन करावं किंवा ते पुरून टाकावं, अशी अपेक्षा असते.

आता, ज्यांना मी दीक्षा दिली आहे, त्यांनी मृत्यूनंतर केल्या जाणाऱ्या कोणत्याही विधीतून जाण्याची गरज नाही, हे खरं आहे. तरीसुद्धा, तुम्ही जर 'चुकून मागे राहिले' ह्या प्रकारातले असाल तर- म्हणजे दीक्षा प्रक्रियेमधून गेला, परंतु चुकून मागे राहिलात? मला असं वाटतं की, तुमच्यापैकी ज्यांना मी दीक्षा दिली आहे, त्यांनी जिवंत असेपर्यंत म्हणजे, जोपर्यंत जीवन अजून चालू आहे आणि तुमच्यामध्ये सक्रिय आहे, तोपर्यंत तुमची प्रक्रिया संपवावी. म्हणजे तुम्ही मेल्यानंतर मला त्रास देणार नाही. तुम्ही जिवंत असताना मी तुम्हाला मदत करायला तयार आहे. तुम्ही जर तेवढे सक्षम नसाल, तर मी तुम्हाला मेल्यानंतरही मदत करायला तयार आहे. परंतु तुम्ही स्वतःला इतके सक्षम का बनवत नाही की, जेणेकरून इथे असताना आणि गेल्यानंतरही तुम्ही छान असाल? तुम्ही मला वचन दिलं पाहिजे की, तुम्ही मेल्यानंतर मला त्रास देणार नाही! कृपा करून, तुम्ही मेल्यानंतर तुमच्यासाठी काही विधी करण्याची गरज मला किंवा इतर कोणालाही भासू नये, असं स्वतःला बनवा. ह्यानंतर गोष्टी जशा घडणं गरजेचं आहे, तशा प्रकारे घडल्या पाहिजेत.

मृत्युपश्चातच्या विधींसाठी लोकांना प्रशिक्षण देणं

काही गोष्टी आपल्या आयुष्यात नसतील, तर बऱ्याच वेळा आपण त्यांच्याशिवायही राहू शकतो. परंतु मृत्युपश्चातचे विधी हे असे आहेत, ज्याच्याशिवाय कोणताही समाज जगू शकत नाही. ते अत्यावश्यक आहेत, कारण तुम्ही ते स्वतःसाठी स्वतः करू शकत नाही. तर मग आपण ह्या मृत्युपश्चातच्या विधींचं प्रशिक्षण लोकांना देऊ शकतो का? तर, जरूर देऊ शकतो.

भारतामध्ये, जे लोक मृत आणि मृतांच्या प्रक्रिया हाताळत होते, त्यांना 'चांडाळ' म्हटलं जायचं. आर्यपूर्व काळात त्यांचा व्यवसाय हा समाजातील सर्वांत उच्च दर्जाचा मानला गेला होता. पुढच्या काही हजार वर्षांत याला कलंक लागला आणि

सामाजिक उतरंडीमध्ये तो सर्वांत खालच्या दर्जाचा व्यवसाय बनला. प्राचीन काळी भारतामध्ये अस्पृश्यता फार प्रचलित होती. काही ठरावीक जातीचे लोक अस्पृश्य मानले गेले होते आणि त्यांना इतर लोक स्पर्श करत नसत. परंतु अस्पृश्यसुद्धा चांडाळाला स्पर्श करत नसे, कारण तो खालच्यातला खालचा वर्ग मानला गेला होता. दुसरीकडे, आदियोगी शिव नेहमी स्वत: चांडाळांच्या संगतीमध्ये राहात असत, कारण त्यांना ते सर्वांत उच्च वाटत होते. त्यांचं जीवनाविषयीचं ज्ञान आणि समज इतर सर्व गोष्टी करणाऱ्या लोकांपेक्षा फार पुढचं असल्याचं त्यांनी पाहिलं होतं. त्यामुळे तुम्हाला जर या सेवेत उतरायचं असेल, तर आपण त्याला एक नवं स्वरूप दिलं पाहिजे. तुम्हाला एक वेगळीच वेशभूषा केली गेली पाहिजे. आम्ही तुमच्याकडून ही गोष्ट परंपरेने जशी केली जाते, त्यापेक्षा संपूर्णत: एका वेगळ्याच पद्धतीने करून घेतली पाहिजे. नाहीतर तो कलंक धुवून काढणं आणि लोकांच्या सेवेला उपयोगी पडणं हे फार अवघड होईल.

हे कोणत्याही कर्मकांडाशिवाय करणं सर्वांत चांगलं होईल, परंतु लोकांना कर्मकांड करण्याचं प्रशिक्षण देणं, हे तीच गोष्ट कर्मकांडाशिवाय करायला शिकवण्यापेक्षा अधिक सोपं आहे. समाज व्यवस्थेमध्ये जेव्हा प्रामाणिकता कमी होते, तेव्हा सर्व कर्मकांडं भ्रष्ट होऊन जातील, ही कर्मकांडाची मुख्य समस्या आहे. ही कर्मकांडं ज्या वेळी तयार केली, त्या वेळी प्रामाणिकपणा आणि एकमेकांविषयी बांधिलकी इतकी मजबूत होती, की त्यामध्ये कोणत्याही प्रकारचा दुरुपयोग होण्याची शक्यता नव्हती. परंतु समाजव्यवस्थेमध्ये जेव्हा सर्वसाधारण वर्तणुकीमधला प्रामाणिकपणा कमी होत जातो, तेव्हा सर्व कर्मकांडं ही शंकेच्या नजरेने बघितली जातात, कारण त्यांचा दुरुपयोग होण्यासाठी जागा मिळते.

आत्ता सध्या, मी कोणाला मृतांना कसं हाताळायचं शिकवलं, तर ते कदाचित त्यांच्या मित्रांना दाखवायला जातील की, ते मृतांना कसे नाचवू शकतात किंवा दुसरं काही विचित्र करवून घेऊ शकतात. किंवा ते 'माध्यम' बनण्याचा प्रयत्न करू शकतात! आणि शिवाय, जरी तुम्हाला खात्री असेल की, तुम्हाला या गोष्टी करायच्या नाहीत, तरी कोणी मेल्यानंतर लोक तुमची निर्णयक्षमता प्रभावित करण्याचा प्रयत्न करतील. ते तुमच्याकडे येऊन तुमच्या पायावर डोकं ठेवतील आणि म्हणतील, 'काहीतरी करा, मला फक्त माझ्या पित्याला एक गोष्ट सांगायची आहे, मी गेली दहा वर्षं हे सांगायचा विचार करत होतो, परंतु ते करू शकलो नाही.

मला ते आता सांगून टाकायचं आहे.' त्यांनी रडून तुमच्याकडे विनंती केली म्हणून जर तुम्ही त्यांच्यासाठी कॉन्फरन्स कॉल लावून दिला, तर मग सगळं संपलं.

हे त्याचा दुरुपयोग केल्यासारखं आहे. जर आम्ही तुम्हाला हे विधी शिकवले, तर तुम्ही ह्या सर्व गोष्टी करू शकणार नाही. तुम्ही फक्त ते विधी करायचे आणि घरी जायचं. जर आपण अशा प्रकारचे लोक तयार केले, जे इतक्या जबाबदारीने वागतील की, ते आवश्यकतेपेक्षा एकही गोष्ट जास्तीची करणार नाहीत, तर ह्या गोष्टी करणं शक्य आहे. परंतु विधी हे आजकालच्या जगात उचित ठरतील, असं नाही.

काही संस्कृतीमध्ये परंपरेने, स्त्रियांना स्मशानभूमीमध्ये जाण्यापासून आणि हे विधी करण्यापासून मज्जाव केला जातो, कारण काही अनिष्ट शक्तींप्रति त्या संवेदनशील असू शकतात. परंतु तुम्ही करत असलेले विधी फक्त नावापुरते असतील, तर स्त्रियाही ते करू शकतात. परंतु ती एक जिवंत प्रक्रिया असेल, जिथे तुम्ही एक शरीररहित जीव हाताळत आहात आणि खरोखरंच काही घडत आहे, तर स्त्रियांना त्यात प्रवेश दिल्याने समस्या निर्माण होऊ शकतात. याची बरीच कारणं आहेत. एक म्हणजे, त्या काळात स्त्री तिच्या आयुष्यात आठ ते बारा वेळा गर्भवती राहात असे. म्हणून बऱ्याच वेळा एकतर ती गर्भवती असे किंवा स्तनपान करत असे. अशा वेळी तिने या परिस्थितीमध्ये जाऊ नये. विशेषतः ती गर्भवती असताना. आजही हे पाळलं जातं - जर मृत्युपश्चात विधी केले जात असतील, तर तिथे गर्भवती स्त्रियांना उपस्थित राहू देत नाहीत. स्त्री जरी गर्भवती नसली आणि स्तनपान करत नसली, तरी तिची मासिक पाळी चालू असण्याची शक्यता असते, त्यामुळेसुद्धा ती जास्त संवेदनशील बनते. याच कारणासाठी स्त्रियांना स्मशानभूमीपासून दूर ठेवलं जात होतं. परंतु ती जर ह्या सर्वांपासून मुक्त असेल, तर तिने हे विधी करण्यामध्ये काही समस्या नाही.

स्त्रीला अशा गोष्टी करण्यासाठी पुरुषापेक्षा अधिक काळजी घ्यावी लागेल. पुरुषाची शारीरिक रचना एक प्रकारे स्थिर असते, परंतु स्त्रीची शारीरिक रचना विशिष्ट अवस्थेमधून जात असते, म्हणून तिला ह्या गोष्टींची जास्त काळजी घ्यावी लागते. शारीरिकदृष्ट्या स्त्री आणि पुरुष यांच्या शरीराला वेगवेगळ्या जबाबदाऱ्या दिल्या आहेत. हे समजून घेणं आणि दोन्हीचा स्वीकार करण्याऐवजी अशी एक मानसिकता झाली आहे की, प्रत्येक लहानसहान भिन्नता आपण भेदभावात रूपांतरित करतो. याचाच परिणाम म्हणजे, स्त्री-पुरुष भेदभाव तयार झाला. अन्यथा, ह्या दोन

बाजू एकमेकांना पूरक आहेत आणि त्या तशा असल्या पाहिजेत. जर एखादी शिस्त पाळायची असेल, तर तुम्ही त्यामध्ये कोणतीही तडजोड कुठल्याही गोष्टीसाठी करता कामा नये. हे असेल, तर स्त्रियासुद्धा ते करू शकतात. आणि खरंतर हे सर्वश्रुत आहे, की स्वतःला आयोजित करण्यामध्ये आणि शिस्त पाळण्यामध्ये पुरुषांपेक्षा स्त्रियांना मदत करणं फार सोपं आहे. प्रजननाची जबाबदारी पार पाडण्यासाठी, त्यांची जिवंत राहण्याची अंतःप्रेरणा खोलवर रुजलेली असल्यामुळे स्त्रियांमध्ये शिस्त स्वीकारण्याची नैसर्गिक प्रवृत्ती असते.

या देशामध्ये हे सर्व करण्यासाठी आपल्याकडे साधनं उपलब्ध आहेत, परंतु आता आपण इंग्लिश शिक्षणात वाढल्यामुळे, हे करण्याची आपल्याला लाज वाटते. आम्हाला आशा वाटते, की ईशामध्ये अशा काही लोकांचा समूह तयार करता येईल, ज्यांना आम्ही विशिष्ट गोष्टी देऊ शकतो. आपण काही मुलांना शिक्षण देत आहोत आणि वाढवत आहोत. आशा आहे की, ते योग्य परंपरेमध्ये वाढतील, म्हणजे आपण त्यांना जीवनाविषयी काही सोप्या, परंतु अत्यावश्यक गोष्टी शिकवू शकतो. कदाचित, ते इंजिनियर किंवा डॉक्टर होणार नाहीत, परंतु या गोष्टीमध्ये ते विकसित होतील. काही साधकांना ही सेवा देण्यासाठी प्रशिक्षण देण्याची प्रक्रिया सुरू आहे. ही सेवा करण्याची तुमची जर इच्छा असेल, तर ह्या गोष्टी योग्य रीतीने करण्यासाठी, आम्ही तुम्हाला प्रशिक्षण देऊ शकतो. परंतु तुम्ही कधीही तो तुमचा 'व्यवसाय' करता कामा नये. ती फक्त 'सेवा' म्हणूनच केली पाहिजे. जेव्हा एखादा त्याचं शरीर गमावतो, तेव्हा तो पूर्णपणे असहाय्य असतो, त्यांना मदतीची गरज असते. आपण त्यांना मदत करू शकतो, परंतु भ्रष्ट आणि दूषित हातांनी नाही. यासाठी ज्याच्याकडे वात्सल्यभाव आहे आणि त्याविषयीची नक्कीच जाणीव आहे अशांची गरज आहे.

बालकांचे मृत्यू

शिशूंचा मृत्यू हा वयस्क लोकांच्या मृत्यूपेक्षा वेगळा असतो का? काही ठरावीक संदर्भामध्ये, 'होय', कारण मुलामध्ये ज्या प्रकारे जीवन व्यक्त होतं, ते वयस्क लोकांमध्ये व्यक्त होणाऱ्या जीवनापेक्षा वेगळं आहे. आई स्तनपान करत असताना किंवा मुलाचं वय चाळीस महिन्यांपेक्षा कमी असताना, जर ते मृत झालं, तर त्यांचं

जीवन एका अर्थाने अजून पूर्ण प्रस्थापित झालेलं नाही, म्हणून तो मृत्यू आणि वयस्क व्यक्तीचा मृत्यू एकसमान नाही. खरंतर हे जरा विचित्र आहे, परंतु तुम्ही पाहाल, अशा घटनांमध्ये आई-वडील मुलाच्या मृत्यूमधून सामान्यतः फार लवकर सावरतात. जर मूल चार वर्षांच्या वर असताना गेलं, तर त्यांचं दुखः आणि वेदना बऱ्याच जास्त असतील. तुम्ही जर हे असं म्हटलं, तर लोक नाराज होतील, ती वेगळी गोष्ट आहे. परंतु तुम्ही फक्त त्यांचं निरीक्षण केलं तर तुम्ही पाहाल की, या घटनेचा प्रभाव फारच कमी आहे, कारण आई-वडिलांच्या जाणिवेमध्येसुद्धा ते अजून 'पूर्ण जीवन' म्हणून स्थापित झालेलं नाही. अजून त्याची आकार घेण्याची प्रक्रिया चालू आहे.

जेव्हा तुमचं मूल बालक असतं, तेव्हा तुमचा आणि त्या बाळाचा संपर्क पुष्कळ वेळ असतो. जेव्हा ते चार वर्षांचं होतं, तेव्हा ते इकडे-तिकडे पळायला सुरुवात करतं. तुम्ही त्याला धरून ठेवू शकत नाही, त्याला सगळीकडे फिरायचं असतं. त्याला जग बघायचं असतं. चार वर्षांच्या अगोदर ते कितीतरी वेळ तुमच्याबरोबर असतात; परंतु असं असलं तरी, तुमचा आणि त्यांचा संबंध एवढा दृढ नसतो, जरी तुम्ही शरीराने त्याच्या संपर्कात असलात तरी. कारण भौतिकदृष्ट्या ते स्वतःच अजून त्याच्या शरीराशी इतके दृढपणे जोडलं गेलेलं नाही. म्हणून तुमचे आणि त्याचे संबंधही खूप दृढ झालेले नाहीत. तुम्ही जर जीवनाचं काळजीपूर्वक निरीक्षण केलं, तर तुम्हाला हे लक्षात येईल. आजकाल उपचारासाठी बरीच वैद्यकीय साधनं उपलब्ध आहेत, परंतु अलीकडच्या काळापर्यंत बरीच मुलं चार वर्षांची व्हायच्या आतच मृत्युमुखी पडत, काहीही आजार नसताना. ते असेच मरून जात, कारण त्यांच्यामध्ये जीवन अजून पूर्णपणे स्थिरावलं नव्हतं. असं ज्या वेळी घडतं, त्या वेळी काही हरवल्याची भावना असते, परंतु आई-वडिलांना फार जास्त वेदना होत नाहीत.

मुलांमध्ये, ती चाळीस ते अठ्ठेचाळीस महिन्यांची होईपर्यंत, ह्या जन्मात किती प्रारब्ध कर्म घ्यायचं हे अजून ठरलेलं नसतं. जीवन अजून स्वतःला आजमावीत असतं. म्हणून भारतीय परंपरेमध्ये, गर्भधारणापूर्व, गर्भधारणा, जन्म आणि त्यानंतरचा काळ, ह्या कालावधीसाठी संस्काराची एक पूर्ण व्यवस्था आहे. या जीवाने जास्तीतजास्त प्रारब्ध कर्म धारण करावं, याची निश्चिती करण्यासाठी हे केलं जातं. 'जास्तीतजास्त' घेणं यासाठी महत्त्वाचं नाही की, तुम्ही जास्त दुखः भोगावं... हे यासाठी आहे, की बुडबुडा अधिक मोठा बनावा, अधिक शक्यता

घ्याव्यात. परंतु अधिक शक्यता म्हणजे, कदाचित अधिक आव्हानं असू शकतात, त्यामुळे कदाचित जास्त कष्ट भोगावे लागू शकतात. जेव्हा एखादी गोष्ट अधिक शक्यता घेऊन येते, तेव्हा हीसुद्धा शक्यता असते की, अधिक गोष्टी चुकत जातील-हा धोका आहेच. जेव्हा या जीवनाला खात्री होते, तेव्हा ते अधिक प्रारब्ध घेतं. त्याला जर खात्री नसेल, तर ते थोड्या गोष्टी घेईल. ते शक्य तितकं साधं आणि मर्यादित ठेवेल. हा जीवनाचा स्वभाव आहे. आंतरिकदृष्ट्यासुद्धा हेच खरं आहे.

जर अठ्ठेचाळीस महिन्यांनंतर जीवन पुरेसं स्थिरावलं आणि आवश्यक क्षमता निर्माण झाली, तर ते अधिक मोठं प्रारब्ध कर्म स्वीकारेल. एखादे वेळी, निसर्गामध्ये ते आपोआप स्वतःहून घडतं, परंतु सर्वसाधारणपणे तुम्हाला अशी परिस्थिती निर्माण करावी लागते, जिथे तो बुडबुडा फुगून अधिक मोठा होईल आणि ते नवीन जीवन अधिक मोठी शक्यता स्वीकारू शकेल. आजकालच्या जगात, लोकांना असं वाटतं, शक्यता म्हणजे तुम्ही किती पैसे कमावणार. मोठी शक्यता म्हणजे जरुरी नाही की, समाजाच्या नजरेमध्ये भरेल असं काहीतरी ते मूल करणार आहे. एका प्रकारे, ते असं जीवन बनेल, की त्याकडे तुम्ही दुर्लक्ष करू शकणार नाही. बऱ्याच लोकांचं जीवन दुर्लक्षित असतं. ते अस्तित्वात होते का नाही हेही कोणाच्या लक्षात येत नाही. परंतु एकदा का बुडबुडा मोठा झाला की मग तो वाळवंटात असू दे, किंवा जंगलात असू दे, गावात असू दे किंवा शहरात असू दे, ते लोकांच्या नजरेत येतील, कारण ते एक प्रकारे मोठा बुडबुडा झाले आहेत. तो सगळ्या जगाचं लक्ष वेधण्याइतका मोठा झाला आहे का? ते आपण सांगू शकत नाही, परंतु एखादा बुडबुडा थोडाही मोठा झाला, तरी ती अधिक मोठी शक्यता बनते.

बहुधा बरेच लोक चार वर्षांच्या अगोदरचं काही आठवू शकत नाहीत, कारण या बालावस्थेमध्ये कसा आकार घ्यायचा हे जीवनाने अजून निश्चित केलेलं नसतं. अजून ते अजमावत आहे की आकार वाढवायचा की कमी करायचा आणि काय करायचं आणि किती प्रमाणात करायचं. परिस्थिती जर खूप भीतिदायक आणि कठीण असेल, तर ते आकसून घेईल, जेणेकरून प्रारब्ध कर्म कमी असेल आणि आवरण जास्त मजबूत होईल, ज्यामुळे त्याला अधिक सुरक्षित वाटेल. त्याला स्वतःचा विस्तार करावा असं वाटणार नाही. म्हणून तुम्ही कोणत्याही संस्कृतीमधून आला असलात, तरी जर तुम्हाला कुठे लहान मूल भेटलं, आणि तुम्ही कितीही त्रासात असलात, तरी तुम्ही त्याचं हसून स्वागत केलं पाहिजे, तुम्ही

त्याच्याशी प्रेमाने वागलं पाहिजे. अगदी आदिवासी समाजांमध्येसुद्धा ही जाणीव आहे, कारण तुम्ही त्याच्यासाठी दिलासा निर्माण केला पाहिजे, जेणेकरून ते शक्य तितका अधिक विस्तार पावेल. तुम्ही जर थोडीही प्रतिकूलता निर्माण केली, तर ते आकसून घेईल. आपल्याला ते होऊ द्यायचं नाही. हे निर्णय कोणी जाणीवपूर्वक घेत नाही. जीवनाची स्वतःचीच बुद्धिमत्ता असं वागायला लावते.

काही वेळा, ह्यापेक्षा अधिक वयाच्या मुलांमध्ये दुसऱ्या प्रकारचा मृत्यू होतो. काही मुलांमध्ये ह्या जीवनामध्ये प्रारब्ध कर्माचं प्रमाण अजून व्यवस्थित ठरलेलं नसतं म्हणून ते अचानक मरण पावतात. निरोगी मुलं अचानक मरून जातात. ज्या मुलांकडे अद्वितीय बुद्धिमत्ता आहे, जी लोकांच्या कल्पनेपलीकडच्या गोष्टी करतात, ती कधीकधी सहा वर्षांचे होण्याच्या आतच मरण पावतात, कारण त्यांचं प्रारब्ध कर्म व्यवस्थित निश्चित झालेलं नसतं. अनेक जन्मांची माहिती एकत्रितपणे त्यांच्यामध्ये उसळी मारून बाहेर यायला सुरुवात होते. सामान्यतः, हे हाताळण्यासाठी वेगळ्या प्रकारची जाणीव आणि विशिष्ट प्रकारचं वैराग्य असावं लागतं. परंतु जेव्हा हे लहान मुलामध्ये होतं, तेव्हा शरीर ते सहन करू शकत नाही आणि ते अचानक कोसळून पडतं. बालकांचा मृत्यू वयस्क लोकांपेक्षा का वेगळा असतो, याची ही काही कारणं आहेत.

मृत्यूनंतर – आई-वडील व मुलं यांचं नातं

भारतामध्ये, आपल्या मरणाच्या वेळी आपली मुलं आपल्या जवळ असावीत, असं लोकांना वाटतं. लोकांना विशेषतः मुलगे जवळ हवे असतात. म्हणूनच, भारतात लोकांना काही करून मुलगा जन्माला यावा, असं वाटतं. कारण आई-वडील व मुलांमध्ये एक 'जीवाचं नातं' असतं आणि त्याचा उपयोग करून जर विधी केले, तर ते जास्त परिणामकारक होतात. मुलींनी केले, तरीसुद्धा ते परिणामकारक असतात. परंतु या कामासाठी लोक मुलांवर जास्त अवलंबून होते, कारण बऱ्याच वेळा पूर्वी मृत्युसमयी केवळ मुलगाच जवळ असायचा. मुलगी वयात आली, की ती लग्न करून दुसऱ्या कुठल्यातरी घरात जाई आणि आई-वडील वारले, तर ती दूर अंतरावर असल्याने लगेच माहेरी येऊ शकत नसे. ती जगातल्या दुसऱ्या खंडात असली पाहिजे असं नाही, ती फक्त २०० कि.मी. अंतरावर असली, तरी ती

पोहोचण्याआधी दहन-विधी उरकलेला असे. शिवाय, तिला तिची मुलंबाळं, नवरा आणि कुटुंब असायचं. ती त्यांना तसंच सोडून लगेच माहेरी येऊ शकत नसे. तिला, तिच्या अनुपस्थितिमध्ये पर्यायी व्यवस्था करावी लागत असे. शिवाय, ती एकटी प्रवास करू शकत नसे, कारण सगळीकडे जंगलं होती आणि म्हणून कोणालातरी तिला सोबत करावी लागत असे. या सर्व गोष्टी करायला तिला बराच वेळ लागत असे आणि म्हणून ती वेळेवर पोहोचू शकत नसे. पण मुलगा आई-वडिलांबरोबरच राहत असल्याने तो हजर असे. म्हणून ते म्हणत, की अंत्यविधीसाठी मुलगा हजर असलाच पाहिजे, मुलीने बाराव्या दिवशी आलं, तरी चालेल.

मग आई-वडील व मूल यांच्या नात्याचं काय स्वरूप आहे, जे या वेळी वापरलं जाऊ शकतं? साधारणतः, लोकांचं एकमेकांशी नातं हे शारीरिक, मानसिक किंवा भावनात्मक असतं. ते त्या पलीकडे जात नाही. म्हणून जेव्हा माणूस मरतो किंवा तो किंवा ती आपला देह ठेवतो, तेव्हा ते सर्व संपतं. मानसिक रचना गेलेली असते, भावना संपलेल्या असतात, शरीर तर नक्कीच संपलेलं असतं. म्हणून तुमचं असं जे काही तुम्हाला माहीत होतं, ते संपलेलं असतं. त्यामुळे तसं पाहिलं तर मुलंसुद्धा इतरांएवढीच अपरिचित झालेली असतात. पण जेव्हा तुम्हाला स्वतःला मूल होतं, तेव्हा तुमच्यातील काही जागा त्या मुलाने व्यापलेली असते, कारण तुम्ही ह्या जीवाला शरीर दिलं आहे. आई-वडील व मुलांच्या या संबंधामुळे आपण काही गोष्टी करू शकतो, ज्या आई-वडिलांना त्यांच्या मृत्यूनंतर मदत करू शकतात. आई-वडिलांच्या मृत्यूनंतर जर मुलाने योग्य गोष्टी केल्या, तर तो त्यांना ह्या संबंधाचा वापर करून मुक्तदेखील करू शकतो. जे लोक पूर्णतः अजाणतेपणे जगले, स्वतःसाठी काहीही केलं नाही, ते मुक्त होण्यासाठी त्यांच्या मुलांवर अवलंबून होते. यातूनच एक संपूर्ण परंपरा निर्माण झाली.

परंतु याच्या उलटं होऊ शकत नाही. आई-वडील आपल्या मृत मुलांना मुक्त करू शकत नाहीत. आपण मागच्या परिच्छेदात पाहिलं की, मुलं जेव्हा चार वर्षं होण्याआधीच मरतात, तेव्हा बालकांचा मृत्यू हा प्रौढांच्या मृत्यूपेक्षा वेगळा असतो, कारण ते जीवन अजून त्यांच्यात स्थिरस्थावर होत असतं. त्यानंतर मुलं जेव्हा चाळीस ते अठ्ठेचाळीस महिन्यांच्या पुढची होतात, तेव्हा शारीरिकदृष्ट्या तुमचे आणि मुलाचे संबंध नाट्यमयरीत्या वृद्धिंगत होतात आणि ते तुमच्या शरीरातही होतं. खूप लोकांना हे उलगडत नाही. चार वर्षांपर्यंत काहीतरी आपल्या शरीरात

होतंय, असं ते अनुभवतात. पण त्यानंतर मुलांचे इतके काही प्रश्न असतात, की ते त्यात गुंतत जातात - तो कुठे जातो, तो कुठे आहे, त्याचा शाळेत प्रवेश, हे आणि ते. या गडबडीत त्यांचा हा अनुभव चुकतो. नाहीतर त्यांच्या लक्षात येईल की, त्यांच्या शरीरात काहीतरी घडलंय, कारण त्या मुलाच्या शरीरातही ते काहीतरी घडलंय. ते घडल्यानंतर तुमच्यात एक प्रकारची सहजता येते, कारण तो आता तुमचा भाग बनला आहे, तुम्हाला त्याला जाणीवपूर्वक धरून ठेवायची आवश्यकता नाही, निसर्गतःच ते धारण केलं जातं.

तुम्ही तुमच्या मुलाला फक्त शरीर मिळवून दिलेलं आहे, तुम्ही जीव निर्माण करू शकत नाही, हे तुम्ही लक्षात ठेवलं पाहिजे. जीव निर्माण करणं हे माणसाच्या हातात नाही. जेव्हा तो जीव खरंच त्या शरीरात स्थिरावतो, तेव्हा तुमच्या आतही काहीतरी नवीन घडतं आणि तुमच्या व्यवस्थेतील काही जागा तो व्यापून टाकतो. म्हणून जर आपण एखाद्याची ऊर्जा तपासली, तर त्यांना मुलं होती की नाही हे कळू शकतं. यामुळेच काही वेळा भारतातील ज्योतिषी तुम्हाला किती मुलं आहेत, ते जिवंत आहेत का नाहीत, हे सांगू शकतात. ते तुमच्या मुलांचं थोडक्यात वर्णन करतात, त्यांच्या विशिष्ट सवयी, त्यांची नावं आणि सर्व काही, कारण तुमची मुलं तुमच्यामधील काही ठरावीक जागा व्यापत असतात. तुमची जर निरीक्षण करण्याची तयारी असेल, तर त्या व्यक्तीमध्ये ते सर्व काही असतं.

आता, हे शारीरिक नातं मूल एकवीस वर्षांचं होईपर्यंत खूप दृढ असतं. त्यानंतर ते पुन्हा विरत जातं. म्हणून मूल जेव्हा मोठं होतं आणि एकवीस वर्षांच्या जवळपास येतं, तेव्हा तुम्ही त्याच्याकडे पाहिलं, तर ते एकदम अपरिचित वाटतं. तुमचाच विश्वास बसत नाही की तुम्हीच त्यांना जन्म दिला. तुम्ही आश्चर्याने म्हणाल, ही माझीच मुलं आहेत का? हेच ते लहान बाळ, ज्याला मी वाढवलं? ते काय करत आहेत, ते तुम्हाला समजत नाही, कारण तुम्हाला त्यांच्यात स्थान नसतं, पण त्यांना तुमच्यात स्थान असतं. मुलांचा सांभाळ करण्याची ही सुंदर नैसर्गिक व्यवस्था आहे - त्यांना वाढवायचं आणि जेव्हा त्यांना मोकळं करायची वेळ येते, तेव्हा मोकळंही करू शकतो.

माझ्याकडे कोणी आला आणि म्हणाला की, 'माझ्या मुलांना आशीर्वाद द्या' तर मी विचारतो, 'त्यांचं वय काय?' जर ते एकवीस वर्षाहून लहान असतील, तर आपण त्यांना खरंच आशीर्वाद देऊ शकतो, कारण जर ते त्या वर्षापेक्षा लहान

असतील, तर तुम्ही आई-वडिलांना आशीर्वाद देऊन त्यांच्या मुलांवर सखोल परिणाम करू शकता. पण मुलं जर एकवीस वर्षांहून मोठी असतील, तर आपण आई-वडिलांशी हास्यविनोद करतो आणि परत पाठवतो, कारण त्यांच्या मुलांसाठी त्यांना आशीर्वाद देण्याचा काहीच उपयोग नसतो. मुलांनी स्वतःच आलं पाहिजे.

म्हणून जर तुमचे आई-वडील वारले, तर तुमच्यामार्फत आम्ही त्यांच्यासाठी काहीतरी करू शकतो. पण जर तुमची मुलं वारली, तर आम्ही तुम्हाला घेऊन त्यांच्यासाठी जास्त काही करू शकत नाही, कारण त्यांच्यामध्ये तुम्ही व्यापलेली अशी काहीच जागा नसते. हे असं नेहमीच असतं, कारण पुढच्या पिढ्या अगोदरच्या पिढ्यांमध्ये थोडीशी जागा व्यापतात, पण अगोदरच्या पिढ्या भविष्यात येणाऱ्या पिढ्यांमध्ये काहीच जागा व्यापणार नाहीत आणि व्यापूही शकत नाहीत. या गोष्टींचं स्वरूपच तसं आहे. म्हणून जर तुमची मुलं गेली, तर तुम्ही मुलांसाठी फक्त 'कालभैरव कर्म' ठरावीक वेळेच्या आत करू शकता. ते निश्चितच काहीतरी महत्त्वाचं करेल. याव्यतिरिक्त त्यांना प्रभावित करण्यासाठी फार काही गोष्टी करण्याचा प्रयत्न करू नका. तथापि, जरी तुमचे विचार, तुमच्या भावना आणि कृती हे तुमच्या गेलेल्या मुलांवर काही परीणाम करत नसले, तरी तुम्ही जर अंतर्मुख बनला, जर तुम्ही आनंदी राहात असाल, तर तो जीवही सुखद अनुभव घेईल. हेसुद्धा फक्त त्या जीवाला दुसरं शरीर मिळत नाही, तोवरच असतं.

मी या गोष्टी सांगू लागलो, तर लोक गोंधळून जातील, पण जर तुम्ही थोडं निरीक्षण केलं, तर गेलेल्या जीवाला दुसरं शरीर केव्हा मिळालं आहे, हे तुम्हाला समजू शकतं. तुम्ही हे असं घडताना पाहिलं असेल की, ज्यांची मुलं गेली आहेत, अशा बऱ्याच लोकांचा एका ठरावीक काळापर्यंत ते कधीतरी यातून सावरू शकतील का, हा विश्वास बसत नाही. परंतु अचानक एके दिवशी ह्या गोष्टीने त्यांना काहीच फरक पडत नाही. सर्व काही नेहमीप्रमाणे आणि छान चाललंय, असं वाटतं. आई-वडिलांनी जर आपलं शरीर कसं वागत आहे, श्वास कसा चालला आहे, केस आणि नखांचं स्वरूप, त्वचेचा पोत कसा आहे यांचं निरीक्षण केलं, तर त्यांना कळेल की ह्या जीवाने आता नवीन शरीर शोधलं आहे. ते नक्की दाखवेल. श्वासाचं बारकाईने निरीक्षण केलं, तर जाणवेल की, तो तणावपूर्ण आणि छोटा नसून आता वेगळ्या पातळीवर आरामशीरपणे चालला आहे. हे इतर बऱ्याच मार्गांनी दिसेल. पाण्याचा समतोल राखण्याची त्वचेची नैसर्गिक प्रक्रिया बदलून ती

कोरडी पडण्याऐवजी मऊ होईल, याचं कारण त्वचेजवळच्या पेशी चांगल्या श्वास घेऊ लागतात. अशा आणखी बऱ्याच गोष्टी निदर्शक आहेत; पण मी त्या सगळ्यां गोष्टींमध्ये जाणार नाही, कारण लोक त्या गोष्टी शोधायला सुरुवात करतील आणि सर्व प्रकारच्या कल्पना करायला लागतील. आता, एकदा का त्या जीवाने दुसरं शरीर शोधलं, की त्यानंतर तो कायमचा जातो. तुमचा आता त्याच्याशी काही संबंध नाही. आता दुसरा कोणी त्याच्यावर दावा करतं - ''हे माझं मूल आहे'' - आणि पुन्हा एकदा संपूर्ण नवीन नाटक चालू होतं.

श्राद्धांचं महत्त्व

माणसाच्या गरजा लक्षात घेऊन पूर्वीच्या ऋषींनी अनेक संस्कार व विधी तयार केले- व्यक्तीला शुद्ध आणि सुसंस्कृत करून त्याच्या जीवनातील प्रवासाला मदत व्हावी म्हणून. त्यात सुमारे चौसष्ट संस्कार आहेत, पण त्यांतले सर्वांत महत्त्वाचे सोळा आहेत, त्यांना शोडषसंस्कार म्हणतात. या संस्कारांची सुरुवात गर्भधारणेपासूनच होते, जो तुमच्या आई-वडिलांनी करायचा असतो, आणि त्यांचा शेवट अंत्यविधीमध्ये होतो, जो तुमच्या वंशजांनी करायचा असतो.

मरणोत्तर विधींना 'अंत्येष्टी' म्हणतात आणि ते मृताच्या मुलाने करायचे असतात. मृताचा पुढील प्रवास कल्याणकारी होईल, हे ते निश्चित करतात आणि त्याबरोबरच ते जिवंत लोकांना आई-वडिलांच्या ऋणातून मुक्त करतात. मृत्युपश्चात केले जाणारे काही विधी हे त्यांच्या वंशजांच्या आयुष्यभर चालू राहतात, अर्थात त्यांचं प्रमाण कमीकमी होतं जातं. हे विधी विशेषतः श्राद्ध म्हणून केले जातात, जे शेवटचे पूर्वज गेले, त्यांच्या त्या तिथीला आणि काही विशेष दिवशी, जसे की अमावस्या, ग्रहणाचे दिवस इत्यादी. आजकाल, हे विधी म्हणजे आठवणी जागवणं अशी चुकीची समजूत झाली आहे, परंतु ते मुख्यतः तुमच्या पूर्वजांच्या ऋणांपासून मुक्त होण्याबद्दल आहे.

काही विधी फक्त भावनिक कारणासाठी असतात, त्यांच्या आठवणीं जागवणं, त्यांच्या आपल्या आयुष्यातील योगदानाबद्दल कृतज्ञता व्यक्त करणं आणि अशा गोष्टी. समजा, एखादी व्यक्ती गेली. कदाचित, त्या वेळी त्याची मुलं किंवा नातवंडं लहान होती. त्यांच्याकडे त्याच्या किंवा तिच्या आठवणी नसतात. मग आई-वडील

त्यांच्यासाठी त्या आठवणी पुन्हा जाग्या करतात, म्हणजे मुलं स्वतःला त्याच्याशी जोडू शकतील, कारण त्या मुलांची मुळं कुठेतरी रुजली पाहिजेत. तो माणूस कसाही असला, तरी त्या वेळी ते त्यांच्याबद्दल काही चांगल्या गोष्टी सांगतात, म्हणजे त्या मुलांचं त्याच्याशी नातं जुळतं. तो त्यांच्यासाठी वडिलोपार्जित वारसा ठरतो. ही त्याची एक बाजू आहे. दुसरी बाजू म्हणजे, पूर्वजांपासून वांशिक(जनुकीय)रीत्या दूर होणे किंवा तुमचे त्यांच्याशी असलेले ऋणानुबंध संपवणं.

आध्यात्मिक विकासाची महत्त्वाची एक बाजू ही आहे की, तुम्ही तुमची वांशिक आणि उत्क्रांतीविषयक स्मृती यांपासून अंतर निर्माण केलं पाहिजे. तुम्ही जर त्यांच्यापासून दूर झाला नाही, तर त्याच गोष्टींची पुनरावृत्ती होत राहील. तुमच्या आजोबांच्या आयुष्यात जे घडलं, तेच तुमच्या आयुष्यात पुन्हा एकदा घडेल. कदाचित, तुम्ही दुसऱ्या कालखंडात असाल, त्यामुळे तुम्ही वेगळे दिसत असाल, परंतु अगदी त्याच प्रकारच्या गोष्टी पुन्हा घडत असतील. तुमच्या आणि त्यांच्या आजूबाजूच्या वातावरणात कदाचित बदल असेल. ते करत असलेली कामं तुम्ही आता करत असलेल्या कामापेक्षा वेगळीही असतील. म्हणून वरवर पाहता, लोकांना ते सगळं वेगळं वाटतं. परंतु अनुभवाच्या दृष्टीने प्रत्यक्षात तीच गोष्ट होत असेल, कारण तीच गोष्ट पुनःपुन्हा घडेल. तुम्ही त्या चक्रात अडकाल. तुमचं जीवन ताजतवानं असणार नाही. जर आयुष्य ताजं नसेल, तर मुक्तीचा प्रश्नच येत नाही. त्यापलीकडे जाण्याचा प्रश्न येत नाही किंवा नवीन काही शोधण्याचाही प्रश्न येत नाही.

म्हणून, भारतात केल्या जाणाऱ्या वर्षश्राद्धाचं प्रमुख कारण पूर्वजांची आठवण नसून, तुम्ही आणि पूर्वज यांच्यामध्ये अंतर निर्माण करणं आहे. तुम्हाला मृतांपासून दूर व्हायचं असतं. या वार्षिक क्रिया अशा रीतीने केल्या जातात की, तुमच्या वांशिक स्मृती शक्य तितक्या कमी व्हाव्यात. ब्रह्मचारी दीक्षा अशीच असते. भारतात जर तुम्हाला संन्यास घ्यायचा असेल, तर पहिली गोष्ट ही करतात की, तुमचे आई-वडील जिवंत असले, तरी तुम्ही त्यांच्या सर्व क्रिया आणि कर्म करणं. हा त्यांचा मृत्यू नाहीये, त्यामागे ती इच्छा नसते. एवढंच की, तुम्ही तुमच्या वांशिक स्मृतींपासून अंतर निर्माण करता. आता तुम्ही मुक्तीच्या एक पाऊल जवळ जाता.

पूर्वजांची पूजा

आपल्या पूर्वजांचं आपल्यावर खूप मोठं ऋण असतं. पिढ्यानुपिढ्यांचं ज्ञान आणि प्रयत्न यांचे एकावर एक थर साठत गेले नसते, तर मानवी संस्कृती आजही अगदीच प्राथमिक अवस्थेत राहिली असती. बहुतेक संस्कृतींत पूर्वजांबद्दल आदर दाखवण्याची प्रथा असते. काही संस्कृतींत हा पूज्यभाव इतका वाढतो की, त्याला पूजेचं स्वरूप येतं. पूर्वजांना जवळपास देवच मानून त्यांच्याकडून मार्गदर्शन व संरक्षण यांची अपेक्षा बाळगली जाते. म्हणून त्यांची पूजा केली जाते. मूळ अमेरिका-निवासी पूर्वज पूजा मोठ्या प्रमाणात केली जाते, शिवाय कदाचित ऑस्ट्रेलियात आदिवासी व आफ्रिकेतल्या काही जमातींतदेखील. पण भारतात पूर्वजांसाठी असणारे संस्कार व विधी भिन्न कारणांसाठी केले जातात.

भारतात आपण पूर्वजांपासून अंतर निर्माण करतो. आपण त्यांना पूजत नाही. इथे लोक पूर्वजांची काळजी घ्यायचा विचार करतात किंवा त्यांच्यापासून अंतर तरी निर्माण करतात. पण पूर्वजच तुमची काळजी घेणं ही प्रथा इथे फारशी रूढ नाही. इतर संस्कृतींमध्ये हा पूजेचा प्रकार आला असेल, कारण त्या संस्कृतींमध्ये तंत्रविद्येचा मोठ्या प्रमाणात अवलंब होत असावा. त्यांचे संस्कार व विधी हे बहुतांशी तंत्रविद्येशी संबंधित असत, अध्यात्मिक प्रक्रियेशी नाही. तिथे असंही घडलं असेल की, त्यांच्या मृत पूर्वजांनी त्यांना लढाईत किंवा अशाच कुठल्या कठीण प्रसंगी मदत केली असावी. त्यांना हे माहीत असावं की, त्यांच्याशी कुठल्या पद्धतीने संपर्क साधायचा आणि त्याचा उपयोग करून घ्यायचा. अशाच काही घटना तिथे नक्की घडल्या असणार. म्हणून सारे पूर्वज आपल्याला मदत करतील, असा समज झाला असेल. हे इथेसुद्धा खरं आहे.

मी स्वतः असं म्हटलं आहे की, मी शरीर सोडून गेल्यानंतर, ऐंशी वर्षं माझं अस्तित्व, आता ह्या क्षणी आहे त्यापेक्षा, अधिक मोठ्या प्रमाणात असेल, आणि मी ही खात्री करीन, की इथे जे कोणी आहेत, ते कोणत्या ना कोणत्या मार्गाने मुक्त होतील.[४] ज्यांनी मागून येणाऱ्या पिढीला मार्गदर्शन केलं, असे काही इतरही ठरावीक जीव होऊन गेले. म्हणून त्यासारख्याच गोष्टी तिथे घडल्या असाव्यात. यावरून,

४ प्रकरण ११ - ''मी परत येईन का'चा संदर्भ.

प्रत्येक पूर्वज ते करण्यास समर्थ असतो, असा समज झाला असावा. हे कोणीतरी नक्कीच केलं असेल, पण सामान्यतः प्रत्येक पूर्वज त्या प्रकारे सक्षम नसतो.

सर्व पूर्वींच्या पिढ्यांचं एकत्रित ज्ञान नक्कीच आपल्याला लाखो मार्गांनी लाभ पोहोचवत असते. जर आपण दोन भिन्न जमातींमध्ये लग्न लावण्याच्या मार्गदर्शक नियमांचं कठोरपणे पालन केलं, जसं की पूर्वी भारतात व्हायचं, तर या आधीच्या पिढीचं एकत्रित साठलेलं ज्ञान मिळवणं आणि त्यापासून लाभ करून घेणं, ही क्षमता खूप जास्त वृद्धिंगत होते. हे सारं कठोर जातिसंस्थेवर आधारित नसून वांशिक अनुरूपतेवर अवलंबून असतं. अनेक व्यावसायिक कुटुंबांनी हे अभूतपूर्व पद्धतीने दाखवून दिलं आहे. त्यांतल्या काहींनी देवतासुद्धा प्रस्थापित केल्या, ज्या हे जमा होणारं ज्ञान शक्ती स्वरूपात धरून ठेवतात व मोठ्या प्रभावी पद्धतीने ही वांशिक मिसळ हाताळतात. अनेक वेळा हे धर्मापेक्षा जास्त कठोरतेने पाळलं जायचं. अनेक ठिकाणी जमीन, खडक आणि त्या जागासुद्धा काळजीपूर्वक सांभाळल्या जात. काही संस्कृतींमध्ये, ज्या माती आणि खडकांनी त्यांच्या पूर्वजांचे वैभव पाहिलं, त्यांना थोडाही धक्का लागू देत नव्हते, कारण ही त्यांची ज्ञान जतन करण्याची साधनं होती.

परंतु आजचं यंत्रयुग, पराकोटीचा प्रवास आणि वेगवेगळ्या लोकांत मिसळणं यामुळे हे प्रत्यक्षात आणणं व्यावहारिक ठरणार नाही. आजकाल तुमची मुलं, 'तुम्ही किंवा तुमचे पूर्वज काय सांगतात' यापेक्षा 'गुगल' वर जास्त विश्वास ठेवतात. म्हणूनच, आपण अंतर्ज्ञानाकडून माहितीकडे चाललो आहोत, हे खरोखरच दुर्दैव आहे.

स्वर्ग व नरक

ज्यांनी स्वतःचा 'नरक' केला आहे, त्यांना नेहमी 'स्वर्गा'त जाण्याची आस असते. जेव्हा जीवन नरकवास भासतं, तेव्हा वाटतं की, आपण वर गेलो की, सारं काही परीकथेप्रमाणे असेल. मग स्वर्गात काय आहे? भारतीय पुराणांप्रमाणे, स्वर्गात अन्न खूप छान असतं. तुम्ही जर खादाड असाल, तर हिंदू स्वर्गात जायला पाहिजे. नल, जो प्रख्यात स्वयंपाकी आहे, तो स्वतः तुमच्यासाठी जेवण बनवेल, आणि तुम्ही कितीही खाल्लं, तरी भांडी नेहमीच पदार्थांनी भरलेली राहतील. तुम्ही दुसरीकडे

गेलात, तर पांढऱ्या पंखाच्या पऱ्या तुमच्यासाठी संगीताच्या सुमधूर धून वाजवत तरंगत असतात. तुम्हाला तसं वातावरण आवडत असेल, तर तुम्ही तिथे जावं. इतर ठिकाणी कुमारिकांचा प्रश्न असतो. तुम्ही जर त्याच्या शोधात असाल, तर तिकडे गेलं पाहिजे. पण स्वर्गात जायचं कसं?

अलाबामामध्ये असं घडलं. रविवारच्या खास शिकवणीमध्ये एक शिक्षक तावातावाने शिकवत होते, पण वर्गात तुमच्यासारखे विद्यार्थी नव्हते, सगळी चिल्लीपिल्ली होती. 'त्यांना लहानपणीच पकडा' हे त्यामागचं धोरण असतं. शिक्षक मोठ्यामोठ्याने बोलत होते आणि मुलं मात्र धक्का बसल्यासारखी चिडीचूप होती. ते एकदम थांबले आणि नाट्यमय अविर्भावाने म्हणाले, ''स्वर्गात जाण्यासाठी तुम्हाला काय करायला हवं?''

पुढच्या बाकावरची लहान मेरी उठली आणि म्हणाली, "मी जर दर रविवारी सकाळी चर्चची फरशी पुसली, तर मी स्वर्गात जाईन."

"अगदी बरोबर." शिक्षक म्हणाले.

दुसरी छोटी मुलगी म्हणाली, "मी जर माझे खाऊचे पैसे गरीब मुलांना दिले, तर मी स्वर्गात जाईन."

"बरोबर." ते म्हणाले.

अजून एक मुलगा म्हणाला, "ज्यांना मदतीची गरज आहे त्यांना मी मदत केली, तर मी स्वर्गात जाईन."

'बरोबर.' शिक्षक म्हणाले.

मागच्या बाकावरचा लहान टॉमी उठला आणि म्हणाला, "सगळ्यांत आधी तुम्ही मरावं लागेल.' खरं आहे, तीच पात्रता आवश्यक आहे. तुम्हाला जर स्वर्गात जायचं असेल, तर तुम्हाला आधी मेलं पाहिजे."

तुम्ही मेल्यावर तुमच्या संस्कृतीनुसार तुम्हाला पुरतील, जाळतील किंवा प्राणी-पक्ष्यांना खायला टाकतील. म्हणजे, तुम्ही तुमचं शरीर इथेच ठेवलं आणि स्वर्गात गेलात. शरीराशिवाय त्या उत्तम पदार्थांचा आणि कुमारिकांचा काय उपयोग? तुम्ही ऐकलं असेलच की, त्या खास पात्राविषयी[५], तुम्ही कितीही खा, ते रिकामं होत नाही- तुम्ही हे समजून घेतलं पाहिजे की, हे असं होतं कारण शरीर असलेला कुणीच तिथे जात नाही! शरीररहित लोकांनी कितीही खाल्लं, तरी ते तिथेच राहील,

---

५ हिंदू स्वर्गातील 'अक्षय पात्राचा' संदर्भ

त्यामुळे अर्थातच ते पात्र नेहमी पूर्ण भरलेलंच राहील. त्यामुळेच त्यासुद्धा सदैव कुमारिकाच राहिल्या.

अशा गोष्टी आपण अनेक वर्षांपासून ऐकत आलो आहोत. हजारो वर्षांपासून तुम्ही एकच गोष्ट सांगू शकत नाही. त्याच्यापेक्षा एखादी चांगली गोष्ट सांगा - असा एक स्वर्ग जिथे वाय-फाय फुकट असेल! गोष्टी ऐकायला आवडणे यात काहीही चूक नाही, पण त्यावर विश्वास ठेवणं हा मूर्खपणा आहे. किती दिवस तुम्ही स्वतःला परीकथा सांगणार? माणूस म्हणून आपण थोडीतरी उत्क्रांती दाखवायला हवी. तुम्ही या फालतू गोष्टी बंद करून तुमच्या अस्तित्वाचं सत्य शोधायला सुरुवात केली पाहिजे.

आता काही लोकांना तुम्ही अशा गोष्टींवर विश्वास ठेवायला हवा असतो- तुम्ही मेलात की लगेच स्वर्गात जाल आणि तिथे एक छान पार्टी आयोजित केलेली असेल, तुमचे सर्व मित्र, नातेवाईक तुमची वाट पाहात थांबले आहेत आणि तुमचा वेळ फार छान जाईल. तुम्ही हे लक्षात घ्यायला हवं की, तुम्ही जेव्हा मरता, तेव्हा तुम्ही तुमचं शरीर हरवता, परंतु तुम्ही अजूनही इथेच असता. तुम्ही कुठेही जात नाही. फक्त तुमच्या अस्तित्वाचा आयाम बदललेला असतो. तुमचं शरीर जाऊन तुम्ही शरीरविरहित जीव बनला आहात किंवा स्थूल भौतिकातून सूक्ष्म भौतिकाकडे गेला आहात. इथून स्वर्गात किंवा इथून नरकात किंवा जिथे कुठे असेल, असा कुठलाही भौगोलिक बदल होत नाही. आणि सगळ्यांत महत्त्वाची गोष्ट अशी की, त्यानंतर जे घडते, ते देवाच्या सूडबुद्धीने किंवा तो तुमच्यावर चिडला म्हणून होत नाही. त्याला तुम्हाला टांगायचं नाही, तुम्हाला आगीत जाळायचे नाही किंवा उकळत्या तेलात तळायचंही नाही.

स्वर्ग आणि नरक ही मृत्यूनंतर जाण्याची ठिकाणं आहेत, अशी फार मोठी जाहिरात जगातील धर्मांनी केली, कारण त्यांना समाजात वचक प्रस्थापित करायचा होता. जेव्हा त्यांना कळेना, की लोकांच्या समूहाला किंवा एखाद्याला कसं आवरायचं, तेव्हा त्यांनी ही शक्कल लढवली. 'ठीक आहे, आम्ही आता जरी तुम्हाला शिक्षा करू शकलो नाही, तरी आम्ही तुम्हाला तिथे पाठवू. तुम्ही केलेल्या चांगल्या कामासाठी जरी आम्ही तुम्हाला इथे इनाम देऊ शकलो नाही, तरी तिथे बक्षीस नक्की देऊ' आणि इथे तुम्ही हालअपेष्टा भोगीत असाल तर म्हणतील, ''घाबरू नकोस, जेव्हा तू तिथे जाशील, तेव्हा सारे काही ठीक होईल.'' याने

मानसिक दिलासा मिळतो. जर एखादा दुःखाच्या अगदी दारुण अवस्थेत असेल, तर तुम्ही म्हणता, 'काळजी करू नको, तू जेव्हा जाशील आणि देवाच्या मांडीवर बसशील तेव्हा सर्व काही ठीक होईल.' ते एक मानसिक तंत्र आहे. जेव्हा लोक अतिशय वाईट परिस्थितीतून जात असतात, तेव्हा ते ठीक असतं. पण त्याचं व्यापारी चिन्ह करून सगळीकडे विकू नका, ते तसं काम करत नाही. ते जर मानसोपचारतज्ज्ञ सांगत असेल, तर ते ठीक आहे. परंतु तुम्ही जर त्यांना हे पटवून द्यायचा खरोखर प्रयत्न करत असाल की, तिथे गेल्यावर सगळं काही चांगलं होणार आहे, तर तुम्ही त्यांचं इथलं आयुष्य बिघडवून टाकाल.

आता हळूहळू स्वर्ग लोकांच्या मनातून ढासळू लागले आहेत, कारण तुम्ही जर त्यांना त्याबद्दल फक्त तीन प्रश्न विचारले, तर ते कोलमडून पडतील. मानवजात आता अशा टप्प्यापर्यंत आली आहे की मानवी बुद्धिमत्ता कधी नव्हे; एवढी सक्रिय झाली आहे. खूप सारे लोक आता त्यांच्या आयुष्याचा विचार स्वतः करू शकतात, जे या पूर्वी मानवाच्या इतिहासात कधीच नव्हते. माणसाची बुद्धी कार्यरत झाली की, ती अपरिहार्यपणे प्रश्न विचारायला लागते. मला वाटतं की, पुढच्या पंचवीस वर्षांत, फार तर चाळीस वर्षांत स्वर्ग आणि धार्मिक साहित्य पूर्ण ढासळून जाईल. प्रत्येक व्यक्तीच्या मनात ते आत्ताच ढासळू लागले आहेत. अजून तरी तसं स्पष्टपणे बोलायचं त्यांचं धारिष्ट्य होत नाही किंवा त्यांच्या मनामध्ये अजून तेवढी स्पष्टता आली नाही, पण ते ढासळू लागले आहेत. आजच्या काळात स्वर्ग आणि नरकाची लोकांच्या मनावरील पकड सुटल्यात जमा आहे. पूर्वी जितक्या लोकांना आपण मेल्यावर स्वर्गात जाऊ असं वाटत असे, त्यांची संख्या पूर्वीच्या पिढ्यांपेक्षा आताच्या पिढीमध्ये खूपच कमी झाली आहे. जगात सर्वत्र ही आशा मावळत चालली आहे आणि येत्या काही दशकांत ती जास्त वेगाने मावळेल. याचे जगावर खूप परिणाम होणार आहेत.

माणसांना स्वर्ग हवा असतो, कारण मुळात त्यांना आनंद हवा असतो. जर तुम्हाला लहानपणापासून सांगितलं गेलं असतं की देव स्वर्गात राहतो, पण ती फार भयानक जागा आहे, तर तुम्हाला तिथे जावंसं वाटणार नाही. तुम्ही म्हणाल, 'मी इथूनच प्रार्थना करतो -पण मला तिथे जायचं नाही.' म्हणजे, मुळात माणसाला त्याच्या अनुभवात सुख हवं असतं -शारीरिक, मानसिक व भावनिकदृष्ट्या. तिला किंवा त्याला ही सर्व जीवनप्रक्रिया आणि आजूबाजूचं वातावरण आनंददायी हवं

असतं. पण ते घडून आल्यावर तरी आपण समाधानी होऊ का? नाही. पण तुम्ही आनंदी राहायला शिकलात, तरच जीवनाच्या इतर आयामांचा शोध घेऊ शकाल. तुम्ही जर वेगवेगळ्या दुःखात असाल, तर तुमचं सारं आयुष्य फक्त आनंद मिळवण्यात जाईल. आनंद नावाची गोष्ट शोधण्यात लोक खरंच आपलं सारं आयुष्य वाया घालवत आहेत. खरंतर तो आनंदही नसतो. तोसुद्धा त्यांनी सोडून दिलेला आहे. आज त्यांना फक्त मनःशांती हवी आहे. हे त्यांच्या जीवनातलं परमोच्च ध्येय आहे.

जेव्हा लोकांच्या मनातून स्वर्ग ढासळतील, तेव्हा ते इथल्या आयुष्याचा अधिकाधिक उपयोग करण्याचा प्रयत्न करू लागतील. सुरुवातीला हाव आणि इच्छा यांमुळे प्रयत्न केले जातात. पण जेव्हा लोक वैतागतात आणि त्यांच्या लक्षात येतं की, नुसतं जास्त जमा करत गेल्याने आयुष्य फारसं सुधारत नाही, तेव्हा ते आणखी वेगळे पर्याय शोधायला लागतात. ते दारू पितात, अमली पदार्थांचं सेवन करतात. हा काही कुठल्या नैतिक मूल्यांचा प्रश्न नाही. त्याचा लोकांच्या बुद्धीवर व चेतनेवर काय परिणाम होतो, हा मुद्दा आहे. आरोग्य हा काळजी करण्याचा मुद्दा आहे, पण जर एखादा लवकर मरण्यास तयार असेल, तर मला काही वाटणार नाही. पण ही रसायनं माणूस म्हणून ज्या शक्यता आहेत, त्यांचं नुकसान करतात, आणि आमच्या दृष्टीने तीच समस्या आहे. जेव्हा हे ९० टक्के लोकांमध्ये होईल, तेव्हा येणारी जी पिढी आपण निर्माण करू, ती आपण आहोत, त्यापेक्षा फार कमी दर्जाची असेल. हा मानवतेविरुद्धचा गुन्हा आहे; कारण जीवन अशा पद्धतीने चालत असतं की, ते अधिकाधिक चांगलं होत जावं.

खरोखर असं नुकसान झालंच, तर त्या वेळेला, लोकांना त्यातून बाहेर काढणं शक्य होणार नाही. जे नशेत आहेत, त्यांना समजावता येत नाही. तुम्ही एखाद्या दारू पिणाऱ्या किंवा अमली पदार्थांचं सेवन करणाऱ्या व्यसनी माणसांना किंवा सतत डॉक्टरी प्रिस्क्रिप्शनने औषधं घेणाऱ्यांना परावृत्त करायचा प्रयत्न करा, म्हणजे तुम्हाला समजेल मी काय म्हणतो आहे ते. तुम्ही त्यांना सहज परावृत्त करू शकत नाही, कारण त्या रसायनांचा गुणधर्मच तसा आहे. ते तुमच्यात आरोग्य, शांती, आनंद, अत्यानंद किंवा तत्सम गोष्टींच्या शिखरावर गेल्याचा भास निर्माण करतात. पण ही उंची कृत्रिमरीत्या गाठलेली असल्यामुळे, लोक त्यापासून परत फिरणंही शक्य नसतं.

म्हणून सगळे जण दारू किंवा अमली पदार्थांच्या आहारी जाण्याच्या आधीच मानवी चेतना उंचावणं महत्त्वाचं आहे. आपण त्यांना शिकवलं पाहिजे की, इथे सहज बसून पूर्णपणे अत्यानंदात आणि नशेत धुंद कसं व्हायचं, कुठल्याही बाह्य रसायनाशिवाय. अन्यथा तुम्ही पाहाल, पुढच्या पन्नास वर्षांत ९० टक्के लोक कुठल्या ना कुठल्या रसायनांच्या आहारी गेलेले असतील.

अस्तित्वाच्या दृष्टीने, स्वर्ग आणि नरक या कल्पनांमध्ये थोडंसं तथ्य आहे, कारण शरीराच्या मृत्यूनंतर जीवन संपत नाही. ते फक्त त्यानंतर खूप सारी निरनिराळी रूपं घेत असतं. ते रूप आनंददायक किंवा फार दुखःदायकही असू शकतं, त्यासाठी बरीच कारणं आहेत. या आनंददायी रूपाला आपण 'स्वर्ग' म्हणतो आणि भयावह रूपाला 'नरक' म्हणतो. जसं आपण आधी पाहिलं[६] की, ही भौगोलिक ठिकाणं नसून जीवाने शरीर सोडल्यानंतर घेतलेल्या रूपांचं ते वर्णन आहे. तुम्ही या सगळ्या रूपांपलीकडे गेलात, तर आपण त्याला 'मुक्ती' म्हणतो. आध्यात्मिक साधक स्वर्गात जाण्यास उत्सुक नसतो. तसंच त्याला नरकातही जायचं नसतं. त्यांना या दोन्ही द्वैतापलीकडे, स्वर्ग आणि नरक यांच्या पलीकडे जायचं असतं.

योग प्रथम कशावर हल्ला करत असेल, तर स्वर्गावर व नरकावर. जोपर्यंत स्वर्ग आणि नरक आहेत, तोपर्यंत 'आतलं सुख मिळवण्याचं तंत्रज्ञान' ही कल्पना अर्थशून्य आहे. मुक्तीकडे जाण्याची प्रक्रिया अर्थहीन आहे. कारण जाण्यासाठी दोन ठिकाणं आहेत - चांगले किंवा वाईट - तुम्ही एकतर वाईट जागेत पोहोचता किंवा चांगल्या जागेत. तुमचं सारं आयुष्य चांगल्या जागेचं तिकीट मिळवण्यासाठी केंद्रित असतं. तुमच्या चालू जीवनाबद्दल तुम्ही बेफिकीर असता. मानव समाज अशाच अज्ञानी पद्धतीने आजवर जगत आला आहे. याला कारण आहे - धर्मांचं सहाय्य. ते शिकवतात, ''तुम्ही इथे काय करता हे महत्त्वाचं नाही. तुम्ही फक्त या, या, या गोष्टींवर विश्वास ठेवा, म्हणजे तुमचं चांगल्या ठिकाणी पोहोचण्याचं तिकीट पक्कं.' म्हणून तुम्ही जोपर्यंत तुमच्या मनातला स्वर्ग किंवा नरक नाहीसा करत नाही, तोपर्यंत सत्याच्या दिशेनं खरंच काही प्रवास होणार नाही.

योग-पुराणात एक सुंदर कथा आहे. एक चौऱ्याऐंशी वर्षांच्या वरचा योगी होता. तो सगळ्यांना जाहीरपणे सांगत सुटला की, ''पाहा, मी आता थोड्याच दिवसांत मरणार आहे आणि स्वर्गात जाणार आहे.''

---

६ प्रकरण ७ मधील 'आयुष्याच्या अखेरच्या क्षणांचं महत्व' हा विभाग पहा

इतर योग्यांना या गोष्टीची मौज वाटली. त्यांनी एक दिवस त्याला थांबवलं आणि विचारलं, ''तुला कसं कळलं की, तू स्वर्गात जाणार आहेस? देवाच्या मनात काय आहे हे तुला कसं माहीत?''

त्यावर वृद्ध योगी उत्तरला, ''देवाच्या मनात काय आहे याचं मला काही घेणं-देणं नाही; माझ्या मनात काय आहे हे मला माहीत आहे.''

योग तुम्हाला आनंदी राहण्याचं तंत्र देतो, मग आजूबाजूचं वातावरण कसंही असो. एवढंच त्याला सांगायचं होतं. 'स्वर्ग' आणि 'नरक' हे दोन्ही द्वैताचे भाग आहेत. आम्ही ज्याला 'मुक्ती' म्हणतो, ती म्हणजे संपूर्णपणे विलीन होणं. तुम्ही इथेही जात नाही किंवा तिथेही जात नाही. तुम्ही कुठेच जात नाही, तुम्ही फक्त विरघळून जाता. म्हणून आध्यात्मिक साधकाचं ध्येय, 'देव' किंवा 'स्वर्ग' नसतं, तर 'मुक्ती' हेच त्याचं ध्येय असतं.

•••

प्रकरण ९

शोक आणि दुःख

तुम्ही हे समजून घेतलं पाहिजे, की कुणी मेलं आहे म्हणून तुम्हाला दुःख होत नाही. एक जीव गेल्याने तुम्हाला काही फरक पडत नाही. जगात रोज हजारो लोक मरतात. पण त्यामुळे तुमच्यात पोकळी निर्माण होत नाही. तुम्ही तरीही पार्टी करत असता. समस्या अशी आहे, की एखादे विशिष्ट जीवन गेल्याने तुमच्या आयुष्यात पोकळी निर्माण होते.

शोकाचं मूळ स्वरूप

आजच्या जगात प्रियजनांच्या मृत्यूच्या शोकातून बाहेर पडणं ही एक फार मोठी गोष्ट झाली आहे. पण तुमचं दुःख हे कोणी मेलं आहे म्हणून नाही, हे तुम्ही समजून घेतलं पाहिजे. एखादा जीव निघून गेल्याने तुम्हाला काही फरक पडत नाही. दररोज हजारो लोक मरत असतात. जग कशाला, तुमच्या शहरातसुद्धा अनेक लोक मरत असतात, अनेक लोक अंत्यविधीसाठी जमत आहेत, अनेक लोक दुःखात आहेत. तरीही तुमच्यावर त्याचा परिणाम होत नाही. ते तुमच्या आयुष्यात पोकळी निर्माण करत नाहीत. तुम्ही त्याच शहरात अजूनही पार्टी करत असता. एखादं विशिष्ट जीवन निघून गेल्याने तुमच्या आयुष्यात पोकळी तयार होते, ही समस्या आहे. मुळात तुम्ही दुःख करता, कारण जी व्यक्ती अनेक प्रकारे तुमच्या आयुष्याचा एक

भाग होती, ती गेली. त्यामुळे तुमच्या आयुष्याचा एक भाग रिकामा झाला आणि ते रिकामेपण तुम्ही हाताळू शकत नाही. तुम्ही खेळ खेळत आहात आणि त्यांतला एक जण अचानक उठून गेला, त्यामुळे खेळात खंड पडला आणि तुम्ही ते हाताळू शकत नाही, असंच ते आहे.

या विशिष्ट मृत्यूने तुमच्यात अपूर्णत्व आलं आहे, ही तुमची समस्या आहे. तुम्ही तुमचं आयुष्य कोणासोबत बांधलं होतं, तुम्ही मनात बेत केले होते, जसं की, मी या माणसाशी लग्न करणार आहे. मला दोन मुलं होतील. मी त्या मुलांना हे करायला लावेन, ते करायला लावेन वगैरे-वगैरे. आता तीच व्यक्ती तुमच्या आयुष्यातून नाहीशी झाली आणि त्या सर्व स्वप्नांचा चुराडा झाला. आता स्वतःचं काय करायचं, हेच तुम्हाला कळेनासं झालं. तुमचा भ्रमनिरास झाला आहे. तुमचा भ्रमनिरास झाला म्हणजे तुमचा जो भ्रम होता, तो नाहीसा झाला आहे. जेव्हा भ्रमनिरास होतो, तेव्हा माया[१] नाहीशी होते. - सत्यापर्यंत पोहोचण्याची हीच वेळ असते. दुर्दैवाने, बरेच लोक याला स्वतःमधली एक दुखःदायक आणि विनाशकारी प्रक्रिया बनवतात.

शोक हा केवळ तुमच्यातील अपूर्णत्वामुळे आहे. असं म्हणणं निर्दयी वाटेल, पण हे खरं आहे, की बऱ्याच लोकांना आपली बायको किंवा नवरा, आई-वडील किंवा मूल मेल्यापेक्षा, आपला सगळा पैसा किंवा निर्वाहाचं साधन हरवल्याने जास्त दुःख होईल. हे क्रूर वाटेल; पण हे सत्य आहे. म्हणून कोणी मेलं नाही, तरी तुम्हाला दुःख होऊ शकतं. केवळ यशस्वी झालो नाही म्हणूनसुद्धा लोक दुःखी होऊ शकतात. त्यांना जे हवं, ते मिळालं नाही म्हणून लोक दुःखी होऊ शकतात. त्यांचं घर जळलं म्हणून लोक दुःखी होऊ शकतात. त्यांची गाडी हरवली, तरी लोक दुःखी होऊ शकतात. एखादं लहान मूल त्याचा टेडी-बेअर हरवला म्हणून दुःखी होऊ शकतं. मुलाला त्या टेडी बेअर हरवल्याचं दुःख कदाचित आई-वडील गेल्यापेक्षा जास्त असू शकतं. एखादं मूल आजोबा गेल्याहून, त्याचा कुत्रा गेल्याने जास्त दुःखी होऊ शकतं. मी असं घडताना पाहिलं आहे. त्यामुळे लोकांना धक्काही बसतो. पण हा मानवी स्वभाव आहे. मुलाचं नातं आजोबांपेक्षा कुत्र्याशी अधिक खोलवर आहे. काय करणार?

---

१ शब्दशः अर्थ 'भास' - विश्वातली भास निर्माण करणारी शक्ती

एखादी व्यक्ती गेल्यामुळे तुम्हाला अपूर्ण का वाटतं? हे तुम्ही तपासलं पाहिजे, हे जीवन येताना पूर्ण जीवन म्हणून येतं. हे जीवन जसं आहे तसं तुम्ही जाणलं, तर अपूर्णत्वाचा प्रश्नच येत नाही. हे जीवन परिपूर्ण आहे. हे जीवन जर अपूर्ण असेल, तर सृष्टीच्या निर्मात्याने खराब काम केलं आहे. नाही, असं म्हणावं लागेल. परंतु तसं मुळीच नाही. हे एक विलक्षण कार्य आहे, अनेकांना लक्षात येईल त्यापेक्षाही कितीतरी जास्त. ही खूपच अद्भुत निर्मिती आहे. हे जीवन जसं आहे, तसं तुम्ही अनुभवलं असेल, तर मग कुठलीच गोष्ट तुमच्या मनात पोकळी निर्माण करू शकणार नाही, कारण हे जीवन परिपूर्ण आहे. मग तुम्ही ते तुमच्या नोकरीधंद्याने, तुमच्या गाडीने किंवा तुमच्या घराने किंवा तुमचं कुटुंब किंवा आणखी कशाने भरणार नाही. हे जीवन अनेक गोष्टींशी संवाद साधू शकतं, नाते जोडू शकतं, अनेकांबरोबर राहू शकतं व अनेक गोष्टीं सामावू शकतं. परंतु तरीही स्वतः ते एक परिपूर्ण जीवन आहे. हे असंच आहे. तुम्ही जर हा अनुभव प्राप्त केला व ह्या अवस्थेत राहिला, तर मग तुमची नोकरी जाऊ दे, कार जाऊ दे, पैसा जाऊ दे किंवा तुमची आवडती व्यक्ती जाऊ दे, तुम्ही दुःख करणार नाही.

याचा अर्थ, गेलेल्या व्यक्तीबद्दल तुम्हाला काहीच भावना असणार नाहीत का? नाही, त्यांच्यावर तुमचं अतोनात प्रेम असेल. आता, ते इथे असताना दोन माणसांत छोट्या-मोठ्या कुरबुरी असायच्याच. तुमचे ते कितीही आवडीचे किंवा जवळचे असोत, तुम्ही त्यांच्या अगदी जवळ चार-सहा तासांपेक्षा जास्त बसलात, तर तुम्हाला थोडं दूर जावंसं वाटेल. तुम्ही काहीतरी कारण काढता आणि जाता, निदान बाथरूममध्ये तरी जाता! त्यांच्यापासून दूर जाण्याचं तुम्हाला काहीतरी कारण हवं असतं, मग ते कितीही जवळचे आणि छान असले, तरी. जेव्हा लोकांनी शरीर धारण केलेलं असतं, तेव्हा दोन शरीरं सतत जवळ राहू शकत नाहीत. काही वेळानंतर शरीरं दूर जातातच. पण जेव्हा ते शरीरविरहित होतात, तेव्हा त्यांच्यामध्ये अपार प्रेम येतं, कारण आता शरीराचा अडसर निघून गेलेला असतो.

तुम्ही अनेक गोष्टी एकत्र अनुभवलेल्या असतात, अनेक निकट सलगीच्या गोष्टी केलेल्या असतात- दोन लोकांमध्ये खूप छान गोष्टी घडलेल्या असतात. पण जोवर ते जिवंत होते, तोवर काही लहानसहान गोष्टी तुम्हाला पटत नाहीत, आणि तुम्ही त्याला धरून राहता. आता त्या लहानसहान गोष्टी मृत्यूमुळे हवेत विरून जातात. आता कुठलीच समस्या नाही, ते बोलणार नाहीत, ते तुमच्याशी वाद

घालणार नाहीत, तुमच्याशी असहमत असणार नाहीत. तुम्ही फक्त ते जे कोण होते, त्यांच्या चांगल्या बाजू पाहायला पाहिजेत. त्यांच्यात समस्या होत्या, ठीक आहे. त्यांच्या वाईट गोष्टीही होत्या. पण त्या सर्व गोष्टी असतात, कारण त्यांना मन आणि शरीर होतं. म्हणून एखादा गेला, तर तुम्ही पूर्णपणे प्रेमाने भरून गेलं पाहिजे. परंतु दुर्दैवाने, तुम्ही दुःखाने भरून जाता. दुःख ही तुम्हाला अपंग बनवणारी शक्ती आहे, कारण ती तुमच्यात एक पोकळी निर्माण होते. आता काय करावं हे तुम्हाला समजत नाही, कारण जीवन जसं आहे, तसं ते तुम्ही अनुभवलेलं नाही.

अस्तित्वाच्या दृष्टीनेही दुःखाला एक आधार असू शकतो. पण जिथे आई-वडिलांचं मूल हरपलं असेल, फक्त अशाच काही घटनांमध्ये तसं असतं. त्याचं दुःख वडिलांपेक्षा आईला जास्त होतं. जर एकवीस वर्षांपेक्षा लहान मूल आईने गमावलं, तर अस्तित्वाच्या दृष्टीने या दुःखाला आधार आहे. त्याच्यापेक्षा मोठं असेल, तर ते पूर्णतः मानसिक असतं. मूल गमावल्याचं दुःख मूल चार ते एकवीस वर्षांमधलं असेल, तर सर्वांत जास्त होतं. चार वर्षांपर्यंत ही स्मृती व्यवस्थित बिंबलेली नसते. एकवीस वर्षानंतर ही स्मृती विलग होऊ लागते. या मधील काळात जर मुलाचा मृत्यू झाला, तर आई-वडिलांमधील शारीरिक स्मृतीची ताटातूट होते आणि त्यामुळे जे दुःख होतं, ते खरंच शारीरिक असतं. अर्थात, हे व्यक्ती-व्यक्तीवर अवलंबून असतं, त्यांचे मानसिक व भावनिक संबंध आणि अवलंबन कसे होते, यावरही अवलंबून असतं.

ज्या पती-पत्नीमध्ये फार खोलवरचे प्रेमसंबंध असतात, अशा वेळी दुःखाचा परिणाम शारीरिकही असू शकतो. जेव्हा त्यांतला एक जण मरतो, तेव्हा दुसऱ्याच्या शरीरात एक प्रकारची स्मृती काढून घेण्याची प्रक्रिया होते, त्यामुळे त्यांना त्रास होतो. अशा लोकांचा मृत्यू त्यांच्या जोडीदाराच्या मृत्यूनंतर सहा महिन्यांच्या आत होऊ शकतो. हे फक्त मानसिक आघातामुळेच होतं असं नाही; तर त्यांचं जीवन एकमेकांत गुंतल्यामुळे होतं. पण हे नेहमीच खरं असतं असं नाही. फार थोडे लोक ह्याच्याजवळ पोहोचतात. बऱ्याचदा दुःख हे अस्तित्वाच्या पैलूपेक्षा मानसिक पैलूमुळे असतं. पण मानसिक भागही कमी महत्त्वाचा नाही. मनुष्याच्या भावना ह्या त्याच्या आयुष्याचा फार शक्तिशाली घटक असतात. मानसिक आणि भावनिक बाजू शारीरिक बाजूपेक्षा कोणत्याच प्रकारे कमी महत्त्वाची नसते. मी तर म्हणेन, ती तेवढीच शक्तिशाली किंवा जास्त शक्तिशाली असू शकते.

दुःखापलीकडे

आपली अशी इच्छा नाही; पण जर असं झालं की, ज्यांच्यावर आपलं अपार प्रेम आहे म्हणजे, आपली मुलं किंवा भावंडं किंवा आणखी कोणी, ते जर आपल्या आधी गेले, तर त्या दुःखापलीकडे कसं जायचं? आपण जेव्हा एखाद्या गोष्टीच्या पलीकडे जायचं म्हणतो, म्हणजे त्याला विसरायचं असं नव्हे. तुम्ही तुमचं मूल विसरू शकत नाही. तुम्ही असं स्वतःला समजावू शकत नाही- ठीक आहे, हे सर्व नैसर्गिक असतं, तुम्ही करू शकत नाही. हे खरं आहे की, तुमच्यासाठी जे खूप मौल्यवान होतं, जे तुमच्यासाठी खूप महत्त्वाचं होतं, ते गेलेलं आहे. पण जेव्हा एखादी गोष्ट, तुम्ही आता ज्याला जीवन म्हणता, त्या वास्तवाच्या पलीकडे गेली, तिने ती सीमारेषा ओलांडली, की मग त्यानंतर ती तुमची राहात नाही, हे जीवनातलं सत्य आहे. मला वाटतं, की जेव्हा आपले आई-वडील, मूल किंवा मित्र मरण पावतात, तेव्हा तुम्ही त्यांची काळजी घेऊ शकत नाही, पण तुम्हाला त्यांची काळजी नाही, असंही करू शकत नाही. या दोन्ही गोष्टी जिवंत लोकांसाठी आहेत. हे तुम्ही समजून घ्यावं. दुसऱ्या शब्दांत सांगायचं, तर त्यांनी ती सीमारेषा ओलांडली आहे आणि आता ते तुमच्या वास्तवाच्या बाहेर आहेत किंवा त्यांच्याशी तुमचं काही देणंघेणं नाही.

तुमचं लोकांशी नातं मुळात शारीरिक असतं, हे तुम्ही समजून घेतलं पाहिजे. काही नाती शारीरिक नसतात, पण ९९.९९ टक्के लोकांसाठी त्यांचं इतरांबरोबरचं नातं सर्वार्थाने शारीरिक असतं. कुणी तुमची आई आहे, कुणी तुमचे वडील आहेत, कुणी तुमचा नवरा आहे, कुणी तुमचा भाऊ आहे, तर कुणी तुमची बायको आहे- ही सर्व नाती शरीरामुळे आहेत. तुमच्या भावना त्यांच्याशी जोडलेल्या असतील; पण अस्तित्वाच्या पातळीवर भावनांना काही अर्थ नाही. मी जर फक्त तुमची स्मृती पुसून टाकली, तर तुमच्या भावना विसरल्या जातील. तुम्ही त्याला अतिशय जास्त महत्त्व देता, परंतु त्या फारच वरवर असतात. तुमचं अगदी सर्वांत खोल नातंसुद्धा शारीरिक आहे.

आता तुमचा भाऊ किंवा मित्र किंवा मूल किंवा आई-वडील किंवा जे कुणीतरी मरण पावलं आहे, ते जिवंत असताना तुम्हाला त्यांच्याबद्दल काय माहिती होतं? त्यांचं शरीर तुमच्या ओळखीचं होतं. त्यांनी त्यांच्या मनातले काही भाग

तुमच्याशी उघड केलेले असू शकतील. तेसुद्धा त्यांनी तुमच्यापाशी पूर्णपणे उघड केलेले नसतील-उगाच या भ्रमात राहू नका. त्यांनी त्यांच्या भावनांच्या काही बाजू तुमच्यापुढे उघड्या केल्या असतील. याशिवाय, इतर काहीही त्यांनी तुमच्याशी उघड केलेलं नाही. आता जेव्हा ते मरतात, तेव्हा ते काही त्यांचं शरीर घेऊन जात नाहीत. म्हणजे तुमच्या ओळखीतला एक मोठा भाग संपला. त्यांच्या मनात जे काही होतं, तुम्ही कोण आहात किंवा ते कोण आहेत ह्या आठवणीही मागे ठेवल्या आहेत. जेव्हा कोणी शरीर सोडून जातो, तुम्हाला आवडो किंवा न आवडो, आता ह्यापुढे त्यांना तुमच्याशी कुठलंच देणं-घेणं नाही. तुम्ही इथे बसून असा विचार करू शकता की, अजूनही कोणी माझा भाऊ आहे. पण जो शरीर सोडून गेला त्याला भाऊ नाही, बहीण नाही, आई नाही, वडील नाहीत - तो किंवा ती या सगळ्यांच्या पलीकडे गेलेला असतो किंवा असते. तुम्ही जोपर्यंत शरीर धारण केलेलं आहे, तोपर्यंत तुम्हाला भाऊ असतो, बहीण असते, आई असते, वडील असतात. त्यानंतर असं काही उरत नाही.

जेव्हा एखादा मरतो, तेव्हा आता याचं वैर विसरायला हवं आणि त्याच्याबरोबरची मैत्री वाढवायला हवी, असं लोकांना वाटतं. पण ते मूर्खपणाचं आहे. जो मेला, तो आता तुमचा मित्रही नाही आणि शत्रूही नाही. ते सारं संपलं आहे. व्यवहार संपला आहे. पण तुमची ते स्वीकारायची तयारी नाही म्हणून मग दुःखाची सुरुवात होते. हळूहळू जसं तुम्ही ते स्वीकारत जाता, तसं दुःख कमी होत जातं, नाही का? नाहीतरी दहा वर्षांनी तुम्ही त्यांना विसरणारच आहात. प्रत्यक्षात दहा वर्षं लागत नाहीत, पण जरी दहा वर्षं लागली, तरी दहा वर्षांनंतर तुम्ही छान खाल प्याल, तुम्ही हसाल, तुम्ही आनंदी व्हाल, तुम्ही सारं काही कराल. माझं असं म्हणणं आहे की, अकरा दिवसांचा दुखवटा पाळा आणि त्यानंतर तुम्ही ते सर्व करा, काय हरकत आहे? लोकांना अपराधी असल्यासारखं वाटतं की, कुणीतरी मेलं आहे आणि तरीही आपण जिवंत आहोत. पण तुम्हीसुद्धा मरणारच आहात. तुम्हाला फक्त वाट पाहायची आहे. हे थोडं क्रूर वाटेल, पण हेच जीवनाचं सत्य आहे.

आपल्याला मुक्त करणारं सत्य हवं आहे का मनाला दिलासा देणारं असत्य हे आपण आपल्या आयुष्यात ठरवलं पाहिजे. तुम्ही मला दिलासा हवा आहे असं म्हणालात, तर मी तुम्हाला वेगळी गोष्ट सांगेन. तुम्ही म्हणालात की, मला सत्य हवं आहे, तुम्हाला यातून मुक्ती हवी आहे, तर मग ती पूर्णपणे वेगळी गोष्ट आहे. मी

हे असवंदेनशील होऊन सांगत नाही, पण जे जसं आहे, तसं स्वीकारण्याची आता वेळ आली आहे. ज्या वेळी मृत्यू होतो, त्या वेळी घडून गेलेल्या गोष्टी मनात जतन करून स्वीकारण्याची, त्याबरोबरच आता जे जीवन इथे आहे, त्यासाठी काय करू शकतो, याचा विचार करण्याची ही वेळ असते.

आता समजा, तुम्हाला प्रिय असलेला तुमचा मुलगा, मुलगी, नातू किंवा असंच कोणीतरी मरण पावलं. नुसतं बसून छाती पिटण्यापेक्षा, तुम्ही सभोवती का पाहात नाही? ज्यांची काळजी घ्यायला कोणी नाहीत, अशी अनेक मुलं, मुली, नातवंडं आहेत. हे प्रेम आणि काळजी लक्षावधी मार्गांनी व्यक्त करण्यासाठी पुरेश्या संधी उपलब्ध आहेत. असे अनेक जीव तुमच्या सभोवती आहेत, ज्यांना काळजी घेणाऱ्यांची गरज आहे आणि तुम्हालाही तुमच्यामधलं प्रेम आणि काळजी व्यक्त करण्याची गरज आहे. म्हणून कृपया, तुम्ही ते करा. तुम्ही ते केलं नाही, तर तुमचं दुःख कायम तसंच राहील. ते तसंच तुमच्यात साठून राहील आणि आयुष्यभर तुम्हाला छळत राहील. तुमच्या गेलेल्या एका मुलासाठी तुम्ही दहा मुलं तुमची म्हणून स्वीकारून तुमचे प्रेम व्यक्त करू शकता, पालकाचं नातं निभावू शकता. जेणेकरून, हे तुमचं आयुष्य एका मुलाच्या संगोपनापेक्षा कितीतरी अधिक सुंदर बनवण्याचा मार्ग होऊ शकतं, हे तुमच्या लक्षात येईल. तुम्ही तसं पाऊल उचललं पाहिजे. नाहीतर ज्या तुम्ही बदलू शकत नाही, फक्त त्याच गोष्टी तुम्ही उगाळत बसाल.

तुम्ही हे लक्षात ठेवायला हवं, आपल्या शरीरात जे घडतंय- ते कुठल्या कारणामुळे घडतंय हे महत्त्वाचं नाही, कारण ते आपणच तयार केलं आहे. आपली इच्छा असेल, तर आपण ते बदलूसुद्धा शकतो. जोपर्यंत तुम्ही जिवंत आहात, तोपर्यंत जिवंत लोकांसाठी जे करणं शक्य आहे ते करा, कारण मृत्यूनंतर ठरलेल्या वेळेनुसार विधी करणं याशिवाय तुम्ही मृत व्यक्तीसाठी काहीच करू शकत नाही. शिवाय, जर तुम्हाला वाटत असेल की, ज्या माणसाकरता तुम्ही दुःख करत आहात, त्याने तुमचं जीवन समृद्ध केलं आहे, तर ती समृद्धी तुम्ही कसं जगता, त्यातून दाखवा. उरलेलं आयुष्य जर तुम्ही रडतच राहणार असाल, तर हा माणूस तुमच्या आयुष्यातली सर्वांत मोठी अडचण ठरेल, नाही का? तुमच्या आयुष्यात कुणीतरी आलं आणि गेलं. जर त्यामुळे तुमचं आयुष्य समृद्ध झालं असेल, तर तुम्ही आनंदात जगायला हवं. ते तुमच्यासाठी जे कोणी होते, त्याला मान द्या. त्यांनी तुमच्या आयुष्यात विष पेरलं आणि निघून गेले, असं वागू नका.

मला वाटतं, तुम्ही एक गोष्ट समजून घेतली पाहिजे. तुम्ही या जगात कितीही मोठे असलात, तरी उद्या तुम्ही किंवा मी मरण पावलो, तर जग अगदी तसंच चालत राहील, किंबहुना जास्त चांगलं चालेल- आपल्याशिवाय! लोक मरतात, हे एका परीने बरंच आहे. आपण मेलेल्यांना परत आणावं का? आता तुमच्या भावना अशा आहेत की, तुम्ही म्हणाल, ''माझ्या मेलेल्या भावाला परत आणा.'' पण फक्त भावालाच का? त्याच्या वडिलांना, आजोबांना, आणि त्यांच्या वडिलांना, साऱ्या जणांना मी परत आणू का? जर ते सारे लोक जिवंत झाले आणि चालू लागले, तर जगाची काय अवस्था होईल याची तुम्ही कल्पना करू शकता का? ते मेलेले आहेत, हेच बरं नाही का? एखाद्याने मरू नये असा विचार करणं बरोबर नाही. लोकांनी मरावं. त्यांनी त्यांचं आयुष्य पुरेपूर जगावं आणि मरावं, असं आपल्याला वाटतं. त्यांचा अवेळी मृत्यू होऊ नये, एवढीच आपली इच्छा आहे. पण आजकाल ही जाण लोकांमध्ये दिसत नाही कारण लोकांची त्यांच्या शरीराशी असलेली त्यांची आसक्ती फार भयंकर आहे. म्हणून ते नव्वद वर्षांचे असो किंवा शंभरीचे, त्यांनी मरू नये, असं तुम्हाला वाटतं.

तुमच्या आयुष्यात जे काही प्रसंग घडतात, एकतर त्यातून तुम्ही अधिक मजबूत होऊन बाहेर येऊ शकता किंवा त्या प्रसंगाने खचून जाऊ शकता, हे तुम्ही समजून घेतलं पाहिजे. हे दोनच पर्याय तुमच्यापुढे असतात. हा पर्याय प्रत्येक मनुष्याकडे असतो. कोणती परिस्थिती यावी किंवा येऊ नये हा पर्याय आपल्याकडे नेहमीच नसतो. त्याच्यावर आपण थोडासा प्रभाव पाडू शकतो; पण बऱ्याच गोष्टी आपल्या आवाक्यापलीकडे घडत असतात. पण प्रत्येक वेळी या परिस्थितीतून सुंदररीत्या बाहेर पडायचं की खचून जायचं, हा पर्याय आपल्याकडे नेहमीच असतो.

आता दुःख होऊ नये म्हणून काही विधी करता येतील का? हो, शक्य आहे. तुम्ही करू शकता, अशा काही गोष्टी आहेत; पण ते करणं किती गरजेचं आहे, हा प्रश्न आहे. खरंतर, प्रत्येक गोष्टींसाठी विधी तयार करणं हे एक पाऊल मागे जाण्यासारखं आहे, हे तुम्ही समजून घेतलं पाहिजे. विधी करणं म्हणजे तुम्ही काहीही करायला तयार नाही, तुम्हाला तुमचं दुःख दुसऱ्या कुणीतरी किंवा दुसऱ्या कुठल्यातरी गोष्टीने हाताळावं, असं वाटतं. जेव्हा मार्ग उपलब्ध आहे, मनाच्या काही विशिष्ट वृत्ती आणि जागरूकता यांच्या सहाय्याने जेव्हा तुम्ही त्यातून बाहेर पडू शकता, तर मग विधी करण्याची काय गरज आहे? जीवनातल्या काही पैलूंसाठी

विधी करणं ठीक आहे; पण प्रत्येक पैलूसाठी नव्हे. तुमच्या प्रेमाचं कोणीतरी वारलं आहे, तर एखादा विधी किंवा दुसरा कुठलातरी पर्याय तुम्हाला त्यातून सोडवेल अशी आशा करत बसण्यापेक्षा, तुम्ही ते स्वतःच हाताळायला शिकलं पाहिजे. एखादा अगदीच अशा अवस्थेत असेल की, जिथे कुठलीच आशा उरली नाही, तर आपण काहीतरी करूही; पण हा सामाजिक मार्ग होऊ नये. कारण काही दिवसांनी ते फार गुंतागुंतीचं होत जाईल.

दुःख विसरण्यासाठी 'कालभैरव कर्म' करणं हे एक तंत्र तुम्ही वापरू शकता. 'कालभैरव कर्म' तुम्हाला तुमच्या वांशिक (जनुकीय) स्मृतींपासून दूर नेईल. ते जर यथासांग केलं गेलं, तर एक स्पष्ट अंतर तयार होतं. ते केल्याने लगेचच बरं वाटतं, कारण तुम्ही आणि मृत नातेवाईक यामध्ये एक अंतर निर्माण होतं. म्हणून 'कालभैरव कर्म' करण्यासाठी जे लोक येतात, त्यांना हा अनुभव येतो की, त्यानंतर त्यांना हलकं झाल्यासारखं वाटतं, जणू काही डोक्यावरचं एक मोठं ओझं उतरलं आहे. 'कालभैरव कर्म' हा तुमच्या दुःखावरचा उपाय नव्हे; पण ते जे करतं, त्यामुळे तुमचं दुःखही हलकं होऊ शकतं.

मृताच्या वस्तू

एका बाईची आजी काही महिन्यांपूर्वी वारली होती. तिने हा प्रसंग सांगितला, ज्यामुळे तिला त्रास होत होता. एक दिवस आजीचं कपाट आवरताना तिने आजीचे कपडे घातले होते. आजीची वंशपरंपरेने वापरलेली अंगठीसुद्धा तिने तिच्या बोटात घातली होती. आपण या गोष्टी वापरलेल्या आजीला आवडत नाहीत, हे ती आपल्याला सांगण्याचा प्रयत्न करत आहे, असं तिला जाणवत होतं आणि तिला आजीचं अस्तित्व आजूबाजूला जाणवत होतं. आता तिच्यात आजीच्या काही सवयीसुद्धा येऊ लागल्या होत्या, उदा. ती सिगारेट ओढू लागली होती, जरी तिने यापूर्वी कधीच धूम्रपान केलं नव्हतं. आजी धूम्रपान करत असे. तिला सतावत असलेल्या अजूनही काही गोष्टी होत्या. यांपासून सुटण्यासाठी तिला माझी मदत हवी होती.

साधारणपणे अशा गोष्टी म्हणजे, लोकांच्या अतिरंजीत कल्पना असतात. पण काही वेळा त्यामागे काही तथ्यसुद्धा असतं. तुम्हाला अशा गोष्टींपासून सुटका हवी असेल, तर पहिली गोष्ट म्हणजे मृताशी संबंध जोडणं बंद करा. तुम्ही हे

समजून घेतलं पाहिजे, की मृताचं तुमच्याशी कितीही जवळचं नातं असो, तुमचं त्यांच्यावर कितीही प्रेम असो, ज्या क्षणी ते शरीर त्यागतात, त्या क्षणी तुमच्या आणि त्यांच्या नातेसंबंधांचा आधार असलेलं त्यांचं मन, बुद्धी आणि भावना, या संपतात. त्यांच्या तुम्हाला माहीत असलेल्या सर्व गोष्टी संपतात. अजून काही रस वाहत असतात, पण त्या रसाशी तुमचा कधीही संबंध आलेला नसतो. तुमचं नातं इतर गोष्टींशी असतं. ह्या सर्व गोष्टी माणूस मेल्यानंतर संपतात. म्हणून ज्या वेळी मनुष्य मरतो, त्या वेळी त्यांच्या तुमच्याबरोबरच्या चांगल्या आठवणी तुम्ही जोपासा, बस एवढंच तुम्ही करू शकता. जर आठवण छान असेल तर जपून ठेवा, नाहीतर विसरून जा. त्याबद्दल अपराधी भावना बाळगू नका आणि मृताकडून काही प्रश्न सोडवून घेण्याचा प्रयत्न करू नका. ते खूप गुंतागुंतीचं होऊ शकतं.

तुम्ही मृतांना मृतांकडेच ठेवायला हवं. तुमच्या स्वतःच्या जीवनावर एक प्रकारचं प्रभुत्व असल्याशिवाय अशा गोष्टींच्या भानगडीत पडू नका. तुम्ही त्या दिशेने पाहूसुद्धा नका, कारण तुम्ही काहीतरी मूर्खासारखं करून स्वतःच आयुष्य पूर्णपणे अस्ताव्यस्त करून बसाल. आजीला कपड्यांची किंवा इतर कोणत्या गोष्टीची किती आवड होती, याने काही फरक पडत नाही, कारण ती फक्त शरीर असतानाच ते वापरू शकत होती. आता तिचं शरीर संपलं आहे, हे तुम्हाला स्पष्टपणे माहीत आहे. तेव्हा तिला त्याचा काही उपयोग नाही. ज्याला शरीर नाही, त्याला अन्न किंवा वस्त्र किंवा इतर काही याच्याशी काही देणं-घेणं नसतं. जर तुम्हाला शरीर असेल, तरच अन्न किंवा वस्त्र याचा विचार येतो. एकदा का तुमचं शरीर सुटलं की, मग अन्न किंवा कपडे यांचं काय काम? शरीर असतानासुद्धा त्याचा फार सोस करू नका, पण त्यासाठी निदान शरीर हे कारण तरी तुमच्याकडे असतं! तुम्हाला ते झाकायचं तर असतं, मग तुम्हाला ते चांगल्या प्रकारे झाकायचं आहे, ते सर्व ठीक आहे. पण आता शरीरच हरवल्यावर तुम्ही ते कपडे कशावर घालणार आणि मिरवणार?

सामान्यतः ज्या वेळी एखाद्या परिस्थितीमध्ये बऱ्याच भावना गुंतलेल्या असतात, त्या वेळी बऱ्याच गोष्टी तुमच्या आत आणि बाहेरही घडत राहतील. तुम्ही जेव्हा आजीच्या घराकडे जाल, तेव्हा आवश्यकतेपुरतंच काम करा. तुमची साधना करा. आजोबा, जे जिवंत आहेत, त्यांच्याबरोबर राहा आणि मृतांबरोबर राहण्याचं बंद करा. आजीबरोबर कल्पनारम्य गोष्टी करत बसण्यापेक्षा, जे काही

थोडे क्षण तुम्ही तिथे आहात, तेवढा वेळ तुमचं आणि तुमच्या आजोबांचं आयुष्य कसं समृद्ध करता येईल, याचा विचार करा.

हे शक्य आहे की तुमच्या आजीचे काही शेष घटक त्या कपड्यांत राहिलेले असू शकतात आणि त्याचा काही परिणाम होऊ शकतो. पण त्यांच्याशी खेळायची गरज नाही. या सगळ्या गोष्टींची काळजी भारतीय संस्कृतीमध्ये असलेल्या विविध प्रथांमुळे घेतली जात होती. ह्या सामान्य गोष्टी आहेत असं समजून लोक त्या स्वीकारत होते. जेव्हा एखादा मरतो, तेव्हा शरीराच्या घनिष्ठ संपर्कात असलेले त्याचे सर्व कपडे (जसे की अंतर्वस्त्रं) जाळले जातात. ते कधीही ठेवले जात नव्हते. कधीतरी वापरलेले कपडे फक्त रक्ताच्या नातेवाइकांत वाटले जात, बाकीच्या कुणाला नाही. आणि तेही ते कपडे पहिले एक वर्ष वापरले जात नसत.

हे असं करण्याचं कारण की ज्या ज्या गोष्टींना आपला स्पर्श होतो, त्यात आपल्या काही ऊर्जा उतरत जातात. तुम्ही जर ठरावीक प्रकारची संधी दिली तर ते कपडे विचित्र वागू लागतील. तुमच्या आजीला यायची गरज नाही, हे कपडे स्वतःहून विचित्रपणे वागू लागतील. तुम्हाला स्टॅटिक विजेची कल्पना असेलच, कपडे काही ठरावीक गोष्टींच्या संपर्कात आल्याने स्टॅटिक विद्युत शक्तीने भारले जातात. त्याचप्रमाणे, जे काही तुमच्या शरीराच्या अगदी जवळच्या संपर्कात येते, त्यात काही प्रमाणात तुमचे गुणविशेष उतरतात. ज्यांना गूढ तांत्रिक क्रिया करायच्या असतात, ते सर्वप्रथम तुमचे केस व नखे मिळवण्याचा प्रयत्न करतात. या दोन्ही गोष्टी प्रत्यक्षात तुमच्या शरीराचा भाग आहेत. ते थोड्याथोड्या दिवसांनी काढून टाकले जातात. ह्या गोष्टींद्वारे तुमच्यामध्ये प्रत्यक्ष शिरणं सोपं असतं. हे जर त्यांना मिळालं नाही, तर दुसरा पर्याय असतो तुमच्या शरीरालगतची काही वस्त्रं, विशेषतः अंतर्वस्त्रं. म्हणून लोक नेहमी आपली अंतर्वस्त्रं कोणाच्या हाती पडणार नाहीत, याची खूप काळजी घेत असत. हल्ली या साऱ्या गोष्टी धोब्याकडे जातात, नाहीतरी पूर्वीच्या प्रथेप्रमाणे आपल्या घरीच ते टोपलीत झाकून ठेवले जात. ते घरातच धुतले गेले पाहिजेत - कधीही बाहेर जाऊ देत नाहीत, कारण याच कपड्यांनिशी तुमच्यावर काही गोष्टी केल्या जाऊ शकतात. या अशा गुणधर्मामुळे हे कपडे, व्यक्ती जरी मृत झाली, तरी ते गुणविशेष आपल्यात ठेवतात आणि ठरावीक प्रकारची ऊर्जा असेल, तर ते कपडे तडतड करू शकतात.

काही वेळा अशा गोष्टी स्वतःहून हलल्याच्या घटना घडल्या आहेत. विशेषतः त्यांच्या अगदी जवळ असलेल्या वस्तू – त्या स्वतःहून इकडे-तिकडे वावरताना आढळतात. याचा अर्थ, तो माणूस आला व त्याने त्या वस्तू हलवल्या असं नव्हे. एवढंच की, त्या वस्तूबरोबर जी ऊर्जा होती, ती एक प्रकारे काढून घेतली जात आहे. ह्या काढून घेण्याच्या प्रक्रियेमध्ये थोडी अधिक हालचाल होते. जसं तुम्ही तुमच्या कारचं इंजीन बंद केलं, की ते पूर्ण थांबायच्या काही क्षण अगोदर थोडंसं हादरतं आणि थांबतं. ते थांबत आहे, म्हणजे ते हळूहळू बंद होत गेलं पाहिजे; पण प्रत्यक्षात असं होत नाही. त्याचप्रमाणे, जीवन जेव्हा एका अवस्थेतून दुसऱ्या अवस्थेत जातं, तेव्हा थोडी जास्त थरथर होते. अशी थरथर म्हणजे भुतं त्या जागी फिरत आहेत, असा चुकीचा समज करून घेतला जातो.

जर तुम्ही अशा व्यक्तीसाठी 'कालभैरव कर्म' यासारखं काही केलं, तर त्यामुळे त्यांचा कुठलाही अंश शिल्लक राहणार नाही, याची खात्री असते. मृताला त्याच्या मार्गाने पाठवून जीवित लोक त्यांचं आयुष्य चालू ठेवू शकतात. जर जीवित मृतात मिसळले, तर ते त्यांचं आयुष्य अनेक मार्गांनी हरवून बसतील. या सगळ्या भुतांसंबंधित गोष्टी ऐकायला रंजक वाटत असल्या, तरीही त्या अनेक मार्गांनी तुमचं आयुष्य गिळून टाकू शकतात. ते फार सुखावह नसेल. याचा अर्थ असा नव्हे की, कुठलातरी मृत माणूस तुमचं आयुष्य शोषतो आहे. नाही, तसं नाही. मृतांमध्ये तुम्ही घेतलेला नुसता सहभागही ते करू शकतो. जोपर्यंत तुम्ही पुरेसे स्थिर नाही आणि तुमच्याकडे काही ठरावीक क्षमता नाहीत, तोपर्यंत तुम्ही त्या दिशेने पाहू नये. ते आवश्यक नाही.

प्रिय व्यक्तीच्या मृत्यूमुळे होणारे मृत्यू

असं काही पक्ष्यांमध्ये घडतं. काही प्राण्यांमध्ये आणि माणसांमध्येही असं घडतं: जर ती दोघं एकमेकांचे जोडीदार असतील किंवा खूप घनिष्ठ असतील, तर जेव्हा एखादा मरतो, त्यानंतर तीन ते सहा महिन्यांच्या आत दुसरासुद्धा मरेल. असं होण्याचं एक कारण असं आहे की, भारतात लग्नाच्या वेळी त्यांच्या ऊर्जा एका विशिष्ट पद्धतीने एकत्र बांधल्या जात होत्या. जेव्हा परंपरा एकमेकांपासून वेगळं होण्याची परवानगी देत नसे, त्या काळात हे घडायचं. अशा वेळी लोक त्यांना

ऊर्जांच्या स्तरावर एकत्र बांधण्याचं धाडस करत होते, कारण असंही ते जोडपं वेगळं होणार नाही. ह्या गोष्टी उगाच अशाच करू नयेत.

भारतामध्ये लग्नानंतर स्त्रियांना पायांच्या बोटांत जोडवी घालावी लागत असत, हे तुम्हाला कदाचित माहीत असेल. तामिळनाडूमध्ये त्याला 'मेट्टी'म्हणतात. कारण लग्न म्हणजे स्त्रीसाठी इतका मोठा अनुभव होता की, ती शरीर सोडून जाण्याची शक्यता होती. साधारणतः त्या आठ ते दहा वर्षांच्या असताना लग्ने होत. नवरा-बायको वेगवेगळे राहात असत आणि चौदा-पंधरा वर्षे झाल्याशिवाय ती एकमेकांना भेटत नसत. या काळात, मुलाला शारीरिक व मानसिकरीत्या शिकवण देऊन तयार केले जात असे, जेणेकरून तो त्याला समर्पित असलेल्या व्यक्तीचे रक्षण करू शके. त्याच वेळी मुलीला भावनात्मक व मानसिकदृष्ट्या तयार करून (कारण मुलगी ही जास्त भावनिक असते) तिच्या मनावर हे ठसवलं जाई की, तिचा पती हा तिच्यासाठी परमेश्वर आहे. तिच्या मनात ही शक्यता दृढ केली जात असे. शारीरिक पक्वता आल्यावरच तिला सासरी आणलं जायचं. त्यामुळे ज्या वेळी ती येत असे आणि नवऱ्याला भेटत असे, त्या वेळी तिच्यासाठी तो इतका प्रचंड अनुभव असे, की जणूकाही तिच्या जीवनाचा तिच्या आतमध्ये स्फोट होत असे. अशा वेळी ती शरीरातून बाहेर पडण्याची शक्यता असते. हे टाळण्यासाठी तिच्या शरीरावर काहीतरी धातूचं असावं म्हणून जोडवी घालत असत. अंगावर धातूचं काही घातल्याने असे अपघात नेहमी टळतात. जेव्हा आम्ही लोकांना काही विशिष्ट प्रकारच्या साधना करायला सांगतो, तेव्हासुद्धा आम्ही असं करतो. त्यांना धातूची अंगठी किंवा कंगन किंवा तसाच एखादा दागिना दिला जातो. गुरूंच्या परवानगीशिवाय तो त्यांनी काढायचा नसतो. ते अपघाताने शरीरातून बाहेर पडू नये म्हणून हे केले जाते.

या संस्कृतीत व्यवसाय असो की लग्न असो की मुलाचा जन्म असो की कुटुंब असो – प्रत्येक गोष्टीचा उपयोग तुमच्या मुक्तीचं साधन म्हणून केला जात होता. म्हणून ते चार ते सहा वर्षं नवीन लग्न झालेल्या मुलाला आणि मुलीला अशा प्रकारे तयार करत असत की, जरी त्यांनी एकमेकाला पाहिलं नसलं, तरी जेव्हा ते भेटतील, तेव्हा काहीतरी भव्य-दिव्य होईल, असा विश्वास निर्माण केला जायचा. म्हणून ही गोष्ट मुलांच्या मनात फार मोठी शक्यता रुजवत असे. ही फक्त दोन शरीरांची भेट नाही किंवा हे दोन मनांचे किंवा भावनांचे मिलन नाही, तर ते अशी ठरावीक प्रक्रिया करत की, लग्न म्हणजे दोन जीव एकमेकांत मिसळले जायचे.

स्त्रीचं लग्न झालं की, ती गळ्यात मंगळसूत्र घालत असे. मंगल म्हणजे शुभ आणि सूत्र म्हणजे धागा. हे मंगळसूत्र म्हणजे ऊर्जेचा एक धागा आहे. तो तुम्ही दरवर्षी बदलणे अपेक्षित असे. ज्याला याची पूर्ण माहिती आहे, अशीच व्यक्ती तुम्हाला एक जिवंत मंगळसूत्र देते. ते नवरा-बायकोच्या ऊर्जा अशा प्रकारे जोडतात, की ते फक्त शरीर, मन व भावना एकत्र बांधत नाही; तर दोन जीव एकत्र बांधले जात. जसं तुमच्याकडे योग्य दोरा असेल, तर तुमचा पतंग चांगला उडेल, त्याचप्रमाणे मंगळसूत्राचा हेतू तुमचं लग्न यशस्वी व हेतुपूर्ण व्हावं, हा होता. पण अलीकडे मंगळसूत्राच्या ऐवजी जाड सोन्याची साखळी वापरली जाते, मात्र ती मंगळसूत्राची जागा घेऊ शकत नाही. तो धागा वैवाहिक आयुष्यात तुम्ही उड्डाणं भरावीत यासाठी होता, परंतु ही सोन्याची साखळी गुलामगिरीचं प्रतीक आहे. पण दुर्दैवाने, हा बदल घडून आला आहे.

विवाहामध्ये मनं,शरीरं आणि भावना कशा जुळतात हे महत्त्वाचं नसल्याची जाणीव त्या काळी लोकांना होती. दोन जीव एकमेकांत कसे गुंतून राहतील, जेणेकरून एक प्रकारचा बंध निर्माण होईल, हेच महत्त्वाचं होतं. याकरता ते वेगवेगळी साधनं वापरत. लग्नाआधी एकमेकांशी एकही शब्द बोललेला नसे, पण अशा प्रकारे लग्न केल्यानंतर, त्यांच्यात निर्माण होणारा बंध अवर्णनीय असे. अशीही कित्येक जोडपी असायची. कारण लग्न म्हणजे एक शास्त्रशुद्ध प्रक्रिया असे. यामध्ये दोन आयुष्ये अशी जुळली जात की, ती सुसंगत नसण्याची शक्यताच नसे. मग तुमचं दुष्ट माणसाशी जरी लग्न झालं, तरी फरक पडत नसे. तुमचं एकमेकांशी नातं जुळून तुम्ही आतून आनंदी असता. याचं कारण तुमच्या स्वतःमध्ये असलेल्या एकत्वामुळे, दुसरी व्यक्ती काय करत होती, यामुळे नाही. जेव्हा तुमची स्थिती अशी असते, तेव्हा तुमच्या नवऱ्याने किंवा बायकोने काय केलं याचं काही महत्त्व नव्हतं. तुम्ही तुमच्या आत जसे आहात, तोच एक विलक्षण अनुभव होता. मानवी अनुभव हा १०० टक्के आतून होत असल्यामुळे, एखाद्याला कुठल्याही प्रकारचा साथीदार मिळाला असला, तरी ती व्यक्ती जीवनातील सर्वोच्च उंचीपर्यंत पोहोचू शकते.

लग्नं अशा पद्धतीने होत असल्याने, दोघांतील एक जण वारला की, बरेचदा त्यानंतर दुसरासुद्धा थोड्याच दिवसांत जात असे. आज आकडेवारी पुराव्यानिशी सांगते की जोडीदार सहा महिन्यांच्या आत मरण्याचं प्रमाण फार जास्त आहे, पण हे

जास्त करून, इतर कारणापेक्षा, त्यांचं जीवन अचानक थांबल्यासारखं झाल्यामुळे होतं. समजा, एक जोडपं वृद्ध होईपर्यंत जगलं. जेव्हा त्यांतला एक जण मरतो, आणि सध्या आपण मोठ्या एकत्र कुटुंबात न राहता अगदी छोट्या कुटुंबात राहत असल्याने, बरेचदा जो जोडीदार मागे राहिला आहे, त्याचा सांभाळ करायला कुणी उरत नाही. आता जीवनात आलेल्या या अडचणीमुळे त्यांच्यामध्ये मरण्याची इच्छा फार प्रबळ होते. ते दोघे जिवंत असताना त्यांच्या हालचाली मंदावल्या असल्या, तरीही एकमेकांसाठी ते दोघे होते. आता त्यांतला एक गेल्यावर दुसऱ्यालाही जावं असं वाटतं, कारण सामान्यतः त्याला कुठलाच आधार उरत नाही. जर ते त्यांच्या मुलाबाळांसह राहत असतील आणि मुलं प्रेमळ व काळजी घेणारी असतील, तर गोष्ट निराळी. एक जण गेला की दुसरा जातो, हे फक्त साथीदार गेला किंवा भावनिक एकटेपणा आला याच कारणामुळे होतं असे नाही. दोन जीव दुचाकीच्या दोन चाकांसारखे एकत्र जगले असले, जर त्यांच्या ऊर्जा एकत्र गुंतल्या असल्या, तर त्याचा परिणाम म्हणून असे जीव एकापाठोपाठ निघून जातात. हे विचारांच्या पातळीवर घडत नाही, तर ते त्यापेक्षा सखोल असतं.

मोठ्या प्रमाणातील मृत्यू आणि त्याचे परिणाम

आपण हे पाहिलं की, मृत्यू जर हिंसक किंवा अनैसर्गिक घडला असेल, तर जीव तिथेच घुटमळत राहतो आणि त्याचा परिणाम त्या जागेवर होतो. ज्या वेळी युद्धात अनेक सैनिक हिंसक पद्धतीने मारले जातात, मग त्या ठिकाणी नकारात्मक परिणाम होत असतात का? याचा विचार दोन भागांत व्हायला हवा. तुम्ही पूर्वीच्या लढाया पाहिल्या, तर सैनिक भाले, तलवारी घेऊन धावत एकमेकांवर तुटून पडत. अशा वेळी, तिथे फारशी भीती असते, असं मला वाटत नाही. मृत्यू आणि नाश काहीसे तीव्र गतीने होतात. आधुनिक युद्धाच्या बाबतीतही हे पुष्कळसं खरं आहे. अशा वेळी तिथे मागे विशेष काही उरत नाही.

पण जर तुम्ही त्यांना घाबरण्यासाठी संधी दिली, जर त्यांना कुठेतरी कोंडलं किंवा अडकवलं, तर ते दहशतीखाली असतील. पण पूर्वीच्या लढायांत असं मोठ्या प्रमाणात होत नसे. पण जर तुम्ही पहिलं किंवा दुसरं महायुद्धही घेतलं, तर बहुतेक युद्धं चर खणून त्यातून लढली गेली. ते चर म्हणजे खूपच भयावह

जागा होत्या. लोक थंडीने गारठलेले, भुकेले होते. त्यांची बोटं, अंगठे हिमबाधेने झडले होते, यातना होत्या आणि सारं काही तिथे होतं. तिथे बसून मरणाची वाट पाहात राहिल्याने त्यांच्यात भीती होती. पण याऐवजी तुम्ही तुमची बंदूक घेऊन किंचाळत धावला असता, तर एकतर तुम्ही मेले असता किंवा शत्रू मेला असता. ती गोष्ट वेगळी असती. हे कारच्या अपघातासारखं आहे. तुम्ही पूर्ण वेगाने ती चालवत आहात आणि अचानक बूम! -ते तरी मरतील किंवा तुम्ही तरी मराल. परंतु जेव्हा ते त्या चरात बसले होते आणि वाट पाहत होते, फक्त काही टक्के लोकांनाच भीतीने ग्रासले नसेल. ज्यांचा दृष्टिकोन भव्य होता, आपण देशासाठी काहीतरी करतो आहोत वगैरे, असे हे लोक होते. पण बहुतेकांना हा बलिदानाचा दृष्टिकोन नव्हता. ती फक्त युद्धाच्या पटावरील प्यादी होती. ते असा विचार करत असतील की काय म्हणून आपण या देशात जन्मलो, कारण आता ते भूमिगत चरात होते आणि कुठल्याही क्षणी मारले जाणार होते. असे लोक पराकोटीच्या भीतीने ग्रासलेले असतील.

ते मेले असतील किंवा नाही, माहीत नाही, पण ती भीती फार मोठी नकारात्मक ऊर्जा मागे ठेवून गेली असेल. मला वाटतं, जगातील इतर कुठल्याही खंडापेक्षा युरोपने ही फार काळ टिकणारी भीती आणि दुःख सर्वांत जास्त अनुभवलं आहे. अनेक लोक मेले, तर त्याचा प्रभाव कुठेही पडतोच. पण जेव्हा लोक भीतीने मोठ्या प्रमाणावर मरतात, तेव्हा एक दूषित वातावरण निर्माण होऊ शकतं. ते मानसिक असू शकतं आणि नंतर तिथे जगणारे लोक कशा प्रकारे जगतात किंवा त्यांच्यातील ऊर्जांचा गोंधळ, यांमध्ये ते मिसळू शकतं. याचा एक मोठा परिणाम असा होतो की, त्यांच्या आयुष्यातून आनंद आणि प्रेम या भावना नाहीशा होतात. जेव्हा असं वातावरण सभोवती असतं, तेव्हा या दोन गोष्टी कठीण होतात. त्यांना भोगविलास समजेल, विषयवासना समजेल, त्यांना छोटंमोठं सुख समजेल, पण त्यांना नितळ आनंद आणि कोणाबरोबर प्रेमाचं साधं नातं समजणार नाही. प्रेम आणि आनंद या साध्या मानवी भावना गुंतागुंतीच्या होऊन बसतील.

कुरुक्षेत्र युद्धानंतर असंच काहीसं महाभारतात वर्णन केलं गेलं आहे. हे युद्ध एक भयंकर युद्ध होते. त्या वेळच्या लोकसंख्येच्या मानाने १००,००० लोक मरणं ही खूप मोठी संख्या होती आणि तेसुद्धा फक्त तलवारी आणि बाणांनी. जर तुम्हाला बॉंबशिवाय, स्फोटकांशिवाय फक्त तलवारी व बाणांनी १००,०००

माणसं मारायची असतील, तर किती महाभयानक युद्ध झालं असणार! विचित्र गोष्ट ही आहे की, त्या युद्धाबद्दल आपल्याला इतकी माहिती आहे, युद्धात जे काही घडलं, त्या छोट्याछोट्या गोष्टींचं तपशीलवार वर्णन आहे. पण युद्धानंतर पांडवांनी तिथे छत्तीस वर्षं राज्य केलं, त्याविषयी एक शब्दही ऐकायला मिळत नाही. या संपूर्ण कथानकात खरं वर्णन युद्धानंतर काय झालं याचं असायला पाहिजे होतं, कारण त्यासाठी तर ते युद्ध लढले होते- कोण राज्य करणार आणि कसं याचा निर्णय करण्यासाठी. पण त्याविषयी एक शब्दही ऐकू येत नाही, कारण त्या छत्तीस वर्षांत त्यांच्या जीवनात महत्त्वाचं काहीच घडलं नाही.

ते आनंदी आयुष्य जगले नाहीत. ते फक्त जगले आणि त्यांनी राज्य केले. त्यांनी त्यांच्या राज्यासाठी काहीतरी नक्कीच केलं असणार- कदाचित ते वाढवले असणार, पण विशेष काही नाही. मानवी अनुभवामध्ये विशेष काही घडलं नाही, याचं कारण त्यांची आयुष्यं एक प्रकारे उजाड झाली होती. हे फक्त ते पाच पांडव आणि त्यांचे कुटुंबीय यांच्या बाबतीत घडलं असं नाही, तर संपूर्ण जनमानसावरही त्याचा परिणाम झाला. याचं कारण हे नव्हतं की, युद्धात त्यांचं कोणीतरी गमावल्यामुळे त्याचा मानसिकदृष्ट्या परिणाम झाला होता. होय, तो परिणामही असणार, पण मोठा परिणाम प्रामुख्याने चारी बाजूंना झालेल्या भीषण मनुष्यहानीचा होता.

आज असं म्हटलं जातं की, ती माती रक्ताने इतकी माखली आहे की, कुरुक्षेत्रावर मरणं चांगलं आहे. लोक तिथे मरण्यासाठी जातात, कारण ती मरणासाठी चांगली जागा समजली जाते. हे कुणीतरी उठवलं असेल किंवा कदाचित तसं असेलही, मला माहीत नाही. पण त्या काळी, पुढच्या काही पिढ्यांवर युद्धातल्या भयावह मृत्यूंचे संस्कार[२] निश्चितच झाले असणार. म्हणून त्यांना लोकांना जोडणारा प्रेमाचा दुवा कधीच माहीत नसणार किंवा साधा जगण्याचा आनंदही. त्यांनी कष्ट केले असतील, घरंदारं बांधली असतील आणि त्या सगळ्या गोष्टी केल्या असतील. इथे तिथे काही वेळा ते हसलेही असतील, त्यांना सर्व माहिती असेल, पण त्यांना खरा आनंद मिळाला नसणार. दक्षिणेचा भाग वगळता, इतर युरोपमधील देशांतही हे असंच झालं असावं, असं मला वाटतं.

---

२ माणसाच्या मागे उरणाऱ्या काही वृत्ती.

मग आता हे सुधारता येईल का? हो शक्य आहे. अनेक प्राणप्रतिष्ठित ठिकाणं निर्माण करणं हा एक उपाय आहे. तुम्ही महत्त्वाच्या ठिकाणी जर अशी शक्तिशाली प्राणप्रतिष्ठित स्थळं बनवली, तर नक्कीच सुधारणा होईल. पण 'ज्ञानं, ध्यानं, आनंदं[३]' यासारखं काहीच नाही. ज्ञान म्हणजे सत्याची जाणीव. ध्यान म्हणजे ध्यानधारणा आणि आनंद म्हणजे परमानंद, जो पहिल्या दोन गोष्टींचा परिणाम आहे. खरोखर या नुसत्या म्हणी नाहीत, ते सारं जग बदलू शकतात!

दुःखवटा व त्याचा काळ

अनेक संस्कृतींत, मरणानंतर मृताच्या जवळच्या नातेवाइकांनी कुठल्या गोष्टी कराव्यात व कुठल्या गोष्टी किती दिवसांपर्यंत करू नयेत, याचे कडक नियम ठरलेले असत. याचं मुख्य कारण असं की, मेलेला व मागे राहिलेले जिवंत लोक यांच्यात कर्माच्या दृष्टीने एक अंतर तयार व्हावं, ज्यायोगे दोघांनाही आपापला प्रवास कुठल्याही अडथळ्याविना चालू ठेवता येईल.

आपण ज्या प्रत्येक व्यक्तीच्या आणि ज्या प्रत्येक गोष्टीच्या संपर्कात येतो, त्याच्याबरोबर ऋणानुबंध कसे निर्माण करतो, हे मागील प्रकरणात[४] आपण पाहिलं. पण सर्व नात्यांना सारख्याच पातळीचे ऋणानुबंध नसतात. या ऋणानुबंधाच्या शक्तीवरून एखाद्याचा मृत्यू कोणावर किती प्रभाव टाकू शकेल, हे ठरतं. उदाहरणार्थ, कोणीतरी सकाळी उठतो, तेव्हा काही वेळा पोटात खड्डा पडला आहे असं वाटतं, पण 'का' ते कळत नाही. याला वेगवेगळी कारणं असू शकतात. पण असंही असू शकतं की, ज्याचे तुमच्याशी मजबूत ऋणानुबंध आहेत, असा माणूस संकटात असेल किंवा मेला असेल किंवा तसंच काहीसं असेल. तुम्ही त्या माणसाला ओळखतही नसाल, कदाचित तुम्ही त्याला किंवा तिला कधी भेटलाही नसाल. पण अचानक तुमची यंत्रणा त्या व्यक्तीला जे काही होत आहे, त्या गोष्टींना प्रतिसाद देऊ लागते. हे खरंच शक्य आहे. या अशा गोष्टी सांगण्यात अडचण अशी आहे की, लोक नाही-नाही त्या सर्व प्रकारच्या गोष्टींची कल्पना करू लागतील. उद्या समजा, एखाद्याला बरं वाटेनासं झालं, तर डॉक्टरकडे जायच्या ऐवजी किंवा

---

३ तामिळनाडूत ईशा योगाचा प्रसार करण्यासाठी वापरलेलं एके काळचं प्रचारवाक्य.

४ प्रकरण ८मधील 'ऋणांचं जाळं' हा भाग पहा

आपण काल काही चुकीचं केलं आहे का हे तपासण्याऐवजी ते कल्पना करत बसतील, आपलं कुणीतरी प्रेमाचं माणूस कुठे मेलं तर नसेल आणि त्यामुळे सर्व प्रकारचा गोंधळ उडू शकतो.

दुखवट्याचा काळ कसा पाळायचा याबाबत भारतात विशेष परंपरा आहे, ते मृत व्यक्तीशी तुमच्या वंशामध्ये तुमचं काय नातं होतं, यावर ठरतं. अशा लोकांनी देवळात जाणं, किंवा सामाजिक कार्यात किंवा सण समारंभात भाग घेणं चाळीस दिवसांपर्यंत टाळावं अशी प्रथा आहे. कारण पूर्वी भारतात कूळ ही पद्धत असे, ते जमातीसारखं असतं, पण त्याला खूपच वांशिक आधार आहे. पिढ्या न् पिढ्या आपला वंश स्पष्टपणे एका मार्गाने चालत राहावा यासाठी 'कुळाची' स्थापना केली जात असे. या संबंधावरून ऋणानुबंध निर्माण होत असत, शारीरिक आणि वांशिक (जनुकीय) पातळीवरसुद्धा. मुळात कुलदेवता तयार करून कुळाचं रक्षण केलं जात असे आणि कुलपरंपरा चालू ठेवली जात असे. प्रत्येक कुळाची एक देवता असे आणि तिचे विशिष्ट विधी ठरलेले असत. पूर्वीच्या काळी सगळे जण सगळ्या देवळात जात नसत. काही मंदिरं ही सर्वसाधारण कल्याणासाठी बनवली गेली होती, त्यात सगळे जण जातात. पण काही विशिष्ट उद्दिष्टपूर्तीसाठी लोक फक्त त्यांच्या कुलदेवतेकडेच जात. एवढंच नव्हे; जर एक विशिष्ट वंश परंपरा राखली, तर तुम्ही एक ठरावीक शक्ती निर्माण करू शकता. ती त्या वंशामध्ये पुढेपुढे जात राहते, त्याचा संपूर्ण कुळावर प्रभाव पडू शकतो. आजही काही प्रमाणात हे होत आहे, वैद्यकीय शास्त्र एक ठरावीक डीएनएच्या समूहाला एका ठरावीक औषधोपचाराचा सल्ला देतात. भविष्यात कदाचित फक्त औषध हवेतच फवारून ज्या लोकांमध्ये त्या प्रकारचे डीएनए आहेत, त्यांना लगेच त्याचा फायदा होईल.

फक्त एका ठिकाणी एक गोष्ट करून, आध्यात्मिकदृष्ट्या संपूर्ण कुळासाठी फायदा होईल अशा गोष्टीही आपण करू शकतो, याचा फायदा पिढ्या न् पिढ्या चालू राहतो. म्हणून जेव्हा कुळ पद्धत चालू होती, तेव्हा प्रत्येकाला देवळात जावे लागत नसे. जर एक जण गेला, प्रार्थना केली किंवा मोठा विधी केला, की त्याचा फायदा त्या कुळातील प्रत्येकाला होत असे, मग ते त्या ठिकाणी व्यक्तिगतरीत्या उपस्थित असोत किंवा नसोत, कारण सर्व जण त्या शक्तीशी जोडलेले असत आणि ती शक्ती त्या संबधातून प्रवाहित होत असे.

आपापल्या पद्धतीने लोक आपली वंशपरंपरा हजारो वर्षं टिकवून ठेवत असत. त्यात कधी भेसळ होऊ न देता, अशी कुठलीही गोष्ट न करता, ज्यामुळे ती परंपरा बाधित होईल. त्यामुळे संतती-वंशावळ चांगली ठेवली जाई. तिथे एक संपूर्ण व्यवस्था होती, लग्न कसे करावे, कुठल्या कुळात लग्न करावं आणि आपल्याच कुळामध्ये लग्न करू नये असे नियम असत. या सर्व गोष्टींमुळे एक शक्तिशाली ऋणानुबंध तयार होत असे. त्यामुळे तो कुळवंश टिकून राहात असे व कुळाचं कल्याण होत असे. आजकाल कुळालाच जात समजली जाते आणि त्या नावावर जे अत्याचार केले जातात, त्यावरच आपण प्रतिक्रिया देतो. आपल्याला वाटतं की, सगळंच मोडून काढलं पाहिजे.

तसंही ते आता मोडून पडलं आहे आणि गेलं आहे. आता लोकांची जनुकीय सामग्री एकमेकांत मिसळली आहे. समाज बदलला आहे. आज तुमचा मुलगा शेजारच्या मुलीवर प्रेम करू लागेल आणि ती कुठल्याही जातीची, वंशाची किंवा धर्माची असू शकते. म्हणून आता ते पूर्वी सारखं काम करणार नाही. आजकाल ते कुळाचार चालू ठेवण्यापेक्षा स्वतःची आवड-निवड ही जास्त महत्त्वाची ठरू लागली आहे. म्हणून त्या गोष्टी आता निरर्थक ठरल्या आहेत. तुम्ही त्या आता पुनर्प्रस्थापित करू शकत नाही, पण त्यात सखोल शास्त्र होतं आणि त्याचे खूप फायदेही होते. जिथे या गोष्टी अद्ययावत राखल्या गेल्या, तिथे त्यांनी त्या समाजासाठी अभूतपूर्व काम केलं आहे. ज्या वेळी या गोष्टी पाळल्या जात होत्या, त्या वेळी काही ठरावीक काळात मंदिरात जाऊ नये, ही फार अर्थपूर्ण गोष्ट होती. जीवनाची ती एक चांगली समज होती, आणि जनुकीय व्यवस्था म्हणजे काय आणि ती कसं काम करते याचं विलक्षण ज्ञानही.

ज्या वेळी कुळाची प्रथा अर्थपूर्ण होती, त्या वेळी एखाद्या कुळात कोणाचा मृत्यू झाला तर, मृताच्या कुळातील सर्व नातेवाइकांनी चाळीस दिवसांपर्यंत मंदिरात जाऊ नये, असं सांगितलं जायचं. हे फक्त कुलदेवतेच्या मंदिरापुरतं मर्यादित होतं. कुलदेवतेच्या मंदिरात आलेल्या लोकांमध्ये आणि मृत व्यक्तीत गोंधळ उडू नये, हा त्यामागचा हेतू होता. कारण त्या लोकांमध्ये आणि मृत व्यक्तीमध्ये जनुकीय रचनेचं साधर्म्य असतं. कुलदेवता तुमची ऊर्जा आणि मृताची ऊर्जा एकच आहे असं समजू शकते, त्यामुळे ती तुमची यंत्रणा बिघडवू शकते; तुमची शरीरव्यवस्था अस्थिर करू शकते. काही अपवादात्मक परिस्थितीत मृत्यूसुद्धा संभवतो. म्हणून

त्या जीवाची शक्ती जेव्हा तुमच्या आसपास घोटाळत असते, तेव्हा तुम्ही तुमच्या कुलदेवताच्या मंदिरात जाऊ नये, परंतु तुम्ही शिवाच्या किंवा कालभैरवाच्या मंदिरात जाऊ शकता.

स्मारक, समाधी व पिरॅमिड

आपल्याला प्रिय असलेल्या किंवा काही विशिष्ट महत्त्व असलेल्या किंवा उच्च स्थान असलेल्या लोकांची मरणोत्तर स्मारकं बांधण्याची पद्धत सामान्यतः जगातील सर्व संस्कृतींत आहे. उदाहरणार्थ, भारतातील प्रसिद्ध ताजमहाल हा एका बादशाहाने त्याच्या अनेक राण्यांपैकी एकीचं स्मारक म्हणून बांधला आहे. हा दुःख हाताळण्याचासुद्धा एक मार्ग आहे. अशा स्मारकांना सामाजिक आणि राजकीय महत्त्वदेखील आहे आणि ती आपली ओळख तयार करण्यासाठी मदत करतात. तथापि, यापलीकडे त्याची गरज किंवा अस्तित्वाच्या दृष्टीने काही महत्त्व आहे का? हे बऱ्याच गोष्टींवर अवलंबून असतं.

एकदा असं झालं, एक पाच वर्षांचा एक मुलगा आपल्या आईबरोबर दफनभूमीत गेला. त्या आधी तो दफनभूमीत कधीच गेला नव्हता. आई एका विशिष्ट कबरीसमोर बसून श्रद्धांजली वाहात असताना, मुलगा सगळ्या थडग्यावर लिहिलेले मृत्युलेख वाचत होता. नंतर तो परत आला आणि आपल्या आईला विचारू लागला, ''आई, जगातल्या सगळ्या भयंकर लोकांना कुठे पुरतात?'' कारण तिथल्या प्रत्येक दगडावर तो किती चांगला माणूस होता, हेच लिहिलं होतं. म्हणून त्याला भयानक लोकांना कुठे पुरतात हे माहीत करून घ्यायचं होतं! सामान्यतः लोक मृतांच्या फक्त चांगल्या आठवणी स्मरणात ठेवतात, म्हणून त्यांच्या स्मारकावरसुद्धा चांगल्याच गोष्टी लिहिलेल्या असतात. पण भारतात लोकांनी वेगळ्या स्वरूपाची स्मारकं तयार केली. त्यांना 'समाधी' म्हणतात. या समाधींना एक आध्यात्मिक महत्त्व असतं. लोक तिथे फक्त मृताची आठवण म्हणून किंवा त्यांच्याविषयी आदर व्यक्त करण्यासाठी जात नाहीत; तर ते समाधीजवळ बसण्यासाठी आणि ध्यानधारणेसाठी जातात.

एखाद्याचा काही विशिष्ट पद्धतीने मृत्यू झाला, तर ती जागा सुरक्षित ठेवणं फायद्याचं आहे, हे भारतातील लोकांना माहीत होतं आणि गेलेल्या व्यक्तीच्या ऊर्जा इतर लोकांना उपलब्ध व्हाव्यात, असा प्रयत्न होत असे. उदाहरणार्थ, योग केंद्रात

विज्जीची समाधी आहे. तुम्ही फक्त तिथे बसला तरी तुम्हाला अनुभवेल, की ज्या पद्धतीने तिने शरीर सोडलं, त्यामुळे समाधीला स्वतःची अशी आभा आणि शक्ती आहे. तिथे सारं विरघळून जातं. ती एक प्रकारची विरघळवून टाकणारी ऊर्जा आहे. सामान्यतः, काही ठरावीक लोकांनी तिथे फार वेळ बसू नये असं मी सांगतो, कारण ती एक प्रकारची शरीर आकसून घेणारी शक्ती आहे. ती तुम्हाला हळूहळू विरघळवून टाकेल. ती या उद्देशाने बांधली आहे की योग केंद्राच्या एका कोपऱ्यात एका वेगळ्याच प्रकारच्या ऊर्जेचं संवर्धन व्हावं. ती सौम्य व सूक्ष्म आहे. ती खूप सुंदर व आल्हाददायकही आहे. तुम्ही फक्त तिथे बसून राहिलात, कुठल्याही इच्छा मनात न बाळगता, कुठल्याही गोष्टीशी नातं न जोडता किंवा कुठल्या गोष्टींच्या कल्पनाविस्तारात न रमता, तर ती ऊर्जा तुम्हाला एक प्रकारे शरीर नसल्याचा अनुभव देईल. साधना करणाऱ्यांना अशा स्थानी असणं चांगलं असतं. ती जागा मुळात अनाहत चक्राची आहे. बरेच लोक तिथे कुतूहलाने जातात. पण काही लोक तिथे नित्य नेमाने जातात. ते विशिष्ट प्रकारचे लोक आहेत. त्यांचा कल अनाहत चक्राकडे असतो, ते स्वाभाविकपणे त्याकडे आकर्षित होतात. ते लोक ध्यानलिंगापेक्षा समाधीजवळ बसणं जास्त पसंत करतात, कारण ते विशेष प्रकारचे लोक आहेत.

अशा प्रकारची अनेक ठिकाणं भारतात आहेत. कर्नाटकात पश्चिम घाटामध्ये, कुक्के सुब्रमण्य मंदिराजवळ, कुमार पर्वत ही अशीच एक जागा आहे. असं मानतात की, शिवाचा लहान मुलगा कार्तिकेय किंवा सुब्रमण्य (तामिळनाडूच्या बाहेर त्याला तसं संबोधलं जातं) यांने आपलं शरीर त्या पर्वतशिखरावर सोडलं. तो एक उग्र योद्धा व योगी होता. जिथेजिथे त्याला अन्याय दिसला, तिथेतिथे त्याने विनाश घडवून आणला. असं म्हणतात, एक दिवस त्याला या साऱ्या कृत्याचा फोलपणा लक्षात आला आणि त्याने त्याचा शेवट करायचं ठरवलं. कुमार पर्वताच्या पायथ्याशी असलेल्या नदीच्या पाण्यात त्याने त्याची रक्तरंजित तलवार शेवटची धुतली आणि टेकडी चढून वर गेला. तो परत कधीच खाली आला नाही. असं म्हणतात की, त्याने त्याचं शरीर पर्वताच्या शिखरावर सोडलं. तो इतका उच्च पातळीवर पोहोचलेला योगी होता की, त्याने उभ्यानेच आपलं शरीर सोडलं. त्याच्या शक्ती आजही तिथे शाबूत आहेत.

सुमारे वीस वर्षांपूर्वी योग केंद्रातील काही रहिवासींसोबत आम्ही तिथे गेलो होतो. टेकडीच्या अर्ध्या वाटेवर दोन भावांचं एक घर आहे, ते तिथे राहतात.

शिखरावर जाणारे लोक बऱ्याचदा जाता-येता तिथे थांबतात. तिथे पोहोचल्यावर, माझ्या लक्षात आलं की, मी वरपर्यंत चढू शकणार नाही. तिथल्या शक्ती इतक्या तीव्र होत्या की, मला माहीत होतं, माझ्या जीवनातील त्या अवस्थेत माझ्या शरीराला त्या प्रकारची शक्ती सहन झाली नसती. सारी रात्र मी आडवा पडून झोपू शकलो नाही. ज्या-ज्या वेळी मी बसण्याचा किंवा आडवे होण्याचा प्रयत्न केला, त्या-त्या वेळी माझं शरीर ताडकन् उभं राहायचं. मी तिथे एका तंबूत होतो आणि माझं शरीर सारखं ताठ उभं राहायचं. शेवटी मी सारी रात्र उभं राहूनच काढली.

आणखी असाच एक अनुभव मी तामिळनाडूतल्या एका लहान खेड्यात, वेळायुतपालयमला असताना आला. मी तिथे एक शिबिर घेत होतो आणि एका छोट्या टेकडीसमोरच्या घरात राहात होतो. तामिळनाडूत प्रत्येक टेकडीच्या टोकावर एखादं मंदिर हमखास असलंच पाहिजे. फारच थोड्या टेकड्यांवर ते नसेल. तसं त्या टेकडीवरसुद्धा एक मंदिर होतं आणि रोज लोक खाली-वर करताना मी पाहात होतो. मी या गावात काही थोड्या वेळा गेलो; पण मी कधी वर टेकडीवर गेलो नाही. लोक मला म्हणाले की, तिथे वरती एक गुहा आहे आणि सुमारे २४०० वर्षांपूर्वी तिथे काही जैन मुनी राहिले होते. तिथल्या स्थानिक राजाने त्यांच्यासाठी दगडातच पलंग कोरले होते. मी विचार केला, २४०० वर्षांपूर्वी म्हणजे ते नक्कीच महावीरांचे७७ प्रत्यक्ष शिष्य असणार किंवा त्यांच्यानंतर अगदी लगतचे, म्हणून माझी उत्सुकता वाढली.

एके दिवशी मी टेकडी चढून वर गेलो. ती एका पक्ष्याच्या घरट्याप्रमाणे होती. टेकडीच्या टोकावर अगदी अवघड जागी वसलेली, आजूबाजूला मोठमोठाले दगड होते. त्या जागेची नीट निगा राखली गेली नव्हती. अनेक कारणांसाठी तिचा वापर केला जात होता. रिकाम्या दारूच्या बाटल्या वगैरे तिथे पडल्या होत्या. भिंती, भारतात बहुतेक ठिकाणी दिसतात त्याप्रमाणे, प्रेमाचे जाहीरनामे कोरून विद्रूप केल्या गेल्या होत्याः अमुकचे तमुकवर प्रेम आहे आणि असंच काही अचकट-विचकट लिहून. एका कोपऱ्यात मला ते खडकात कोरलेले पलंग दिसले. त्याच्यात साधारण दोन इंचाचा उंचवटाही उशीसाठी कोरला होता. मी त्यातल्या एका पलंगावर बसलो, मात्र माझं शरीर अक्षरशः वर-खाली उड्या मारू लागलं. मी म्हटलं, "ही ऊर्जेने भारलेली जागा आहे. स्वच्छ करा. आपण रात्री इथे येऊन झोपू." त्या रात्री आम्ही साधारण नऊ जण अंथरूण घेऊन त्या गुहेत झोपायला

वर गेलो. आमच्यापैकी कोणीही क्षणभरही झोपू शकलं नाही. कारण तिथे शक्ती विचित्र पद्धतीने उसळी मारून बाहेर पडत होती. मी ज्या पलंगावर झोपलो होतो, तिथे मला स्पष्ट दिसत होतं की, जी व्यक्ती त्या पलंगावर झोपत असे, तिला गुडघ्यापासून खाली डावा पायच नव्हता. काय झालं होतं, ते आम्हाला माहीत नाही; पण डावा पाय नव्हता. ते इतक्या प्रखर आणि तीव्र प्रकृतीचे लोक असतील की, २००० वर्षांनीसुद्धा त्यांची ऊर्जा तिथे उसळत होती.

भारतात अशा आणखी अनेक जागा आहेत. काही जागा आदरापूर्वक जपल्या गेल्या आहेत, पण बऱ्याचशा अनामिक आणि दुर्लक्षित आहेत. तुम्हाला अशी ऊर्जा मोठ्या प्रमाणावर अनुभवायची असेल, जी अनेक आयमांनी भरलेली आहे, तर तुम्ही वेल्लियंगिरी पर्वताच्या सातव्या शिखरावर गेलं पाहिजे. इथे सद्‌गुरू श्री ब्रह्मांनी सातही चक्रांतून आपले प्राण सोडले. म्हणून आजही ती जागा ऊर्जेच्या दृष्टीने विस्फोटक बनली आहे. ती अशी जागा आहे, जिचा प्रत्येकाने अनुभव घ्यायला हवा. ती एक प्रचंड मोठी शक्यता आहे.

तथापि, जे लोक साधं आयुष्य जगले आणि मेले त्यांची तुम्हाला आठवण आणि सन्मान ठेवायचा असेल, तर तो तुमचा प्रश्न आहे. पण त्यासाठी जागेची बरीच किंमत मोजावी लागते. ती एक प्रकारची भावना आहे आणि तुम्ही त्यात गुंतवणूक करत अहात. त्याला अस्तित्वाच्या दृष्टीने कदाचित काहीच महत्त्व नसेल. ताजमहालाचंच उदाहरण घ्या. निदान शाहजहानने काहीतरी सुंदर बांधलं. पण त्यात त्याच्या बायकोची, मुमताजची ऊर्जा स्पंदित होत आहे का? असं काही नाही. तो शिल्पकलेचा एक उत्तम नमुना आहे. ते एक रत्न आहे. मुमताजसाठी दुःख करायला कोणी तिथे जात नाही. लोक तिथे शिल्पकलेचा आस्वाद घेण्यासाठी जातात. तिचं नाव कुठेतरी लिहिलंही असेल; पण अस्तित्वाच्या दृष्टीने आता त्या स्मारकाचा त्याचाशी किंवा तिच्याशी काही संबंध नाही. पण ज्यांनी ते शिल्प साकारलं, त्यांच्याशी मात्र आहे.

इजिप्शियन लोकांनी हा स्मारकांचा धंदा वेगळ्याच पातळीवर नेऊन ठेवला. लोक व परलोक यांना जोडण्यासाठी केले गेलेले, इजिप्तमधले पिरॅमिड्स हा, कदाचित जगातला सर्वांत भव्य व नेत्रदीपक प्रयत्न असावा. ते बांधण्यासाठी खूप मोठ्या प्रमाणात विचार, अभियांत्रिकी-कौशल्य आणि परिश्रम खर्ची पडले असणार. भौतिक दृष्टीने विचार केला, तर मृतांच्या कल्याणासाठी एवढा

पराकोटीचा प्रयत्न जगात कोणी केला नसेल. मग त्याचं आध्यात्मिक मूल्य काय? मृत व्यक्तीच्या कल्याणासाठी त्याचा कितपत उपयोग होतो? या प्रयत्नांचं सध्याच्या काळात अनुकरण करणं योग्य आहे का?

इजिप्शियन लोक पिरॅमिड बांधू लागले, कारण ते मृत्यु-अभिमुख होते. याचं कारण ते भोगविलासाने पछाडलेले असत. मृत्यू व भोगविलास यांचा तसा थेट संबंध असतो. जीवन आणि भोगविलास जोडलेले असतील, असं लोक समजतात. नाही. मृत्यू आणि भोगविलास यांचा थेट संबंध असतो. त्यांनी बांधलेले पिरॅमिड्स हा त्याचा एक पैलू आहे. त्यांनी अत्यंत विलक्षण मंदिरंसुद्धा बांधली आहेत, पण पिरॅमिड्स हे जास्त प्रसिद्ध झाले, कारण काही मृत्यु-अभिमुख लोकांनी त्याच्यावर पुस्तकं लिहिली.

पिरॅमिड्सचा मुख्य गुण एखाद्या गोष्टीचं जतन करण्याचा आहे. काही लोक त्याला ध्यानधारणेची प्रक्रिया म्हणून पुढे आणत आहेत. पण पिरॅमिड्सचा आणि ध्यानाचा मुळीच संबंध नाही. त्यांच्या आत बसून ध्यान करणं हे फक्त अज्ञान दर्शवतं. ते तुम्ही तुमच्या आरोग्यासाठी करत असाल, तर ठीक आहे. ते आरोग्याला निश्चितच आधार देतं. पण लोकांना वाटत असेल की, पिरॅमिडमध्ये बसून ध्यान केल्याने ते चेतनेच्या वरच्या स्तरावर जाऊ शकतील, तर ती चुकीची कल्पना आहे. पिरॅमिडमुळे तुम्ही आरोग्य सुधारू शकता, अवयवांचं सुसूत्रीकरण करू शकता व काही प्रमाणात तुमचं आयुष्य वाढवू शकता, पण ती आध्यात्मिक प्रक्रिया नाही. मृताला त्यापासून काहीच फायदा मिळत नाही, केवळ शरीराचं जतन होण्यापलीकडे काहीही होत नाही.

पिरॅमिडचं कार्य त्यांच्या भूमितीमुळे होतं. तुम्ही जर कागदाचा पिरॅमिड केला, म्हणजे ज्याचे चारी बाजूंचे आणि वरचा कोन बरोबर ५१.५ अंशाचे आहेत, तर ते काम करेल. तुम्ही त्यात भाजी ठेवा, जी भाजी बाहेर दोन-तीन दिवसांतच सडू लागते, तुम्ही पाहाल की, पिरॅमिडमध्ये ती तीन आठवडे झाले, तरी सडणार नाही. ती आकसली असेल, सुरकुत्या पडल्या असतील; पण ती सडणार नाही. कारण तुम्ही पिरॅमिडचा आकार तयार केला, तर व्यान वायू निसर्गतः त्यात अडकून राहतो. व्यान वायू तुमच्या शरीराचं जतन करण्याचं कार्य करतो. म्हणून व्यान वायू धरून ठेवला, तर काही गोष्टी जास्त काळ जतन केल्या जाऊ शकतात. याच पद्धतीने 'ममीज' हजारो वर्षं जतन करून ठेवले गेले.

भारतामध्ये आपला प्रयत्न मृत शरीराला जतन करून ठेवण्याचा अजिबात नसतो. नियम हा आहे की, मृत्यूनंतर चार ते सहा तासांच्या आत शरीराला अग्नी दिला जावा. परंपरेनुसार असं म्हणतात, मृत्यू झाल्यानंतर येणारा सूर्योदय किंवा सूर्यास्त- जो आधी होतो- त्याच्या आत दहन करावं. मृत्यूनंतर लगेच शरीर नष्ट करणं, हे मृत व जीवित, या दोघांसाठीही चांगलं आहे. मृत शरीर जतन करून ठेवणं ही गेलेल्या माणसासाठी फक्त छळवणूक ठरते.

•••

भाग ३

मृत्यूनंतरचं जीवन

अंधकार

प्रथमच ऐकला मी आवाज
अंधःकार आणि शांतता एकत्र येताना माझ्यात
पण छोटंसं मन मागतं आहे प्रकाश
हवेत त्याला गुण, शक्ती आणि सौंदर्य
पण थांबवू शकला नाही मला हा क्षणभंगुर प्रकाश
ओढून नेलं मला सारं गिळंकृत करणाऱ्या अंधकाराने
घडलेलं, घडणारं आणि घडायचं बाकी असलेलं,
यांना ठेंगणं ठरवत उभा असलेला
शाश्वत आणि असीमित अंधकार.
त्या शाश्वताची निवड करून
झालो मी अंधःकार
काळा झालो मी
देव आणि दैत्य आहेत माझे छोटे अंग
देवत्व मी वाटतो सहज
मात्र भेटलात जर दैत्याला, तर तुम्ही उरणार नाही.

प्रकरण १०

भुतांचं जीवन

तसं पाहिलं, तर प्रत्येक जण भूतच असतो. फक्त तुम्ही 'शरीर असलेलं' भूत आहात की 'शरीर नसलेलं', एवढाच प्रश्न आहे.

भूत म्हणजे काय?

भुतं ही जगातल्या प्रत्येक लोकसाहित्याचा एक भाग आहेत. कदाचित, जगातलं कुठलंच मूल भुतांच्या गोष्टीं ऐकल्याशिवाय, म्हणजे त्यांचं आयुष्य, ती काय करतात, त्यांच्या विचित्र गोष्टी असं सारं काही ऐकल्याशिवाय मोठं होत नसेल. मग ही भुतं म्हणजे काय? ती कुठून अस्तित्वात येतात? त्यांच्या अस्तित्वाला काय आधार आहे? ती आजूबाजूला का असतात? सध्या तुमच्या याबद्दलच्या अज्ञानाचं कारण म्हणजे तुम्हाला वाटतं की, जीवन फक्त शरीरामध्येच असतं. म्हणजे, असं तुम्ही तुमचं मत बनवलंय म्हणून नाही; तर तुमचा जीवनाचा अनुभवच तसा आहे. मात्र, शरीरापलीकडेही जीवन असतं. म्हणूनच ज्यांना आपण 'भुतं' म्हणतो, तीसुद्धा अस्तित्वात असतात.

एकदा असं घडलं, की एक लाजरा माणूस होता. तो आरोग्य-तपासणीसाठी रुग्णालयात दाखल झाला. एक सुंदर नर्स त्याच्या सेवेला होती. तिने त्याचा रक्तदाब पाहिला, रक्ताची तपासणी केली. लघवी-तपासणी केली, सारं काही केलं. ती थोडा वेळ बाहेर गेली. त्याच्या आतड्यावर केलेल्या अत्याचारामुळे

त्याला शौचाची घाई झाली; परंतु तो उठण्याआधी सगळं अंथरुणातच झालं. त्याला आवरणं शक्य झालं नाही. आधीच तो खूप लाजाळू होता, त्याला खूप शरमल्यासारखं झालं. त्या सुंदर नर्सने हा सारा विचका पाहू नये, असं त्याला वाटत होतं. जेव्हा त्याने आतमध्ये येणाऱ्या नर्सच्या पावलांचा आवाज ऐकला, तेव्हा घाईगडबडीने त्याने पलंगावरची सगळी चादर गोळा केली आणि पाचव्या मजल्यावरच्या खिडकीतून ते सारं खाली फेकलं.

खाली रस्त्यावरून एक माणूस पार्टी करून घराकडे परत जात होता. हे जग किती दुष्ट आहे पाहा, माणसाने गोल पृथ्वीवर सरळ चालावं आणि तेसुद्धा ती स्वतःभोवती फिरत असताना, अशी अपेक्षा ते करतं! मोठ्या मुश्किलीने तोल सावरत तो कडेकडेने चालत होता आणि त्याच्या अंगावर ती चादर पडली आणि त्याला झाकून टाकलं. तो किंचाळला आणि त्या चादरी अंगापासून दूर करू लागला. त्या काढून टाकायला त्याला काही मिनिटं लागली. तेवढ्यात सुरक्षारक्षक धावत आले आणि 'काय गोंधळ आहे?' म्हणून विचारू लागले. तो म्हणाला, ''मला वाटतं, मी भुताला लघवी करेपर्यंत बदडलंय.''

खरोखरच, 'भूत' म्हणजे काय? सगळे जीव हे काळ, स्मृती व ऊर्जा यांचा संयोग आहेत. त्यांपैकी काळ तुमच्या हातात नसतो; पण तुम्ही कसं आयुष्य जगता यावर तुम्ही किती स्मृती व ऊर्जा गोळा करता किंवा खर्ची करता, हे ठरतं. समजा, खूप काम करून आणि त्यावर लक्ष केंद्रित करून तुम्ही बरीच स्मृती, म्हणजेच प्रारब्ध कर्माचा भाग वापरून लवकर संपवला आहे. आता जर तुम्ही संचित कर्माचा साठा उघडू शकला नाहीत, तर तुम्हाला अवेळी मृत्यू येईल, कारण तुमच्यातील ऊर्जा अजूनही प्रखर असते; पण स्मृती संपलेली असते. अशा वेळी जेव्हा तुमच्यातील स्मृती संपते, तेव्हा तुम्ही मरण पावता किंवा अर्धमेल्यासारखे (कोमा अवस्था) होता.; पण बहुतेक वेळा मृत्यू येतो, कारण जेव्हा स्मृती संपतात, तेव्हा बऱ्याच गोष्टीं कार्य करू शकत नाहीत. पण जर तुमची ऊर्जा संपली, पण स्मृती अजूनही शिल्लक असेल, तरीही तुमचा मृत्यू होईल. अर्थात, तुमचं अस्तित्व तसंच चालू राहील. यालाच आपण 'भूत' म्हणतो.

भूत प्रकट होऊ शकतं; पण भौतिक शरीर एकसंध राखून ते चालू ठेवण्यासाठी पुरेशी ऊर्जा शिल्लक नसल्याने, शरीर शिल्लक राहात नाही. पण त्याचा स्मृतिदेह अजूनही इतका बलवान आहे, की त्याची इतरांना जाणीव होऊ शकते. म्हणूनच,

एक प्रकारे प्रत्येक जण भूत आहे, असं आपण म्हणू शकतो. तुम्ही शरीर असलेलं भूत आहात की शरीर नसलेलं, शरीरासह किंवा शरीररहित, एवढाच प्रश्न आहे. शरीर असलेले किंवा शरीर नसलेले सर्व जीव, त्यांच्या कर्मबंधाप्रमाणेच आपापलं जीवन जगत आहेत. फरक एवढाच आहे, की जेव्हा तुम्ही शरीर धारण केलेलं असतं, तेव्हा तुम्हाला तुमची वैयक्तिक इच्छाशक्ती वापरण्याची जास्त संधी मिळते. बस एवढंच.

ज्यांचा मृत्यू साधारणपणे अनैसर्गिकरीत्या झाला आहे, असे जीव आपण 'भुतं' म्हणून ओळखतो. त्यांचं बरंच प्रारब्ध कर्म शिल्लक होतं, पण ते एकतर अपघाताने, रोगाने, आत्महत्या किंवा हत्या होऊन मरण पावले. त्यांचं शरीर इतकं ध्वस्त झालं होतं की, यापुढे ते जीवन धारण करू शकत नव्हतं. अशा जीवांची उपस्थिती जास्त प्रखर असते, त्यांच्या प्रवृत्ती फार बलवान असतात. ती एक प्रकारे सक्रिय असतात, त्यामुळे तुम्हाला ती सहज जाणवतात किंवा दिसतातही. अशा अवस्थेत राहणं किंवा भुताचं जीवन - जर तुम्हाला तसं म्हणायचं असेल तर- हे चांगलं मानलं जात नाही, कारण ते नाहक दीर्घकाळपर्यंत चालू राहू शकतं. असं समजा, ही व्यक्ती जेव्हा मेली, तेव्हा तिचं काही प्रारब्ध कर्म शिल्लक राहिल होतं. ते जर या भौतिक शरीरात आज जिवंत असते, तर त्यांचं प्रारब्ध कर्म कदाचित आणखी वीस वर्षांत संपलं असतं. पण आता भौतिक शरीर नसल्यामुळे त्यांचं कर्म फक्त प्रवृत्तीद्वारे संपू शकतं, जाणीवपूर्वक केलेल्या कृतींनी नव्हे. याचा परिणाम असा होतो की, त्यांचं आयुष्य कदाचित २०० वर्षं किंवा २००० वर्षांपर्यंत लांबू शकतं. जिवंत असते, तर ते अजून वीस वर्षंच जगले असते.

भुतं साधारणपणे जाणीवपूर्वक काही करत नाहीत, कारण त्यांना बुद्धी नसते; पण त्यांच्या प्रवृत्ती मात्र कार्यरत असतात. समजा, जिवंत असताना या माणसाला लोकांना चिमटे काढायची सवय होती, आता शरीर नसतानासुद्धा त्याला फक्त चिमटे काढायचे असतात. समोर कोण आहे याने त्याला फरक पडत नाही. समजा, एखादा आयुष्यभर फिदीफिदी हसत होता, तर त्याचं भूतसुद्धा फिदीफिदी हसत राहील. ही गोष्ट त्यांच्यातल्या प्रवृतीमुळे होते, जाणूनबुजून कुठल्या उद्देशाने नव्हे. जर तुम्हाला भुतं दिसली, तर तुमच्यातील भीतिपोटी किंवा काही मर्यादांमुळे तुम्ही खरोखर वेडे होऊ शकता. बहुतेक वेळा ही तुमच्यातील एक मानसिक प्रतिक्रिया असते. याचा त्या जीवाशी काहीही संबंध नसतो. समजा, तुम्हाला एक माणूस

चालत जाण्याऐवजी तुमच्याभोवती तरंगताना दिसला, तर तुमच्या मनात विचित्र भावना उमटतील. हे होण्याची काही गरज नाही आणि त्याचा त्या जीवाशी काही संबंधही नसतो. मात्र यामुळे उगीच त्यांची बदनामी होते.

इंग्लिश शब्द घोस्ट (ghost) अगदी मोघमपणे वापरला जाणारा शब्द आहे. तो सगळ्या शरीरविरहित जीवांना एकाच नावाने ओळखतो. पण त्यांचे विविध प्रकार आहेत. ते कुठून येतात, ते काय करू शकतात आणि ते कुठे जाणार आहेत, यावरून ते ठरतं. प्रारब्ध संपण्यापूर्वीच शरीर नष्ट झालेले व आसपास घुटमळणारे असे काही जीव असतात. तर काही शरीरविरहित योगी असतात, ते स्वतःचा विलय करण्याची संधी शोधत फिरत असतात. काही स्वर्गीय जीव सुट्टीवर 'प्रवासी' म्हणून आलेले असतात. काही अगदी वेगळ्या परिमितीचे असतात आणि त्यांचा तुमच्या आयुष्याशी काही संबंध नसतो. तर काही अशा शक्ती असतात, ज्यांना लोक 'दैवी शक्ती' म्हणून ओळखतात. त्या त्यांना हवा तो आकार (शरीर) धारण करू शकतात. म्हणून प्रत्यक्षात हे सर्व वेगवेगळे प्रकार असतात आणि त्या सर्वांना आपण एकाच प्रकारात बांधू शकत नाही.

या सर्वांचं वर्गीकरण करून ते अचूकपणे ओळखता येण्यासाठी पुष्कळ साधना लागते. परंपरेनुसार, वेगवेगळ्या शरीररहित आस्तित्वांना भूत, प्रेत, पिशाच, चौडी, यक्ष, किन्नर, गंधर्व, देव आणि अशी अनेक नावं दिली आहेत. ते उत्क्रांतीच्या निरनिराळ्या स्तरांवर वावरतात किंवा ते वेगवेगळ्या प्रकारच्या सुट्टीवर आलेले प्रवासी आहेत, असं आपण म्हणू शकतो. काही प्रथम वर्गात, काही द्वितीय वर्गात, काही वेगळ्या श्रेणीत, तर काही अगदी वाईट अवस्थेत असतात, ज्याला आपण 'नरक' म्हणतो. मुळात ते कुठल्यातरी सुट्टीवर आलेले असतात; पण त्यांची सुट्टी कधी ना कधी संपेल आणि ते आणखी एक भौतिक शरीर धारण करतील. कुणीही सदैव भूत, प्रेत, यक्ष, किन्नर किंवा देव या अवस्थेत राहात नाही. तो किंवा ती काही ठरावीक काळापुरतेच त्या अवस्थेत आनंदात किंवा दुःखात असतात. त्यानंतर ते पुन्हा भौतिक शरीर धारण करतात.

मरतेवेळी सतर्क असलेल्या व पुन्हा शरीर धारण करायचं नसलेल्या, तसंच स्वतःचा विलय करण्याचे मार्ग शोधणाऱ्या जीवांना आपण सोप्या शब्दांत 'स्वर्गीय जीव' म्हणू या. त्यांना अजूनही थोडीफार निवड करण्याची क्षमता असते आणि विवेकही असतो, कारण ते जाणिवेच्या एका वेगळ्या पातळीवर जगले आणि

मरतानाही ते जागरूकपणे मेले. पण बाकीचे शरीररहित जीव फक्त त्यांच्या प्रवृत्तीनुसार वागत असतात, जसे की तुम्ही वागता. त्यांच्या संपर्कात तुम्ही येण्याची शक्यता जास्त असते. सोपं करून सांगायचं, तर आपण त्यांचं वर्गीकरण तीव्र, सौम्य व अति सौम्य या प्रकारांत करू शकतो.

जे जीव तीव्र असतात, त्यांची उपस्थिती जास्त सक्रिय असते आणि लोकांना ती जाणवू शकते. काहींना आकारही असू शकतो, ते जणूकाही भौतिक शरीर असल्यासारखा अनुभव इतर लोकांना येऊ शकतो. 'सौम्य' तसे नसतात; पण ते लोकांच्या बाबतीत काही गोष्टी घडवून आणू शकतात. जर तुम्ही तीव्र जीवांशी समोरासमोर जाऊन संवाद केला, तर काही विचित्र गोष्टी नक्की घडतील. त्यांच्या वृत्ती खूप बलवान असतात आणि त्यामुळे ते एका विशिष्ट प्रकारे वागतील. त्यांचा प्रतिसादही खूप शक्तिशाली असेल. काही तीव्र असून शांत असतात; पण तरीही ते एक प्रकारे त्यांच्या वृत्तीच्या अधीन असतात.

तुम्हाला जर सौम्य जीव भेटले, तर अजाणतेपणे लोकांना काहीसा त्रास होईल, जसे की कोणाला थोडासा ताप येईल, तर एखादा कोणत्याही कारणाशिवाय बेचैन होईल. म्हणजे, तुमच्या मानगुटीवर भूत बसलंय असं नव्हे; पण त्याची ऊर्जा तुमच्या यंत्रणेमध्ये बेचैनी निर्माण करू शकते, कारण ते थोड्याफार प्रमाणात एकच वेळी सर्वत्र असतात. त्यांच्यापैकी अनेक जीव स्वतःचा आकार टिकवता येईल इतके तीव्र नसतात; पण तरीही त्यांची उपस्थिती असते. जे अगदी सौम्य असतात, त्यांचा तुमच्यावर जवळपास काहीच परिणाम होत नाही. मात्र, तुम्ही अति संवेदनशील असाल, तर त्यांचा परिणाम जाणवतो आणि काही लोक असे असतातही. म्हणून ह्या सगळ्या प्रभावांपासून मुक्त होण्यासाठी हे सगळे क्लेशनाशन विधी केले जातात.

हे प्रभाव खरे आहेत की मानसिक हे कळणं अवघड असतं, ही यातली अडचण आहे. हे ओळखणं खरोखरच फार कठीण आहे, कारण प्रत्येक चक्रम माणसाला असं वाटतं की, त्याने भूत पाहिलं आहे किंवा त्याला भुताने पछाडलं आहे. ते पूर्णपणे नाकारणं मूर्खपणाचं ठरेल. भुतांना ठरवून काही करता येत नसलं, तरी ते त्यांच्या वृत्तीच्या अधीन असल्यामुळे नकळत काही गोष्टी घडतात आणि त्याचबरोबर यामध्ये त्यांचा वांशिक (जनुकीय) स्मृती शोधण्याचा प्रयत्न असतो. त्यांना कदाचित इतर कुठल्या जागी तितका आराम वाटणार नाही. ते त्यांच्या

स्वतःच्या वांशिक(जनुकीय) स्मृतीपर्यंत पोहोचण्याच्या प्रयत्नात असतात. म्हणून ज्या ठिकाणी अशा स्मृती असतात, अशा ठिकाणी आसपास ते घुटमळत असतात. पण त्यांचा तुम्हाला त्रास देण्याचा विचार असतो का? मुळीच नाही. तसं पाहिलं, तर त्यांचा माणसांशी संवाद साधण्याचा हेतू नसतो. 'मी या माणसाशी संपर्क करू की त्या' हे कळण्याची बुद्धीही त्यांना नसते. हे ते ठरवू शकत नाहीत. या सगळ्या तुमच्या स्वतःच्या मानसिक प्रक्रिया आहेत.

मला वाटतं, हा सगळा प्रश्न, लोकांच्या या समजुतीतून आलाय की, ही भुतं दबा धरून बसली आहेत आणि आपल्यावर झडप घालतील किंवा काहीतरी त्रास देतील. हे सगळं काही लोकांनी उठवलं आहे, ज्यांना यातून काही फायदा करून घ्यायचा असतो, त्यांना तुम्ही धंदेवाईक भुतं म्हणू शकता. सिनेमामध्ये दाखवतात की, मेलेला माणूस ढगावर बसून वाट पाहात थांबला आहे, त्याला तुमच्याशी बोलायचं आहे किंवा तुम्ही काय बोलता, हे ऐकायचं आहे. या समजुतीमुळे या साऱ्या गोष्टी घडतात. या सर्व गोष्टी माणसाच्या मानसिकतेमध्ये इतक्या बिंबवल्या आहेत की, खरं काय आहे आणि कोणते मनाचे खेळ आहेत यात लक्ष्मणरेषा आखणं त्यांना शक्य होतं नाही. लोकांचं मानसिक विश्व त्यांच्यासाठी इतकं खरं असतं की, हेच सत्य असल्याचं त्यांना वाटतं. आपण ज्या भुतांच्या गोष्टी ऐकतो, त्यांना यामुळेच चालना मिळाली आहे.

स्थानिक अमेरिकन निवासी लोक मृतांना अखेरची विश्रांती कुठे द्यायची या ठिकाणाबाबत कडक नियम पाळतात. मृतांसाठी जागा ठरली, (जिथे ते मृत शरीरं पक्ष्यांसाठी किंवा इतर कोणासाठी ठेवतात), की मग तिथे कोणी प्रवेश करत नाही. त्यांतलं एक कारण म्हणजे, तुमची स्वतःची सुरक्षा. दुसरं कारण असं की, तुम्ही त्यांना त्रास देऊ इच्छित नाही. त्यांनी आरामशीर राहावं आणि त्यांचा काळ व्यतीत करावा, असं तुम्हाला वाटतं. याच कारणामुळे परंपरेने स्मशानं व दफनभूमी ही लोकवसतीच्या बाहेर असतात. मृतांना थोडी त्यांची स्वतःची जागा दिली पाहिजे. असं करणं खूप शहाणपणाची गोष्ट आहे.

आता लोक असं विचारतात की, सारे शरीररहित जीव मानवी आकाराचे असतात की अन्य काही आकाराचेसुद्धा असतात? मनुष्य सोडून इतर काही असे शरीररहित जीव नसतात. उदाहरणार्थ, एक टोळ, शरीराविना गवतावर उड्या मारतो का? खरंतर नाही. याला काही अपवाद आहेत- नाग एक अपवाद आहे.

नाग व गाय यांच्यात सूक्ष्म शरीर धारण करण्याची क्षमता असते, हे आपण आधीच पाहिलं.[१] हे तेवढं तर्कशुद्ध विधान नाहीये, हे असं म्हणण्यासारखं आहे की, जशी माणसांची भुतं माणसांना पछाडतात, तशीच काही नागाची भुतंसुद्धा माणसाला बाधा करतात.

भारतात 'नागदोष'[२] नावाचा प्रकार सर्वांनी ऐकलेला आहे. तुम्हाला जर काही कारणाने शरीररहित नागाची बाधा झाली, तर नागदोष होऊ शकतो. आपण पुन्हा एकदा हे लक्षात ठेवलं पाहिजे, की शरीररहित जीवाचा त्याचा स्वतःचा असा काही हेतू नसतो. ठरावीक हेतूने काही करणं त्याला शक्य नसतं; पण त्याच्यात प्रवृत्ती असतात. म्हणून तुम्ही जेव्हा त्यांच्या संपर्कात येता, तेव्हा त्यांचा तुमच्यावर परिणाम होऊ शकतो. ज्या वेळी लोकांना नागदोष होतो, त्या वेळी त्वचेच्या काही थरांवर परिणाम होतो. त्वचेला चट्टे पडतात. सोरायसीस (अंगावर लाल चट्टे पडणे) झाल्याप्रमाणे वाटतं; पण तो सोरायसीस नसतो. त्वचेची साल खवल्याप्रमाणे निघून जायला सुरुवात होते. त्यामुळे फारच विचित्र प्रकारची स्तब्धता जाणवते आणि हालचाल होते. हे जर व्यवस्थित हाताळलं नाही, तर मानसिक अस्वास्थ्य होऊ शकतं, नाहीतर ऐकण्याची क्षमता मोठ्या प्रमाणात बिघडू शकते. असे लोक नागपूजा व तसे विधी करून पूर्णपणे बरे झालेले मी पाहिलेले आहेत.

जेव्हा एखाद्याला शरीररहित नागाची बाधा होते, तेव्हा तो परिणाम फार काळ टिकत नाही, कारण त्याची स्वतःची रचनाच किती काळ एकत्र टिकून राहील, यावरच प्रश्न चिन्ह असतं. ते स्वतःच निघून जाईल, कारण ते फार काळ स्वतःला अखंडित ठेवू शकत नाही. हा काळ साधारण सत्तावीस ते चौपन्न दिवसांचा असतो. तो एवढाच असतो. पण नागदोषाने आलेले आजार पुढे बरेच दिवस राहू शकतात, जर तुमच्यावर नागदोषाचा नकारात्मक परिणाम झाला असेल, तर काही वेळा तुमच्यावर सकारात्मक परिणामही होऊ शकतो. सकारात्मक परिणाम असेल, तर अशा वेळी तुमच्या पाठीच्या कण्याची ताकद वाढेल व तुमची ग्रहणशक्तीसुद्धा वाढेल. हे असं होण्याचं कारण म्हणजे मेल्यानंतर शरीररहित नाग काही वेळ घुटमळत राहतो. भारतात जर मेलेला नाग दिसला, तर त्याचे पूर्ण अंत्यसंस्कार केले जातात.

---

१ पाहा- प्रकरण ८ – कालभैरव कर्माची व्याप्ती

२ एक प्रकारचा नकारात्मक प्रभाव

नाग आणि त्यांचे परिणाम याबाबत बोलायचं झालं, तर नागदोषाचे सकारात्मक आणि नकारात्मक अनुभव मी स्वतः घेतले आहेत. एकदा तर त्याने माझे प्राण घेतले आहेत;[३] पण त्याच वेळी त्याने माझं आयुष्य इतक्या चांगल्या प्रकारे घडवलं आहे. ध्यानलिंगाच्या प्राणप्रतिष्ठेनंतर माझी प्रकृती एकदम खालावली. बरं होण्यासाठी आम्ही बऱ्याच ऊर्जा-क्रिया केल्या, माझी प्रकृती पुन्हा एकदा चांगली व्हावी म्हणून अनेकांनी आपली आयुष्यं पणाला लावली. पण माझ्या शरीराचा काही भाग – विशेषतः बेंबीच्या खालचा उजवा भाग जणू निर्वात झाल्यासारखा झाला व समस्या निर्माण करू लागला. त्या ठिकाणी गाठी होऊ लागल्या. एखाद्या दिवशी त्या तयार होत व काही दिवसांनी नाहीशा होत. डॉक्टर म्हणाले, की माझ्या रक्तातल्या तांबड्या पेशी बऱ्याच प्रमाणात वाढल्या आहेत, कारण माझं यकृत काम करेनासं झालं होतं. आम्हीच त्यावर उपाय करू शकलो असतो; पण त्याकरिता आम्हाला महिना-दोन महिन्यांचा काळ हवा होता. पण माझ्या कार्यक्रमांच्या व्यग्रतेमुळे तेवढा वेळ मला कधीच मिळाला नाही. म्हणून माझी ही अवस्था अजूनच खालावत गेली. कधी वर, तर कधी खाली. आम्ही काही वरवरचे उपाय केले; पण शरीरयंत्रणेकडे योग्य तेवढं लक्ष दिलं नाही.

२००१च्या डिसेंबरमध्ये, एका रात्री मी ईशा योग केंद्रातल्या माझ्या बेडरूममध्ये पडलो होतो. पहाटेचे पावणेपाच वाजले असतील, मी डोळे उघडले, तर भलामोठा शरीररहित नाग माझ्या बाजूलाच उभा होता. साधारण नागापेक्षा तो आकाराने मोठा होता. त्याने फणा काढला होता. मी नेहमी माझ्या बिछान्याजवळ छोटा पितळेचा नाग ठेवत आलो आहे. रोज सकाळी उठल्यावर तोच मला 'गुडमॉर्निंग' म्हणतो; पण आता हा इथे मोठा फणा काढलेला नाग समोर उभा होता. मी त्याच्याकडे बघत होतो, तो पुढे आला आणि बेंबीच्या जवळ त्याने मला दंश केला. मी माझे डोळे बंद केले. तो थोडा वेळ तिथे थांबला आणि मग निघून गेला. नंतर पुन्हा कधीही दिसला नाही.

त्या दंशामुळे बेंबीजवळ जखम झाली, फण्याचे चार दात उमटले होते, त्यातून रक्त वाहात होतं. मी काही लोकांना ते दाखवलंदेखील. पण त्या दिवसापासून बेंबीखालची ती निर्वात जागा किंवा पोकळी नाहीशी झाली. या गूढ किंवा स्वर्गीय नागाबरोबर झालेल्या समोरासमोर भेटीने ती माझ्यातून काढून घेतली गेली.

---

३ पाहा - प्रकरण ११-माझे पूर्वजन्म

भुतांचा त्रास

अनेक लोक भुतांचा आवाज ऐकल्याचे, बघितल्याचे, आणि त्यांनी दिलेल्या त्रासाचे दावे करतात. ते बरेचदा त्यांच्या व्यक्तिगत मनाचे खेळ असतात. हे जरी असलं, तरी भौतिक शरीरापलीकडेही एक वास्तव आहे.

बहुतेक शरीररहित जीव त्यांचा स्वतःचा हेतू धरून ठेवण्यासाठी सक्षम नसतात. म्हणून ते माणसाला त्रास देऊ शकत नाहीत. पण त्यांच्यामुळे तुम्हाला त्रास होऊ शकतो. ते तुम्हाला प्रत्यक्ष कृतीने ठार मारू शकत नाहीत; पण कोणालातरी पछाडून किंवा एखादी भयावह परिस्थिती निर्माण करून ते तुमचा जीव धोक्यात आणू शकतात. जर एखाद्याला अशा जीवांनी पछाडलं, तर सामान्यतः लवकरच त्याचा मृत्यू होईल. कारण ते अशी परिस्थिती निर्माण करतील की, तो माणूस चालत सरळ विहिरीत जाईल किंवा डोंगरावरून पडेल किंवा तसंच काहीसं होईल. तो जीव तुमच्या शरीरावर, मनावर आणि बुद्धीवरही ताबा मिळवतो. तुमचं एक मन त्या विरुद्ध विचार करीत असतं; पण तरीही ते डोंगरावरून चालत जातात आणि थेट खाली पडतात. ते त्यांचं शरीर नसतं, त्यांना काही इजा होत नाही; पण या साऱ्या गोष्टींत तुमचा मृत्यू होतो. जेव्हा दुसरा कुणी तुमची कार चालवतो, तेव्हा ते बेदरकार असतात. ते कशावरही ती आदळतात आणि निघून जातात. तसंच हे आहे.

हे असं नाही की, ते कुणाच्याही बाबतीत ठरवून असं करू शकतात. त्यासाठी त्या व्यक्तीमध्ये काहीतरी दुर्बलता किंवा कमजोरी असणं आवश्यक आहे. जर माणूस चांगला स्थिर असेल, तर या साऱ्या गोष्टींचा त्याच्यावर काही परिणाम होत नाही. जर माणूस ध्यान करत असेल, जर त्यांच्यामध्ये ध्यानावस्थेचे काही गुणधर्म उतरले असतील, तर ते कशानेही पछाडले जात नाहीत. ते शक्य नाही,; पण हे जीव तुम्हाला अतिशय घाबरवू शकतात, केवळ तुमच्यासमोर विकृत आकारात येऊन. समजा, तुम्ही बाहेर पडला आणि तुम्हाला एक विकृत आकृती दिसली. तिनं काही करणं गरजेचं नाही. पण ते फक्त तिथे उभं आहे, एवढं पुरेसं आहे. एखादा तिथे आपलं डोकं आपल्या हातात घेऊन उभा असेल, तर तुम्ही घाबरू शकता. हो का नाही? जर तुम्ही संतुलित असाल, तर कदाचित तुम्ही त्याकडे फक्त पाहाल आणि निघून जाल. मग ते काही करू शकत नाही. डोकं नसलेला

मनुष्य हाताळायला खूप सोपा असतो – बायकांना विचारा! पण जर तुम्ही घाबरट असाल, तर इथे-तिथे येऊन ते माणसाला मानसिकरीत्या मारू शकतात. नुसती भीती किंवा दहशतही मनुष्याला मारू शकते.

शरीररहित जीव तुमच्याकडे 'भौतिक शरीर धारण केलेला जीव' म्हणून पाहूही शकत नाही. ते तुम्हाला ऊर्जेचा संचय म्हणून पाहतात. तुम्ही असं ऐकलं असेल, की कुणालातरी भुताने पछाडलं होतं किंवा अशा जीवांनी त्याचा छळ केला होता. तुम्ही असं होताना पाहिलंही असेल. हे तेव्हा होतं जेव्हा त्या शक्तीशी एक प्रकारचं नातं असतं. ते एकाच रक्ताचे असू शकतात किंवा एकच कर्मबंध असलेले असू शकतात. काही कारणांनी ते जीव या विशिष्ट व्यक्तीकडे आकर्षित होतात, कारण त्याच्यात त्या प्रकारची गोष्ट असते. समजा, तुमच्या कुटुंबातील कोणीतरी प्रारब्ध अर्ध बाकी असताना वारला. तुम्ही जर त्यांचे कपडे वापरत असाल, तर नकळत ते तुमच्याकडे येतील. याचा अर्थ, ते तुम्हाला धरण्यासाठी येतात, असं नव्हे. हे असं आहे की, ह्या कपड्यांमध्ये एक प्रकारे त्यांच्या शरीराचा काही भाग आणि ऊर्जा असल्यामुळे ते जीव या दिशेने आकर्षित होतात.

म्हणून, की जेव्हा एखादी व्यक्ती मरते, तेव्हा त्यांची अंगठी तुम्ही कधीही वापरू नये असं परंपरा सांगते. एखादा शक्तिशाली प्रारब्ध कर्म मागे ठेवून मेला असेल आणि तुम्ही त्याची अंगठी अनामिकेत घातली, तर त्या जीवाला तुमच्यात प्रवेश करणं खूप सोपं होतं. सहज शिरकाव करण्यासाठी तुम्ही उपलब्ध होता. ते तुमचा छळ करण्याचा प्रयत्न करत नाहीत. ते काहीच करण्याचा प्रयत्न करत नसतात. त्यांचा असा काही हेतू नसतो. ते केवळ त्यांच्या वृत्तीनुसार वागतील; पण तुमच्यासाठी ती एक प्रकारे छळवणूक असू शकते. अन्यथा एखादा शरीररहित जीव येऊन तुम्हाला छळणं किंवा तुमच्या दृष्टीस पडण्याचा प्रश्नच येत नाही.

जिथे तुम्हाला ह्या जीवांची जाणीव होऊ शकते, अशा स्तरावर तुम्ही तुमची जाणीव नेली असेल, तर मग तुम्हाला त्यांच्यामुळे काहीच त्रास होणार नाही. म्हणूनच तुम्हाला तुमचं रक्षण करण्यासाठी काही करायची गरज नाही. जर तुम्ही अशा जीवांशी संबंधित कामामध्ये सहभागी होत असाल आणि त्यांना आकर्षित करून काही करण्याचा प्रयत्न करत असाल, तरच मग तुमच्या स्वतःच्या सुरक्षेचा प्रश्न उद्भवतो. नाहीतर तुम्हाला या गोष्टींचा विचार करण्याची गरज नाही. तुम्ही जर ध्यानधारणा करत असाल, तर ते तुम्हाला काहीही करू शकत नाहीत. प्रत्यक्षात

ते तुमचे चांगले मित्र बनतात. तुम्ही तसे नसाल, तर गळ्यात रुद्राक्ष घाला किंवा लिंगभैरवीचं पेंडंट घाला. या साध्या गोष्टी तुमचं रक्षण करू शकतात.

एक गोष्ट करू नका, धातूची अंगठी अंगठ्यामध्ये घालू नका. अजाणतेपणे आताची नवी पिढी अंगठ्यावर अंगठी घालण्याची फॅशन करू लागली आहे. अर्थात, हे अलीकडेच घडतंय. त्यांना ही प्रेरणा कुठून मिळाली मला माहीत नाही, ते ती अशीच सहज म्हणून घालत असतील किंवा जिथे कुठे शरीरावर काही धारण करता येईल, ते करत असावेत. जगात कुठेही, कुठल्याही संस्कृतीत अंगठ्यावर अंगठी घालण्याची पद्धत नाही. तुम्ही अंगठ्यावर अंगठी घातली, तर काही शक्तींना तुम्ही आकर्षित करत असता, ज्यांना तुम्ही सामोरं जाऊ शकत नाही. ज्या शक्ती तुमच्याकडे आकर्षित होतील, त्या नेहमीच आनंददायी असतील असं नाही. त्या शक्ती तुमच्या समजुतीच्या पलीकडे असतात आणि त्यांना हाताळणं तुमच्या आवाक्याबाहेर असतं. त्या सहज तुम्हाला आजारी पाडू शकतात, अपघात घडवून आणू शकतात किंवा मोठा घात तुमच्या आयुष्यात घडवू शकतात. म्हणून अंगठ्यावर कुठलाच धातू घालू नये, कधीच नाही. फक्त जादूटोणा किंवा काळी जादू करणारे लोकच अंगठ्यावर धातूचं काही घालतात.

भुतांवर उपाय

शरीररहित जीव पकडून ठेवले जाऊ शकतात. तांत्रिक किंवा ज्यांना या गूढविद्येत चांगली गती आहे, असे लोक ते करू शकतात. हे असं आहे, सद्‌गुरू श्री ब्रह्मांसारखे महान ऋषीसुद्धा ब्रिटिशांच्या काळात तुरुंगात टाकले गेले, त्या काळच्या सामाजिक परिस्थितीमुळे. त्याचप्रमाणे, एका वेगळ्या स्तरावर या जीवांनासुद्धा बद्ध करता येतं. समजा, ज्याला शरीर नाही, आणि ज्याला एका जागेवरून दुसरीकडे जायला वाहतुकीचं साधन लागत नाही, असा एक जीव माझ्यापाशी आहे, तर त्याच्याकडून मी किती गोष्टी करून घेऊ शकतो, याची तुम्ही कल्पना करू शकता का? पण मी कुठल्याही प्रकारे त्यांचा कधीच वापर करणार नाही. माझा हेतू फक्त त्यांची सुटका होण्याशी आहे; माझा त्यांच्यामधला सहभाग फक्त तेवढ्या पातळीवरच असतो. पण त्यांचा वापर करणारे असे काही लोक असतात. असा शरीररहित जीव ते कुठल्यातरी व्यक्तीमध्ये उतरवतात, ज्याच्याकडून त्यांना काही काम करून

घ्यायचं आहे. आता तो माणूस त्यांची जशी इच्छा असेल, तसं काम करेल.

कोणालाही पकडून ठेवणं यालाही मर्यादा असतातच. तुम्ही कोणाला कायमचं पकडून ठेवू शकत नाही. निदान तो तांत्रिक मेल्यावर तरी त्या जीवाची सुटका होते. पण जे लोक अशा तांत्रिक क्रिया करत असतात, त्यांतील बरेच जणांची ती शक्ती मरेपर्यंत टिकत नाही, ती आधीच निघून जाते. काही वेळाने त्यांची त्याच्यावरची पकड ढिली पडते. अशा वेळी हे जीव स्वतःहून तिथून निघून जातात. सामान्यतः अशी व्यक्ती जिथे असते, अशा ठिकाणी ते फिरकत नाहीत. त्यांना ते सहज जाणवतं. एखादा अजाण किंवा अज्ञानी जीव सहज पकडला जाऊ शकतो; पण जे थोडेसे जागरूक असतात, ते इतक्या सहजपणे पकडले जाणार नाहीत. त्यांना कोण कसं आहे ते कळतं. त्यांना त्यांच्या आजूबाजूची ऊर्जा कशी आहे हे लक्षात येतं आणि ते खूप सावध असतात.

अशा जीवांना पकडून त्यांचा वापर करणं हे फार नकारात्मक कर्म आहे, कारण एक प्रकारे हे फार असहाय्य जीव असतात. हे लहान मुलांचं लैंगीक शोषण करण्याइतकं भयंकर कृत्य आहे. शिवाय ते तुमच्यावर कधीही उलटू शकतं. पण बहुधा अशा लोकांकडे स्वतःचं रक्षण करण्यासाठी काहीतरी व्यवस्था असते. ते ठरावीक प्रकारे आपली काळजी घेतात आणि अशा गोष्टी करतात. आध्यात्मिक व्यक्ती असं कधीच करणार नाही. परंतु, ज्यांना दुसऱ्यांना घाबरवून त्रास देण्यात आनंद मिळतो, असे काही लोक असतात. हा त्यांचा पैसे मिळवण्याचा मार्ग बनू शकतो. पण जे लोक अशा जीवांचा वापर करतात, त्यांचा मृत्यू फार भयानक होतो, काही काळाने त्यांना याची किंमत चुकवावी लागते.

अशा शरीररहित जीवांना मदतीची गरज असते का? त्यांचा विलय करता येऊ शकतो का? होय. शरीर असलेले आणि शरीररहित जीव, यांच्यातला फरक फक्त एवढा आहे: शरीर असताना तुमच्याकडे योग्य अयोग्य ठरविण्याची विवेकबुद्धी असते. जसे तुम्ही आणखी जागरूक होता, तशी तुमची विवेकबुद्धी वाढते. तुमची जागरूकता कमी झाली, तर तुमची विवेकबुद्धी कमी होते. एकदा का तुम्हाला शरीर मिळालं आणि मनुष्य म्हणून इथे आलात, तर तुम्ही एकतर उत्क्रांतीच्या वरच्या पातळीवर जाऊ शकता किंवा खाली येऊ शकता. तुमच्या बाबतीत दोन्ही गोष्टी शक्य आहेत. बुद्धी असण्याचा हाच फायदा आहे, ती योग्य-अयोग्य ओळखून निवड करू शकते. 'माणूस' म्हणून जर तुम्ही तुमची जाणीव आणि विवेकबुद्धी

याचा वापर केला नाही, आणि मनुष्य मनुष्यजीवन व्यर्थ घालवलं, तर तुमचं नुकसान अटळ आहे. हे शरीररहित जीव ज्या पातळीमध्ये त्यांनी शरीर सोडलं होतं, फक्त त्याच जाणिवेच्या पातळीवर राहू शकतात. मात्र, ते जाणीव वाढवू किंवा कमी करू शकत नाहीत. कारण ते एकच अवस्थेत अडकलेले असतात. ती एक थंडावलेली अवस्था आहे- एखाद्या बल्बसारखी, त्याला एक ठरावीक आयुष्य असतं. त्यानंतर तो जळून संपून जातो. एक बल्ब ठरवू शकत नाही की, मी किती काळ प्रकाश देत राहायचं आणि कधी संपून जायचं. तो तितके काही तास जळत राहतो आणि नंतर संपतो. हे जीव अगदी त्यासारखे असतात. त्यांचा विकासही होऊ शकत नाही आणि पतनही होत नाही. तुमच्यापाशी जे आहे, त्याचा फक्त अनुभव घेणं एवढंच असतं. म्हणून ज्या शरीररहित जीवांकडे थोडीशी जाणीव आहे, त्यांनाही थोडी बाह्य मदत मिळाली, तर चांगलं असतं.

ते त्यांचा आकार या अस्तित्वापासून वेगळा, टिकवून ठेवू शकण्याचं कारण म्हणजे, त्यांचा कर्मबंध अजून शिल्लक असतो. आता भौतिक शरीर सुटलं आहे, पण कर्मबंध अजून शाबूत आहे. कर्मबंध शाबूत असल्यामुळेच त्यांना आकार आहे व त्यांचं एक वेगळं अस्तित्व आहे. त्यांनासुद्धा स्वतःच्या आवडीनिवडी, इच्छा, न सुटणाऱ्या सवयी असतात. पण ज्या शरीररहित जीवांना आपण स्वर्गीय जीव म्हणतो, त्यांना काहीतरी उच्च प्राप्त करायचं होतं, आणि त्यांना ते मिळालं आहे, असे असतात. परंतु काही मदत मिळाली, तर तेसुद्धा प्रगती करू शकतात. हे असं आहे. एखाद्याची श्रीमंत होण्याची इच्छा असते व तो श्रीमंत होतो. पण श्रीमंत माणसालाच त्याच्या स्वतःच्या समस्यांची कल्पना असते. रस्त्यावरच्या गरिबाला कधीच समजणार नाही, की जो मर्सिडीज चालवतो, त्यालाही समस्या असतात. मात्र, श्रीमंत माणसाला त्याच्या समस्या जाणवत असतात आणि त्याला समजतं की, आपली संपत्ती आपल्याला कुठेही घेऊन जाऊ शकत नाही. ती आपल्या आनंदात भर घालू शकत नाही. आता त्यांना स्वतःच्या आतमध्ये डोकावण्यास प्रवृत्त करणं खूप सोपं असतं. ह्या स्वर्गीय जीवांच्या बाबतीतही असंच आहे.

आता त्या जीवाचा विलय करायचा असेल, तर त्याचे आपण फक्त त्याचं कर्म संपवतो. कुणाचं कर्म कसं संपवायचं? कर्म साठवलेलं असतं तुमच्या मनामध्ये, भौतिक शरीरामध्ये, संवेदनांमध्ये आणि तुमच्या ऊर्जांमध्ये. ज्या वेळी एखादा शरीर सोडतो, त्या वेळी संवेदना उरत नाही. मन अस्तित्वात असतं; पण त्याची

तर्कशुद्ध विचार करण्याची क्षमता गेलेली असते. म्हणून शरीररहित जीवाचं कर्म मुळात त्याच्या ऊर्जा शरीरात असतं.

पूर्वीच्या काळी गणिका खूप दाग-दागिने घालत असत. त्याचा उपयोग करून त्या, जे पुरुष त्यांच्याकडे येत असत, त्यांच्याशी खेळ करत असत. त्यांचं सर्व शरीर दागिन्यांनी झाकलेलं असे. कामेच्छुक पुरुष तिच्याकडे यायचे, पण त्याला ते दागिने काढता येत नसत. दागिने काढायला तास न् तास लागत असत. कितीही प्रयत्न केले, तरी ते निघत नसत. पण त्या बाईला त्याची युक्ती माहीत असे. बरीच छेडछाड झाली की, ती हळूच फक्त एक पिन ओढून काढत असे आणि सगळे दागिने जमिनीवर पडत.

मानसिक आणि ऊर्जाशरीरांचंही असंच आहे. तुमचं सर्व कर्म काही ठरावीक पिनांने धरून ठेवलेलं असतं. या पिना तुमच्या शरीरात विशिष्ट ठिकाणी असतात. आपण त्यांना 'चक्र' म्हणू शकतो. फक्त सात चक्रंच नव्हे; तर इतरही चक्रं असतात. आपण एवढंच करतो की, त्या पिना किंवा ते प्लग खेचतो आणि कर्मबंध लगेच कोसळतो. अर्धवट बुद्धीचे काही लोक कुठलंतरी चक्र कार्यान्वित करून त्याच्याद्वारे बेजबाबदार गोष्टी करण्याच्या बढाया मारत असतात. ते फार धोकादायक आहे. याचं व्यवस्थित ज्ञान नसताना तुम्ही या गोष्टीत ढवळाढवळ केली, तर फार मोठा अनर्थ ओढवू शकतो. चक्रं ही या पिनांप्रमाणे असतात. मी फक्त ओढायचा अवकाश, मी तुम्हाला तत्काळ, आत्ता इथे मुक्त करू शकतो; पण तुम्ही तुमच्या भौतिक शरीराला धरून ठेवू शकणार नाही. तुम्ही मुक्त व्हाल; पण जगासाठी तुम्ही मेलेले असाल.

शरीररहित जीवांसाठीसुद्धा असं करता येतं. प्रत्येक जीवाला विलय हवा असतो, त्यांना त्याची जाणीव असो वा नसो. त्यांच्या मर्यादेमुळे, भयामुळे किंवा गैरसमजुतीमुळे, आपल्याला ते नको आहे, असं त्यांना वाटू शकतं; पण प्रत्येक जीवाला मुक्ती हवी असते, नेहमीच. तुमचं शरीर कोलमडून आमच्या हातावर पडणार नसतं, तर तुमचासुद्धा विलय करणं खूप सोपं झालं असतं. म्हणून गुरू नेहमी तुमचं शरीर परिपक्व होईपर्यंत थांबतात. जेव्हा नैसर्गिकरीत्या मरण येतं, तेव्हा ते मध्यस्थी करून, जे काही केलं पाहिजे, ते करतात. कदाचित, ते तुम्हाला काही दिवस आधीच जायला लावतील; पण ते ती पिन खेचतील आणि तुम्हाला पूर्णपणे मुक्त करतील.

गोठून गेलेल्या जीवांची मुक्ती

असे बरेच शरीररहित जीव आहेत, ज्यांना मी भेटलो आहे. एक अशी घटना अमेरिकेतल्या स्थानीय निवासी जीवाच्या बाबतीत घडली आहे. स्थानिक अमेरिकन निवासी लोक अतिशय अभिमानी, तंदुरुस्त आणि सशक्त होते. ते चांगले योद्धे होते, त्यांना त्यांच्या संस्कृतीचा खूप अभिमान होता आणि ते सरळमार्गी होते. आज तो तुमच्याशी लढेल; पण उद्या जर त्याला तुम्ही भाऊ ('ब्रदर)' म्हणून हाक मारली, तर तो तुमच्यासाठी त्याचा जीव द्यायला तयार होईल. ते तसेच होते. त्यांच्यासाठी युद्धात मरण येणं आणि मारणं ही सन्मानाची गोष्ट होती. कोणीतरी येईल आणि आपली जमीन बळकावेल किंवा काढून घेईल, असं त्यांना कधी वाटलं नाही. हे त्यांच्या समजुतीपलीकडचं होतं. धरती हा जिवंत ऊर्जास्रोत असून ती आपणाला पोसते, अशी त्यांची धारणा होती. जगातली ही एक अशी संस्कृती होती, की जिथे 'देव' म्हटलं की ते वरती बघत नसत. धरणी हीच जननी व पालनपोषण करणारी शक्ती आहे, असं ते मानत.

तुम्हाला अमेरिकेचा इतिहास माहीत असेल, तर टेनेसी राज्याच्या दक्षिणेस 'ट्रेल ऑफ टीअर्स (अश्रूंचा मार्ग)' नावाचा पायी चालण्याचा एक डोंगरी रस्ता आहे. कारण एकोणिसाव्या शतकाच्या मध्ये तिथल्या संपूर्ण स्थानिक जमातींना तिथून हुसकावून पश्चिमेकडे घालवलं व युरोपियन लोकांच्या वसाहतीची सोय केली गेली. संपूर्ण जमात चालत गेली. त्यांची शस्त्रं काढून घेतली गेली होती, कारण सशस्त्र असते, तर ते धोकादायक ठरले असते. निःशस्त्र झाल्यावर ते पोटासाठी शिकारसुद्धा करू शकले नाहीत, म्हणून ते भुकेकंगाल झाले व चालतच राहिले. म्हातारे व कमकुवत असलेले त्यात मरून गेले. स्थानिक अमेरिकन लोकांची ही पद्धत होती की, जर एखाद्या ठिकाणी त्यांनी मृतांना पुरलं, तर ती जागा ते सुरक्षित ठेवत. आता त्यांचं स्थलांतर चालू असल्यामुळे ते त्यांच्या मृतांना पुरू शकत नव्हते. म्हणून ते मेलेल्यांना बरोबर घेऊन जात होते. ती शरीरं सडून इतस्ततः पडली आणि ते नेणारे लोक रडत होते, रडत होते आणि पुढे जात होते. पण ते आपल्या ठिकाणापर्यंत पोहोचेतोवर त्यांच्यातील ७० टक्के लोक मरून गेले होते. म्हणून त्याला 'ट्रेल ऑफ टीअर्स (अश्रूंचा मार्ग) म्हणतात.

हे धरतीशी जोडलेले लोक होते, त्यांना धरणीची एक विशिष्ट जाण होती.

त्यांच्यासाठी त्यांचा धर्म, त्यांची गूढ विद्या, त्यांचे व्यवहार, सारं काही धरतीशी जोडलेलं होतं. त्यांचं धरतीशी खूप घनिष्ठ नातं आहे. असे लोक जेव्हा छळवणूक किंवा त्रासातून जातात, तेव्हा त्यांचं दुःख जणू डबक्यांप्रमाणे जागोजागी साचत जातं आणि तसंच राहतं. काही वर्षांपूर्वी मी जेव्हा टेनेसीमधल्या ॲपलाचियन पर्वतामध्ये फिरत होतो, तेव्हा मला एक मनुष्य अगदी स्तब्ध उभा असलेला दिसला, बेअब्रू आणि निराशेमुळे एका विशिष्ट अवस्थेमध्ये गोठून गेलेला. त्याने त्यांच्या प्राचीन स्थानीय जमातीचं प्रतीक असलेलं सर्वोत्तम वस्त्र परिधान केलं होतं, हे मला दिसलं. तो पूर्णपणे गोठलेला होता, काळाच्या उदरात गोठून गेला होता. जेव्हाजेव्हा मी लोकांना अत्यंत तीव्र हालचालीच्या अवस्थेत किंवा अत्यंत निश्चल अवस्थेत पाहतो, तेव्हातेव्हा मी त्यात लक्ष घालतो, कारण या दोन्ही परिस्थितींत मला करण्यासारखं काहीतरी असतं. कमालीच्या हालचालीच्या अवस्थेत असणाऱ्या लोकांमध्ये एक शक्यता असते. पूर्णपणे निश्चल लोकांमध्येसुद्धा एक शक्यता असते. अशा दोन्ही लोकांपासून मी स्वतःला दूर ठेवू शकत नाही. मध्यम हालचालीमध्ये असणारी माणसं फारशी महत्त्वाची नसतात.

मी पाहिलं की तो माणूस एकाच स्थितीत जवळजवळ २०० ते ३०० वर्षं गोठलेल्या अवस्थेत उभा होता. मी या घटनेमागची परिस्थिती पाहिली. या माणसावर, त्याचा मोठा भाऊ, जो एक प्रकारे त्या जमातीचा नेता किंवा मुख्य होता, त्याच्या रक्षणाची जबाबदारी होती, त्याला तो सन्मान लाभला होता. तो एक प्रकारे त्याचा उजवा हात होता, सर्व प्रकारे त्याचं रक्षण करत होता. त्या जमातीमध्ये भाऊ म्हणजे त्याचे आई किंवा वडील एकच असावेत असा प्रघात नव्हता. तुम्ही जसे कोणाला मित्र मानता, तसे ते भाऊसुद्धा मानत. त्याला या मोठ्या भावाचा खूप आदर वाटायचा आणि त्याच्याबरोबर राहून त्याचं संरक्षण करणं, हे तो स्वतःचं मोठं भाग्य समजायचा.

एकदा त्याने गोऱ्या लोकांबरोबर त्यांच्या मुखियाची भेट ठरवली होती, ते लष्करी लोक होते. पण गोऱ्या लोकांनी त्यांच्या मुखियाला फसवून मारून टाकले. त्या साऱ्याची जबाबदारी आपल्याच शिरावर होती असे समजून तो माणूस पराकोटीचा निराश, अपयशी, दुःखी आणि बेअब्रू होऊन तिथेच थिजून उभा राहिला. त्याच्या भावना इतक्या पराकोटीच्या होत्या की, काही शतकं तो त्याच अवस्थेत तिथे फक्त उभा होता. मी पाहिलं तेव्हा तो तसाच तिथे उभा होता.

अर्थात, भौतिक शरीरामध्ये नव्हे, मातीचं शरीर मातीला मिळालं होतं, पण त्याचं उर्वरित सर्व काही तिथे उभं होतं, जसा तो त्या शेवटच्या क्षणी होता तसा. म्हणून मला वाटलं की त्याने आता पुढे जायला हवं. खूप काळ शरमेने, खूप काळ पराभूत होऊन राहणं ठीक नाही. मी त्याला त्या परिस्थितीतून पुढे जाण्यासाठी मदत केली.

या घटनेनंतर, मी लिहिलेल्या या काही ओळी...

अमेरिका

पिऊन रक्त स्थानिकांचे
अरण्यात पसरली नीरव शांतता
मारलेल्या स्थानिकाचा आत्मा
पडलेल्या फांद्याच्या गुंतवळ्यात उभा
मित्रा, तुला ओळखण्यात कमी पडला
समुद्र ओलांडून आलेला गोरा
होती त्याला धरणी अन् सुवर्णाची हाव
घातला तुझ्या संस्कृतीच्या आत्म्यावर घाव
गोऱ्या हातांना हत्येचा कलंक
त्यांची पोरे मात्र पूर्वजांचे निष्कलंक
पण गौरव धैर्याच्या दुधावर पोसलेले जीव इथले
आता मात्र पराभूत अन् लज्जित होऊन थिजले
या दोघे माझ्या कुशीत, मारणारे अन् मेलेले
बघू द्या मला तुमचे आत्मे मुक्त झालेले.

तो क्षण, त्या जीवाशी झालेली भेट, कदाचित माझ्या आयुष्यातील सर्वांत मोठा वेदनादायी क्षण असावा. तेव्हा मला जाणवलं की, त्या प्रदेशातल्या बऱ्याच भागांमध्ये खूप खोल वेदनेची छाया पसरली आहे. तिथल्या मानवी जीवांवर तिचे कळत-नकळत परिणाम होतील. जर तिथल्या दगडाला दुःख होतं, तर त्यातून माणूस तरी कसा सुटणार. अगणित दुःखं होत राहतील, कुठलंही कारण नसताना. भूभागावर जिथे-जिथे अशी दुःखाची तळी बनली आहेत, त्यावर तुम्ही राहात

असाल, तर तुम्हाला खरं सुख काय आहे, ते तुमच्या आयुष्यात कधीच कळणार नाही. तुम्ही मोठं घर बांधाल, तुमच्या हातात बंदूक असेल आणि हवं त्याला मारूही शकाल;[४] पण आयुष्यात तुम्हाला कधी एक शांत क्षण अनुभवता येणार नाही.

ज्या पृथ्वीवर तुम्ही वावरता, तिचीच जर अशी अवस्था असेल, आणि तुम्ही ज्यापासून बनला आहात, त्याची काळजी कशी घ्यायची हे तुम्हाला माहीत नसेल, तर तुम्हाला आयुष्यात सुखाचा एक क्षणही अनुभवता येणार नाही.

अजून अशीच एक घटना बऱ्याच काळापर्यंत चालत राहिली. ध्यानलिंगाची प्राणप्रतिष्ठा चालू असताना एक शरीररहित स्त्री माझ्या घराच्या छतावर बरेचदा येत असे. प्राणप्रतिष्ठेच्या आधी अशा जीवांच्या बाबतीत आम्ही अनेक गोष्टी केल्या होत्या आणि त्यांचा विलय केला होता. पण हा जीव मात्र बराच वेळ, साधारण वर्ष-दीड वर्ष, कदाचित दोन वर्षं, तिथेच रेंगाळत होता. प्राणप्रतिष्ठेनंतर माझं शरीर एक प्रकारच्या अस्थिर अवस्थेतून जात होतं, त्यामुळे मला तिच्याबद्दल काही करायची इच्छा नव्हती. अशा जीवांना योग्य-अयोग्य याचा निर्णय करता येत नाही. त्यांना फक्त प्रबळ इच्छा असते. जसा एखादा प्रबळ इच्छेच्या आहारी गेला की, त्याला आयुष्यात बरं-वाईट काही सुचत नाही. कुणाला नुसतं प्यायचं असतं, कुणाला बलात्कार करावेसे वाटतात, असंच काही. ते चांगले आहेत किंवा वाईट आहेत म्हणून ते तसं वागतात असं नाही. त्यांना जीवनाचं भान नसतं, केवळ प्रबळ इच्छा असतात. त्यांच्या कर्माप्रमाणे त्यांच्या वासना किंवा प्रवृत्ती असतात, आणि त्याप्रमाणे ते वागतात.

अजून असे काही जीव असतात की, त्यांचा आकार पूर्णपणे बदलून गेलेला असतो. त्यांना त्यांची मानवी आकृती सांभाळता येत नाही. ते सूक्ष्म होतात. पण ही स्त्री मात्र अशी होती की, तिच्या आकृतीमध्ये खूप मोठ्या प्रमाणात स्त्रीत्व जपलं होतं. जगातली कुठलीही स्त्री अशी नसेल. ती अतिशय सुंदर होती; पण साधारण स्त्री-शरीरापेक्षा जास्त धिप्पाड होती. अतिशय चांगली वस्त्रं नेसल्याचा आणि स्वतःला अतिशय टापटीप ठेवल्याचा ती भासही निर्माण करत असे. तिच्या वासना स्त्रीच्या होत्या. त्या पुरुषाच्या उलट असतात. म्हणून जर तुम्ही तिच्यात लुडबूड करायला गेलात, तर नैसर्गिकपणे ती स्त्रीसदृश व्यवहार करील. तिला दुसरा

---

४ त्या प्रदेशातील बंदूक संस्कृतीच्या संदर्भाने

कोणता मार्ग अवगत नसतो. त्यामुळे अनावश्यक काही गोष्टी घडल्या असत्या, मात्र ती स्वतःहून काही करत नसे. मी तिला विघटित करण्यासाठी देवघरात बोलवलं असतं, तर एका मिनिटात सारं आटोपलं असतं.

परंतु, आधी उल्लेख केल्याप्रमाणे, प्राणप्रतिष्ठेनंतर त्या काळात माझी तब्येत नाजूक आणि अस्थिर झाली होती. म्हणून तिच्यात हस्तक्षेप करून मला धोका पत्करायचा नव्हता. रात्री ती माझ्या घराच्या पडवीत फिरत असे, तिच्या पैंजणांचा छुमछुम असा आवाज ऐकू यायचा. मलाच नव्हे, माझ्या घरी जे राहात, त्यांनासुद्धा रात्रभर तिच्या चालण्याचा आवाज येत असे. जर तुम्ही दार उघडून पडवीत आलात, तर ती उपेक्षित मुद्रा करून छतावर बसलेली दिसे. जवळजवळ दोन वर्षं ती तिथे बसून होती. ती देवघरात प्रवेश करत नसे. तिचं तेवढं धाडस नव्हतं; पण तिने चालणं चालू ठेवलं होतं, वाट बघत. मी तिच्या बाबतीत काहीच केलं नाही. मी तिला तसंच तिथे सोडून दिलं. मनात थोडी धाकधूक होती, कारण माझी मुलगी त्या वेळी फक्त आठ वर्षांची होती आणि तिनेदेखील पैंजणांची छुमछुम ऐकली होती. असे शरीररहित जीव लहान मुलींना बाधा करू शकतात. म्हणून मला मुलीच्या खोलीसाठी सावधानतेचे काही उपाय करावे लागले. पण त्या बाईने कधी तिच्यात कुठल्या प्रकारचा रस दाखवला नाही किंवा कधी हिंसक प्रकार केला नाही. तिच्या चेहऱ्यावर होती, फक्त उदासीनता.

मी तिला तिथून हाकलण्याचा प्रयत्न केला नाही, कारण ती अतिशय उपेक्षित होती आणि तिची इच्छा अतृप्त होती. ज्या वेळी माझी प्रकृती स्थिर झाली, त्या वेळी मी तिला विघटित करण्याचा विचार केला. तिचं शरीर इतकं सूक्ष्म झालं होतं की, जिवंत शरीरधारी माणसापेक्षा तिच्या पिना काढणं अधिक सोपं होतं. तिने जाताना अनुकूल वातावरणात जावं असं मला वाटत असे, भीती व त्रासिक अवस्थेत नव्हे. म्हणून मी तिला आत आणलं व देवघरासमोर नमस्कार करायला सांगितलं. तिनं ते केलं आणि मी तिची पिन काढली आणि तिला विघटित केलं. ते संपलं. ती आता उरली नाही.

जर अनुकूल परिस्थिती असेल, तर अशा शरीररहित जीवांचा विलय करणं अधिक सोपं असतं. उदाहरणार्थ, जर जगातल्या सर्व स्त्रियांनी ठरवलं की, पुढील एक वर्ष गर्भ धारण करायचा नाही, तर ज्या जीवांची परत जन्म घ्यायची वेळ आली

आहे, त्यांना पृथ्वीवर गर्भ न मिळाल्याने ते भटकत राहतील. त्यांची सुप्त इच्छा मातेचा गर्भ मिळवण्याची असते; पण आता कोणताही गर्भ उपलब्ध असणार नाही. माझ्यासाठी ती एक उत्तम संधी असेल, त्यांना मोकळं करण्याची, ते अजून एका जन्ममृत्यूच्या चक्रात शिरण्याआधी. ज्या वेळी ते नुकतेच मरण पावले आहेत आणि आसपास घुटमळत आहेत, त्या वेळी त्यांना असं करणं शक्य नसतं कारण ते खूपच अजाण असतात. पण जेव्हा त्यांचं प्रारब्ध कर्म त्यांना गर्भ शोधण्यासाठी आणि दुसरं शरीर घेण्यासाठी उद्युक्त करतं, आणि कुठलीच स्त्री त्यांना मदत करीत नसेल, तर त्यांचा विलय करण्यासाठी ती आदर्श परिस्थिती असते.

आमच्या इथे अनेक तरुण स्त्रिया अशा आहेत की, त्या कधीच गर्भवती झालेल्या नाहीत आणि होणारही नाहीत, कारण त्यांनी इतकं प्रखर जीवन जगण्याचं ठरवलं आहे की, त्यांच्या नैसर्गिक शारीरिक गरजा बाजूला पडल्या आहेत. पण जगातल्या सर्व तरुण स्त्रियांनी ठरवलं की, पुढचं एक वर्ष आपण गर्भवती व्हायचं नाही, तर निदान तेरा कोटी जीव गर्भ मिळण्याची वाट पाहात ताटकळत राहतील.

असं जीवित शरीर असलेल्या लोकांच्या बाबतीतसुद्धा करणं शक्य आहे, ; पण शेवटचा क्षण येईपर्यंत लोक आपलं व्यक्तित्व सोडत नाहीत. एकदा असं झालं- दोन बहिणी होत्या, मटिल्डा आणि ॲगाथा. सदतीस वर्षं त्या एकमेकींशी वंशपरंपरागत भांडणाचं निमित्त काढून बोललेल्या नव्हत्या. एक दिवस मटिल्डा खूपच आजारी पडली. म्हणून तिने ॲगाथाला पत्र लिहिलं. सुरुवात अशी केली, ॲगाथा - प्रिय ॲगाथा नव्हे, कारण तिचा राग अजूनही होताच. आता मी बहुतेक मरणार, तेव्हा तू माझ्या बाबतीत केलेल्या अनेक वाईटसाईट गोष्टींबद्दल मी तुला माफ केलं आहे. - मटिल्डा. मग तिने थोडा विचार केला, त्यात तिने लिहिलं, ता.क. पण मी जर या आजारातून बरी झाले, तर मात्र सगळं पहिल्यासारखंच चालू राहील. जेव्हा मृत्यू तुमच्या दारात येऊन उभा राहतो, तेव्हा तुमचं जीवन केंद्रित होतं आणि साहजिकच तुम्ही आत डोकावून बघता. कारण आता बाहेरच्या जगाचा तुम्हाला काही उपयोग नसतो. जेव्हा मृत्यू जवळ येत असतो, तेव्हा लोकांचं व्यक्तित्व गळून पडतं. आजपर्यंत बाहेरच्या जगात घातलेल्या मुखवट्यांचं महत्त्व आता उरत नाही.

निर्माणकाया

आध्यात्मिक जगतात नेहमी अशा चर्चा होत असतात की, काही योगी फार काळापूर्वी या धरतीवर होऊन गेले; पण आजही ते कधीकधी पुन्हा अवतीर्ण होतात. ते त्यांच्या इच्छेनुसार शरीर निर्माण करतात, तसंच पुन्हा अंतर्धानही पावतात. आजकाल, शरीर निर्माण आणि अंतर्धान करू शकणाऱ्या व्यक्तींबद्दल लोकांमध्ये खूप उत्सुकता निर्माण झाली आहे, कारण सगळीकडे बाबाजींच्याबद्दल[५] खूप बोलल जात आहे. त्यांच्याबद्दल भारतात असं बोललं जातं की, ते चिरंजीवी आहेत आणि त्यांच्या इच्छेनुसार लोकांना ते पुनःपुन्हा दर्शन देतात. वास्तविक हे असं नाहीये. तर, कल्पनाशक्तीचा विलास हे अशा बोलण्यामागचं कारण आहे. लोकांना दंतकथा आवडतात. त्यांना जिवंत लोक आवडत नाहीत, कारण दंतकथेत तुम्हाला पाहिजे तसं तुम्ही त्यांना फिरवू शकता, त्यांचं महत्त्व प्रमाणाबाहेर वाढवू शकता किंवा असंच काहीसं. उदाहरणार्थ तुम्ही माझ्याबद्दलही असं काही फुगवून सांगितलं, तर मी तुमच्या डोक्यावर टपली मारून सांगेन की, हे असं काहीही नाही.

याबद्दल गोंधळ व्हायचं कारण काही योगी असे आहेत, जे 'निर्माणकाया' असतात. निर्माण म्हणजे तयार करणे व काया म्हणजे शरीर. असं होणं ही फार दुर्मीळ गोष्ट आहे. परंतु पूर्वी असे काही योगी होते, ज्यांनी असं केलं आहे, ते अत्युच्च श्रेणीतील योगी असतात आणि ते स्वतःचं शरीर स्वतःच्या इच्छेने तयार करू शकतात. मुळात ते असं ऊर्जा-शरीर निर्माण करतात, ज्याला जाणीव असते, ते संपूर्णतः स्वतः तयार केलेलं असतं. परंतु ते शरीरातील सर्व शारीरिक क्रिया चालवण्यासाठी नव्हे. तुमची कमीतकमी २० टक्के ऊर्जा ही शरीरातील सर्व शारीरिक क्रिया पार पाडण्यासाठी वापरली जाते, हे तुम्हाला माहीत आहे. म्हणून हे योगी फार मोठे ऊर्जा-शरीर निर्माण करतात, त्याचा शरीराच्या क्रीयांशी संबंध नसतो; पण ते फक्त त्या शरीरात सामावलेलं असतं. म्हणजे, त्यांना दोन ऊर्जा-शरीरं असतात. एक म्हणजे, ज्याच्यासह ते जन्माला आले ते, आणि दुसरं म्हणजे, जे त्यांना प्रक्षेपित करायचं आहे त्या कामासाठी. ते वेगळ्या परिमितीत असतं. त्या दुसऱ्या ऊर्जा-शरीराशिवाय ते अवतीर्ण होऊ शकत नाहीत. इतर लोकांच्या दृष्टीने

---

५ महावतार बाबाजी, एक महान भारतीय आध्यात्मिक गुरू. दुसऱ्या शतकात ते होऊन गेले, असं मानलं जातं.

दोन्ही 'एक'च वाटतात. अशी व्यवस्था केल्याशिवाय, फक्त जन्मजात नैसर्गिक शरीराने असं करणं शक्य नाही, शिवाय 'सम्यमा' सारखे कार्यक्रमसुद्धा करणं शक्य नाही. कारण अशा कार्यक्रमामध्ये ज्या पातळीवरची तीव्रता व क्लिष्टता असते, ती नेहमीचं शरीर सहन करू शकणार नाही, ते तिथेच मरेल.

आता अशा योग्यांचं भौतिक शरीर जरी मृत झालं, तरी सूक्ष्म शरीर टिकवून ठेवलेलं असतं, आणि मधूनमधून ते आपलं रूप दाखवतात. ते नेहमीप्रमाणे सर्व हाडं व स्नायू यांनी परिपूर्ण असतं असं नाही, ते फक्त दिसतं. एवढंच. हे असे योगी आहेत, ज्यांनी काही ठरावीक वर्षांनी एकदा अवतीर्ण व्हायचं नियोजित केलेलं असतं. याचा अर्थ, ते कुठेतरी राहत असतात असा नव्हे. ते त्यांचं सूक्ष्म शरीर टिकवून ठेवतात; पण भौतिक शरीर गेलेलं असतं. ते मधूनमधून पुन्हा ते निर्माण करतात. ते पुन्हा जन्म घेतात असं नाही किंवा हे निरंतर चालू राहतं असंही नाही.

तुम्ही जेव्हा गर्भातून जन्म घेता, तेव्हा तुम्हीसुद्धा एक शरीर निर्माण करत असता. तुमची स्वतःची ऊर्जा ते करत असते. पोषणद्रव्य तुम्ही तुमच्या आईकडून घेता; पण शरीर तुम्ही निर्माण करता. तुमची आई ते निर्माण करत नाही. तुमचा जन्म झाल्यानंतरसुद्धा तुम्ही हे शरीर तयार करतच आहात ना? अगदी त्याच पद्धतीने तुम्ही ते तयार करत आहात- अन्नातून पोषकद्रव्यं घेऊन, श्वासावाटे हवा घेऊन आणि पाणी पिऊन. तुमचा जन्म होण्यापूर्वी या साऱ्या यंत्रणा कार्यान्वित झालेल्या नसतात म्हणून तुमची शरीररचना तयार करण्यासाठी, तुम्ही आईची खाण्याची, पिण्याची, श्वास घेण्याची यंत्रणा वापरता. परंतु प्रत्यक्षात तुमच्याच ऊर्जा ते कार्य करत आहेत. तुम्ही ते स्वतःच तयार करू शकता. ते छोटं शरीर असलं पाहिजे असं नाही. छोटं शरीर तयार केलं जातं, कारण आईच्या गर्भात तेवढाच आकार सामावू शकतो. मात्र, तुम्ही स्वतः बसून जेव्हा ते तयार करता, तेव्हा तुम्ही नेहमीच्या आकाराचं शरीर तयार करू शकता किंवा ते २० फूट उंचही करू शकता. सामान्यपणे, असे लोक आपल्या तरुण अवस्थेतील रूप निर्माण करतात.

तर या निर्माणकाया सूक्ष्म स्वरूपात असतात आणि ते गुंतागुंतीच्या विस्तृत प्रक्रियांचा वापर करतात. त्यांनी त्या अवस्थेत राहण्याचं ठरवलेलं असतं. ते अगदी सूक्ष्म रीतीने राहतात. त्या अवस्थेत राहण्याचा निर्णय त्यांच्यात असलेल्या करुणा-भावातून आलेला असतो किंवा त्यांच्या गुरूंची तशी आज्ञा असते. गुरूंनी त्यांना सांगितलेलं असतं, ''तू तुझ्या मुक्तीची काळजी करू नको, फक्त हे कर.'' कधी

काळी काही ठरावीक गोष्टी करण्यासाठी ते स्थूल शरीर निर्माण करून अवतीर्ण होतात. ते फारच मोजकं कार्य करतात, कारण जेव्हाजेव्हा ते त्यांचं शरीर तयार करतात, तेव्हातेव्हा ते ठरावीक अवधीसाठी असतं आणि त्याच्या कार्यालाही मर्यादा असते. बऱ्याच वेळा फक्त दर्शन देणं एवढी एकच गोष्ट ते करू शकतात. ते किती काळासाठी हे करतात, तर सामान्य मानवी आयुर्मानाच्या संदर्भाने हा फारच मोठा काळ असतो. तो काही हजार वर्षं किंवा १०,००० वर्षंसुद्धा असू शकतो, परंतु त्यालासुद्धा विशिष्ट मर्यादा असते. त्यानंतर ते पूर्णपणे मुक्त होतात.

बऱ्याच वेळा ते असं करतात, कारण त्यांना त्यांच्या योगपरंपरेचं रक्षण करायचं असतं. त्यांना अवतीर्ण व्हावंसं वाटतं, कारण त्यांना त्यांच्या परंपरेत बारीक दुरुस्ती करता येते. सामान्य जनांसाठी ते फारसं काही करू शकत नाहीत. उदाहरणार्थ, ईशा केंद्रात एक विशिष्ट प्रकारचा योग आचरला जातो, ती एक परंपरा आहे. जसा काळ जातो, तसं लोक त्या मार्गावरून भटकू शकतात, काही चुकीच्या गोष्टी त्यात शिरू शकतात. पण मी असं काही करणार नाही, तेव्हा मी परत येईन याची तुम्ही भीती बाळगू नका. मी येणार नाही. परंतु समजा, प्रत्येक १०० वर्षांनी त्यातील चुका दुरुस्त व्हाव्यात अशी आपल्याला पक्की व्यवस्था करायची आहे, तर साधारण १०० वर्षांनी मी पुन्हा अवतीर्ण होऊ शकतो, आणि काही दुरुस्त्या करून परत जाऊ शकतो. फार कमी कालावधीसाठी तुम्ही अवतीर्ण होता आणि या गोष्टी करता.

तुम्हाला हेही माहीत असायला हवं की, निर्माणकाया तयार करू शकणारे प्रत्येक जण एकाच कारणासाठी या जगात त्याचा उपयोग करत नाहीत. जगात अवतीर्ण होणं आणि अंतर्धान पावणं यासाठी प्रत्येक जण याचा उपयोग करत नाही. जसे की तुमच्याकडे एक सुंदर कार आहे; पण तिचा वापर कसा करायचा, हे तुमच्यावर अवलंबून आहे. तुम्ही त्यातून ऑफिसला जाल किंवा शर्यतीत चालवाल किंवा नुसत्या मौजेसाठी चालवाल, सारं काही तुमच्यावर आहे. ते तुमचं वाहन आहे. तुम्हाला तिच्याबरोबर काहीही करायचं नसलं, तरीही तुम्ही ती तुमच्याकडे ठेवू शकता. काही हौशी संग्राहक लोक ती आपल्या गॅरेजमध्ये नुसती शोभेसाठी पार्क करून ठेवतात! निर्माणकायाच्या बाबतीतसुद्धा असंच असतं आणि अशा गोष्टी घडणंही फार दुर्लभ असतं. परंतु असे काही जीव आहेत, ज्यांनी अशा गोष्टी केल्या आहेत. नाहीतर त्यांच्याशिवाय मला इतकं ज्ञान झालं नसतं. पण अशी घटना फारच फुगवून सांगितली जाते आणि बऱ्याच चुकीच्या मार्गाने मांडली जाते.

जीव शरीरात उतरवणं

सुमारे ३५००० वर्षांपूर्वी सुनिरा नावाचे एक योगी होते. त्यांनी एका विशिष्ट जीवाला तयार करून सोडून दिलं. आदर्श जीव तयार करणं, जो सारं जग एकाच वेळी बदलून टाकेल, हा त्यामागचा उद्देश होता. हा जीव बऱ्याच काळापासून अस्तित्वात आहे. इतर बऱ्याच योग्यांनी आपलं सामर्थ्य त्यात उतरवलं आहे. गौतम बुद्धसुद्धा त्याच्याविषयी बोलतात, आणि त्यांनीसुद्धा आपल्या काही गोष्टी त्याच्यात उतरवल्या आहेत. श्री कृष्णानेसुद्धा स्वतः या जीवाविषयी काही केलं आहे. गौतमांनी असं भाकीत केलं की, त्यांच्यानंतर साधारण २५०० ते ३००० वर्षांनी हा जीव परिपक्व होईल आणि त्याला या जगात शरीर प्राप्त होईल आणि विश्वातला तो सर्वोत्तम गुरू बनेल.

मला असं काही करायचं नव्हतं. पण खूप सारे उन्नत जीव त्यांच्यासाठी काहीतरी करावं म्हणून सतत माझ्या मागे असतात. काही कालावधीसाठी, त्यातील काही जणांना मी माझ्या शरीरात सामावूनही घेतलं. एकदा तर, मी एक विशिष्ट साधना करताना आणि एका विशिष्ट अवस्थेत असताना, यांपैकी काही जीव माझ्या परवानगीशिवाय माझ्या आतमध्ये शिरले आणि माझ्याबरोबर काही अवधीसाठी राहिले. मी त्यांना बराच काळ वागवलं; पण शारीरिकदृष्ट्या ते सोपं नव्हतं, कारण अभिव्यक्त होण्याची त्यांची इच्छा इतकी तीव्र होती. त्या अवधीमध्ये, काही वेळा माझ्या आसपास राहात असलेले लोक पूर्णपणे गोंधळून जायचे. असं अनेक वेळा व्हायचं, त्यामुळे विज्जीला वेड लागायची पाळी आली होती. मी आत्ता खुर्चीवर बसलेलो असेन, आणि तिने इकडेतिकडे बघून परत वळून पाहिलं, तर मी पूर्णपणे दुसरेच कोणीतरी झालेला असायचो. त्यामुळे ती भयंकर घाबरायची, घाबरून दगडासारखी स्तब्ध व्हायची! त्या जीवांना मी काही काळ राहू दिलं, कारण तेव्हा मी ध्यानलिंगाची प्राणप्रतिष्ठा करण्यात गुंतलो होतो.

म्हणून काही काळासाठी मी त्यातील काही जीवांना उतरवण्याचं ठरवलं. हे खूपच विकसित जीव असतात आणि नवीन शरीर धारण करण्यास उत्सुक नसतात. तशी निवड करण्याची क्षमता त्यांच्याकडे असते - त्यांना सक्तीने गर्भात आणलं जाऊ शकत नाही. त्यांची जाणीव इतक्या उच्च स्तरावर पोहोचलेली असते की, निवड करण्याचा पर्याय त्यांच्याकडे असतो, म्हणून ते अशा शरीराच्या शोधात

असतात, ज्याच्यात प्रवेश करून जीवनाचं अंतिम ध्येय गाठता येईल. म्हणून तुम्ही जर तुमचं शरीर उपलब्ध करून दिलं, तर ह्या जीवांना तुमच्या शरीरामध्ये आणता येतं. परंतु हे शक्य होण्यासाठी पुरेशी साधना आणि तयारी लागते. तसं असेल आणि त्यांना स्वीकारण्यासाठी तुम्ही अगदी पूर्णपणे इच्छुक असाल, तरच हे होऊ शकतं. लोकांना तेवढं ग्रहणक्षम बनवण्यासाठी खूप तयारी आणि साधना लागते. ते सशक्त असले पाहिजेत; पण अति सशक्त नकोत. ते नाजूक असले पाहिजेत; पण अति नाजूक नको. ती फार वेगळ्याच प्रकारची साधना आहे.

जर त्या उन्नत जीवाला एकाच शरीरात दुसरा जीव म्हणून आणायचं असेल, तर ती व्यक्तीही त्याच गुणांची असावी लागते. नाहीतर त्यांच्यासाठी ती वाईट संगत असेल! ते आपल्या निवडीबाबत इतके काटेकोर असतात, की संपूर्ण जगात त्यांना प्रवेश करण्यासाठी हवा असलेला गर्भ मिळत नाही. जेव्हा कुणी इतके काटेकोर असतं, तेव्हा त्यांच्याबरोबर राहणं तुम्हाला खूप कठीण जाईल, नाही का? अशा व्यक्तीबरोबर राहणं कठीण आहे. मग अशा वेळी तुमचं काय होतं, तुम्ही कुठे जाता? तुम्ही कुठेच जात नाही. तुम्ही उरतच नाही. याचा अर्थ, तुम्हाला गिळंकृत केलं का? नाही, हे अस्तित्व पुसून टाकणं आहे. मी एक चांगला सकारात्मक शब्द वापरेन – 'मुक्ती.' यालाच 'मोक्ष' म्हणतात. तुम्हाला नकारात्मक शब्द हवा असेल, तर 'निर्वाण' म्हणा.

जर अशा गोष्टी करायच्या असतील, तर सध्या अस्तित्वात असलेल्या जीवाची ते स्वीकारण्याची तयारी एका विशिष्ट पातळीपर्यंत न्यावी लागते. इतकी की, ज्यामुळे जीवनप्रक्रिया पूर्णपणे मोकळी केली जाईल आणि एखाद्याला पूर्णपणे मोकळं करता येईल, की तो आता परत येणं नाही. आता, जर शरीर अजून शाबूत असेल, जर ते एका विशिष्ट जागी ठेवलं असेल आणि दुसऱ्या जीवाला आकर्षित करता आलं, तर तो त्या शरीरात उतरवता येतो. ती खूप गुंतागुंतीची प्रक्रिया आहे आणि दरवेळी तुम्हाला त्यात यश मिळेलच असं नाही. एखाद्याने अंतरिक्षयानातून बाहेर यावं आणि काही दुरुस्ती करून पुन्हा आत जावं, यापेक्षाही जास्त किचकट गोष्ट आहे ही. ही फारच गुंतागुंतीची गोष्ट आहे, कारण शरीर जिवंत ठेवायचं; पण त्यातील जीवाला बाहेर काढायचं आहे. लोकांना सध्या भाड्याच्या घरातून बाहेर काढणं इतकं अवघड असतं. म्हणून शरीर अजून सुदृढ व निरोगी असताना त्यातून त्या व्यक्तीला बाहेर काढणं हे तेवढं सोपं नाही, अजिबात नाही. त्याकरिता

बरीच लाडीगोडी करावी लागते. तुम्ही गोड बोलून समजावून एखाद्याला बऱ्याच गोष्टींमधून बाहेर काढू शकता; पण शरीरातून त्याला बाहेर काढणं सर्वांत अवघड कार्य आहे. पण आवश्यक तयारीने ते करता येतं. आपण अशा गोष्टीबद्दल बोलत आहोत, जिथे आपल्याला एका जीवाला त्याच्या भौतिक शरीररचनेतून त्या शरीराला कुठलीही इजा न करता बाहेर काढायचं आहे, जेणेकरून ते शरीर अजूनही दुसरा जीव धारण करण्यास योग्य राहील.

मला वाटतं, आपण अशा समाजात राहतो, जो अति तार्किक विचार करणारा व अपरिपक्व आहे. म्हणून आम्ही त्यांना पटतील अशा गोष्टी करतो. जसे की, झाडं लावणं, हॉस्पिटल चालवणं, शाळा चालवणं. काही लोक मला 'झाडे लावणारा' असं म्हणू लागली आहेत. हे जीव शरीरात उतरवणं हा काही मनोरंजनाचा विषय नाही. याचा समाजाला अभूतपूर्व असा लाभ होऊ शकतो. आपण इतका काळ इथे राहून, जर उत्क्रांतीच्या त्या उन्नत पातळीला पोहोचलेले मनुष्य तयार करू शकलो नाही, तर आपल्याला ती कुठूनतरी आयात करावी लागतील. मला वाटतं, आमच्यावर तशी वेळ येणार नाही, आम्ही चांगलं काम करत आहोत. आमचं इथलं काम खूप प्रभावी स्वरूपाचं आहे आणि आपल्याकडे सुप्त व ज्वलंत ज्वालामुखीसारखे अनेक लोक इथे आहेत. मग हे सारे इथे आहेत, तर मला आशा आहे की, आपल्याला जीव आयात करावे लागू नयेत. म्हणून जे गर्भातून बाहेर पडले आहेत, अशा जीवांसोबत आपण कार्य करू. तुम्ही सारे इथे आहात! तुम्ही कसे आलात याला महत्त्व नाही, तर तुमच्याबरोबर काय करता येईल, ते पाहू.

•••

प्रकरण ११

पुनर्जन्माचं कोडं

बरेच लोक त्यांच्या चालू जीवनात काय घडत आहे, तेसुद्धा सांभाळू शकत नाहीत, तर मग त्यांना पूर्वजन्म कशाला उकरून काढायचे आहेत? ते या आयुष्यातील विचार, भावना आणि नातेसंबंध सांभाळू शकत नाहीत, तर ते मागील अनेक जन्मांतील विचार, भावना आणि नातेसंबंध कसे सांभाळू शकतील?

नवीन शरीर धारण करणं

गर्भधारणा झाल्यानंतर लगेच स्त्रीच्या गर्भात भौतिक शरीर विकसित व्हायला सुरुवात होते. पण ते फक्त एका घरट्यासारखं आहे. निसर्गामध्ये असे काही पक्षी आहेत, जे घरटं बांधतात; पण दुसरे कोणीतरी पक्षी येतात, त्यात त्यांची अंडी घालतात आणि तिथे जीवन तयार करतात. हेही तसंच आहे. दोन व्यक्ती एकत्र येतात आणि शरीर बनायला सुरुवात होते. जन्म घेण्यासाठी पक्व झालेलं आणि शरीराच्या शोधात असलेलं, असं दुसरं कोणीतरी त्यात राहायला येतं. त्या आधी गर्भ हा जीव नसतो, त्या शरीराचा आकार लहान आहे म्हणून नाही, तर जीवाने त्याचा ताबा घेतलेला नसतो म्हणून. तो फक्त पेशींचा समूह असतो. ह्यानंतर दुसरं जीवन त्यात राहायला येतं आणि हा पेशींचा समूह एक 'जीव' बनतो. अजूनही एक पूर्ण व्यक्ती नाही; पण बऱ्याच अंशी एक व्यक्ती म्हणता येईल.

साधारणपणे, चाळीस दिवसांनंतर गर्भातील भौतिक शरीर राहण्यासाठी तयार होतं. बहुतेक वेळा, मी तर म्हणेन ९९.९ टक्के वेळा, गर्भधारणेनंतर चाळीस ते अठ्ठेचाळीस दिवसांमध्ये जीव गर्भात प्रवेश करतो आणि भौतिक शरीराचा ताबा घेतो. काही वेळा, अगदी अपवादात्मक घटनांमध्ये, थोडा अधिक वेळ लागू शकतो. काही ठरावीक जीव, म्हणजे ज्यांची जाणीव एका ठरावीक पातळीपर्यंत पोहोचली आहे, ते शरीर अजून गर्भामध्ये थोडं वाढेपर्यंत वाट बघतात. पण तोपर्यंत ते दुसऱ्या जीवांनाही त्या गर्भात प्रवेश करू देत नाहीत. असं ज्या वेळी घडतं, त्या वेळी ते समजणं खूप सोपं आहे. मी त्याच्या तपशिलात जाणार नाही कारण मग लोक प्रत्येक गर्भवती महिलेकडे बघत राहतील आणि तपासत बसतील की, तिचं मूल अधिक जाणीव असलेलं आहे की नाही!

गर्भवती असताना, गर्भात जीवाने प्रवेश केला आहे की नाही, हे स्पष्टपणे दाखवणारी बरीच चिन्हं असतात. जर आईला थोडंफार मार्गदर्शन केलं, तर तिला हे सहज जाणवू शकतं. गर्भधारणेनंतर अठ्ठेचाळीस दिवसांत, जीवाने गर्भात प्रवेश केला नाही, तर त्या मुलाच्या बाबतीत काहीतरी विशेष घडणार आहे, हे नक्की. प्रश्नच नाही. तुम्ही हे ऐकलं असेल, कोणीतरी गौतम बुद्धांच्या आईकडे पाहिलं आणि सांगितलं, की 'तुम्ही एका अभूतपूर्व जीवाला जन्म देणार आहात.' अशा गोष्टीचं भाकीत केलं जाऊ शकतं, कारण हे कोणाच्यातरी लक्षात आलं असणार की, जीवाने गर्भधारणेनंतर अठ्ठेचाळीस दिवस गर्भात प्रवेश केलेला नाही; तर त्याहून थोडा अधिक काळ घेतला आहे. हे अभूतपूर्व जीव जन्माला येण्याचं चिन्ह आहे. काही ठरावीक गुणधर्मामुळे तो त्या गर्भावर पहारा ठेवतो; पण त्यात प्रवेश करत नाही. तो शरीर अजून थोडं विकसित होण्याची वाट पाहतो आणि मगच प्रवेश करतो.

अशा अवस्थेमध्ये आईला एक प्रकारचं नैराश्य येऊ शकतं किंवा मूलभूत पातळीवर बेचैनी जाणवू शकते. हे शारीरिक पातळीवरचं अस्वास्थ्य नाही; तर एक प्रकारची अस्तित्वाच्या पातळीवरची चिंता असते. गरोदर असताना पंचेचाळीस ते पासष्ट दिवसांमध्ये, असं काही होताना तुम्ही पाहिलं की विनाकारण मातृत्वाच्या भावनेपलीकडे जाऊन अश्रू ओघळत आहेत किंवा प्रखर-निळ्या रंगाच्या प्रकाशाची उघडझाप होत आहे किंवा स्वप्नात सापांचं सौम्य दर्शन होतं आहे, तर याचा अर्थ एखादा ऋषी किंवा एखादा तांत्रिक किंवा महान जगज्जेता जन्माला येत आहे. ऋषी किंवा तांत्रिक किंवा जगज्जेता येत आहे म्हणजे त्यांच्याकडे काही विशिष्ट

क्षमता किंवा सामर्थ्य आहे. फरक फक्त त्यांच्या उद्देशाचा आहे. एखादा कोणत्या कारणासाठी त्याचं सामर्थ्य वापरतो, यानेच सगळा फरक पडतो. म्हणूनच, गर्भधारणा झाल्यानंतर लगेचच सर्वसमावेशक उद्दिष्ट स्थापन व्हावं म्हणून पुष्कळ प्रयत्न केले जातात. कारण कोणत्या प्रकारचं जीवन आपण ह्या जगात आणतो आणि ते जीवन हे जग सोडून जाताना त्याची जाणीव कोणत्या पातळीवर असते, ही निश्चितच आपली जबाबदारी आहे.

यानंतरच, साधारणपणे चौऱ्यांयशी ते नव्वद दिवसांच्या मध्ये, जीवाचं त्या शरीराशी नातं बनायला खऱ्या अर्थानं सुरुवात होते. तोपर्यंत, हा गर्भ त्याच्यासाठी योग्य आहे की नाही, हे ते जीवन फक्त तपासत असतं. हा जाणीवपूर्वक केलेला निर्णय नसतो. तो अजाणतेपणी केलेला निर्णय असतो. हा गर्भ त्याच्या प्रवृत्तींना अनुकूल आहे का, हे तो तपासत असतो. परंपरेने आपण ह्या प्रवृत्तींना 'वासना' म्हणतो. तुमच्या जशा वासना असतील, त्याला अनुकूल शरीर तुम्ही शोधत असता. या कालावधीमध्ये, जीव जाणिवेच्या कोणत्या पातळीवर आहे, त्यानुसार त्याला किंवा तिला कोणतं शरीर निवडायचं, याचं थोडंफार स्वातंत्र्य असतं.

जेव्हा मी 'निवडीचा पर्याय असतो' असं म्हणतो, तेव्हा असं नाही की, तुम्ही दुकानात जाता आणि हा किंवा तो शर्ट खरेदी करता. ही निवड कर्मावर ठरते. एखाद्या व्यक्तीमध्ये विशिष्ट दिशेने, विशिष्ट गर्भाकडे, विशिष्ट शरीराकडे जाण्याची नैसर्गिक प्रवृत्ती असते. जेव्हा तुम्ही भौतिक शरीरात असता, तेव्हासुद्धा नैसर्गिक प्रवृत्तीने तुम्ही काही ठरावीक व्यक्तींकडे आकर्षित होता, कारण तुमची कर्मं तशी आहेत. त्याचप्रमाणे जेव्हा तुमचं भौतिक शरीर नसतं, तेव्हासुद्धा तुम्ही तसंच करता. ते खूपच अजाणतेपणे केलं जातं, पण तरीही तुम्ही जे कर्म तुमच्याबरोबर आणलं आहे, ते एका ठरावीक शरीराच्या शोधात असतं.

समजा, आपण लोकांचा एक समूह पहिल्यांदाच एका हॉलमध्ये सोडला, तर प्रत्येक जण त्याच्या स्वतःच्या जागेमध्ये स्थिरावेल. जागेची निवड पूर्णपणे न ठरवता योगयोगाने झालेली असते असं नाही. बऱ्याच अंशी ती तुमच्या कर्मावर अवलंबून असते. तसं हे आहे. तुमचं पाठदुखीचं कर्म असेल, तर तुम्ही भिंतीजवळ जागा शोधाल. तुमचं कर्म नेहमी लपून बघायचं असेल, तर तुम्ही अशा जागेत जाऊ इच्छिता, जिथे तुम्ही दिसणार नाही. मग तुम्ही एक मोठा माणूस शोधाल

आणि त्याच्या मागे बसाल. तुमचं कर्म नेहमी पुढच्या रांगेत बसण्याचं असेल, तर तुम्ही फक्त तिथेच जाऊन बसाल. त्याचप्रमाणे, कोट्यवधी गर्भ आहेत आणि कोट्यवधी जीवही शरीराच्या शोधात आहेत. ते त्यांचे गुण आणि प्रवृत्तीनुसार त्या-त्या जागी स्थिरावतील.

त्याने शरीर शोधलं, की मग त्याच्या ऊर्जेमधलं चैतन्य त्या भौतिक शरीराचे गुणधर्म आणखी वाढवण्याचं काम करतं. ह्या क्षणानंतर फक्त आईच त्या बाळाला तयार करते असं नाही. म्हणूनच, असे लाखो प्रसंग घडले आहेत, जिथे आई अशक्त, कुपोषित रस्त्यावर राहात होती आणि तरीही तिने अगदी सुदृढ मुलाला जन्म दिला. परंतु दुसरीकडे असंही असू शकतं, की आई अशा कुटुंबात आहे, जिथे तिच्या प्रत्येक गोष्टीची काळजी घेतली जात आहे, सर्वांना चांगलं अन्न मिळत आहे; पण ती आई फारच अशक्त मुलाला जन्म देते. हे ऊर्जेशी संबंधित आहे, त्या जीवाच्या ऊर्जेमधलं चैतन्य त्या विशिष्ट शरीरावर काम करत असतं. त्यानुसार ते नवीन जीवन नवीन भौतिक शरीर धारण करत असतं.

गर्भामध्ये चक्रंसुद्धा हळूहळू विकसित होऊ लागतात. बाराव्या आठवड्याच्या आसपास फक्त एक चक्र तयार झालेलं असतं, ते म्हणजे 'मूलाधार चक्र.' गर्भाच्या विकासाच्या पातळीनुसार, पहिल्या अठ्ठावीस ते तीस आठवड्यांमध्ये विशुद्धीपर्यंत पहिली पाच चक्रं पूर्णपणे तयार झालेली असतात. बाकीची दोन चक्रं – आज्ञा आणि सहस्त्रार चक्र- प्रत्येक मनुष्यजीवामध्ये सारख्याच प्रमाणात तयार झालेली नसतात. मी तर म्हणेन, जवळपास ३० ते ३५ टक्के नवजात शिशुमध्ये आज्ञा चक्र विकसित न झालेलं असू शकतं. तुम्ही त्यांच्या डोळ्यांच्या बुबुळांच्या हालचाली कशा प्रकारे होतात याचं निरीक्षण केलं, तर तुम्हाला कळेल की, शिशुचं आज्ञा चक्र तयार झालं आहे की नाही. म्हणून आपल्या संस्कृतीमध्ये, मूल जन्मल्या क्षणी पहिली गोष्ट कोणती केली जात असेल, तर ती म्हणजे बाळाला अंघोळ घालून दोन भुवयांच्या मध्ये थोडी विभूती लावली जाते. तामिळनाडूमध्ये, भुवयांच्या मध्ये एका खास वनस्पतीचा डिंक मोठ्या नाण्याच्या आकाराचा टीका बनवून लावला जातो. तो जसा सुकत जातो, तसा डिंक त्याच्या आजूबाजूची त्वचा खेचतो आणि त्यामुळे भुवयांच्या मध्ये त्या ठिकाणी मोठी संवेदना तयार होते. हे यासाठी केलं जातं की, जर कदाचित आज्ञा चक्र अजून विकसित झालेलं नसेल, तर बाळाने त्या दिशेने नजर केंद्रित करायला सुरुवात करावी.

शिशु सिद्धपुरुष होईल का हे नुसती डोळ्यांची हालचाल बघून, परंपरेने लोक सांगू शकत होते. सिद्धपुरुष म्हणजे फक्त एवढंच नाही की, एखादा निघून जाईल आणि जंगलात जाऊन बसेल किंवा गुहेत बसेल. सिद्धपुरुष किंवा द्रष्टा पुरुष म्हणजे, तो अशा गोष्टी पाहू शकतो, ज्या गोष्टी बाकीचे लोक पाहू शकत नाहीत. ती व्यक्ती एक द्रष्टा व्यावसायिक व्यक्ती किंवा द्रष्टा नेता असू शकते, जी इतरांपेक्षा जास्त स्पष्टपणे गोष्टी बघू शकते. असं नाही की, ज्याचं आज्ञा चक्र जन्मतः विकसित झालं नाही, ते त्यांच्या आयुष्यात प्रयत्नपूर्वक त्याचा विकास करू शकत नाहीत. पण त्यांना त्यावर इतरांपेक्षा अधिक काम करावं लागेल.

सहस्त्रार चक्र साधारणपणे सर्वांच्या बाबतीत जन्मतः विकसित झालेलं नसतं. ते त्यानंतर हळूहळू विकसित होतं. आधी उल्लेख केल्याप्रमाणे, डोक्याच्या सगळ्यांत वर एक जागा असते, त्याला 'ब्रह्मरंध्र' म्हणतात. रंध्र हा संस्कृत शब्द आहे. याचा अर्थ - मार्ग, एखाद्या बारीक नळीसारखा.

ज्यामधून जीव गर्भामध्ये प्रवेश करतो, अशी ही शरीरातील जागा आहे. मूल जेव्हा जन्माला येतं, तेव्हा ती जागा कोमल असते. मुलाच्या एका ठरावीक वयापर्यंत तिथे हाडांची रचना तयार होत नाही. याचं कारण म्हणजे, हे शरीर त्या जीवाला धारण करण्यास सक्षम आहे की नाही, हे निवडण्याचा पर्याय खुला ठेवला पाहिजे, याची त्या जीवनप्रक्रियेला जाणीव असते. म्हणून हे द्वार ते काही ठरावीक काळ उघडं ठेवतं, म्हणजे, हे शरीर त्याच्या अस्तित्वासाठी अनुकूल नाही हे जर तिच्या लक्षात आलं, तर ते सोडून जाऊ शकते. ते शरीरातील दुसऱ्या कोणत्या मार्गाने जाऊ इच्छित नाही, ते ज्या मार्गाने आलं, त्याच मार्गाने जाऊ इच्छितं, जसे चांगले पाहुणे समोरच्या दाराने येतात आणि समोरच्याच दाराने परत जातात. जेव्हा तुम्ही एक दिवस सोडून जाल, तेव्हा तुम्ही जाणीवपूर्वक शरीराच्या कोणत्याही भागातून बाहेर पडू शकता, ते ठीक आहे. पण तुम्ही जर ब्रह्मरंध्रातून सोडून गेलात, तर ते सर्वांत चांगलं असतं.

पुनर्जन्माचं गणित

पुनर्जन्माविषयी लोकांच्या मनात पहिला प्रश्न हा असतो, की जर जगाची लोकसंख्या वाढत आहे, तर मग जास्त प्राणी मनुष्य बनत आहेत का? याच

कारणाने गेल्या काळात जगातील प्राण्यांची संख्या कमी झाली आहे? जगातील प्राणिमात्रांची संख्या-प्राणी आणि मनुष्य मिळून- एक निश्चित आकडा आहे का? हे प्रश्न अस्तित्वाकडे संख्येच्या रूपात बघण्याच्या अज्ञानातून येतात. जेव्हा तुम्ही जीवन ऊर्जेविषयी बोलता, तेव्हा ती संख्येच्या स्वरूपात नसते. तुम्ही त्या प्रकारे विचार करू शकत नाही, 'आज फक्त एक व्यक्ती मेली आहे, तर दहा लोक कसे जन्माला आले?' ते आकड्यांच्या स्वरूपात नसतं. संख्या ही फक्त शरीरांसाठी असते. जीवन काही संख्यांच्या नियमाने घडत नाही. जेव्हा तुम्ही अमर्यादित जीवनाविषयी बोलत असता, तेव्हा तिथे असं काही संख्येचं गणित नसतं.

जेव्हा तुम्ही जीवनाविषयी बोलता, तेव्हा तुम्ही कदाचित विचार करत आहात की इथे एक जीव आहे. पण जर जीवच नसेल तर? म्हणूनच गौतम बुद्ध म्हणत राहायचे, 'तुम्ही अनात्मा आहात.' हा हिंदूंसाठी घोर अपमान होता. ते असे म्हणाले, कारण तो जर आत्मा असेल, तर त्यांची ठरावीक संख्या असू शकते. परंतु जर अनात्मा असेल, तर ते किती असू शकतात? तुम्ही किती अनात्मा तयार करू शकता? तुम्ही किती अशा 'पोकळ्या' तयार करू शकता? आता प्रश्न निरर्थक वाटू लागतो. तुम्ही नेहमी आकड्यांच्या रूपात विचार करता, कारण ते तुमच्या सध्याच्या अनुभवातून आलेलं आहे. तो फारच मर्यादित आहे.

प्रत्यक्षात, तुम्ही जर शरीरं तयार करीत गेलात, तर तशीही ती व्यापली जातीलच. जीवन चालूच राहील. पण त्यांच्यासाठी कर्म कुठून येईल? त्यांच्यासाठी तो कर्म-पदार्थ कुठे साठवला आहे? या अस्तित्वामध्ये हा कर्म-पदार्थ खूप प्रमाणात आहे. प्रत्यक्षात, आता इथे बसलेली व्यक्ती, एक व्यक्ती म्हणून तिच्याकडे जेवढं कर्म आता आहे, तेवढंच कर्म घेऊन ती कोट्यवधी जन्म घेऊ शकते. हे शक्य आहे. असे बरेच प्रसंग घडले आहेत, जेव्हा योगी महात्म्यांनी दोन शरीरं धारण केलेली होती. त्या एकाच कर्म-पदार्थाने त्यांनी दोन शरीरं धारण केली होती. म्हणून संख्येच्या बाबतीतला हा प्रश्न संदर्भहीन आहे. तो तर्क, गणित आणि संख्येचा प्रश्न आहे. पण जीवन तसं घडत नाही.

जीवन फक्त एक आहे. आकडे तुमच्या मनात आहेत. अस्तित्वामध्ये असं काही नाही. समजा, एक तळं पाण्याने पूर्ण भरलेलं आहे, तुम्ही तुमची बादली बुडवून पाणी बाहेर काढलं. मी ते ठरावीक पाणी घेतलं आहे असं तुम्ही म्हणू शकता का? ते फक्त पाणी आहे. तुम्ही जर पुन्हा बादली त्या तळ्यात बुडवली,

तर तुम्हाला आणखी पाणी मिळेल. पण हे पाणी आणि ते पाणी असं काही नसतं. जीवनाच्या बाबतीतही असंच आहे. मूळ जीवनऊर्जा ही संख्येच्या स्वरूपात नाही. फक्त एकच पुरेशी आहे. ती एकच सर्व लोकसंख्येला व्यापू शकते. ज्याला आपण 'जीव' म्हणून संबोधतो, तो भौतिकतेच्या पलीकडे आहे. जेव्हा भौतिकता नसते, तेव्हा सीमा नसते. जिथे सीमा नसते, तिथे एक, दोन किंवा दहा लाखही नसतात. म्हणून याबद्दल विचार करण्याची ही पद्धत नाही.

कित्येक दशकांपासून, प्रयोगशाळेत वनस्पती जीवांचं क्लोनिंग (जिवंत प्रतिकृती) करण्यामध्ये जीवशास्त्र यशस्वी झालं आहे. अलीकडच्या काही काळात ते मेंढी, कुत्रे यांसारखे प्राणीही प्रयोगशाळेत तयार करू शकले आहेत. अलीकडे संशोधनाच्या विविध शाखा प्रयोगशाळेत मनुष्यजीव तयार करण्याचा प्रयत्न करीत आहेत आणि असा सर्वसाधारण विश्वास आहे की, थोड्याच काळात ते यात यशस्वीही होतील. तर आता क्लोनिंग कर्म-सिद्धांतामध्ये कुठे बसतं? क्लोनिंग करून तयार झालेल्या जीवासाठी सॉफ्टवेअर (कर्म) कुठून येणार?

क्लोनिंगमुळे तुम्ही फक्त एक मानवी शरीर तयार करत आहात, हे तुम्ही समजून घेतलं पाहिजे. ते जर राहण्यास योग्य असेल, सर्व घटक त्यात असतील, तर जीवन त्यात प्रवेश करेल. तुम्ही ते कसं तयार केलं आहे, त्याने काही फरक पडत नाही. पण मुलांना जन्म देऊ शकणाऱ्या चांगल्या सक्षम स्त्रिया एवढ्या मोठ्या संख्येने असताना, ते प्रयोगशाळेत तयार करण्यासाठी अब्जावधी डॉलर्स का व्यर्थ खर्च करत आहेत, हे मला कळत नाही. मुलं तयार करण्याचा आनंददायी मार्ग उपलब्ध असताना तुम्ही तो टेस्ट-ट्युब आणि इतर गोष्टी वापरून मूल तयार करण्याचा इतका बीभत्स आणि कुरूप मार्ग निवडण्याची काय आवश्यकता आहे. याशिवाय स्त्री फक्त मुलाला शरीरच देत नाही; तर त्याला गर्भात असताना वळणसुद्धा लावत असते. गर्भात असताना मुलामध्ये बऱ्याच गोष्टी विकसित होणं हे स्त्री गर्भवती असताना कशी आहे, यावर अवलंबून असतं. स्त्रीमध्ये गर्भधारणा झाली की, या देशात ह्या गोष्टीची फार विस्तृत काळजी घेतली जात असे. प्रत्येक गोष्ट, तिने काय केलं पाहिजे, काय नाही केलं पाहिजे, ते कसं केलं पाहिजे, तिने कोणाचा चेहरा पाहावा, कोणाचा चेहरा तिने पाहू नये - हे सर्व ठरवून दिलं होतं, कारण ह्या प्रत्येकाचा त्या गर्भातील मुलावर परिणाम होत असतो. कारण ती जन्मणाऱ्या मुलाला फक्त शरीरच देत नाही; तर ती त्याच्या जाणिवेला आकार देण्याचेही कार्य

करत असते. तुम्ही लक्षात घेतलं पाहिजे की तुम्ही पुढची पिढी तयार करत आहात. उद्या जग कसं असेल हे सध्या तुमच्या शरीरात ठरवलं जात आहे. ती फार मोठी जबाबदारी आहे. ती त्याचं पद्धतीने हाताळली पाहिजे.

तंत्रज्ञानाच्या सहाय्याने आता आपण बाह्य जगात काही गोष्टी करू शकतो, पण म्हणून आपण जे काही करू शकतो, ती प्रत्येक गोष्ट केलीच पाहिजे असं नाही. हे अगदीच बालिश आहे. हा या ग्रहावरचा विनाशाचा स्त्रोत आहे. आपण मनुष्यजात म्हणून अजून मानसिकरीत्या परिपक्व झालेलो नाही. काय केलं पाहिजे आणि काय करू नये हा निर्णय, काय गरजेचं आहे यावर अवलंबून असला पाहिजे, ना की आपण काय करू शकतो यावर.

उच्च जाणीव असलेला जीव आपल्या पोटी मूल म्हणून जन्माला यावा यासाठी स्त्री स्वतःला तयार करू शकते का? हे शक्य आहे का? नक्कीच. पण स्त्रीला तशी आकांक्षा असेल, तर गर्भधारणा होण्याच्या आधी तिने चांगली तयारी केली पाहिजे, कारण गर्भवती असताना सामान्यतः त्यांची अवस्था अशी असते की, त्यांना ह्या सूक्ष्म गोष्टींकडे लक्ष देणं शक्य नसतं. म्हणून त्या वेळी तिने जाणिवेची एक ठरावीक पातळी टिकवून ठेवणं दुर्मीळ आहे; पण अशक्य मात्र नाही. दुसऱ्या काही विशिष्ट गोष्टी केल्या जाऊ शकतात; पण ती स्वतःहून त्या करू शकणार नाही.

जर तिने योग्य ठिकाणाहून मदत घेतली, तर तिच्यासाठी हे करता येऊ शकतं. पण सामान्यतः, ती स्वतःहून करू शकणारी गोष्ट म्हणजे थोडी ध्यानमय बनू शकते. अशी परिस्थिती तिच्या शरीरात उद्भवण्याअगोदर, तिने हा गुण जर तिच्यात आणला, तर परिणाम चांगले होतील. ध्यानमय असणं, प्रेमळ असणं ह्या गोष्टीमुळे निश्चित आनंदी जीव येऊ शकतो. पण हे होईलच असं नाही कारण याचे इतरही काही पैलू आहेत. पण याच्यामुळे सामान्यतः चांगला जीव येईल.

आता तुम्ही आदर्श जीव निर्माण करण्याचा विचार करत असाल, तर असे करण्याचेही मार्ग आहेत. तुम्ही काही गोष्टी करू शकता, ज्यामुळे शक्य तितका सर्वांत चांगला जीव, तुमच्या गर्भात जे जीवनाचं पात्र तयार होतं आहे, त्यात येऊन राहील. यासाठी, तुम्ही तुमच्या कर्मबंधाच्या किंवा तुमच्यामध्ये कर्माचं जे सॉफ्टवेअर आहे, त्याच्या पलीकडे गेलं पाहिजे, जेणेकरून तुम्ही जे कोणी आहात, त्याहून वेगळ्या स्वरूपाचा जीव आकर्षित करू शकाल. हे पूर्णतः वेगळंच कार्य आहे. सामन्यतः आई स्वतःहून ते करू शकणार नाही, तिच्यासाठी जे कोणी

अशी व्यवस्था करू शकते, अशा व्यक्तीची तिला मदत घेणं गरजेचं आहे.

एके काळी आम्ही असा विचार केला होता की, लोक ध्यानलिंगापाशी येऊन करू शकतील, अशी एक संपूर्ण प्रक्रिया आपण तयार करून देऊ. तसंसुद्धा गर्भधारणेच्या दिवसापासून जर ती तशा वातावरणात दररोज राहिली, तर निश्चितच ती एका विशिष्ट प्रकारच्या जीवाला आकर्षित करेल. पण मग ध्यानलिंग विशिष्ट उद्दिष्टपूर्तीसाठी बनवल्यासारखं होईल. नाहीतरी प्राणप्रतिष्ठित वातावरणात राहिल्यामुळे ते विशिष्ट प्रकारच्या जीवाला आकर्षित करेल.

आपण आणखी काही केलं, तर ज्या जीवांची खाली येऊन पुन्हा जन्म घेण्याची इच्छा नाही, पण पूर्णपणे मुक्त होण्यासाठीही ते अजून पक्व नाहीत, अशा जीवांना आपण खाली आणू शकतो. हे जीव असे आहेत, ज्यांनी शरीररहित अवस्थेत काही मर्यादा ओलांडल्या आहेत, त्यांच्यात इतकी जागरूकता आहे की, ते त्यांच्या प्रवृत्तींच्या मागे जाणार नाहीत, आणि तरीही त्यांचा बुडबुडा फुटून जाण्याइतपत ते मोकळे नाहीत. ते त्यांच्या पूर्ण मुक्तीपर्यंत पोहोचलेले नाहीत, पण ते काही विशिष्ट उंचीपर्यंत पोहचलेले आहेत. अशा जीवांना खाली आणू शकतो. असे काही प्रसंग घडले आहेत, ज्यामध्ये जे जीव ह्या वास्तवाच्या पलीकडे होते, त्यांना मनुष्य गर्भात आणले गेले होते. यासाठी फार अटी आहेत, त्या सर्वांची पूर्तता झाली, तर आपण निश्चित विशिष्ट प्रकारच्या जीवांना आकर्षित करू शकतो.

मुलांमध्ये पूर्वजन्मातील गोष्टी आठवण्याचे प्रसंग

अशा अनेक घटनांची नोंद केली गेलेली आहे, जिथे लहान मुलांना त्यांच्या पूर्वजन्मातील गोष्टी स्पष्टपणे आठवतात. त्या मुलांनी केलेली वर्णनं व तपशिलाची संशोधकांनी मागील काही दशकांत पडताळणीही केली आहे. पण जे या अभ्यासात दिसलं, त्याहून ह्या घटनांची व्याप्ती खूप विस्तृत आहे. मी तर म्हणेन की, कमीतकमी ७० ते ८० टक्के मुलं, ज्यांचे वय तीन ते सहा महिन्यांहून कमी आहे, त्यांना पूर्वजन्म आठवतो, कारण जन्मा-जन्मामधल्या स्मृतीमध्ये अजून पडदा तयार झालेला नसतो. किती स्मृती स्वीकारायच्या, याबद्दल जीवनाचा अजून निर्णय झालेला नसतो, अजून सारं अधांतरी असतं. त्या अवस्थेमध्ये जिवंत राहण्याच्या उपजत इच्छेतून ते मूल आईकडे ओढलं जातं. नाहीतर, मुलाला कोण कुठला याचं काही घेणं-देणं नसतं. तुम्ही जर त्यांचं निरीक्षण केलं, तर तुम्हाला दिसेल की, ते मूल जो कोणी त्याच्याशी गोडीने वागतो, त्याच्याकडे जातं. असं वाटतं की ती किंवा तो

आईवर प्रेम करतो. नाही, अजून ते मूल कोणालाच ओळखत नाही, कारण त्याचं स्वतःचं व्यक्तित्व अजून बनलेलं नसतं. जिवंत राहण्याची उपजत इच्छा त्याला आईच्या स्तनाकडे खेचत असते. तिकडे जायचं त्याला माहीत असतं.

याच काळात बऱ्याच पूर्वजन्मातील आठवणी त्यांच्यात अनेक प्रकारे वावरत असतात. हळूहळू त्या स्थिरावतात. स्तनपान हा त्यातला एक महत्त्वाचा भाग आहे. स्तनपानामुळे निसर्गच मुलाच्या स्मृतीवर हे बिंबवण्याचा प्रयत्न करीत असतो की, आता इथेच तुझं आयुष्य आहे. जर विज्ञानाने याचा पद्धतशीर अभ्यास केला, तर स्तनपान व पूर्वजन्माच्या आठवणी यांचा परस्पर-संबंध शोधून काढणं शक्य आहे. ज्या मुलांना स्तनपान केलं जात नाही, त्यांच्या बाबतीत स्मृतीमधला पडदा तेवढा कडक नसतो, जेवढा स्तनपान करणाऱ्या मुलाच्या बाबतीत तयार होतो. त्या पडद्यांना थोडी अधिक छिद्रं असू शकतात, यामुळे आयुष्यातल्या सर्व गोष्टींत न समजणाऱ्या पातळीवरचा गोंधळ उडू शकतो.

या संस्कृतीत, विशेषतः राजघराण्यात असं मानलं जातं की, जेव्हा राजाला मुलगा होतो, तेव्हा जर त्याला चांगला राजा व्हायचं असेल, तर तीन स्त्रियांनी त्या मुलाला स्तनपान केलं पाहिजे. जेव्हा राणी गर्भवती होते, तेव्हा ते इतर दोन स्त्रिया शोधून ठेवत असत, ज्या साधारण त्याच काळात प्रसूत होतील. राजपुत्राचा जन्म झाला की, त्या स्त्रियांना बोलवून राजमहालात राहायला सांगितलं जात असे. त्या तिघी आळीपाळीने राजपुत्राला दूध पाजत असत. त्यांतलं एक कारण असं होतं की, राजपुत्राला सर्वांत उत्तम पोषण मिळावं. शिवाय त्याचं मूळ कोणतं याचा त्याच्या मनात गोंधळ उडावा. राजाला कोणतीही आसक्ती नसावी, स्वतःच्या आईची किंवा वडिलांचीही नाही. अन्यथा तो चांगला राजा होणार नाही. म्हणून ते नेहमी म्हणत असत की, राजपुत्राला तीन स्त्रियांनी दूध पाजलं पाहिजे.

लोक मला बऱ्याचदा विचारतात की, व्यक्तीचं लिंग त्याच्या पूर्वजन्मात असतं, तेच राहतं का? तसं होणं आवश्यक नाही. मला काही लोकांच्या बाबतीत अगदी जवळचा अनुभव बऱ्याच प्रकारे आला आहे. आता माझ्या आसपास असणारे लोक, त्यांच्या अगोदरच्या जन्मात, त्यांचं जे लिंग होतं, त्यापेक्षा दुसऱ्या लिंगाचे आहेत. तुम्ही पुरुष किंवा स्त्री किंवा कोणता आकार घेणार, हे तुम्ही तयार केलेल्या प्रवृत्तीवर अवलंबून असतं. ते तुमच्या वासना ठरवतात. जर एखाद्याच्या कर्मप्रवृत्ती अतिशय स्त्रीप्रधान असतील, तर ते शरीराने पुरुष बनतील.

जर एखाद्याची कर्मप्रवृत्ती अतिशय पुरुषप्रधान असेल, तर ते शरीराने स्त्री बनतील, कारण ही दोन्ही तत्त्वं एकत्र आलीच पाहिजेत. जर एखाद्याच्या कर्मप्रवृत्ती अधिक पुरुषी, अतिशय पुरुषी असतील आणि त्याला जर पुरुषी शरीर मिळालं, तर ती अगदीच असंतुलित व्यक्ती असेल.

पूर्वजन्मांचा शोध

आध्यात्मिक समुदायात हे पूर्वजन्मातील संबंध हे मोठे मोहजाल आहेत. मला खात्री आहे, की ईशा योग केंद्रात सुद्धा अशी चर्चा चालू असते ''मी गेल्या जन्मी सद्‌गुरूंबरोबरच होतो आणि त्याच्या आधीच्या जन्मातसुद्धा आणि त्या आधीसुद्धा.'' वगैरेवगैरे. मी नेहमी म्हणत असतो की, जे मागच्या जन्मी माझ्याबरोबर असूनसुद्धा आता इथे आहेत, ते नापास झालेले विद्यार्थी आहेत, म्हणजे ते त्या गोष्टीला मानाचं पदक म्हणून मिरवणार नाहीत. तुम्ही तेव्हा तिथे होता आणि तुम्ही संधी दवडली, माझे प्रयत्न आणि आयुष्य वाया घालवले आणि आता तुम्ही परत इथे मला त्रास द्यायला आला आहात! या अवस्थेत राहणं चांगलं नाही.

पण पूर्वजन्माचं ज्ञान माझ्या आताच्या आयुष्यातील नातेसंबंधांतील अडचणी सोडवण्यास मदत करेल का? आता भूतकाळातील कुठल्याही गोष्टीशी संबंध फक्त विचार, भावना, अनुभव आणि नाती यातूनच ठेवता येतो. ते त्या दुसऱ्या शरीरातील आहेत का या शरीरातील, त्याने फरक पडत नाही, तुम्हाला ते याच मार्गाने आठवतं. समजा, आता तुमचे आणि माझे सतत कुठल्यातरी कारणावरून वाद होत आहेत. आपण मागे वळून पाहू शकतो की, तुम्ही माझ्या पूर्वजन्मात मला कसा त्रास देत होता आणि म्हणून मी आता तुम्हाला त्रास देत आहे. समजा, आपल्याला हे समजलं, तर आपण काय करणार? कदाचित आपण तोच वाद पुढल्या जन्मीसुद्धा चालू ठेवू. खरंच! समजा, पूर्वीच्या जन्मात तुम्ही माझ्या बाबतीत केलेल्या सगळ्या भयानक गोष्टींवर प्रकाश पडला, तर मी त्यापासून मुक्त होईन, की मी अजून प्रयत्नपूर्वक तुम्हाला या आयुष्यात त्रास देईन?

लोक म्हणतात, आयुष्य खूप गुंतागुंतीचं असतं. पण त्यात गुंतागुंतीचं असं काय आहे? जीवन स्वतः गुंतागुंतीचं नसतं. पण जर तुम्हाला जगाला एका ठरावीक दिशेने वळवायचं असेल, तर ते थोडं गुंतागुंतीचं होऊ शकतं. पण जर तुम्ही जगाला

एखाद्या दिशेने ढकलायचा प्रयत्न करीत नसाल, खाताय-पिताय त्याबाबत आनंदी असाल, तर गुंतागुंत कुठे आहे? केवळ तुमची स्मृती सारी गुंतागुंत करत असते. हे बघा, इथे त्रासलेले लोकही आहेत, दुःखी आहेत, लहरी आहेत आणि सर्व काही आहेत. पण समजा, त्यांना विस्मरणाचा (अल्झायमर) रोग जडला, तर तुम्ही पाहाल की, ते इतके साधेसुधे आणि प्रेमळ बनतात. त्या वेळी जीवन नुसतं स्वतःहून घडत असतं.

आता समजा, तीन जन्मांची किंवा दहा जन्मांची स्मृती तुमच्यामध्ये आली, तर तुमच्या मनाची संरचना ते धरून ठेवू शकणार नाही, बहुतेक वेळा त्याला तडे जाऊन ते कोलमडून पडेल. माझ्या बाबतीतसुद्धा जेव्हा पूर्वजन्मीची स्मृती येऊ लागली, तेव्हा मी पार गांगरून गेलो. ते सांभाळणं इतकं कठीण असतं. त्या प्रकारची अनुभवांची स्मृती साठवणं मनाच्या आवाक्याबाहेर आहे. माझ्याकडे आवश्यक तेवढी मानसिक ताकद नसती, तर मी तुटून गेलो असतो. म्हणून जोपर्यंत तुम्ही स्वतःला एका विशिष्ट प्रकारे तयार करत नाही, तोपर्यंत तुम्ही ती हाताळू शकण्याचा प्रश्नच उद्भवत नाही. म्हणूनच आम्ही सांगत असतो, 'साधना, साधना आणि साधना.' साधना ही गेल्या जन्मांच्या स्मृती उतरवून घेण्यासाठी नाही, तर तुम्ही हवं तेव्हा, हवी ती स्मृती उचलू शकता, उरलेल्या वेळी ती तुम्हाला स्पर्श करत नाही, यासाठी आहे. जेव्हा तुम्हाला हवी असलेली माहिती तुम्ही पाहिजे तेव्हा काढून वापरू शकता, तेव्हा माहितीचा साठा उपयोगी असतो. जर ती सारखी तुमच्या तोंडावर आदळत राहिली, तर ती कशी उपयोगी पडेल?

सध्या, बरेच लोक त्यांच्या या जन्मात जे काही घडत आहे आणि या जन्मातील आठवणी, दोन्ही हाताळू शकत नाहीत, तर मग त्यांना पूर्व पूर्वजन्मातील आयुष्य उगीच कशाला उकरून काढायचं आहे? समजा, तुम्हाला समजलं की, शेजारच्याचा जो कुत्रा आहे, तो तुमचा गेल्या जन्मी नवरा होता. आता मला माहीत नाही की, तुम्ही जाऊन त्या कुत्र्याचं चुंबन घ्याल की त्याला दगड माराल! दोन्ही प्रकारे ते धोकादायक आहे, कारण त्या कुत्र्याला ते आठवत नसतं. शिवाय त्याला दगड मारून तुम्ही तुमच्या शेजाऱ्याचाही रोषही ओढवून घ्याल. तुम्ही त्याचा मुका घ्यायला गेलात, तर कुत्रा तुमचा घात करेल. म्हणून दोन्ही बाजूंनी ते तुमच्यासाठी सुरक्षित नाही. जर भूतकाळ उघडा झाला, तर प्रेम, द्वेष, संताप, वात्सल्य अशा असंख्य भावना उचंबळून येतील.

आता तुमची अशी परिस्थिती आहे की, गेल्या दहा वर्षांतल्या आठवणींनीसुद्धा तुम्ही बेजार होता, मग जर मागील दहा जन्मांत जे जे घडलं, ते तुम्हाला आठवू लागलं, तर तुम्ही वेडे व्हाल! मागचे दहा जन्म कशाला, याच जन्मातील पूर्वीच्या सर्व गोष्टी तुम्हाला आठवू लागल्या – तुमचे विचार, भावना, अनुभव, तुम्ही दहा वर्षांचे असताना कोण काय बोललं, तुमच्या मित्राने काय केलं, तुमच्या शिक्षकानी काय केलं – हे सर्व तुमच्या डोक्यात या क्षणी आठवू लागलं, तर तुम्ही सामान्य आयुष्य जगू शकणार नाही. मागच्या त्या जन्मातील प्रेम, द्वेष, रोष, स्नेह हे सर्व तुमच्या मनात उतरलं, तर तुम्ही वेडे व्हाल.

शिवाय प्रेम, द्वेष, रोष आणि वात्सल्य, या चार गोष्टींपैकी - तुम्ही प्रेम आणि स्नेह या दोन गोष्टी – सकारात्मक समजता. पण तसं पाहिलं, तर प्रत्यक्षात या चारही गोष्टी नकारात्मक आहेत, कारण त्या साऱ्या गोष्टी सक्तीपूर्ण प्रवृत्तींमधून घडत असतात. मला जर तुमच्याविषयी प्रचंड तिरस्कार असेल, तर मी म्हणेन, "मी तुझा द्वेष करतो." हे चांगलं नाही, हे तुम्हाला समजतं. पण माझ्या मनात विनाकारण तुमच्याविषयी स्नेह असेल तर मी म्हणेन, "मी तुझ्यावर प्रेम करतो." हेसुद्धा चांगलं नाही. समजा, आपण फक्त दोघेच रस्त्यावरून चालत जात आहोत, मी तुम्हाला ओळखत नाही, तुम्ही मला ओळखत नाही. पण मला तुमच्याविषयी खूप प्रेम आहे, तुम्हाला हे आवडेल का? मी तुमचा खूप तिरस्कार करतो, पण त्याचं तुम्हाला काही घेणं-देणं नसतं. "ठीक आहे, तू तुझ्या तिरस्काराने जळून मर, मला काय त्याचं?" पण मला तुमच्याविषयी खूप प्रेम असलं, तर तुम्हाला ते आवडणार नाही.

म्हणून हा प्रश्न प्रेम किंवा तिरस्काराचा नाही. प्रेम किंवा द्वेष दोन्ही सक्तीपूर्ण आहेत आणि हीच समस्या आहे. आसक्त प्रकृतीचे प्रेम, द्वेष, स्नेह, तिरस्कार या सगळ्या भावना सारख्याच त्रासदायक आणि गुंतवून ठेवणाऱ्या आहेत. तुम्ही जाणीवपूर्वक प्रतिसाद द्यायला शिकायला हवं, जेणेकरून तुम्ही स्वतःला त्या पातळीवर न्याल जिथे तुमचा प्रतिसाद अमर्याद व एकसंध असेल. तुम्ही असं असलं पाहिजे की, तुम्ही कोणत्याही दिशेने प्रतिसाद देऊ शकता. 'मी ह्याला प्रतिसाद देऊ शकतो, पण त्याला प्रतिसाद देऊ शकत नाही' असं तुमच्यात काहीच नाहीये. तुम्ही कशालाही प्रतिसाद देऊ शकता. जोपर्यंत हे असं होतं नाही, तोपर्यंत भूतकाळ समस्या आहे आणि भविष्यकाळसुद्धा समस्या आहे. दोन्ही उघड होऊ नयेत. ते उघड झाले, तर ते फक्त त्रासदायकच ठरतील. भूतकाळात जे काही झालं,

ते आता घडत असलेल्या गोष्टीचं एक प्रकारे स्पष्टीकरण वाटू शकतं. पण तुमच्या मुक्तीकडे जाण्याच्या मार्गाचा विचार केला, तर हे तुम्हाला केवळ अधिक खोलवर गुंतवून ठेवेल.

आपण हे समजून घेऊ या. आपण ज्या मुक्तीबद्दल म्हणतो, तो काही हिंदूंचा शोध नव्हे. प्रत्येक प्राणिमात्राला मुक्ती हवी असते. या प्राणिमात्राला स्वतःच सृष्टी बनायचं आहे. यालाच म्हणतात 'मुक्ती.' सृष्टीतला एक जीव म्हणून राहण्यापेक्षा त्याला स्वतःलाच सृष्टी व्हायचं असतं. त्याला एकरूप व्हायचं असतं. ही हिंदू किंवा भारतीय कल्पना नव्हे. जीवन हे असंच आहे. जीवनात प्रगती करत असताना कमीतकमी अडथळे असायला हवेत. या संदर्भाने विचार करता, आसक्त प्रकृतीचं प्रेम आणि द्वेष हे दोन्हीही अडथळे आहेत.

हे दुसऱ्या अंगानेसुद्धा पाहता येईल. त्याला पूर्वजन्म व चालू जन्म असं न म्हणता, ते फक्त स्मृतीचे वेगवेगळे कप्पे आहेत असं समजू या. ते तसेच असतात. ते तुमच्या स्मृतीत आहे म्हणूनच बाहेर येत आहे. ते आकाशात कुठे लोंबकळत नाही. ते सर्व तुमच्या यंत्रणेत आहे. समजा, ह्या कप्प्यांच्या भिंती तुटून पडल्या आणि तुमची उत्क्रांतीची स्मृती जागी झाली, तर ती तुमच्या आयुष्यात प्रचंड उलथापालथ घडवेल. तेवढ्या दूरवर जायची गरज नाही. समजा, तुम्ही सकाळी उठला आणि मागच्या तीन जन्मांच्या स्मृती जाग्या झाल्या आणि त्या सगळ्या एक झाल्या. सध्या दहा वर्षांपूर्वी घडलेली गोष्ट एका कप्प्यात आहे, काल घडलेली गोष्ट दुसऱ्या कप्प्यात ठेवलेली आहे. थोडक्यात, तुमच्याकडे नजीकची व दूरची अशा दोन वेगळ्या स्मृती असतात आणि असं बरंच काही असतं. नेहमीच्या जीवनात ह्या जन्मापूर्वी काय घडलं, यावर पडदा टाकलेला असतो. समजा, हा पडदा फाटला तर ह्या जन्मापूर्वी काय घडलं ते कालच घडलं आहे, असं वाटेल. आता समजा, मागच्या जन्मात तुम्ही दुसरं कोणीतरी होता. समजा, त्या वेळी तुम्ही स्त्री होता आणि आता पुरुष आहात. त्यानंतर तुम्ही सकाळी उठल्यावर चुकीच्या बाथरूममध्ये जाल. सुरुवातीपासूनच त्रास सुरू, हो की नाही? अशा बऱ्याच गोष्टी वर येतील आणि मनुष्यामध्ये प्रचंड गोंधळ आणि त्रासाला सुरुवात होईल, कारण ते सर्व हाताळणं खूपच अवघड आहे.

पूर्वजन्मांचा शोध घेण्याचा ह्या सर्व प्रयत्नांचा हेतू काय? प्रश्न हा आहे की, तुम्हाला कारण शोधायचं आहे की उपाय शोधायचा आहे. माझ्या या सगळ्या

रडगाण्याचं एकच कारण म्हणजे, तुम्ही पूर्वीच्या जन्मात काही उपाय सापडतो का ते शोधत आहात, हे विसरून की आम्ही तुम्हाला 'इनर इंजिनिरिंग' नावाचं एक साधं तंत्र शिकवतोय. त्यातच उपाय आहे. तुम्ही जर त्याच्याकडे पुरेसं लक्ष दिलं, तर ते ह्या सर्व गोष्टी हाताळतं. ही फक्त एक गोष्ट तुमच्या आतमध्ये उतरू दे- फक्त हे पाहणं की मीच १०० टक्के, पूर्ण, संपूर्णतः जबाबदार आहे – यानेच तुमचा सगळा भूतकाळ, वर्तमान आणि भविष्य हाताळता येईल. जेव्हा तुमची प्रतिसाद देण्याची क्षमता अखंडित असते, तेव्हा कुठल्याही परिस्थितीला कसा प्रतिसाद द्यायचा हे तुम्हाला कळेल, मग ती कशामुळे उद्भवली याने काही फरक पडत नाही. प्रत्यक्षात, भूतकाळ आणि भविष्यकाळ हे दोन्ही तुमच्या अनुभवात उघड होतील. आता जर तुमची प्रतिसाद देण्याची क्षमता अबाधित असेल, तर मग मागचे दहा जन्म तुमच्यासमोर उघड झाले, तरी काही समस्या नाही. भविष्यकाळ जरी उघड झाला, तरी काही अडचण नाही. पण तुम्ही प्रतिसाद जर निवडक गोष्टींनाच देत असाल किंवा प्रतिसाद देताना भेदभाव करत असाल, तर जर भूतकाळ उघड झाला, तर ती एक प्रकारची समस्या बनेल आणि भविष्यकाळ उघड झाला, तर ती दुसऱ्या प्रकारची समस्या असेल.

स्वतःचा पूर्वजन्म समजून घेण्याविषयी, जगात अतिशय विचित्र गोष्टी पुष्कळ प्रमाणात चालल्या आहेत, याची मला कल्पना आहे. ती सर्व मूर्खपणाची मानसिक कवायत आहे. तुम्हाला जर खरोखरच पूर्वजन्म पाहायचा असेल, तर तुम्ही स्वतःला जाणिवेच्या एका अत्यंत उच्च पातळीवर नेलं पाहिजे, जी तुमच्या स्मृतींना भेदून जाऊ शकेल. ज्याला तुम्ही 'पूर्वजन्म' म्हणता, ते तुमच्या मनातील जाणिवेच्या सुप्त पातळीमधील स्मृतींचे थर आहेत. मनाचे सुप्तावस्थेतील हे थर, जे आता तुमच्यावर राज्य करत आहेत, ते तुमची जाणीव उंचावली की, तुम्ही ते भेदून जाऊ शकता, ते विरघळवून त्यांचा लोप करू शकता.

आम्ही असंच काहीसं 'सम्यमा' प्रक्रियेत करतो. समजा, तुम्ही बसून ध्यान करीत आहात, तुम्हाल पूर्ण जाणीव आहे, पण अचानक तुम्ही बघता की, तुमचं शरीर सापासारखं सळसळू लागलं आहे. असं होतंय हे तुम्हाला कळतं, तुम्हाला ते थांबवायचं आहे; पण शरीर सापासारखं सरपटत जातं. तुम्ही ध्यानातून बाहेर आलात की तुम्ही अगदी पूर्वीसारखेच असता. तुम्ही परत ध्यानाला बसलात,

तर पुन्हा शरीर रांगू लागतं. नंतर ते पक्ष्याप्रमाणे उड्या मारेल, ते अनेक पद्धतीने वागू लागतं, कधी कुत्र्याप्रमाणे, कधी वाघाप्रमाणे- ते अनेक प्रकारे वागू शकतं. आजकाल हे प्रकार आम्ही बऱ्याच प्रमाणात थांबवले आहेत, क्वचित एखादे वेळी कुणीतरी एखादाच भिंत तोडून पलीकडे जातो. आपण उत्क्रांतीची स्मृती जागी करतो, त्यामुळे हे असं होतं. ती शरीराच्या रूपात काम करत होती. काही लोकांत या स्मृतीची मानसिक स्तरावर जाणीव झाली, त्या वेळी ती काढून घेण्यासाठी आम्हाला काही गोष्टी कराव्या लागल्या. समजा, एखाद्याला जाणीव झाली की गेल्या जन्मी आपण चिंपांझी होतो किंवा कोल्हा होतो किंवा तरस होतो आणि ती स्मृती जर अजाणतेपणी जागी झाली, तर सकाळी उठल्यावर तुम्ही वेगवेगळे आवाज काढू लागाल! हे तुम्हाला सांभाळता येईल का?

मनाच्या सुप्त स्तरावर असलेले अनेक आयाम आपल्याला साध्य नसतात, पण आपण करत असलेल्या प्रत्येक गोष्टीवर याचा परिणाम होत असतो, म्हणून हे असं होतं. जर अशी कुठली प्रक्रिया करून तुम्ही तुमची जागरूकता उंचावली आणि मनातील सुप्त थर जाणिवेच्या पातळीवर आणले, स्मृतीच्या स्वरूपात नव्हे; तर ऊर्जा व अनुभवाच्या स्वरूपात, तर तुम्ही त्यांच्यावर स्वार होऊन स्वतःला त्यापासून पूर्णपणे मुक्त करू शकता. या संदर्भात ते अर्थपूर्ण आहे, पण फक्त स्मृतिस्वरूपात काही गोष्टी आठवणं याचा काहीही उपयोग नसतो. त्यामुळे तुमच्या आत्ताच्या आयुष्यात गोंधळ उडेल आणि गुंतागुंत वाढेल.

जर तुमची प्रतिसाद देण्याची क्षमता भेदभावरहित आणि अबाधित असेल तर तुमच्याकडे हे सारं हाताळण्याची क्षमता येईल. तुमचा प्रतिसाद जर तुमच्या निवडीनुसार असेल, तर तुम्ही फक्त कर्म वाढवत न्याल. समजा, तुम्हाला समजलं की, दहा जन्मांआधी मी तुम्हाला खूप प्रिय होतो, तर तुम्ही मला एका प्रकारे प्रतिसाद द्याल. आणि काही जन्मांआधी मी तुमचा शत्रू होतो असं समजलं, तर तुम्ही मला वेगळ्या पद्धतीने प्रतिसाद द्यायला सुरुवात कराल. तुम्ही त्यापासून मुक्त होऊ शकत नाही, कारण तुमची प्रतिसाद देण्याची क्षमता मर्यादित आहे. तुमची प्रतिसाद देण्याची क्षमता मर्यादित झाली की, तुमची स्मृती त्रास बनत जाते, तुम्ही त्या जेवढ्या जास्त उघड कराल तेवढ्या त्या त्रासदायक बनतात. जर तुमच्याकडे तसं काही नसेल आणि तुम्ही सध्या जसा आवश्यक आहे, तसा प्रतिसाद दिला,

तर तुम्हाला दहा जन्मागोदर तुम्ही मला माहीत होता हे जरी आठवलं, तरी त्याने काही फरक पडणार नाही, कारण काहीही झालं, तरी तुम्ही तसेच असणार आहात. अन्यथा, भूतकाळ तुमच्यासाठी उघड झाला, तर तुम्ही तुमचं कर्म अनेक पटींनी वाढवत न्याल.

छोटा हिटलर

काही वेळा लोक मला विचारतात की, "हिटलर हा इतका भयंकर माणूस होता. तो दुसऱ्या महायुद्धातील भयंकर घटनांना आणि लाखो लोकांच्या मृत्यूला जबाबदार होता, त्याला पुन्हा कशाचा जन्म मिळाला असेल? तो प्राणी म्हणून जन्माला येईल का? गांधींचा पुनर्जन्म कसा असेल? ते कुणीतरी श्रीमंत आणि लोकप्रिय म्हणून जन्माला आले असतील का? त्यांना याचा संदर्भ घेऊन पुनर्जन्म कसा होतो हे माहीत करून घ्यायचं असतं.

आधी हे सांगा, प्रत्येक जण पुन्हा जन्म घेतोच असं कोण म्हणालं? शिवाय तुम्हाला असं वाटत असेल की, तुम्हाला त्यांच्या जीवनाविषयी खूप माहिती आहे; पण हे जरुरी नाही की जगाला ते जसे माहीत आहेत, तसेच ते स्वतः आतून होते. अस्तित्वाच्या दृष्टीने ते आतून कसे होते, हे महत्त्वाचं आहे. जीवन याची पर्वा करत नाही की तुम्हाला संत समजून सन्मान दिला जात होता का जुलमी मनुष्य म्हणून तिरस्कार केला जात होता. म्हणून मृत्यूनंतर काय होतं हेदेखील त्यावर अवलंबून नसतं.

तुमच्या समाजात, जुलमी मनुष्य वाईट असेल व संत मोठा असेल; पण अस्तित्वाच्या दृष्टीने याच्या उलट असू शकतं. ते तसंच असतं असं मी म्हणत नाही, पण असं असू शकतं. ते उलट असू शकतं, याचं कारण ते आतून किती त्रासलेले होते ते आपल्याला माहीत नसतं. हेही शक्य आहे की, ज्याने इतर सर्वांवर जुलूम केले, तो स्वतः आतून अतिशय छान जगत होता आणि जो प्रत्येकाचं भलं करण्यासाठी प्रयत्न करत होता, तो आत स्वतःला त्रास करून घेत होता. म्हणून तुम्हाला किंवा समाजाला जसं वाटतं, त्यापेक्षा अस्तित्वाच्या दृष्टीने ते जीवन वेगळं असू शकतं. पुर्नजन्म त्यावरून ठरत नाही.

मग सध्या जो मनुष्य आहे, तो पुढील जन्मी प्राणी म्हणून जन्म घेईल का?

लोकांच्या काही इच्छा व आकांक्षा असतात. त्या इच्छाच 'कर्म' बनतात. तुमचे जीवनाचे संकल्प, दृष्टीकोन ते ठरवतात. मूलभूतपणे तुम्ही म्हणू शकता की, हे इच्छेमुळे होतं. आता असं समजू, की तुमच्या अशा काही इच्छा आहेत, ज्या पूर्ण झालेल्या नाहीत. असं समजू की, तुमची अब्जावधी डॉलर्स मिळवण्याची इच्छा होती. पण तुमच्याकडे ते मिळवण्याची बुद्धीही नाही आणि बँक लुटण्याचं धाडस किंवा क्षमताही नाही. तुम्ही तसे बनलेले नाही. म्हणून तुम्हाला दहा डॉलर्स मिळाले, तर तुम्ही त्यांतले पाच वाचवता. तुम्ही उपाशी राहाल. तुम्ही अनेक कष्ट झेलाल आणि पैसे साठवाल, साठवाल आणि साठवाल. असं करून, समजा, मरेपर्यंत तुम्ही फक्त काही लाख रुपये जमवू शकला.

आता तुमच्यात मोठी ऊर्मी आहे की खूप पैसे मिळवायचे; पण त्याआधीच तुम्ही मेलात, याच लालसेने की अजून पैसे जमवायचे होते. तुमच्या कर्माला हे कळत नाही की तुम्हाला काय गोळा करायचे होते, पैसे की दगड. काय कचरा गोळा करायचा आहे, याने त्याला काही फरक पडत नाही. त्याला फक्त एवढंच कळतं की, गोळा केलं पाहिजे. त्याच्याकडे विवेकशक्ती नसते. ते बऱ्याच अंशी तुमच्या जनुकासारखं असतं. ती सूक्ष्म जनुकं आहेत, भौतिक जनुकं नव्हेत. त्याला एवढंच कळतं की, तुम्हाला गोळा करायला आवडतं. म्हणून पुढच्या वेळी ते जनुक म्हणेल, 'माझ्या मालकाला गोळा करायला आवडतं.' मग गोळा करण्यासाठी कोणतं रूप योग्य आहे? कदाचित, मी मुंगी होईन किंवा कदाचित मी मधमाशी होईन. तुम्ही कदाचित तेच बनाल, आपल्याला माहीत नाही. तुम्ही मध गोळा कराल आणि दुसरेच तो खातील.

जर तुमच्यातील एखादी वृत्ती अथवा गुण जास्त प्रबळ असला तर तुमचे कर्म अशा प्रकारचे शरीर आणि भौतिक स्थितीच्या शोधात असेल जे ह्या वृत्तीसाठी सर्वात चांगले असेल. समजा, तुम्हाला खाण्याची अतिशय आवड आहे, तुम्हाला खायचं, खायचं आणि खायचं आहे. समजा तुम्ही मेला, न खाता, इच्छा अपूर्ण ठेवून, तुमच्या मृत्युशय्येवरसुद्धा खाण्याचा विचार करत. तर पुढच्या वेळी तुम्ही कोणाचेतरी पाळीव डुक्कर म्हणून जन्म घ्याल आणि तुम्हाला भरपूर खायला मिळेल. लोकांना वाटतं, डुकराचा जन्म घेऊन येणं म्हणजे शिक्षा आहे. ही तुमच्यासाठी शिक्षा नाही. निसर्ग तुम्हाला शिक्षा करायची का बक्षीस द्यायचं हा विचार करत नाही. तुमच्या ज्या प्रवृत्ती आहेत, तुमच्या ज्या इच्छा अपूर्ण राहिल्या

आहेत, त्या पूर्ण करण्याकरता जे शरीर सर्वांत योग्य आहे, ते तुम्हाला मिळतं. ते नेहमी प्राण्याच्याच रूपात असेल असं नाही, तर ते अशा प्रकारचा मनुष्य, अशा प्रकारची परिस्थिती आणि अशा प्रकारचे वातावरण निवडेल, जिथे ती इच्छा पूर्ण होईल. मग ते कुठल्याही प्रकारचं असू शकतं.

हे सापशिडीच्या खेळासारखं आहे. तुम्ही पायरी पायरीपायरीने पुढे जाता, कधी उडी मारता, कधी मोठी झेप घेता, कधी परत खाली पडता. तुम्ही एक शिडी चढून वर जाता, पण जोपर्यंत तिथे साप आहेत, तोपर्यंत ते तुम्हाला गिळून पुन्हा खाली मूळच्या ठिकाणी आणू शकतात. तुम्ही काही दिवस वर जाता आणि पुन्हा खाली येता. हे असंच चालू राहतं. पण तुम्ही जर आध्यात्मिक मार्गात सक्रिय असाल, तर आम्ही तुम्हाला असं एक साधन देतो, ज्याने तुम्ही सगळे साप दूर काढून टाकू शकता. तुम्ही फक्त जबाबदारी स्वीकारली, तर तुमच्या पटावर सापच असणार नाहीत. मग तुमचं यापुढे कर्म वाढू शकत नाही, ते संपतं.

जेव्हा तुम्ही तुमचं संपूर्ण लक्ष तुमच्या स्वतःवर केंद्रित करता, तेव्हा तुम्हाला जाणवेल की, इथे जे काही घडत आहे, त्या सगळ्यांचा उगम तुमच्यामधूनच झाला आहे. ज्या क्षणी तुम्हाला याची जाणीव होते, तिथून पुढे तुम्ही कर्म वाढवू शकत नाही, ते लय पावतं. आता फक्त जे अगोदरपासून साठलेलं आहे, तेवढंच तुम्हाला संपवायचं आहे. हे खूप सोपं आहे. नाहीतर तुम्ही एकीकडून रिकामं करत राहाल आणि दुसरीकडून भरत राहाल. मग त्याला अंत नाही. म्हणून तुमच्या ध्येयावर लक्ष केंद्रित करणं आणि जे ह्या सर्व मर्यादांच्या पलीकडे आहे, त्याची आस ठेवणं हा सर्वांत चांगला मार्ग आहे, जेणेकरून निसर्गाला तुमच्या बाबतीत काय करायचं हे कळत नाही.

निसर्गाला जेव्हा तुमच्या बाबतीत काय करायचं हे कळत नाही, तेव्हा ते तुमच्यासाठी चांगलं आहे, कारण तुम्ही तुमच्या गोष्टी अगदी सहजपणे करू शकता. जेव्हा निसर्गाला तुमच्या बाबतीत काय करायचं हे माहीत असतं, तेव्हा तुम्ही ह्या कक्षेमध्ये किंवा त्या कक्षेमध्ये ठेवले जाता – पुरुष कक्ष किंवा स्त्री कक्ष किंवा डुक्कर कक्ष किंवा झुरळ कक्ष किंवा आणखी कुठला कक्ष. शरीर हे केवळ एक कक्ष आहे. म्हणून तुम्ही जर अशा प्रकारची आस टिकवून ठेवली, जी कुठल्याही ठरावीक गोष्टीसाठी नाहीये, तर निसर्गाला तुमचं काय करायचं हे कळत नाही. ते तुम्हाला या मार्गाने किंवा त्या मार्गाने ढकलू शकत नाही. ते तुमच्या बाबतीत

निर्णय घेऊ शकत नाही. त्याचा तुम्हाला फायदा होतो. याचसाठी समभाव राखणं महत्त्वाचं आहे.

अनेक जन्मांचे सोबती

नवरा-बायको त्यांचं बहुतेक संपूर्ण आयुष्य एकत्र घालवतात. इतर कुठल्याही नात्यापेक्षा, ते दोघं जास्त गोष्टी एकत्रितपणे करतात. बऱ्याच लोकांसाठी पती आणि पत्नीमधील नातं हे मनुष्याच्या नात्यांतील सर्वांत खोलवर रुजलेलं नातं असतं. म्हणून जर अशी कुठली गोष्ट असेल, जी मृत्यूनंतरही टिकून राहील आणि दुसऱ्या जन्मातही पुढे नेता येईल, तर लोकांची अशी अपेक्षा असते की, हेच एक नातं त्यासाठी सर्वांत योग्य आहे. काही अंशी, 'लग्नाच्या गाठी स्वर्गात बांधल्या जातात' या म्हणीचाही तोच आधार आहे. पण प्रत्यक्षात हे खरं आहे का? पती-पत्नी पुढच्या जन्मातही एकत्र येतात का?

आजकाल पाश्चिमात्य देशात, लोकं त्यांचे या आयुष्यभराचे सोबती (सोलमेट) कोण आहेत, याच्या शोधात नेहमी असतात. अनेक वेळा लग्नं झाल्यावरसुद्धा ते याचा शोध घेत असतात!

पण भारतातील लोकांना हे पाहायचं असतं की, गेल्या जन्मीसुद्धा हाच माझा पती किंवा पत्नी होती का? खरंतर त्यांना हे विचारायचं असतं, 'मी याच्याशी लग्न केलंच कसं?' असा प्रश्न तुम्हाला पडत असेल, तर तुम्ही स्वतःकडे पाहिलं पाहिजे, तुमच्या बाबतीत काय घडतंय. लग्नाला बरीच वर्षं लोटल्यावरसुद्धा तुम्हाला अजून आश्चर्य वाटत असेल, 'मी याच्याशी लग्न केलंच कसं?' तर खरंतर तुम्ही मागील जन्माकडे न बघता आत्ता तुम्ही जे आयुष्य जगत आहात, त्याकडे पाहिलं पाहिजे. मला वाटतं, १९७० ते १९८०मधल्या भारतीय सिनेमांनी याला फार मोठ्या प्रमाणात पुढे आणलं. त्यांतली गाणी ''जनम जनम के साथी'' वगैरेवगैरे. आजकालच्या पिढीला हा प्रश्न पडत नाही. आजकालच्या सिनेमांत ते फक्त रिलेशनशिप, एक्सपायरी डेट आणि अशा सगळ्यांचा विचार करत असतात. तुमचा सत्याचा शोध जर व्यावसायिक सिनेमावरून ठरणार असेल, तर असंच होणार.

असा विश्वास किंवा आशा यावरूनही आली असावी की, कुणीतरी, कुठेतरी म्हटलं आहे की, पती-पत्नी सात जन्म एकत्र येतात. मी जर म्हटलं की, 'हे खरं

आहे', तर कदाचित बहुतेक लोक कधी लग्नच करणार नाहीत! पण ही शक्यता अगदीच नाकारता येत नाही. दोघं नवरा-बायको पुन्हा एकत्र येणं शक्य आहे, जर त्यांचं लग्न एका विशिष्ट पद्धतीने लावलं गेलं असेल तर. जी व्यक्ती हे लग्न लावत होती, त्यांनी त्यांचं लग्न अशा शक्तिशाली प्रक्रियेने लावलं असलं पाहिजे, की ते दोन जीव एकत्र गुंफले जातील, जेणेकरून ते दोघेही अंतिम मुक्तीपर्यंत पोहोचतील. पण ही अतिशय दुर्मीळ घटना आहे.

आजकाल, लोकांना हे जाणून घ्यायचं असतं, कारण एकत्र राहण्यासाठी त्यांना काहीतरी सबळ कारण हवं असतं. तुम्ही अनेक जन्मापासून एकत्र आहात, एवढ्या एकमेव कारणाने तुम्ही कुणासोबत असाल, तर जगण्याचा हा भयानक मार्ग आहे. तुमच्या आयुष्यात असे भयानक प्रकार करू नका. मी आता तुझ्याबरोबर आहे, कारण मला खरंच तुझ्याबरोबर राहायचं आहे - कोणाबरोबर राहण्याचा हा सुंदर मार्ग आहे. शिवाय जर तुम्ही तीन जन्म एकत्र राहिला असाल, तर आता वेगळं होण्याची वेळ आली असावी! लोक मला नेहमी विचारात राहतात, ''सद्‌गुरू, गेल्या जन्मी मी तुमच्याबरोबर होतो का?'' तुमचं तसं विचारण्याचं काहीही कारण असलं, तरी मी जर तुम्हाला गेल्या जन्मी पाहिलं असेल, तर या जन्मी पुन्हा मी तुमच्यासमोर आलो असतो, असं तुम्हाला कशावरून वाटतं?

काल काय झालं याला काहीही महत्त्व नाहीये, पण आता तुम्ही पूर्वी काय घडलं असावं याचे परिणाम शोधण्याचा प्रयत्न करत आहात. ही स्मृती तुम्हाला लंगडं करत आहे. ती तुम्हाला पुढे जाऊ देत नाही, तिच्यामुळे तुमचं मन तुम्ही एखादी गोष्ट भेदून जाण्याचं साधन किंवा जीवनाचे नवे आयाम उघड करण्याचं साधन म्हणून वापरू शकत नाही. जर तुमचं पती किंवा पत्नीशी नातं याच एका निकषावर ठरणार असेल, तर तो त्या व्यक्तीशी सबंध जोडण्याचा किती वाईट मार्ग आहे! तुम्ही तुमच्यासमोर बसलेल्या माणसांत, तो किंवा ती 'आज जो कोणी आहे', त्याचं मूल्य शोधलं पाहिजे, ते 'पूर्वीच्या जन्मी काय होते' यात नाही.

आजच्या आधुनिक समाजातील एक जमेची बाजू ही आहे की, आपण तुमचे वडील कोण होते याला किंमत देत नाही, तर तुम्ही कोण आहात याला देतो. तुम्ही 'स्वतःला कसं घडवलं आहे?' हे महत्त्वाचं आहे, 'तुमचे वडील कोण होते?' हे नाही. सरंजामशाही विचारातून बाहेर पडणं हा आधुनिक समाजामधला मोठा बदल आहे. तुम्ही जर पन्नास ते शंभर वर्षांपूर्वी भारतात आला असता, तर ते तुमच्याकडे

पाहून विचारणार नाहीत की 'तुम्ही कोण आहात?' ते फक्त 'तुमचे वडील कोण होते?', हेच विचारत. तर हा महत्त्वाचा बदल आहे. अजूनही थोडी गोंधळाची स्थिती आहे; पण तरीही ही महत्त्वाची पायरी आहे.

आता 'गेल्या जन्मी तुम्ही कोण होता?' हे विचारणं, 'तुमचे वडील कोण आहेत?' हे विचारण्यापेक्षाही वाईट आहे. तुम्ही 'आता कोण आहात?, आयुष्यात आता तुम्ही काय केलं आहे?' ही सर्वांत महत्त्वाची गोष्ट आहे. तेव्हा तुमचा वेळ आणि आयुष्य भूतकाळ खणण्यात घालवू नका. आध्यात्मिक कारणासाठी किंवा पूर्वजन्मातील संबंधित काही लोकांशिवाय काही क्रिया करणं शक्य नसेल तेव्हाच, अन्यथा हे आयाम कदापि उघडू नयेत. बरेच लोक या एका जन्मातले आपले विचार, भावना आणि आठवणी हाताळण्यासच असमर्थ आहेत. म्हणून अनेक पूर्वायुष्यं उघड करण्याने तुमचं हित साधणार नाही.

चिरकाल टिकणारं एकमेव नातं

आध्यात्मिक मार्गात असं नेहमी म्हटलं जातं की, जर या जन्मात तुम्हाला गुरू लाभले आणि तुम्हाला पुन्हा जन्म मिळाला, तर तुम्ही त्याच गुरूंचे शिष्य होता. म्हणून, सामान्यतः जर इतर नाती पुढच्या जन्मात टिकत नसतील, तर हे नाते त्या नियमाला अपवाद कसे?

प्रथम तुम्हाला 'नाती म्हणजे काय आणि मानवी नाती का असतात?' हे समजून घेणं गरजेचं आहे. आता तुम्ही आयुष्यात अनेक कारणांसाठी वेगवेगळी नाती तयार केलेली असू शकतात. काही भावनिक गरजेसाठी असतात, काही शारीरिक गरजेसाठी, काही आर्थिक गरजेसाठी, काही सामाजिक गरजेसाठी, काही मानसिक गरजेसाठी, काही भौतिक सुखासाठी वगैरेवगैरे. अशा अनेक प्रकारे तुम्ही नाती निर्माण केली आहेत. तुम्ही कुठलंही नातं निर्माण केलं, भावनिक, मानसिक, सामाजिक, आर्थिक किंवा शारीरिक, तरी मुळात ती सर्व तुमच्या शरीराशी निगडित असतात. जेव्हा नातं शरीरावर आधारित असतं, तेव्हा शरीर गळून पडलं की, नातंसुद्धा विरून जातं. तिथेच त्याचा शेवट होतो.

जर नातं शारीरिक मर्यादांच्या पलीकडचं असेल, तरच ते भौतिक शरीराच्या मर्यादांच्या पलीकडेही टिकून राहण्याची शक्यता असते. असं नातं या जन्मानंतर

टिकू शकतं किंवा जन्मोजन्मी टिकू शकतं. जेव्हा तुम्ही भौतिकतेच्या मर्यादा एक प्रकारे ओलांडून जाता, तेव्हाच ते नातं जन्मोजन्मी टिकून राहू शकतं. जेव्हा मी 'भौतिक' म्हणतो, तेव्हा मी त्यात मानसिक रचना आणि भावनिक रचना यांचासुद्धा अंतर्भाव करतो. काही पती-पत्नी व प्रेमी हे जन्मोजन्मी पुन्हा एकत्र आले आहेत, कारण त्यांचं प्रेम इतकं उत्कट होतं की, ते गरजेनुसार बनणाऱ्या नात्याच्या पलीकडचं होतं. इतर नात्यांच्या बाबतींतही अशी काही उदाहरणं असू शकतात, जी भौतिकतेच्या मर्यादा ओलांडून गेली होती. पण असं अभावानेच आढळतं. सामान्यतः फक्त गुरू-शिष्य नातं मात्र जन्मोजन्मी चालत राहातं. बाकीची सारी नाती शरीराच्या सोयीनुसार जोडली जातात. जेव्हा शरीर संपतं, तेव्हा नातंही संपतं.

शिष्याला जरी आपला गुरू एक 'जीव' म्हणून कोण आहे हे माहीत नसलं तरी गुरूचं काम फक्त शिष्याच्या आंतरिक जीवाशीच निगडित असतं. हे नातं नेहमी ऊर्जेच्या स्तरावरचं असतं. ते भावनेवर आधारित नाही, मनावर आधारित नाही किंवा शरीरावरही आधारित नाही. ऊर्जेवर आधारित नात्याला ही कल्पनासुद्धा नसते की, पुनर्जन्मानंतर शरीरं बदलली आहेत का नाहीत. ते नातं उर्जेचा जोपर्यंत विलय होत नाही, तोपर्यंत चालू राहातं. ऊर्जेला पुनर्जन्म असं काही नसतं. फक्त शरीर पुन्हा जन्म घेतं. ऊर्जा फक्त अखंडित वाहात राहते आणि त्यानुसार नातं चालू राहतं.

ईशा केंद्रात अनेक लोक असे आहेत, जे पूर्वीच्या जन्मी आमच्याशी जोडले गेले होते. पण सारेच काही गुरू-शिष्य या नात्याने जोडलेले नव्हते. काही लोक कर्मबंधांनी चारशे वर्षांपासूनसुद्धा जोडलेले आहेत. जे लोक आम्हाला मदत करत होते, तेच नव्हे; तर ज्यांनी आमचा छळ केला, त्रास दिला असे लोकसुद्धा बरेचसे इथे कोईम्बतूरमध्ये आहेत. हे सारेच काही ध्यान करणारे साधक नाहीत, पण ते आमच्याबरोबर आहेत. हे असंच असतं. जीवन असंच कार्य करतं.

आता हे सारे लोक एकाच ठिकाणी कसे एकत्र येतात? तुम्हाला माहीत आहे का की वारा एका विशिष्ट दिशेने का वाहतो? जगातल्या सारे वारे एकाच प्रकारे वाहतात : जास्त दाब व जास्त घनतेच्या ठिकाणाकडून कमी दाब व कमी घनता असलेल्या ठिकाणाकडे. दुपारी जेव्हा जमीन तापते, तेव्हा तिथली घनता कमी होते. जेव्हा घनता कमी होते, तेव्हा वारे त्या दिशेने वाहतात. त्यामुळे ती जमीन थंड होते किंवा काही वेळा पाऊस पडतो व तिथली घनता वाढते आणि वारे परत फिरतात. निसर्गात जिथेजिथे रिकामी जागा आहे, तिथे प्रत्येक गोष्ट धावत जाते.

हेच कर्माच्या बाबतीतसुद्धा घडतं. जेव्हा एखाद्याची कर्माची झोळी रिकामी असते, तेव्हा तिथे कर्माच्या इतर झोळ्या, ज्या कुठल्या ना कुठल्या मार्गाने त्या झोळीशी जन्म जन्मापासून संबंधित होत्या, त्या जाणतेपणी किंवा अजाणतेपणी -बरेचदा अजाणतेपणी - त्या दिशेने जायला लागतात, कारण त्या सर्वांसाठी आता एक शक्यता तयार झालेली असते. जेव्हा एक झोळी रिकामी होते, तेव्हा त्याच्याशी संबंधित प्रत्येक झोळीला रिकामं होण्याची संधी असते. पण जोपर्यंत या गोष्टींना आध्यात्मिकदृष्ट्या काही महत्त्व नाही, तोपर्यंत आम्ही त्या पूर्वीच्या नात्यांकडे लक्ष देत नाही.

माझ्याकडे येणारे बहुतेक लोक त्यांच्या पूर्वजन्मातील कर्मांनी इथे येतात, पण जाणीवपूर्वक ठरवून नाही. बरेचदा, त्यांची सध्याची मनःस्थिती, त्यांनी बनवलेली जीवनव्यवस्था, आणि त्यांची इथे राहण्याची अनावर ओढ हे एकमेकांच्या संघर्षात असतात. बरेचसे, त्यांचं इथलं कर्म संपलं की आपण इथे का आहोत, या विचाराने कावरेबावरे होतात. ज्यांनी या जीवनात इथे काहीतरी सामान्य गोष्टीच्या पलीकडलं मिळवलं आहे, ते या पुढे इथे राहतील; पण जे कोणी त्यांचा पूर्वीच्या कर्मांमुळे आहेत, त्यांना दुर्दैवाने जावं लागेल. माझी जबाबदारी आध्यात्मिक कर्तव्य पार पाडण्यापुरती आहे, पण या दीर्घकाळ टिकणाऱ्या नात्यातील त्यांची भावनिक आणि सामाजिक गरज मी नेहमीच पूर्ण करू शकतो, असं नाही.

सहस्रचंद्र-दर्शनानंतरचं आयुष्य

जे वयाच्या चौऱ्याऐंशी वर्षांनंतर मरतात किंवा दुसऱ्या शब्दांत ज्यांनी १००८पेक्षा अधिक पौर्णिमा पाहिल्या आहेत, त्यांचा मृत्यू इतर मृत्यूंपेक्षा फारच वेगळा असतो. त्या व्यक्तीने सारं आयुष्य जरी मूर्खाप्रमाणे घालवलं असलं, जिवंत असताना त्यांनी कधीही वर आकाशाकडे नजर टाकली नसली, तरीही ती व्यक्ती पुन्हा जन्म घेत नाही. एकदा, आम्ही अमेरिकेतील आमच्या एका शेजाऱ्याला भेटायला गेलो होतो. आम्ही न सांगता गेलो. जेव्हा आम्ही गेटजवळ पोहोचलो, तेव्हा घरमालक बंदूक घेऊनच, कोण आलंय ते बघायला आला. तो तसा बराच वृद्ध होता, त्याचं बंदूक घेऊन येणं थोडं चमत्कारिक वाटलं. म्हणून मी त्याला विचारलं, ''कोण आलंय ते बघायला तुम्ही बंदूक का आणली? तुम्हाला खूप शत्रू आहेत का?''

त्यांनी खांदे उडवले आणि म्हणाले, ''नाही, सगळे नालायक आधीच मरून गेले आहेत.'' म्हणून तुम्ही जर पुरेसा काळ जगलात, तर तुम्ही तुमच्या शत्रूवरही मात करता! हे तसंच आहे.

जेव्हा एखादा १००८ पौर्णिमांच्या कालखंडाच्या पुढे जगतो, म्हणजे जेव्हा ते साधारणपणे ब्याऐंशी वर्षांचे होतात, त्या वेळी त्या माणसाच्या आतमध्ये काहीतरी अद्भुत घडायला सुरुवात होते. साधारणपणे ब्याऐंशी ते शहाऐंशी वर्षांच्या मध्ये, अचानक, त्या लोकांच्या आत सैल पडण्याची एक विशिष्ट प्रक्रिया होते. बऱ्याच जणांचा स्वभाव अचानक फारच मधुर होतो, हे तुम्हाला जाणवेल. त्यांची चिडचिड संपते, ते आता कशाची तक्रार करत नाहीत. ते आता फारच छान असतात, कारण त्यांची जीवनावरील कर्माची पकड ढिली पडलेली असते. जेव्हा एखादा चौऱ्याऐंशी वर्ष पार करतो, तेव्हा ही प्रक्रिया परिपक्वतेच्या उच्च पातळीपर्यंत पोहोचलेली असते. आपल्या भौतिक शरीरातील पंचतत्त्व आणि ऊर्जाप्रणालीची रचना जशी आहे, यांचा चौऱ्याऐंशी वर्षांशी थेट संबंध आहे. आयुष्याचं हे अंतर, आरोग्य चांगले असताना आणि जाणीवपूर्वक अवस्थेत पार केलं, तर नेहमी त्या व्यक्तीमध्ये एक असामान्य प्रकारचं शहाणपण आणि समतोल येतो. हे मुळात जीवन आणि मरण यांचा भ्रम दूर झाल्याचा परिणाम आहे.

आपल्या जन्माचं भौतिक कारण म्हणजे, पृथ्वी आणि चंद्र यांच्यातला संबंध. आपल्या जन्माचं मूळ आईच्या मासिक पाळीच्या चक्रामध्ये आहे आणि ते चक्र चंद्राच्या कलांशी निगडित आहे. नंतर सूर्य जरूर ती ऊर्जा व सभोवतीचं वातावरण प्रदान करतो, ज्यायोगे जीवन मूर्त स्वरूप घेऊ शकतं. स्त्रीचं चक्र आणि चंद्रकलेचं चक्र ही इतकी पूर्णपणे संलग्न झाली आहेत की, आपण भौतिक पातळीवर यापुढे अधिक उत्क्रांती करू शकत नाही. याचा परिणाम म्हणून निसर्गतःच आपली उत्क्रांती जाणिवेच्या क्षेत्रात झाली किंवा भौतिकतेच्या व्यतिरिक्त इतर पद्धतींनी होण्याचे प्रयत्न झाले.

जीवनाच्या संदर्भात या पृथ्वीवर आपण ज्या अनेक गोष्टी करतो, त्यांत अति महत्त्वाच्या तीन गोष्टी आहेत. एक - स्वतःचे परिवर्तन, म्हणजे आपल्या सर्व ओळखी ओलांडून पलीकडे जाणे, दुसरं- अजून जन्माला येणाऱ्या जीवाची योग्यता चांगली असावी याची निश्चिती करणं आणि तिसरं - देहावसान झालेल्यांना सद्गती मिळावी किंवा पूर्ण मुक्त व्हावेत म्हणून प्रयत्न करणं. ही अति महत्त्वाची तिन्ही

कार्यं पूर्ण करण्यामध्ये चंद्रकलांची भूमिका खूप महत्त्वाची असते. जर आपण पौर्णिमा व अमावास्या या स्थितींचा समजून घेऊन वापर केला, तर आपल्याला प्रवाहाच्या विरुद्ध पोहण्याची गरज भासणार नाही.

आपल्या आयुष्यचक्रामध्ये, शारीरिक आणि मानसिक स्थितीच्या बऱ्याच पैलूंमध्ये, चंद्राच्या कला महत्त्वाची भूमिका बजावतात. पण त्यातही गर्भधारणा होण्यामध्ये त्यांचा खरंच खूप मोठा प्रभाव असतो. ज्या जोडप्यांना याची जाणीव असते, ते जाणीवपूर्वक पौर्णिमेच्या आधी बारा ते सोळा दिवसांमध्ये गर्भधारणा होण्यासाठी प्रयत्न करतील, म्हणजे गर्भामध्ये येणारा जीव त्या पुढील पौर्णिमेला त्यात प्रवेश करेल. या प्रक्रियेचे अजून बरेच पैलू आहेत. जर कुणी, एकमेकांविषयीच्या भावना, ओढ आणि शरीरसुखाच्या इच्छांपलीकडे जाऊन, नवीन जीव जन्माला घालण्याच्या प्रक्रियेला पवित्र कर्तव्य मानायला तयार असेल, तर आपण गर्भधारणेचं स्वरूप आणि वेळ याच्या आणखी विस्तारात जाऊ शकतो.

तसाच या गोष्टींचा मृत्यूच्या प्रक्रियेवरही परिणाम होतो. ज्या वेळी शरीर १००८ पौर्णिमा पाहते, तेव्हा ऊर्जा-शरीर अस्थिरतेच्या एका ठरावीक पातळीवर पोहोचतो. मी जेव्हा अस्थिरता म्हणतो, तेव्हा मी सकारात्मक दृष्टीने बोलत आहे. तो आपली संरचना फार स्पष्टपणे टिकवू शकत नाही. बुडबुड्याच्या कडा पातळ होत चाललेल्या असतात, कारण आयुष्य त्याच्या पूर्ण चक्रातून गेलेलं असतं. अशा वेळी जेव्हा ती व्यक्ती मरते, तेव्हा तो किंवा ती दुसऱ्या गर्भाच्या शोधात जाऊ शकत नाही, कारण त्यांच्यात आवश्यक तो कर्माचा साठा नसतो. म्हणून ते घुटमळत असतात. आता त्यांना मुक्त करणं खूप सोपं असतं. जरी त्यांनी परत शरीर धारण केलं, तरी तो बुडबुडा पूर्वीपेक्षा खूप मोठा असेल. पण, ते अजून काही काळ फक्त घुटमळत राहतील आणि फुटतील, हेही शक्य आहे. हे त्यातील सर्वांच्या बाबतीत खरं आहे. पण काही जण घुटमळत राहतील आणि परत शरीर धारण करतील, पहिल्यापेक्षा अजून मोठा बुडबुडा, ते अधिक महत्त्वपूर्ण जीवन असेल. लोक जर चौऱ्याऐंशी वर्षं जगले, तर ते त्यांचं आयुष्य कसंही जगलेले असले तरी, ते महासमाधीपर्यंत पोहोचण्याची शक्यता असते. मी असं म्हणत नाही, की याची पक्की खात्री असते; पण ते शक्य आहे. आता शक्यता खूप जास्त असते, याचं साधं कारण या मूर्खांनी खूप सहन केलेलं असतं.

अनेकदा लोक १००८ पौर्णिमा पार करण्याचा नैसर्गिक फायदा घ्यायला

चुकतात, कारण तोपर्यंत त्यांची जाणीव पूर्णपणे गेलेली असते, स्मृतीच्या संदर्भात किंवा कर्म स्मृतीच्या साठ्यापर्यंत पोहोचण्याच्या संदर्भात. तुम्ही चौऱ्याऐंशी वर्षं पार केलीत; पण ज्या वस्तूचे तुम्ही बनला आहात, त्याच्याशी संबंध तुटला, तर तुम्ही भुताप्रमाणे व्हाल किंवा जागता मृत मनुष्य व्हाल कारण तुमचा कर्मबंधच तुम्हाला तुम्ही जे आहात, ते बनवत असतो. प्रारब्ध कर्म[१] किंवा या जन्मासाठी जो एक वाडगा भरून स्मृती घेतल्या होत्या, त्या आता संपल्या आहेत. पण तुम्हाला पुढे जात राहण्यासाठी आता तो वाडगा परत संचित कर्माच्या बादलीत बुडवून कसा भरून घ्यायचा? हे माहीत नाही. तुम्हाला जर माहीत असेल की, अजून दुसरा वाडगा कसा भरून घ्यायचा, आणखी एक कर्माचा वाडगा, किंवा तुम्ही पूर्ण बादलीच उघडून वापर करू शकला, तर तुम्ही २०० वर्षंसुद्धा जगू शकता, त्यात कुठलीच अडचण नाही. आता तुम्ही ते सर्व कर्म संपवल्यामुळे, तुम्ही मुक्ती मिळवाल आणि जाल. पण तुम्ही जर पुढचा वाडगा काढून घेऊ शकला नाहीत, पण शरीर मात्र अजून जिवंत ठेवलं, तर तुम्ही भुतासारखे व्हाल. म्हणूनच, कुठल्याही अनैसर्गिक साधनांनी अमरत्वाच्या किंवा दीर्घायुष्य मिळवण्याच्या मार्गात अतिशय जास्त धोके आहेत.

जन्म - नेहमीच एक सुरुवात

जर आत्मज्ञानी लोक परत जन्मले, तर ते जन्मताच ते आत्मज्ञानी असतात काय? आत्मज्ञान पुढील जन्मात चालत राहते काय? विशेषकरून माझ्या बाबतीत लोक असं विचारतात की, माझे मागचे दोन्ही जन्म 'आत्मज्ञानी' म्हणून झाले असताना चामुंडी टेकडीवर जो अनुभव मला आला, त्यासाठी मला पंचवीस वर्षं का थांबावं लागलं?

बऱ्याच लोकांमध्ये आत्मज्ञान प्राप्त होण्याचा क्षण आणि शरीर सोडून जाण्याचा क्षण एकच असतो, हे आपण आधीच पाहिलं आहे. त्यांची ऊर्जा एका विशिष्ट पातळीपर्यंत पोहोचली की ते शरीर सोडतात. शरीर सोडण्याचा क्षण ही त्यांच्या आत्मज्ञानाची वेळसुद्धा असते. म्हणून शरीरयंत्रणेवर त्यांचं विशिष्ट

१ पाहा प्रकरण २- 'कुठल्या गोष्टीमुळे आपले जीवन चालू आहे.'

कौशल्य नसेल, आणि त्यांना काही खास कार्य करण्यासाठी आपले शरीर शाबूत ठेवायचं नसेल, तर ते परत येण्याचा प्रश्नच उद्भवत नाही. तुमचा उद्देश फक्त मुक्ती हाच असेल, तर आत्मज्ञान व शरीर सोडणं दोन्ही एकत्रच होतात. पण तुमचा उद्देश दुसरा असेल, तुम्ही स्वतःमध्ये जे स्वातंत्र्य मिळवलं आहे, त्याचा वापर करून तुम्हाला अजून काही करायचं असेल, तर त्यासाठी अजून काहीतरी अधिक करावे लागेल.

समजा, तुम्ही एका कैद्याला तुरुंगातून सोडलं, तो मुक्त झाला. तो निघून जातो. त्याला परत कधीच तुरुंगात जायचं नसतं. पण त्यात असे काही पुरेसे महत्त्वाकांक्षी किंवा मूर्ख लोक असतात की, त्यांना फक्त तुरुंगातून सुटायचं नसतं, तर त्यांना तुरुंग चालवायचा असतो. तो कैदी आहे; पण त्याला आता जेलर व्हायचं आहे. जेव्हा तुम्हाला अशा काही प्रकारच्या समस्या ओढवून घ्यायच्या असतात, तेव्हा तुम्ही शरीर शाबूत ठेवता. नाहीतर सामान्य कैद्याची इच्छा काहीही करून तुरुंगातून सुटून जाण्याचीच असते. तो तुरुंगात नोकरी घेण्याच्या मागे नसतो. ते करण्यासाठी माझ्यासारखे मूर्ख लागतात!

म्हणून 'आत्मज्ञानी' व्यक्ती जन्मताच 'आत्मज्ञानी' म्हणून पुनर्जन्म घेते काय? तुम्ही जर आंब्याचं रोप घेतलं, तर त्यात आंब्याच्या झाडाचे सारे गुणधर्म असतात, त्याच्यात आंबे तयार करायची क्षमता असते. पण रोपटं जमिनीतून बाहेर आल्याआल्या त्याला आंबे लागत नाहीत. ते त्याचा वेळ घेतं. निसर्ग त्याला हा वेळ देतो, वाढायला, कणखर व्हायला, ताकद मिळवायला, प्रगल्भ व्हायला, तोल सांभाळायला आणि जमिनीत तग धरण्याची क्षमता यायला हा वेळ लागतो. नंतरच ते झाड मोहरतं आणि फळ देतं. जर फक्त दोनच पानं आली आहेत आणि फळं लागली, तर रोप मरून जाईल. म्हणून ते तेवढे उंच व मजबूत होते आणि मगच फळ यायला सुरुवात होते.

त्याचप्रमाणे, आत्मज्ञानी माणसांत जन्मजात काही ठरावीक गुण अंतर्भूत असतात, ते काढून घेता येत नाहीत. पण जेव्हा ते जन्मतात, तेव्हा ते सर्वसाधारण मुलाप्रमाणेच जन्मतात. तसे गुण स्वाभाविकच त्यांच्यामध्ये असतात. ते योग्य काळ आणि वेळेची प्रतीक्षा करतात व मग प्रकट होतात. ही निसर्गाची बुद्धिमत्ता आहे. केव्हा फुलावं म्हणजे जास्तीतजास्त फळे लागतील, हे निसर्गाला अगदी

बरोबर कळतं. जर फुलं खूप अगोदरच आली, तर फळं चांगली व पूर्णपणे येत नाहीत. म्हणून ते थांबतं. म्हणून त्याला पुढे कुठलं काम करायचं आहे, त्याप्रमाणे तो विकसित होतो.

आपण भारतात बऱ्याच काळापासून पाहात आलोय की, बरेच बाल योगी[२] वयाच्या सहाव्या किंवा सातव्या वर्षी आत्मज्ञानी बनतात. बहुतेक जण वयाची पंचवीस किंवा तीस वर्षं पार करत नाहीत. त्याअगोदरच ते जातील, कारण अस्तित्वाचं ते प्रखर स्वरूप त्यांचं शरीर सहन करू शकत नाही. म्हणून ते उच्च आयाम त्या व्यक्तीमध्ये जागृत होण्याअगोदर, जर निसर्गाने मन, शरीर आणि भावना विकसित व पक्व होण्यासाठी पुरेसा वेळ दिला, तर ते जास्त काळ त्या आत्मज्ञानी स्थितीत राहू शकतात.

हे माझ्या बाबतीतसुद्धा खरं आहे. जरी माझ्याकडे आत्मज्ञान प्राप्त झाल्याचा दोन जन्मांचा अनुभव होता, तरीही मला त्या आठवणी जागृत होण्यासाठी पंचवीस वर्षं थांबावं लागलं. याचं मुख्य कारण म्हणजे, मी या वेळी जो देह धारण केला होता, त्याचं एकमेव ध्येय ध्यानलिंगाची प्राणप्रतिष्ठा करणं, हे होतं. त्यासाठी फक्त आत्मज्ञानच पुरेसं नाही; तर तुमच्याकडे एक सर्वांगाने सुयोग्य शरीर असणंसुद्धा आवश्यक आहे. मी सुयोग्य म्हणतो, तेव्हा धावपटूसारखी शरीरयष्टी नव्हे; पण एक परिपूर्ण शरीर, जे आपल्या साऱ्या ऊर्जा हाताळण्यास आणि त्यांनी जे काही करू शकतो, ते सारं करण्यास योग्य असं शरीर. हे लहान मुलाला शक्य नाही. मी मागे वळून त्या पंचवीस वर्षांकडे पाहतो, तेव्हा ज्या पद्धतीने घटना माझ्या आयुष्यात घडत गेल्या, ज्या प्रकारच्या घटना माझ्या आयुष्यात घडल्या, त्या साऱ्या ठरलेल्या वेळेनुसार घडत गेल्या, माझ्या ध्येयाला पूरक अशा पद्धतीने. प्रत्येक गोष्ट अशी घडली की, जे काही आवश्यक होतं, शरीर आणि मन विकसित होण्यासाठी, आणि भावना स्थिर स्थावर होण्यासाठी, ते ते सारं जीवनाच्या प्रक्रियेत घडत गेलं.

उदाहरणार्थ, वयाच्या बाराव्या वर्षी मी एक उनाड मुलगा होतो. खेळणं, झाडावर चढणं, दऱ्याखोऱ्यांत भटकणं आणि इतर अशा गोष्टी करत होतो व

---

२ बाल योगी: जे मूल लहानपणापासूनच आत्मज्ञानी असतं.

अचानक त्याकाळी दक्षिण भारतामधले एक उत्कृष्ट योगशिक्षक माझ्या आयुष्यात आले आणि त्यांनी मला योगशिक्षण घेण्यासाठी प्रेरित केलं.[३]

एक शब्दही न उच्चारता किंवा कुठलाही विचार न करता मी ते शिक्षण घेतलं. साधारण त्यानंतर बारा वर्षांनी माझ्या आयुष्यात मोठ्या घटना घडल्या. ती गोष्ट त्याच वेळी व्हावी, ही निसर्गाची योजना होती. तुम्ही कधीच निसर्गाच्या बुद्धिमत्तेवर आक्षेप घेऊ नये कारण निसर्गाला प्रश्न विचारण्यासाठी तुमची बुद्धिमत्ता अगदीच तोकडी आहे. जे निसर्गतः होतं ते नेहमीच बरोबर असतं यात वादच नाही. फक्त तुमचे तात्पुरते बेत व उद्देश आणि जे काही निसर्गतः घडत आहे, त्यांची तार न जुळल्यामुळे तुम्हाला त्याच्याशी झगडावं लागतं. पण खरं पाहिलं, तर निसर्गाकडून चूक होऊच शकत नाहीत. ते नेहमी योग्य दिशेनेच जात असतं, कारण विचार आणि भावना यांवरून निसर्ग निर्णय घेत नाही. निसर्ग फक्त तुमच्या प्रवृत्तीनुसार गोष्टी ठरवतो. हा कुठला विचार नसतो. विचाराच्या सहाय्याने तुम्ही नेहमी चूक करू शकता, मात्र प्रवृत्ती चूक करू शकत नाही.

असं पाहा की, आज तुम्हाला वाटेल, की एखादी गोष्ट करणं योग्य आहे. पण जर उद्या तुम्ही त्याच्या अगदी उलट विचार करत गेलात, तर दिवसाअखेर तुम्ही हे करणं काही सर्वांत चांगली गोष्ट नाही, या निर्णयापर्यंत निश्चितच याल. विचारांचं स्वरूप असेच आहे.

विचाराच्या सहाय्याने तुम्ही नेहमी चूक करू शकता, कारण ते फारच तुटपुंज्या माहितीवर कार्य करत असतात. बहुतेक विचार केवळ चूकाच असतात. पण निसर्ग नेहमी प्रवृत्तीनुसार कार्य करतो. आंब्याचं झाड आंबे कसे तयार करावेत, हा विचार करत नाही. ते फक्त त्या दिशेनेच पुढे सरकतं आणि जे काही केलं पाहिजे, तेवढंच करतं. अशा रीतीने प्रत्येक गोष्ट योग्य वेळ येताच घडत राहते.

माझ्या तरुणपणी, मी अध्यात्माकडे ओढली जाणारी व्यक्ती नव्हतो. पण त्याच वेळी, मी आध्यात्मिक मार्गावरच्या लोकांना सहज, अकस्मात, इथेतिथे माझ्या आयुष्यात भेटत गेलो. त्या वेळी त्या-त्या गोष्टी आपोआप, सहज घडत गेल्या कारण त्या प्रवृत्ती हळूहळू वर येत होत्या आणि त्या व्यक्त होण्यासाठी

---

३ मल्लाडीहल्ली स्वामीबरोबरची पहिली भेट, ज्यांनी सद्गुरूंना अकराव्या वर्षी हठयोग शिकवण्यास सुरुवात केली.

लागणारे जरूर ते पाठबळही मिळत गेलं. म्हणून पुन्हा जन्म घेतलेल्या आत्मज्ञानी व्यक्तीच्या या जन्मातील ध्येयानुसार योग्य वेळी गोष्टी घडत जातात. आत्मज्ञान म्हणजे व्यक्तिरूपाच्या पलीकडे जाऊन वैश्‌विक स्वरूपाला मिळणं.

लामांचा पुनर्जन्म

तिबेटमध्ये राहणारे लोक त्यांच्या गुरूंच्या पुनर्जन्माला खूप महत्त्व देतात. तिबेटमधील लामा मुळात उत्तर हिमालयातील तांत्रिक आहेत व त्यांनी नंतर बौद्ध धर्म स्वीकारला, हे तुम्ही समजून घतलं पाहिजे. त्यांची संस्कृती तांत्रिकांची आहे. नेपाळ हा देश तंत्रविद्येने ठासून भरला आहे. तांत्रिक विधी व क्रिया करण्यासाठी तिथे पाच मंदिरं आहेत. भारतातील बौद्ध भिक्षू तिथे 'आक्रमक प्रकारचे प्रचारक' म्हणून गेले व बहुसंख्य लोकांना त्यांनी बौद्ध धर्माची दीक्षा दिली. मुळची तांत्रिक विद्या टिकून राहिली, पण आता ते बौद्ध झाले. त्यांनी त्यांच्या देवतांच्या मूर्ती बदलल्या; पण मुळची तांत्रिक संस्कृती चालूच राहिली. म्हणून तिबेटची संस्कृती ही बौद्ध आणि तंत्रविद्या यांचं मिश्रण आहे. प्रत्यक्षात दोन्ही पूर्णपणे परस्पर-विरोधी आहेत. तंत्रविद्या पूर्णपणे विधींनी भरली आहे. पण गौतम बुद्धांना विधी मान्य नव्हते. गौतम बुद्धांची मुख्य शिकवण - हे सर्व विधी नष्ट करून लोकांना ध्यान करायला लावणं, ही होती. सध्या तिबेटचे बौद्ध लोक विधी करणारे बौद्ध आहेत. ते करत असलेले विधी हिंदू विधींपेक्षाही जास्त विस्तृत आहेत.

त्या संस्कृतीतील काही लोकांकडे आपला पुनर्जन्म जाणीवपूर्वक निवडण्याची आणि अशा गोष्टी करण्याची क्षमता होती. काही गुरू पुनःपुन्हा जन्म घेऊन परत आले. काही ठिकाणी असे दाखले सापडतात की, तीच व्यक्ती तीस वेळा पुनःपुन्हा जन्म घेऊन परत आली आहे. बहुतेक वेळा मरण्याआधी ती व्यक्ती सांगत असे, 'पुढच्या जन्मी मी अमुक ठिकाणी जन्मेन व माझ्या खाणाखुणा अशा असतील. तुम्ही या आणि मला ओळखा.' मग ते लोक त्या व्यक्तीच्या शोधात ती जगात जिथे कुठे असेल, तिथे जात आणि त्या मुलाला परत बौद्धमठात आणत असत. परंतु सर्वच गुरू असं करत नाहीत. बरेच जण त्यांचा विलय होऊन अंतर्धान पावतात. पण काळाच्या ओघात पुनर्जन्म आणि त्यांना पुन्हा ओळखणं ह्या सर्व

गोष्टी त्यांच्या संस्कृतीचा सक्तीचा घटक बनल्या आहेत.

असं समजा, एका ठरावीक मठात एक गुरूंचं निधन झालं आणि मरणानंतर अकराव्या दिवशी त्यांनी त्यांच्या पुनर्जन्माची माहिती काही ठरावीक पद्धतीने पोहोचवली. आता, हळूहळू काळाच्या ओघात तिथली परंपराच अशी बनली की, जेव्हा गुरू किंवा वरिष्ठ संन्यासी मरण पावतात, तेव्हा ते काही ठरावीक पद्धतीने पुन्हा जन्म घेतात. पण तसं काही झालं नाही, तर एकतर तुम्हाला स्वीकारावं लागायचं की गुरू त्या उच्च पातळीपर्यंत पोहोचले नव्हते किंवा मग काहीतरी चमत्कार तयार करून तुम्हाला ही दंतकथा पुढे चालू ठेवावी लागत असे. पण बहुधा लोक चमत्कार तयार करण्यावरच भर देत, कारण त्यांना त्यांच्या मठाची प्रतिष्ठा कमी होऊ द्यायची नसे. म्हणून ती पद्धतच पडली. वास्तविक, जग अशा चमत्कारांना बळी पडतं, हे दुर्दैव आहे.

या अशा, जिवंत आध्यात्मिक प्रक्रियेचं एका मृत प्रक्रियेत रूपांतर होण्याच्या दुःखद घटना, जगातल्या निवडक भागापुरत्या किंवा काही लोक समूहापुरत्या मर्यादित राहिलेल्या नाहीत. अनेक संस्कृतींत हे एक दुर्दैवी सत्य बनलं आहे. ती प्रक्रिया एक मृत प्रक्रिया म्हणून नव्हे; तर जिवंत प्रक्रिया म्हणून चालू ठेवणं हे अनेक आध्यात्मिक क्रियांच्या बाबतीत एक आव्हान झालं आहे. तिबेटमधील बौद्धांमध्ये अनेक अद्भुत गुरू तयार झाले आणि त्यांचं अपार महत्त्व आहे. पद्मशांभव, हे एक त्रिशूळ आणि दोन पत्नी सोबत घेऊन फिरत असत, हे बऱ्याच प्रकारे त्या परंपरेचे केंद्र होते. लोक त्यांना 'तिबेटचे शिव' म्हणून ओळखत, ते निश्चितच त्या परंपरेतील बौद्ध संन्यासी नव्हते.

माझे पूर्वजन्म

माझ्या स्मरणात माझे अनेक पूर्वजन्म आहेत; पण मी त्यांतल्या कोणाकडेही लक्ष देत नाही. उदाहरणार्थ, माझा एक जन्म झांबियामध्ये झाला होता; पण अध्यात्माच्या दृष्टीने जे काहीसे महत्त्वाचे आहेत, फक्त त्यांच्याकडेच मी लक्ष देतो. बाकीच्यांना काही महत्त्व नाही. ज्यांना माझ्या पूर्वजन्मीचा वारसा लाभला आहे, अशा अनेक गोष्टी माझ्या सभोवताली आहेत. पण ज्यांना काही आध्यात्मिक महत्त्व आहे,

अशाच गोष्टी मी पुढे चालू ठेवल्या आहेत. त्या जन्मात कोण माझी आई होती, कोण वडील होते, कोण भाऊ होते, कोण बहिणी होत्या, कोण मुलं होती, त्या साऱ्यांचा मागोवा मी सहज घेऊ शकतो; पण मी ते करणार नाही. मी त्याकडे जराही लक्ष दिलेलं नाही. जे माझ्या आत्म्याशी निगडित होते, रक्त-मांसाशी नव्हे; त्यांचीच मी काळजी घेतो. जे माझ्याशी रक्त-मांसाने संबंधित होते, त्यांना मी धरतीमध्ये सोडून दिलं, कारण ते धरतीचेच होते. त्यादृष्टीने, मी माझे गेले चार जन्म महत्त्वाचे मानतो.

बिल्वा

सन १६००च्या सुरुवातीला मध्य भारतातील छत्तीसगड राज्यात एका लहानशा खेड्यात एक तरुण मुलगा राहात होता, (सध्याच्या रायगड शहरात). त्याचं नाव होतं बिल्वा. तो आदिवासी होता. तो बेभान आणि उत्कट जीवन जगत होता. भारतातील काही पारंपरिक लोकांना 'बुडुबुडुकू' म्हणतात. ते रस्त्यावरून फक्त फिरत असतात, अगदी पहाटेच्या वेळी, अंधार असताना. ते तुम्हाला त्यांच्या ताशाच्या आवाजाने जागे करतात. अंतर्ज्ञानाने जर त्यांना काही दिसलं तर ते तुम्हाला सांगतात. जसं की अमुकअमुक घरात दोन आठवड्यांत मृत्यू घडून येईल किंवा एखाद्या ठिकाणी कोणीतरी आजारी पडेल, वगैरेवगैरे. त्यांनी उत्स्फूर्तपणे बोललेल्या गोष्टींकडे लोक लक्ष देत, कारण ते जे सांगत, ते बऱ्याचदा खरं होतं असे. जर त्यांना एखाद्या दिवशी काही दिसलं नाही, तर ते त्या दिवशी शिवाची भजनं म्हणत. मग ते एखाद्या देवळात जाऊन बसत व लोक तिथे जाऊन त्यांना काहीतरी अर्पण करीत असत.

शैव लोकात अशी परंपरा होती, की याबरोबरच विशेषकरून या जमातीतले लोक सापाला खेळवण्याचे खेळ करत असत. शिव आणि सर्प यांचं अतिशय दृढ नातं आहे. बिल्वा याच प्रकारच्या जमातीतला होता. बिल्वा जे काही करत असे, त्याच्यावर जीवापाड प्रेम करत असे. पूर्णपणे आयुष्य जगणारे असे हे लोक होते. आयुष्य जसं आहे, तसं त्यावर प्रेम करीत. ते कुठल्याही गोष्टी साठवत नसत. त्यांना पैसा, मालमत्ता किंवा आपल्या वस्तू अशा गोष्टींची जाणीव नव्हती. ते फक्त जगत असत आणि शिव हा त्यांच्या आयुष्यातला सर्वांत महत्त्वाचा घटक होता.

बिल्वाला साप आवडत असत. साप हा सामान्यतः विषारी प्राणी आहे, हे तुमच्या लक्षात असेलच. तुम्हाला जर विषारी प्राणी आवडत असतील, तर त्यासाठी तुम्ही खूपच वेगळ्या प्रकारची व्यक्ती असलं पाहिजे. सापाचं चुंबन घ्यायला तुमच्याकडे खूप धैर्य पाहिजे. त्याच्या दृष्टीने प्रेम म्हणजेच सर्वकाही होतं, इतर साऱ्या गोष्टी दुय्यम होत्या. जिवंत असणं ही गोष्टसुद्धा दुय्यम होती. ती तशा प्रकारची व्यक्ती होती. तो तिथल्या समाजरचनेत बसणारा नव्हता, त्याला बंडखोर मानलं जात असे. त्याने अनेक बंडखोरीची कृत्यं केली, त्यांतलंच एक म्हणजे, प्रचलित जातिभेदांचा मान न ठेवणं. त्यासाठी त्याला अगदी तरुणपणीच झाडाला बांधून नागदंश करून मृत्यू दंड दिला गेला.

त्या वेळी त्याला खरंतर तुम्ही 'आध्यात्मिक व्यक्ती' म्हणू शकणार नाही. तो शिवाचा भक्त होता. पण त्याच्या जीवनातील अंतकाळच्या शेवटच्या काही क्षणी त्याने त्याच्या श्वासावर लक्ष केंद्रित केलं. त्याला दुसरं काही करणं शक्य नव्हतं आणि त्यामुळे आपोआप श्वासावर लक्ष केंद्रित झालं. नागाचं विष त्याच्या रक्तात भिनलं, तसं त्याला श्वास घेणं त्रासाचं होऊ लागलं. मृत्यू काही मिनिटांवर येऊन ठेपला. त्याच वेळी त्याने श्वासावर लक्ष केंद्रित केलं. तो जाणीवपूर्वक केलेला प्रयत्न नव्हता, तर घडलेल्या गोष्टीचा परिणाम होता. नागदंश करून त्याला मरण्यासाठी सोडलं होतं, तो तसाच पोटावर पडून होता. तरी जीवनातले ते शेवटचे काही क्षण तो जागरूक राहू शकला. हा कुठल्याशा साधनेपेक्षा कृपेचा परिणाम होता. ते शेवटचे काही क्षण श्वासावर लक्ष केंद्रित करण्यामुळे एक नवीन आध्यात्मिक प्रक्रिया उदयास आली व तिने त्या व्यक्तीचा भविष्यकाळ अनेक मार्गांनी बदलून टाकला.

शिवयोगी

त्याच्या पुढच्या दोन जन्मांत तो परम स्वरूपाचा निस्सीम उपासक होता. शिव हेच त्यांचं जीवन होतं. दोन्ही जन्मांत त्याचं नाव 'शिवयोगी' होतं. पहिल्या जन्मात साधना करताकरता सदोतिसाव्या वर्षी त्याला मरण आलं. तो आजारी नव्हता; पण भूक आणि उग्र तपस्या यांनी त्याचा मृत्यू ओढवला. त्याला 'आत्मज्ञानी' म्हणून मरण आलं नाही; पण तो पूर्ण सन्मानाने गेला. मरतेसमयी तो ओरडला

नाही, किंचाळला नाही की रडला नाही, फक्त तो साधना करण्याच्या, ध्यानमय होण्याचा प्रयत्न करत मरण पावला. त्यापुढच्या जन्मात त्याचा योग चांगला होता. तो पंचावन्न वर्षांपर्यंत जगला. त्याने जीव तोडून साधना केली; पण आत्मज्ञान प्राप्त झालं नाही. याच वेळी त्याच्यावर दिव्य कृपा झाली.

मी सहसा माझ्या गुरूंबद्दल बोलत नाही. त्यांना 'श्री पलानी स्वामी' म्हणत आणि ते एक 'असामान्य' जीव होते. ते त्यांचं खरं नाव नव्हे; पण त्यांना तसं म्हटलं जायचं, कारण तामिळनाडूच्या पलानी शहराजवळ त्यांना समाधीची विशिष्ट अवस्था प्राप्त झाली होती. त्या वेळी ते अडीच वर्षं समाधी अवस्थेत होते. नंतर ते देशभर फिरले, अनेक लोकांना आत्मज्ञान दिलं. शिवयोगीला, त्याच्या दुसऱ्या जन्मात ते भेटले आणि त्या उपेक्षित साधकावर आपल्या कृपेचा वरदहस्त ठेवला.

जेव्हा या शिवयोगीने त्यांना पाहिलं, तेव्हा त्याला उमजलं की हेच आपले गुरू. त्या आधी त्याने कुठल्याच मनुष्याला 'आपले गुरू' मानलं नव्हतं. त्याच्यासाठी शिव हेच एकमेव गुरू होते. त्याला शिवाने येऊन दीक्षा द्यावी, असं वाटत असे. पण त्याने जेव्हा पलानी स्वामींना पाहिलं, तेव्हा त्याने ओळखलं की, ते जाणिवेच्या अत्युच्च शिखरावर आहेत आणि तो त्यांना शरण गेला. पण अजून थोडा कुठेतरी संकोच शिल्लक होताच, कारण दुसऱ्या माणसाला शरण जाणं त्याला मान्य नव्हतं. तो फक्त शिवालाच पूर्णपणे शरण जात असत. म्हणून गुरूंनी, आपल्या करुणेतून स्वतः शिवाचं रूप घेतलं. शिवयोगी शरण आला. श्री पलानी स्वामींनी त्याला, हाताने किंवा पायाने, स्पर्शसुद्धा केला नाही. त्यांनी फक्त त्यांची काठी उचलून शिवयोगीच्या आज्ञाचक्राला किंवा कपाळाला लावली. त्याच क्षणी शिवयोगी त्याच्या परम प्रकृतीला प्राप्त झाला.

गुरूंशी ही भेट फक्त काही तासांची होती. त्यानंतर ते कधीच एकमेकांना भेटले नाहीत, पण ते नेहमी एकमेकांच्या संपर्कात असत. श्री पलानी स्वामींनी वेल्लीयंगिरी पर्वतावर महासमाधी घेतली. काही कारणांनी त्यांना वाटलं की, शिवयोगी ध्यानलिंग स्थापन करण्यास समर्थ आहे, म्हणून ते कार्य त्यांनी त्याच्यावर सोपवलं. शब्दांत सांगितलं नाही, उच्चारलं नाही, पण निःशब्दपणे त्यांनी ध्यानलिंगाच्या प्रतिष्ठापनेसाठी आवश्यक अद्भुत तंत्र त्याला देऊन टाकलं. म्हणून शिवयोगीने ध्यानलिंग स्थापन करण्याच्या कार्याला प्रारंभ केला. त्याला त्या जन्मात त्याच्या गुरूंचं स्वप्न पूर्ण करता आलं नाही, कारण त्याच्याकडे साधनं

मर्यादित होती आणि पुरेसा पाठिंबाही मिळाला नाही. म्हणून त्या जन्मात उर्वरित आयुष्य त्याने डोळे मिटून व्यतीत केलं.

सद्गुरू श्री ब्रह्मा

ध्यानलिंगाची पूर्तता करण्यासाठी शिवयोगी सद्गुरू 'श्री ब्रह्मा' बनून परत जन्मले. त्यांनी त्यांचं काम तामिळनाडूमध्ये सुरू केलं. ते राज्यभर खूप फिरले आणि त्यांनी अनेक छोट्या संस्था स्थापन केल्या. पण त्यांचं ध्यानलिंगाचं कार्य कोईम्बतूरच्या आसपास केंद्रित होतं. त्यात त्यांना लोकांच्या सामाजिक विरोधाचा मोठा सामना करावा लागला. ध्यानलिंग हे दैवी स्वरूपाचं उच्चतम प्रकट रूप आहे; म्हणून त्यात जीवनाच्या सर्व बाजू आणि व्यक्तित्वांचा समावेश होतो. म्हणून प्राणप्रतिष्ठेच्या प्रक्रियेत स्त्री आणि पुरुषांच्या अत्यंत तीव्र साधनेचा समावेश असतो. पण स्त्री आणि पुरुष एकत्र बसले, तर लोक फक्त एकाच गोष्टीचा विचार करतात. म्हणून खूपच प्रतिकार झाला आणि लोकांनी त्यांना अक्षरशः तिथून हुसकावून लावलं. ते खूप चिडले, कारण ते आपल्या गुरूंची इच्छा पूर्ण करू शकले नाहीत आणि रागातच त्यांनी कोईम्बतूर सोडलं, जणू ते पेटून निघाले.

ते सद्गुरू श्री ब्रह्मांच्या आयुष्यातले अत्यंत वाईट दिवस होते. पण अनेक अर्थांनी ती इष्टापत्तीच ठरली. अनेक जन्मांची साधना आणि गुरूंची दैदिप्यमान कृपा असल्याने आपलं कार्य सिद्धीस जाईल याची त्यांना खात्री होती. पण तीच गोष्ट जेव्हा सामान्य व हलक्या प्रतीच्या लोकांनी, त्यांच्याकडून हिसकावून घेतली, तेव्हा ते पेटून उठले. त्यांना हे कळून चुकलं की, अज्ञानाच्या शक्तीला कमी लेखू नये. ती खूप ताकदवान असते आणि बरेचदा जगावर तिचंच राज्य असतं. तुम्हाला वाटतं की, तुमचं ज्ञान, तुमची आंतरिक धग, तुमचं आत्मज्ञान यांच्या जोरावर तुम्ही यशस्वी व्हाल, पण आत्मज्ञानी काही मूठभर असतात, आणि अज्ञानी सर्वत्र भरलेले असतात. त्यांची प्रचंड ताकद असते.

जगामध्ये कार्य करण्यासाठी आवश्यक व्यावहारिक घटकांचा त्यांनी विचार केला नव्हता. ते त्यांना जमत नव्हते असं नाही. त्यांनी ते केलं नाही, कारण त्यांना वाटलं की, त्यांची जिद्द आणि त्यांचं ज्ञान त्यांना यातून पार करेल. पण जग नेहमी असं चालतच असं नाही. जगातली साधनसामग्री आणि वेगवेगळ्या प्रकारचे

लोक, यांना जशी गरज आहे, त्याप्रमाणे हाताळायला हवं, नाहीतर चालणार नाही. हा सर्वांसाठी एक चांगला धडा आहे. हा धडा मी माझ्या आयुष्यात क्षणभरही विसरलेलो नाही. तुम्ही जरी तुमच्याबरोबर दैवी प्रकाश घेऊन निघालात, तरी तुमच्या मागे अंधारच असतो. म्हणून तुम्ही तुमच्या तुमच्यामागे खूप सारे लहान दिवे तयार केले पाहिजेत, नाहीतर तुम्हाला सारखं मागे वळून पाहावं लागेल, काय घडतं आहे यावर लक्ष ठेवायला.

सद्‌गुरू श्री ब्रह्मा एकटेच होते. इथे-तिथे काही लोक होते, ज्यांना त्यांनी उजळून टाकलं, पण कोणी त्यांच्या मागे-मागे आलेलं त्यांना आवडत नसे, त्यामुळे ते एकटेच असत. ते एकटेच असल्यामुळे त्यांच्या मागे अंधार होता आणि तोच त्यांचा पाठपुरावा करत राहिला आणि त्याने त्यांना त्यांच्या आयुष्याचं ध्येय पूर्ण करू दिलं नाही. हा प्रत्येकासाठी चांगला धडा आहे. सद्‌गुरू श्री ब्रह्मासारखी एक उत्तुंग व्यक्ती, ज्यांनी मनुष्य करत नाहीत किंवा मनुष्याला शक्य नाहीत, अशी अनेक कार्यं केली, पण त्यांनी ज्याच्यासाठी जन्म घेतला होता, ते त्यांना पूर्ण करता आलं नाही. तुम्ही कितीही गोष्टी केलेल्या असोत, पण ज्यासाठी तुम्ही जन्म घेतला, तेच ध्येय तुम्ही पूर्ण करू शकला नाहीत, तर ते अपयशच मानलं जातं. सद्‌गुरू श्री ब्रह्मा अपयशी ठरले आणि त्यांना ते आवडलं नाही. त्यांना एकच भावना माहीत होती, क्रोध- ते क्रोधित झाले. ते नेहमी क्रोधित असत - तो कुठल्या ठरावीक गोष्टीचा किंवा कोणावर धरलेला राग नव्हता, तर एका प्रखर अवस्थेत जगण्याचं ते त्यांचं साधन होतं.

त्याच रागात ते चालू लागले, कुठल्याही विशिष्ट दिशेने नाही. त्यांचा तो प्रकोप पाहून कुणी त्यांच्याजवळ जात नसे. अपवाद केवळ विभुती नावाच्या एका शिष्याचा होता. तो त्यांच्या मागे-मागे जात असे. सद्‌गुरू श्री ब्रह्मा तीन-तीन चार-चार दिवस सतत चालत राहात, खायला, झोपायला न थांबता किंवा न बसता. त्या वेळी विभुती त्यांच्या मागे-मागे जात असे, अंदाज घेत असे की, गुरू कुठल्या दिशेने जात आहेत, मग त्यांच्या करता स्वयंपाक करून, गुरूंपर्यंत पोहोचण्यासाठी पळत-पळत जात असे, जेवण त्यांच्यासमोर ठेवत असे व बाजूला उभा राहात असे, या आशेने की गुरू काहीतरी खातील.

ते कुठे चालले होते? प्रत्यक्षात ते त्या दिशेने चालले होते, ज्या दिशेने त्यांना कृपेचा गंध येत होता. यातच ते कडप्पा शहराच्या दिशेने गेले. कडप्पा आंध्र प्रदेशात आहे. सुरुवातीला जेव्हा ते चालू लागले, तेव्हा त्यांनी कुठे जायचं याचा विचारसुद्धा केला नव्हता. ते फक्त आंधळ्यासारखे चालत होते, त्यांचं डोकं थोडं शांत करण्यासाठी! पण न चुकता ते त्याच दिशेने गेले, कारण कडप्पातल्या[४] त्या मंदिरात श्री पलानी स्वामी स्वतः बरेच दिवस राहिले होते. कदाचित, त्यांनी त्याची पुनर्प्रतिष्ठा केली असावी. म्हणून सद्‌गुरू श्री ब्रह्मा त्या दिशेने गेले.

शेवटी, ते त्या कडप्पाच्या मंदिरात पोहोचले, तरी त्यांचा राग अजून शांत झालेला नव्हता. चार-पाच महिने झाले, तरी ते रागावलेलेच होते. कुणीही सद्‌गुरू श्री ब्रह्मा किंवा त्यांच्या शिष्याजवळ जात नसे. असं नाही की, ते कुणाला काही करत किंवा एखाद्याला इजा करत; पण ते इतके उग्र होते – जंगली पशूंपेक्षाही उग्र होते. ते नुसते बसले असले, तरी त्यांच्याजवळ कुणी जात नसे. काही दिवसांत मंदिरातले सगळे पुजारी तिथून निघून गेले, कारण त्यांचं अस्तित्व इतकं तीव्र होतं, की ते कोणीही सहन करू शकत नसे. सद्‌गुरू श्री ब्राह्मांना माहीत होतं, की आपल्याकडे फार दिवस उरलेले नाहीत. त्यांना कळलं की, काही कर्माच्या मर्यादांमुळे, त्यांना पुढच्या दोन वर्षांत त्यांचं शरीर सोडणं भाग आहे.

आणि जेव्हा त्यांचं डोकं थोडं थंड झालं आणि ते आपल्या अपयशाची लाज आणि तिरस्कार बाजूला ठेवू शकले, तेव्हा त्यांनी बसून थंडपणे काही गणितं मांडली. उग्र, अद्भुत, कोणाची भीड न बाळगणारा जंगली योगी अशा त्यांच्या रूपापासून, ते आता एक अत्यंत व्यावहारिक आणि नियंत्रित अग्नी झाले. ते त्यांच्या शिष्याबरोबर बसले आणि पुढच्या जन्मात ध्यानलिंग कसं बनवायचं, याची योजना आखली. अनेक गोष्टी तिथेच ठरल्या. प्राणप्रतिष्ठा प्रक्रियेत कोण-कोण असेल, त्यांनी कुठे, कुठल्या गर्भात, केव्हा आणि कधी जन्म घेतला पाहिजे. त्यांनी आवश्यक असणाऱ्या प्रत्येक गोष्टींचा आराखडा तयार केला आणि कुठल्या गोष्टींचा अडथळा येईल, त्याची उत्तरंसुद्धा ठरवली. सद्‌गुरू श्री ब्रह्मा यांनी हेसुद्धा ठरवलं की, ते कुठल्या प्रकारची व्यक्ती म्हणून जन्म घेतील, त्यांचं शरीर कसं असेल, मनाची अवस्था कशी असेल, प्रत्येक गोष्ट तिथे बसून ठरवली गेली होती. ध्यानलिंगाची मूळ रूपरेषा त्या कडप्पाच्या मंदिरात तयार केली गेली होती.

---

४ देवूनी कडाप्पा (आंध्र प्रदेश) येथील सोमेश्वर मंदिर .

नंतर सद्गुरू श्री ब्रह्मा शेवटचे कोईम्बतूरला आले. ते वेल्लीयंगिरी पर्वताच्या दिशेने चालले होते. तिथेच त्यांच्या गुरूंची समाधी आहे. त्या दिवशी पर्वताच्या पायथ्याशी बरेच लोक जमले होते. तिथे त्यांनी जाहीर केलं की, ''हा परत येईल.'' ते शेवटचे पर्वतावर चढून गेले. आता सद्गुरू श्री ब्रह्मांना त्यांच्या अपयशाने अतिशय ग्रासलं होतं, ते त्यांच्या गुरूंची इच्छा पूर्ण करू शकले नव्हते. त्यांनी अत्यंत दुर्मीळ असं पाऊल उचललं- ते शरीरातील सातही चक्रांतून एकाच वेळी बाहेर पडले. ते अतिशय मोजक्या अशा सिद्ध योग्यांपैकी एक होते, ज्यांचं सर्व सातही चक्रांवर प्रभुत्व असतं आणि त्यांना 'चक्रेश्वर' असं संबोधलं जातं.

त्या वेळी त्यांचं वय फक्त बेचाळीस वर्षांचं होतं. त्यांनी ही अभूतपूर्व आणि दुर्मीळ गोष्ट ध्यानलिंगाच्या प्राणप्रतिष्ठेची तयारी म्हणून केली होती. जरी त्यांना माहीत होतं की, त्यांचं अपयश हे सामाजिक परिस्थिती नीट हाताळता न आल्यामुळे आलं होतं, तरीही त्यांना स्वतःच स्वतःसाठी सिद्ध करायचं होतं, की हा त्यांच्या स्वतःच्या क्षमतेचा अभाव नव्हता. सर्व सातही चक्रातून देह त्यागणं म्हणजे, त्यांचं सर्व ११४ चक्रांवर पूर्ण प्रभुत्व होतं. या क्षमतेमुळेच आता आम्ही आसपास सर्वत्र लोकांना ऊर्जेच्या स्फोटक अनुभवाने उडवू शकतो. आपल्या या अभूतपूर्व क्रियेसाठी त्यांनी वेल्लीयंगिरी पर्वताचे शिखर निवडलं कारण त्यांच्या गुरूंची समाधी त्याच पर्वतात आहे. ते त्यांच्या गुरूंच्या कुशीत शिरले. त्यांनी स्वतःसाठी हे निश्चित केलं की, पुढच्या वेळी अपयश येणार नाही किंवा नेम चुकणार नाही.

आजही जिथे त्यांनी समाधी घेतली, ती जागा तिथे आहे. ती खूप जिवंत आहे, तिथे शक्तिशाली कंपनं आहेत. जे लोक तिथे जातात, त्यांना ती जाणवतात आणि त्याचा अनुभव येतो. सातव्या शिखरावर, पर्वताच्या अगदी टोकाला, जिथे नेहमी वारे घोंगावत असतात, तिथल्या जागेचे गुणधर्मच ह्या माणसाबद्दल सर्व काही सांगतात. तशीच जागा त्यांना सर्वांत जास्त सुखद वाटली. ते खूप शक्तिशाली स्थळ आहे. तुम्ही जर ध्यान करत असाल, थोडे संवेदनशील असाल आणि तुम्ही तिथे गेलात, तर तुम्ही वेडे व्हाल. ती जागाच तशी आहे, कारण त्यांनी काही विशिष्ट हेतूने तिथे देह ठेवला होता. त्यांना विशिष्ट ध्येय साधायचं होतं म्हणून त्यांनी विशिष्ट प्रकारे देहत्याग केला. ते केवळ मुक्ती किंवा विलयाबद्दल नाहीये. त्यांनी त्यांच्या शक्ती आणि मृत्यूसुद्धा पुढे काय साध्य करायचं किंवा निर्माण करायचं आहे या उद्देशाने वापरलं.

सद्गुरू श्री ब्रह्मा यांनी देह सोडण्यापूर्वी जे काम सुरू केलं होतं, ते पूर्ण करण्याचा आणखी एक निष्फळ प्रयत्न करून पाहिला. मध्य भारतातील एका योग्याने वयाच्या सव्विसाव्या वर्षी आपलं शरीर त्यागलं होतं. ते बाल योगी होते आणि त्यांना वयाच्या अकराव्या वर्षी आत्मसाक्षात्कार झाला होता. ते योगी साधारण साडेतीन वर्षं समाधी अवस्थेत होते. ते जेव्हा समाधीतून बाहेर आले, तेव्हा त्यांना आपला अनुभव इतरांना देण्याची उत्कंठा होती; पण ते करण्यासाठी त्यांना फक्त पाच ते सहाच शिष्य मिळाले आणि तेसुद्धा यासाठी पुरेसे समर्पित नव्हते. म्हणून ते चिडले आणि त्यांनी देहत्याग केला.

सद्गुरू श्री ब्रह्मांनी लगेच त्या बाल योग्याच्या शरीराचा ताबा घेतला व त्या देहातून आपला हेतू पूर्णत्वाला नेण्याचा प्रयत्न केला. त्यांनी तसं केलं, कारण पुन्हा जन्म घेणं आणि त्या जीवनप्रक्रियेतून पुन्हा जाणं, एवढा संयम त्यांच्याकडे नव्हता. काही महिने सद्गुरू श्री ब्रह्मा एकाच वेळी दोन्ही शरीरात होते. ध्यानलिंगाचं कार्य पूर्णत्वाला नेण्यासाठी त्यांनी काही शिष्य जमवले आणि त्यांच्याबरोबर अथक प्रयत्न सुरू केले, कारण त्यांच्याकडे फार मोजका वेळ होता. जेव्हा लोक त्यांच्या अपेक्षा पूर्ण करू शकले नाहीत, तेव्हा त्यांनी ते प्रयत्न थांबवण्याचा निर्णय घेतला आणि ''हा परत येईल'' असं जाहीरपणे सांगून आपला देह सोडून गेले.

मी परत येईन का?

लोक मला विचारतात की, ''बौद्ध परंपरेतील अनेक गुरू आपल्या शिष्यांसाठी पुन्हा पुन्हा जन्म घेऊन परत आले. तुम्ही स्वतः आत्मसाक्षात्कारानंतरही तुमच्या गुरूंच्या स्वप्नपूर्तीसाठी दोन जन्म घेतलेत, मग तुम्ही परत एकदा याल का, आणखी फक्त एकदाच, जर आम्ही ते आता साध्य करू शकलो नाही तर?"

मला एक गोष्ट तुम्हाला निश्चितपणे पुन्हा एकदा सांगायची आहे, की मी परत येणार नाही. हे निश्चित आहे, कारण माझी एक्सपायरी डेट (समाप्तीची तारीख) केव्हाच उलटून गेली आहे. ज्यांची बोधशक्ती थोडी अधिक चांगली आहे, ते हे स्पष्टपणे पाहू शकतात, की मी अस्तित्वातही नाहीये. एकदा असं खरंच घडलं. आम्ही दरवर्षी एक मोठा ग्रुप करून ईशामधले साधक हिमालयात जातो. तिथे ज्या

जागांना ते भेट देतात, त्यात 'तपोवन' ही एक जागा आहे. त्या वर्षी काही कारणांनी मी अलीकडे गोमुखलाच थांबलो होतो. मी त्यांच्याबरोबर तपोवनाला गेलो नाही. तपोवनात बंगाली मा नावाची एक स्त्री बरीच वर्षं राहात आहे. तिने आमच्या साधकांना विचारलं, ''तुम्ही कोण लोक आहात? तुम्ही कुठून आला आहात?''

ते म्हणाले, ''आम्ही ईशामधले साधक आहोत, आणि आम्ही आमच्या गुरूंबरोबर इथे आलो आहोत.''

ती म्हणाली, ''मी त्यांचं चित्र पाहू शकते काय?''

त्यांनी माझं एक चित्र बाहेर काढलं आणि तिला दाखवलं. त्यावर ती म्हणाली, ''ते अद्भुत आहेत, पण ते आता नाहीत, गेलेले आहेत, बऱ्याच काळापूर्वी.''

ते म्हणाले, ''नाही नाही, ते आमच्याबरोबर आले आहेत. ते आमच्याबरोबर चालत आहेत.''

ती म्हणाली, ''शक्यच नाही! ते केव्हाच गेले आहेत!''

मग ते लोक गोमुखला परत आले. त्यांना वाटलं की ते वर गेले, तेवढ्यात मी गेलो की काय. मला पाहून ते थोडे घाबरलेच आणि त्यांनी मला झालेला प्रकार सांगितला. मला वाटलं की, मी स्वतःला चांगल्या प्रकारे लपवून ठेवलं आहे, पण तिने मला जर ओळखलं असेल, तर अर्थातच ते पुरेसं नसावं. मी खराखुरा आहे किंवा असं म्हणू शकतो लोक जितके खरे असतात, त्यापेक्षा मी स्वतःला जास्त खरं बनवलंय. पण मानवजातीच्या खातेवहीतून मी बराच आधी निघून गेलो आहे. त्यामुळेच मला जास्त स्वातंत्र्य मिळतं. पण आणखी एक जन्म वाढवणं, हे योग्य होणार नाही. या वेळीसुद्धा ते झालं, कारण मी ध्यानलिंगाच्या प्राणप्रतिष्ठेत अडकून पडलो, नाहीतर हा जन्मसुद्धा झाला नसता.

तसं पाहिलं, तर जीवन चालू ठेवण्यासाठी लागणाऱ्या सर्व मूलभूत गोष्टी मोडून पडल्या आहेत. पण अजूनही मी इथे आहे. हे चांगलं नाही. अस्तित्वाच्या दृष्टीने पाहिलं, तर ते चांगलं समजलं जात नाही. जीवन चालू राहण्यासाठी आवश्यक मूळ पायाभूत गोष्टी निघून गेल्या की, त्या माणसाचं इथे काही काम राहात नाही, त्यांनी जायला हवं. मुक्तीच्या उत्कट इच्छेने आम्ही जीवनाची सर्व मूळ रचना मोडून काढली. पण एक अशक्यप्राय प्रकल्प आमच्यावर येऊन पडल्यामुळे आम्ही आणखी पुढे चालू ठेवण्याचा प्रयत्न करत आहोत. आता तोही पूर्ण झाला आहे, मग आता कुणालाच माहीत नाही की आम्ही अजून पुढे का चालत जात आहोत.

कदाचित, आणखी काही पौर्णिमा पहाण्यासाठी! खरंतर तेही कारण नाही, कारण आता पर्यंत मी खूप पाहिल्या आहेत, आणि हा चंद्रसुद्ध तोच आहे, बदलत नाही.

तुम्हाला 'ते कशा प्रकारे घडतं' याचं मूलभूत ज्ञान झालं, की उद्या जरी पूर्णतः नवीन सृष्टी निर्माण झाली, तरी तिथे जाण्यात तुम्हाला रस राहात नाही. हे असं आहे, समजा एक भलं मोठं हॉटेल आहे, ज्यात लाखो खोल्या आहेत. तुम्ही तिथे गेलात, तर ते तुम्हाला एक किल्ली स्वरूप कार्ड देतात, ज्याने फक्त तुमची एकच खोली उघडू शकते. तुम्ही फक्त एकाच खोलीमध्ये प्रवेश करू शकता म्हणून तुम्ही जेव्हा प्रवेश करता, तेव्हा तुम्ही फार उत्सुक असता. आता हॉटेल मॅनेजर म्हणाला की, इथे आणखी एक खोली आहे, त्यातून आणखी चांगलं दृश्य दिसतं, तुम्हाला ती हवी आहे का?, तर तुम्ही उत्साहाने म्हणाल, "हो, हो, मी उत्सुक आहे." पण तिथे एक खोली स्वच्छ करणारी व्यक्ती आहे आणि तिच्याकडे एक साधी किल्ली आहे, जी सगळ्या खोल्या उघडू शकते. पण ती चांगलं दृश्य असणारी नवीन खोली बघण्यासाठी ती व्यक्ती उत्सुक नसते, कारण तिने खूप खोल्या बघितलेल्या असतात. तिला प्रत्येक खोलीत केलेली लहानसहान सजावट आणि इतर सर्व गोष्टी गोष्टीसुद्धा माहीत असतात.

मला खात्री आहे की, तिनेसुद्धा त्या लाखो खोल्या उघडल्या नसणार. पण तिने अनेक खोल्या पाहिल्यामुळे आणि ती रोज त्या स्वच्छसुद्धा करत असल्यामुळे आता तिला आणखी एक खोली उघडण्याची उत्सुकता नसते. आत्मसाक्षात्काराच्या बाबतीतसुद्धा हे असंच आहे. एकदा का ही किल्ली तुम्हाला सापडली की, तुम्ही कितीही खोल्या उघडू शकता. तुम्ही सगळ्या उघडल्या आहेत का? नाही. जर तुमच्याकडे वेळ असला आणि तुमची तशी इच्छा असेल, तर प्रत्येक खोली उघडणं शक्य आहे. पण एक खोली दुसरीपेक्षा फार वेगळी नसते. त्याचप्रमाणे, तुम्ही जरी वेगळ्या विश्वात गेलात, तरी सगळं वेगळं वाटेल; पण प्रत्यक्षात ते फार वेगळं नसतं. मूलभूत गोष्टी सगळीकडे एकसारख्याच असतात. म्हणून तुम्हाला जेव्हा बरंच काही पाहून आता पुरे झालेलं असतं, तेव्हा तुम्ही जीवन चालू राहण्यासाठी लागणारी आवश्यक मूलभूत यंत्रणा मोकळी करायला सुरुवात करता.

जीवन किती काळ चालू ठेवू शकतो याला एक ठरावीक मर्यादा आहे. आजसुद्धा, मी माझ्या आजूबाजूच्या काही लोकांचा आधार घेतला नाही, तर मी माझं शरीर शाबूत ठेवू शकणार नाही. मी अजून चांगला आहे, पण आजूबाजूच्या

काही लोकांच्या आधाराशिवाय मी माझ्या शरीराची रचना अजिबात टिकवू शकणार नाही, कारण ह्या शरीराची अंतिम तारीख केव्हाच उलटून गेली आहे. शिवाय तांत्रिकदृष्टीने सुद्धा मी परत येणे हे खूप कच्चे तंत्र असेल. आम्ही ह्या गोष्टी करण्याची थोडीशी चांगली पद्धती स्थापित करत आहोत. शिवाय हा माणूस नसेल तर काय होईल, असा विचार करणं चुकीचं आहे. असंच कामराज[५] तामिळनाडूचे मुख्यमंत्री असताना झालं. तुम्हाला हे माहीत हवं की, या राज्यात ज्या बऱ्याचशा पायाभूत सुविधा तुम्ही बघत आहात, त्या कामराज मुख्यमंत्री असताना बनलेल्या आहेत. त्यांनी जे केलं, ते आपण आजही उपभोगत आहोत.

एकदा कामराज मुख्यमंत्री असताना राज्याचा दौरा करीत होते. ते मदुराईजवळ कुठेतरी होते. ते एक खेडं होतं आणि तिथल्या पोलीस सब-इन्स्पेक्टरची नुकतीच बदली झाली होती. तो अधिकारी बरीच वर्षं तिथेच होता आणि तिथल्या लोकात मिळून-मिसळून गेला होता आणि त्याने त्यांच्यासाठी बरीच कामंसुद्धा केली होती. म्हणून तो खूप आवडता अधिकारी होता आणि त्याच्या बदलीमुळे लोक खूप रागावलेले होते. भारतामध्ये लोक पोलीस अधिकाऱ्यावर प्रेम करणं फार क्वचितपणे होतं. पण या अधिकाऱ्याने लोकांची मनं जिंकली होती आणि लोकांनी त्या बदलीला विरोध केला. जेव्हा कामराज तिथे भेट देण्यासाठी आले, तेव्हा ते लोक त्यांना म्हणाले, ''आम्हाला हा पोलीस अधिकारी बदलून जायला नको आहे.''

कामराज उत्तरले, ''अरे वा, छान, इथे एक चांगला पोलीस सब-इन्स्पेक्टर आहे. पण तुम्हाला हे माहीत पाहिजे की, आम्ही असेच अनेक चांगले पोलीस सब-इन्स्पेक्टर तयार करण्यास समर्थ आहोत. तुम्ही पाहाल, नवीन येणारा अधिकारी याच्याहून चांगला असेल.''

राजकीय पुढाऱ्यांमध्येसुद्धा असं शहाणपण असतं. सुदैवाने, आपल्या देशात अनेक चांगले लोक झाले, पण दुर्दैवाने काही करण्यासाठी त्यांच्या हातात तेवढी पुरेशी ताकद नव्हती. म्हणून या प्रकारच्या नादघोषात तुम्ही सामील होऊ नका. ''सद्‌गुरू कृपा करून परत या. सद्‌गुरू परत या!'' नाही. आता त्याची आवश्यकता नाही. आपण तयार करत असलेली नवीन पिढी आपल्याहून अधिक चांगली असली पाहिजे.

---

५ कुमारस्वामी कामराज (१९०३-१९७५) दक्षिण भारतातील एक आवडती राजकीय व्यक्ती.

जेव्हा मी जाईन, जेव्हाकेव्हा ते घडेल, त्यानंतर ऐंशी वर्षं, माझं उपस्थिती अधिक शक्तिशाली असेल, आता आहे, त्यापेक्षा कितीतरी अधिक शक्तिशाली. हे यासाठी आहे की, मी जाण्याआधी तुम्ही सारे मेलेले असाल! होय, कारण जेव्हा तुम्ही लोकांना एखाद्या विशिष्ट मार्गावरून नेता, तेव्हा तुमच्यावर जबाबदारी असते की, जी तुम्ही पूर्ण केली पाहिजे. म्हणून मला याची निश्चिती करायची आहे की प्रत्येक जण ज्याला माझा कोणत्या ना कोणत्या प्रकारे स्पर्श झाला आहे, तो या धरतीवरून मुक्त झाला पाहिजे, मी पूर्णपणे इथून जाण्याआधी. ज्या अर्थी तुम्हाला 'इनर इंजिनिअरिंग'मध्ये काही क्लृप्त्या शिकवल्या आहेत, ज्यामुळे तुम्ही कदाचित १६० वर्षांपर्यंत जगू शकता, मी शरीर संपल्यानंतर आणखी ऐंशी वर्षं धरतोय, न जाणो तुम्ही १६० वर्षांपर्यंत जगला तर! म्हणूनच ही ऐंशी वर्षं. ऐंशी वर्षं म्हणजे, आणखी एक जन्म असल्यासारखंच आहे, पण तिथे शारीरिक उपस्थिती नसेल. शारीरिक उपस्थितीसाठी आम्ही अजून काही पुरेश्या यंत्रणांची व्यवस्था करू, पण माझं अस्तित्व आता आहे, त्यापेक्षा खूपच अधिक शक्तिशाली असेल, कारण त्या वेळी भौतिक शरीर सांभाळण्याचं ओझं नसेल.

म्हणजे मी आता शरीररहित जीव होणार? नक्कीच, जर माझं शरीर जाळलं किंवा पुरलं, तर मी अशरीरी होणारच, तुम्हाला जर तसंच म्हणायचं असेल, तर. पण शरीर अनेक वेगवेगळ्या स्तरांवर असतं. जे तुम्ही या पृथ्वीकडून घेतलं आहे, ते तिला परत करावंच लागतं. उरलेलं शरीर, आजच्या आधुनिक भाषेत सांगायचं तर, ते एक सॉफ्टवेअरप्रमाणे असतं. ते सॉफ्टवेअर अगदी कमीतकमी आधारावर टिकून राहातं. आता ते एका दृश्य घनस्वरूप, भौतिक शरीराच्या आधारावर आहे. जेव्हा हा आधार निघून जाईल, तेव्हा ते अगदी कमीतकमी आधारावर राहील. ते दुसऱ्या भौतिक शरीराचा आधार घेणार नाही. परंतु हे सॉफ्टवेअर भौतिक आधारावर जेवढं कार्यक्षम आहे, त्यापेक्षा खूपच अधिक कार्यक्षम असेल, त्याला अनेक कारणं आहेत.

मग कायमस्वरूपी का इथे राहायचं नाही? अशी कुठलीच गोष्ट नसते. पण जर गरज असेल तर तुम्ही आणखी काही काळ इथे राहू शकता आणि तशा गोष्टी करू शकता. पण आता त्याची गरज नाही, कारण त्यासाठी आम्ही एक आधुनिक प्रणाली उभी केली आहे. आम्ही अजून काही आध्यात्मिक प्रक्रियांचा प्रसार

करू, ज्यामुळे लोकांना मोठ्या प्रमाणात कमी तयारी असतानासुद्धा दीक्षा देता येईल. मात्र तरीही ती खरोखरची दीक्षा असेल, काही बनावट प्रकार नाही. मला वाटलं की, आत्ताच त्या गोष्टी करण्याची आवश्यकता नाही, कारण मी अजून इथे आहे, मी मोठ्या जनसमूहासाठी ह्या प्रक्रिया अधिक बारकाईने करू शकतो. मी त्या क्लिष्ट प्रक्रिया, ज्या प्रकारचे लोक जमलेले असतात त्यानुसार, त्यात बदल करून हव्या असलेल्या गोष्टी घडवून आणू शकतो. अजूनही तसं करणं आपल्याला शक्य होत आहे. परंतु जनसमूहासाठी ज्या प्रक्रिया द्यायच्या आहेत, त्या यानंतर काही काळाने हळूहळू आणल्या जातील, कारण ते दीर्घकाळचं विमा संरक्षण असेल. सरतेशेवटी, ध्यानलिंग आहेच. म्हणून कायमस्वरूपी इथे राहण्याची खरोखरंच गरज नाही. तुम्ही कशाला त्याची फिकीर करता? नाहीतरी तोपर्यंत तुम्ही कधीच गेलेले असाल.

•••

प्रकरण १२

शेवटचा फेरा

हे आयुष्य 'तुमच्यासाठी शेवटचंच आयुष्य असेल', असं आम्ही करू शकतो; पण ते आयुष्य सर्वांत छान असेल, हे आम्ही करू शकत नाही. ते फक्त तुम्हीच करू शकता. त्यासाठी तुम्ही साधना केली पाहिजे. तुम्ही मला तसं वचन दिलं पाहिजे.

अध्यात्माचा एक थेंब

जेव्हा मी पंचवीस वर्षांचा होतो, तेव्हा अचानक एक अत्यंत मोठा आध्यात्मिक अनुभव विस्फोटासारखा माझ्यामध्ये घडून आला.[१] त्यानंतर, अत्यानंदात म्हणजे खऱ्या परमानंदात कसं जगायचं, हे मी संपूर्ण जगाला शिकवू शकतो, असं मला वाटलं. मला वाटलं की, हीच ती गोष्ट आहे, तर मग शिकवण्यात काय हरकत आहे? प्रत्येक जण ते मिळवू शकतो. परंतु जसं माझं वय वाढत आहे आणि केस पांढरे होत आहेत, तसं जरा आणखी शहाणपण माझ्यात आलं आहे. आता मी असा विचार करतो आहे की, जर आपण त्यांना 'चांगलं कसं जगायचं?' हे शिकवू शकत नसू, तर निदान 'चांगलं मरायचं कसं?' हे तरी शिकवू शकतो का, ते बघावं. मी याविषयी खूपच चिंतित आहे कारण मी पाहतो की, या पृथ्वीवरचे बहुतांश लोक वाईट पद्धतीने मरतात. जे चांगलं कसं जगायचं हे शिकले, त्यांच्यासाठी ते

१ सद्‌गुरूंचा चामुंडी टेकडीवरचा आत्मसाक्षात्काराचा अनुभव (१९८२ साली)

फारच छान आहे. पण इतर लोक निदान चांगल्या प्रकारे कसं मरावं हे जरी शिकले, तरी ती फार मोठी गोष्ट असेल.

चांगलं कसं जगावं हे लोकांना शिकवण्यासाठी थोडं अधिक काम करावं लागतं; आपण ते प्रत्येकाच्या बाबतीत करू शकणार नाही. पण निदान ते चांगल्या प्रकारे मेले पाहिजेत. हे फार महत्त्वाचं आहे कारण शरीरविरहित जीवनाचा काळ, हा शरीरासहित असलेल्या जीवनकाळापेक्षा खूप मोठा असतो. जेव्हा जीव शरीरविरहित होतो, तेव्हा त्या जीवाचा अनुभव स्वर्गासमान असेल का नरकासमान हे तो कशा प्रकारे मरण पावतो, यावर बऱ्याच प्रमाणात अवलंबून असतं. संपूर्णतः नाही; पण बऱ्याच प्रमाणात.[२] म्हणून जरी आपण संपूर्ण लोकसंख्येला, त्यांच्या जीवनाचा प्रत्येक क्षण चांगल्या प्रकारे कसा जगायचा हे शिकवू शकलो नाही; तरी निदान त्यांच्या जीवनातला शेवटचा क्षण कसा समंजसपणे हाताळायचा, हे शिकवू शकतो. त्यामुळे शरीरविरहित अवस्था ते अतिशय चांगल्या प्रकारे पार करू शकतील.

लोकांना असं वाटत असेल की, ते चांगल्या प्रकारे जगत आहेत; पण तसं नाही. ते चांगल्या घरात राहतात, चांगल्या गाड्या चालवतात, चांगले कपडे घालतात, म्हणून त्यांना वाटतं की, ते चांगल्या प्रकारे जगत आहेत, कारण ते ह्या सर्व गोष्टी नसलेल्या लोकांकडे पाहतात आणि त्यातच खूश होतात. ह्याला चांगलं जगणं म्हणत नाहीत. हे आजारी आयुष्य आहे. जो त्यांच्याइतकं चांगलं कमवू शकत नाही, त्याच्याशी ते स्वतःची तुलना करतात आणि त्यात त्यांना आनंद वाटतो. बहुतेक लोकांच्या जीवनातला हाच आनंद आहे. म्हणून मी त्याला चांगलं जगणं म्हणत नाही. माझ्यासाठी चांगलं जगणं म्हणजे, तुम्ही जर इथे अशा प्रकारे बसू शकलात की, काहीही झालं तरी तुम्हाला फरक पडत नाही; तुमच्याकडे काही असेल किंवा नाही, खाण्यासाठी तुमच्याकडे अन्न आहे किंवा नाही याने तुम्हाला काही फरक पडत नाही. तुम्ही फक्त मजेत आहात. असं नाही की तुम्ही तुमचं अन्न किंवा इतर गोष्टी कमवू शकत नाही; पण त्या गोष्टी तुम्ही तुमच्या आत कसे आहात हे ठरवत नाहीत. तुम्ही कुठल्या प्रकारचे कपडे घालता हे तुम्ही या क्षणी तुमच्या आत कसे आहात, हे ठरवत नाही. तुम्ही कुठल्या प्रकारच्या घरात राहता हे तुम्ही या क्षणी कसे आहात, ते ठरवत नाही. इतर कोणी तुमच्याशी कशा प्रकारे वागतो

२ पाहा, प्रकरण ६- 'मृत्यूसाठी तयारी आवश्यक आहे का?'

हे तुम्ही या क्षणी कसे आहात ते ठरवत नाही. कोणी तुमच्याशी काय बोलतो हे तुम्ही या क्षणी कसे आहात ते ठरवत नाही. तुमचा कसा मान राखला जातो किंवा अपमान केला जातो, हे तुम्ही या क्षणी कसे आहात ते ठरवत नाही. तुम्ही जर अशा अवस्थेत असाल, तर तुम्ही निश्चितपणे चांगले जगत आहात. तुम्ही जिथे कुठे असाल, तिथे तुमचा जीवनाचा अनुभव सुंदर असेल.

मी विशेषकरून या गोष्टीविषयी चिंतित आहे, कारण मला प्रिय असलेले लोक अत्यंत वाईट पद्धतीने गेल्याचं मी अलीकडच्या काळात पाहिलं आहे. हे अपयशी झालेले लोक नव्हते; पण त्यांना असं वाटत होतं की, ते चांगल्या प्रकारे जगत होते. त्यांना जीवनात जे जे पाहिजे होतं, ते सर्व काही मिळालं. त्यांचं शिक्षण झालं, नोकरी मिळाली, लग्न झालं, मुलं झाली, त्यांची मुलं मोठी झाली, त्यांची लग्नं झाली, ते परदेशात स्थायिक झाले आणि त्यांना नातवंडंही झाली. बहुतेक लोकांच्या जीवनाचं हेच स्वप्न असतं. त्यांचं जीवन त्यांच्या स्वप्नाप्रमाणे घडत गेलं, आणि जेव्हा ते जीवनाच्या शेवटच्या टप्प्यावर आले, जीवनातला शेवटचा मैलाचा दगड आला, तेव्हा ते पूर्णपणे गडबडून गेले. ते पूर्णपणे आतून उद्ध्वस्त झाले होते आणि अत्यंत वाईट पद्धतीने मरण पावले. जवळपास ९० टक्के लोकांना असं वाटतं की, आपण जीवनात यशस्वी झालो आहोत आणि चांगलं जीवन जगत आहोत, परंतु ते वाईट पद्धतीने मरतात, कारण आधुनिक समाजाला चांगल्या प्रकारे कसं मरावं याची ना माहिती आहे ना त्यांनी ह्या महत्त्वाच्या गोष्टीचा कधी विचार केला आहे.

म्हणून मला वाटलं की, आपण त्यांना कमीतकमी एक साधी आध्यात्मिक प्रक्रिया दिली पाहिजे, जी काही मिनिटांत त्यांना देता येऊ शकते, जेणेकरून लोक त्यांच्या जीवनातला निदान तो एक क्षण विचारपूर्वक आणि चांगल्या प्रकारे हाताळू शकतील. माझं स्वप्न अजूनही हेच आहे की, लोकांनी आनंदात राहिलं पाहिजे आणि ते शक्य आहे. पण, बऱ्याच जणांनी ते सोडून दिलं आहे, त्यांतले बरेच जण कायमस्वरूपी दयनीय अवस्थेत आहेत, त्याला कवटाळून बसले आहेत, हे तुम्हाला माहीत आहे. तुम्ही काहीही करा, त्यांना त्यांच्या त्रासातच आणखी जास्त गुंतवणूक करायची आहे. म्हणून मी आता असा विचार करायला सुरुवात केली आहे, 'ठीक आहे, आपण जर प्रत्येकाला आनंदात कसं राहायचं शिकवू शकत नसलो, तर निदान ते चांगल्या प्रकारे मरू शकले पाहिजेत.' ही एक भयानक

तडजोड आहे, पण तुम्हाला माहीत आहे की जगात सातशे कोटी लोक आहेत. सातशे कोटी लोकांना सात दिवस एकत्र आणणं, रोज तीन तास बसून ह्या साधना शिकवणं आणि त्यांनी त्या त्यांच्या जीवनात आचरणात आणणं, हे तुम्ही कधीही करू शकणार नाही. ते कधीही घडणार नाही. तरीही आपल्याला अजून आशा आहे, की लोक त्याच्यामागे जातील. पण जर ते कायमस्वरूपी दुःखीकष्टी अशा प्रकारचे असतील, तर निदान ते चांगल्या प्रकारे सन्मानपूर्वक मरावेत, मरताना गोंधळलेले नसावेत, मरताना अचानक धक्का बसलेला नसावा, मरताना दयनीय अवस्थेत नसावेत. कमीतकमी एवढं तरी व्हायला पाहिजे.

मला वाटलं होतं की, हे मी माझ्या जीवनात कधीही करणार नाही, पण तुम्हाला माहीत आहे की, मी आता व्यवहारी होत चाललो आहे. मी वास्तवाशी जुळवून घ्यायचं ठरवलं आहे, कारण जी शक्यता आहे आणि जे वास्तव आहे, यामधलं अंतर चालत जाण्याची प्रत्येकाची तयारी नसते. आणि जोपर्यंत कुणी स्वतः इच्छुक नाही, तोपर्यंत हे करण्याचा कोणताही पर्याय तुमच्याकडे उपलब्ध नाही. तुम्ही त्यांना लाडीगोडी लावून, प्रेमाने जवळ करून, त्यांना हलकेच थोडे ढकलू शकता; पण त्याच्या पलीकडे तुम्ही फार काही करू शकत नाही. तुम्ही त्याच्या पलीकडे गेलात, तर ते सोडून जातील. मी याविषयी कोणत्याही भ्रमात नाही. तुम्ही लोकांना जर एका ठरावीक मर्यादेच्या पुढे ढकललं, तर जवळपास प्रत्येक जण सोडून जाईल, मला ते माहीत आहे.

ते एका हवाबंद डब्यात असते, तर त्यांना चांगल्या प्रकारे जगायला शिकवण्याची शक्यता मी सोडून दिली नसती. पण जगातील सर्व लोक एका डब्यामध्ये बंद नाहीत. ईशा योग केंद्रातसुद्धा तसं नाही. जास्तीतजास्त अगदी मूठभर लोक तुम्ही हवाबंद डब्यात ठेवू शकता. त्यांना तुम्ही पूर्ण शेवटपर्यंत ढकलू शकता. पण मला खात्री आहे, आपण प्रत्येकाला 'चांगल्या प्रकारे कसं मरावं' हे शिकवू शकतो, कारण त्याला फार वेळ लागत नाही. ते साधं-सोपं आहे, आणि लोकांना त्यांची इच्छा असेल-नसेल, तरी ते कसं शिकवता येईल याचे मार्ग मी शोधत आहे. आपण त्यांच्यामध्ये अशा काही गोष्टी पेरू शकतो, ज्या गोष्टी शेवटचा क्षण जवळ आला की, कार्य करायला सुरुवात करतील.

आध्यात्मिक प्रक्रिया फक्त चांगलं जगायलाच नाही; तर लोकांना चांगल्या प्रकारे मरायला शिकवण्याबद्दलही असते. लोकांना चांगल्या प्रकारे मरण्यासाठी

मदत करणे म्हणजे त्यांनी मरावं म्हणून मदत करणं नव्हे, ज्याचा इच्छामरण पुरस्कर्ते प्रचार करत असतात. लोकांना मरण्यासाठी मदत करणं म्हणजे, त्यांनी तो शेवटचा क्षण, भौतिक अवस्थेच्या पलीकडे जाण्याचा, शरीरापासून शरीरविरहित अवस्थेत जाण्याचा क्षण अत्यंत जागरूकतेने आणि सुंदरपणे घालवावा, यासाठी मदत करणं. जर कोणाला स्वतःच्या जागरूकतेतून हे करायचं असेल, तर यासाठी ठरावीक तयारी लागते. ही जाणीव तुमच्या आयुष्यामध्ये विकसित करण्यासाठी बऱ्याच पद्धती आहेत, जेणेकरून मृत्यूचा क्षण जवळ येईल, त्या वेळी ते तुम्हाला चांगल्या प्रकारे पार करून नेईल. अन्यथा, आपण प्रत्येक मनुष्यासाठी तो क्षण तयार करू शकतो, जर त्याची सहकार्य करण्याची आणि स्वतःकडे थोडेसे लक्ष देण्याची तयारी असेल तर.

पूर्वीच्या काळी बऱ्याच दीक्षा अशाच प्रकारे दिल्या जात होत्या. योगी एका ठिकाणी बसून असत आणि लोकांना अशा प्रकारे दीक्षा देत असत. काय घडत असे? काही नाही. कोणी वाद घालू शकतो, 'माझ्या जीवनात काहीच घडलं नाही'. त्याने काही फरक पडत नाही. ज्या वेळी इथून निघून जाण्याचा क्षण येतो, त्या वेळी ते कार्यरत होतं. असं नाही की, मी ते केलं नाही. केलं आहे, पण फार सक्रियपणे नाही. आता आम्ही ते सक्रियपणे फार मोठ्या प्रमाणावर करू इच्छितो, जेणेकरून प्रत्येकाच्या जीवनात काही न काही असेल. जरी सध्या ते कार्यरत नसलं, तरी ज्यावेळी तो क्षण जवळ येईल, त्या वेळी ते कार्यरत होईल, हे निश्चित.

बरेचदा, जे लोक फार वृद्ध आहेत आणि आजारी आहेत, ते मी त्यांना भेट द्यावी म्हणून विचारणा करतात. किंवा काही वेळा काही लोक, ज्यांच्या आई-वडिलांचं आयुष्य आता संपत आलं आहे आणि ते दुःखातून जात आहेत, ते अशा लोकांचे फोटो माझ्याकडे पाठवून देतात. मी बघतो, ते पुरेसे परिपक्व झालेले असतील आणि ते बरं करण्यासाठी नाही; तर मुक्त करण्यासाठी मला विनंती करत असतील किंवा त्यांचं प्रारब्ध कर्म जवळपास संपलं असेल, तर अशा लोकांना मी भेटलो किंवा त्यांच्या फोटोकडे पाहिलं, तर सात ते आठ दिवसांत ते सोडून जातील, कारण नाहीतरी सॉफ्टवेअर नसल्यामुळे त्यांचं जीवन अगदी शेवटच्या टोकाला पोहोचलेलं असतं.

पण हे दोन्ही मार्गांनी काम करतं, कारण काही वेळा एखाद्याचं आयुष्य अजून लांबवणं चांगलं असतं, तर काही वेळा एखाद्याचं आयुष्य कमी करणं चांगलं

असतं. हे असं आहे: समजा, तुम्ही एका बोटीतून प्रवास करत आहात. एकदा का तुम्ही पलीकडच्या किनाऱ्यावर पोहोचलात, की तुम्ही बोटीतून बाहेर पडलं पाहिजे. तुम्ही अजूनही बोटीतून बाहेर पडला नाहीत, तर अनावश्यक भरकटत राहाल. म्हणून दोन्ही गोष्टी कराव्या लागू शकतात. काही वेळा तुम्ही त्यांचं आयुष्य अजून लांबवता, कारण ही व्यक्ती जिथे पोहोचायला पाहिजे होती, तिथे अजून पोहोचली नाही; पण तिचं इंधन संपत आलं आहे. तसंच काही वेळा ते पोहोचलेले आहेत; पण अजून इंधन शिल्लक आहे, म्हणून तुम्हाला त्यांना मुक्त करावं लागतं. आयुष्यात दोन्हींची गरज भासते.

ते मुक्त होऊ शकतील का? जेव्हा एखाद्याने त्याचं पूर्ण प्रारब्ध संपवलं असेल, तेव्हाच तो सर्वार्थाने मुक्त होण्याची शक्यता असते. जेव्हा सर्व काही संपतं, तेव्हा ते एका विशिष्ट मोकळ्या अवकाशात असतात. तिथे कर्मं संपलेली असतात. वृद्धापकाळाने मरणारे असे बरेच लोक असतात. ते अगदी मूर्खासारखं जगलेले असू शकतात; पण त्या शेवटच्या थोड्या दिवसांत अचानक त्यांच्यात एक शहाणपण येतं, स्वतःविषयी एक नवीन जागरूकता येते, कारण त्यांना नेमून दिलेलं कर्म संपलेलं असतं.[३] अगदी किरकोळ गोष्टी मागे उरलेल्या असतात आणि पुढच्या कर्माचा कोटा अजून आलेला नसतो, म्हणून मधला तो एक पवित्र अवधी असतो. अज्ञानीपणे आयुष्य जगलेल्या व्यक्तीलासुद्धा, 'पुढच्या तीन दिवसांत मी मरणार आहे', हे अचानक माहीत पडतं. हे तुमच्या लक्षात येईल. तेव्हा अशा लोकांचा विलय करणं फार सोपं असतं, कारण ते एका पवित्र अवस्थेपर्यंत आलेले असतात, जिथे कर्माचं ओझं नसतं. दुसरीकडे साठा ठेवलेला असतो; पण आता इथे थोडी मोकळी जागा तयार झालेली असते, जी कर्मरहित असते. त्यांनी अ-जगारूक अवस्थेत मरण्यापेक्षा जागरूकपणे मरण्यासाठी आपण त्यांना मदत करू शकतो. जर वातावरण अनुकूल असेल, तर विलय शक्य आहे. ते मुक्त होऊ शकतात. पण जेव्हा ते प्रारब्ध कर्म पूर्ण होण्याच्या आधी रोगग्रस्त होऊन मरतात, तेव्हा कोणी त्यांचा विलय करण्याचा प्रयत्न केला, तरी ते साध्य होणार नाही आणि मी तशा गोष्टी करणारही नाही. आपण त्यांच्यासाठी एवढंच करू शकतो की, त्यांनी जागरूकपणे मरावं म्हणून मदत करू शकतो. त्यानंतर त्यांना दुसरीकडे कुठेतरी थोडं अधिक प्रगत जीवन लाभेल.

---

३ पाहा- प्रकरण ३ -'मृत्यूची गुणवत्ता'

जर ती व्यक्ती मला माहीत नसेल, तर हे करणं शक्य आहे का? हे पाहा, मी जेव्हा या पातळीवरून बोलत असतो, तेव्हा मी एक 'व्यक्ती' म्हणून बोलत नाही, जो काही सवयी, वृत्ती आणि इतर गोष्टी यांचा संचय आहे. एक 'व्यक्ती' म्हणून तुम्ही मला ओळखत असाल किंवा नसाल, पण या पातळीवर असं कोणी नाही, जे मला ओळखत नाही. कारण इथे मी ज्याला 'मी' म्हणतो, ते तुम्हीसुद्धा आहात. त्या परिमाणामध्ये कोणी एक वैयक्तिक मनुष्य नाही. म्हणून एक 'व्यक्ती' म्हणून तुम्ही मला ओळखता की नाही याने काही फरक पडत नाही. मी बरेचदा सांगितलं आहे की, मी ज्यांना दीक्षा दिली आहे, त्यामध्ये ज्यांना मी भेटलो आहे, त्यापेक्षा 'ज्यांना मी भेटलो नाही' असे लोक जास्त आहेत. हेसुद्धा त्यासारखंच आहे.

एकदा का तुम्ही ही चूक केली.....

एखाद्याला मध्यस्थी करण्यासाठी मृत्यूचा क्षण ही एक फार मोठी शक्यता असते. मी तुम्हाला चांगल्या प्रकारे मरण्यासाठी मदत करू शकतोच; पण मी तुम्हाला चांगल्या प्रकारे जगण्यासाठीसुद्धा मदत करू शकतो. केवळ चांगलं मरण हे ध्येय न ठेवता तुम्ही चांगलं जगलं, तर जास्त छान होईल. तुम्ही पुनःपुन्हा शेकडो वेळा परत येण्याची योजना आखत असाल, तर तुम्ही मूर्खांसारखं जगू शकता. पण तुम्हाला जर हे आयुष्य शेवटचं आयुष्य बनवायचं असेल, तर मग तुम्ही खासकरून चांगलं जगायला शिकलं पाहिजे. शेवटची फेरी सर्वांत उत्तम फेरी असली पाहिजे की नाही?

जेव्हा गोष्टी टोकाला पोहोचतात, जेव्हा परिस्थिती इतकी पक्व झालेली असते की, तो जगण्या-मरण्याचा प्रश्न असतो आणि दुसऱ्या कुठल्याच गोष्टीला महत्त्व उरलेलं नसतं, तेव्हा माझ्यासाठी ते फक्त एका क्षणाचं काम असतं. पण तिथपर्यंत पोहोचण्यासाठी किती वेळ घ्यायचा हे तुमच्यावर आहे. ते तुम्ही आज संध्याकाळी घडवून आणू शकता किंवा तुम्ही काही जन्म थांबू शकता. तुम्ही माझ्याकडे आलात की, मी तुम्हाला काही जन्मांचा पर्याय देत नाही. पण तुम्ही तुमच्या आयुष्याच्या शेवटापर्यंत वाट बघू शकता. तुम्ही तोपर्यंत ते पुढे ढकलत राहिलात, तर ज्या वेळी मृत्यू तुमच्या दारावर थाप मारेल, त्या वेळी तुम्ही हताश झालेले असाल. मृत्यू ज्या वेळी अचानक तुमच्या दारात येऊन उभा राहतो, त्या वेळी या शरीराला काही अर्थ

नाही, हे तुम्हाला कळेल. तुमच्या सर्व पदव्यांनाही काही अर्थ नाही. तुमचा पती, तुमची पत्नी, तुमची मुलं ह्यांनाही काही अर्थ नाही. तुमच्या सुंदर कपड्यांनाही काही अर्थ नाही. तुम्ही हताश झालेले असाल. गिधाडाप्रमाणे मी त्या क्षणाची वाट पाहात राहीन, कारण त्या वेळी तुम्ही त्यासाठी इच्छुक असाल. पण जर तुम्ही बुद्धिमान असाल, तुमच्यात काही शहाणपण असेल, तर तुम्ही आत्ता ह्या क्षणी इच्छुक व्हाल.

तुम्ही जर तुमच्यामध्ये ती इच्छुक्ता निर्माण केली नाही, तर जे काही घडायला पाहिजे, त्याला तुम्ही विरोध कराल. जेव्हा तुमच्याकडे भेदभाव करणारं मन असतं, तेव्हा तुम्ही जर इथे विरोधाच्या भिंती घेऊन आलात, तर आम्ही त्या कमी करण्याचा प्रयत्न करू. त्या पूर्णपणे जातील असं नाही; पण आम्ही त्या कमी करू. ही दीर्घकाळाची आणि दमवणारी प्रक्रिया आहे. जो मरण पावला आहे, त्याच्याकडे भेदभाव करणारं मन नसतं, म्हणून तुमच्यापेक्षा त्यांना प्रभावित करणं फार सोपं असतं. हे असं आहेः तुम्ही शरीर असलेले पक्के भूत आहात. तुलनेने, शरीरविरहित भूत हाताळायला सोपं आहे, कारण त्याच्याकडे भेदभाव करणारं मन नसतं. तुम्ही जे काही म्हणाल, त्याचा ते स्वीकार करेल. फक्त एकच गोष्ट आहे की, तुम्ही त्याच्याशी इंग्रजीत बोलू शकत नाही, कारण शरीराबरोबर त्याचे कानही गेलेले असतील! म्हणून त्याच्याशी वेगळ्या भाषेत बोलणं गरजेचं आहे, पण ते ऐकायला तयार असतात. ते पूर्णतः इच्छुक असतात, कारण त्यांच्याकडे भेदभाव करणारं मन नसतं. ते त्याला विरोध करू शकत नाही. म्हणून आम्ही त्याच्याशी काही मधुर बोललो की, लगेच तो मधुर होऊन जाईल आणि त्यानंतर त्याच्याशी जे काही करणं गरजेचं आहे, ते आम्ही करू शकतो. पण जर तुम्ही आत्ता राजी असाल, तर तोपर्यंत वाट पाहायची गरज नाही.

ज्यांनी स्वतःला पूर्णपणे मला समर्पित केलं आहे, केवळ एका क्षणासाठीसुद्धा, त्यांनी मुक्तीची काळजी करण्याची गरज नाही. मुक्तीची पूर्ण खात्री आहे. जगणं सुंदर होईल की नाही, त्याची खात्री दिलेली नाही. ते तुम्ही स्वतः प्रयत्न करून मिळवलं पाहिजे, पण मुक्ती निश्चित आहे. तर मग हे काम कसं करतं? पूर्वेकडील आध्यात्मिक जगतात एक शब्द नेहमीच खूप प्रचलित राहिला आहे, तो म्हणजे 'माया.' आम्ही तो वापरत नाही; पण तो खूपच छान शब्द आहे. आम्हाला जे काही सांगायचं आहे, ते हा शब्द तंतोतंतपणे सांगतो; पण काळाच्या ओघात

त्याचा इतका भयानक गैरवापर झाला आहे की, त्याचा वापर करायला आम्ही 'नाही' म्हणतो. माया म्हणजे सध्या ज्या प्रकारचं तुमचं अस्तित्व आहे, तुमचं जगाचं आकलन आणि जीवनाची समज, हा एक भ्रम आहे. त्या भ्रमाचा सर्वांत महत्त्वाचा भाग म्हणजे, तुम्ही एक जीव आहात किंवा तुम्ही एक स्वतंत्र अस्तित्व आहात अशी तुमची कल्पना आहे. आता जर मी तुम्हाला विचारलं, 'तुम्ही पृथ्वीशी जोडलेले आहात का?' तुम्ही म्हणाल 'होय.' हे सत्य नाही. हे सत्य आहे; पण तुमच्या अनुभवाच्या दृष्टीने ते सत्य नाही. ते सत्य आहे याचं कारण हे नाही की, तुम्ही पृथ्वीमध्ये रुतलेले आहात, तर याचं कारण तुम्ही पृथ्वीचाच एक भाग आहात. एक 'स्वतंत्र व्यक्ती' म्हणून तुमचं अस्तित्व आहे, कारण 'आपण पृथ्वीचा एक भाग नाही, तर फक्त पृथ्वीशी जोडलेले आहोत' हा भ्रम काढून टाकण्यास तुम्ही असमर्थ आहात.

ईशा योग केंद्रामध्ये सगळे ब्रह्मचारी डोक्याचं मुंडण करतात, सगळे जण एकच प्रकारचे कपडे घालतात. याचं कारण, त्यांनी जर वळून बघितलं, तर त्यांना कळता कामा नाही की, हा मी आहे की तो मी आहे. तरीसुद्धा छोट्याछोट्या गोष्टी, जसे की कपाळाला विभूती लावण्याची पद्धत, त्यांना त्यांच्या स्वतःच्या पद्धतीने करायच्या असतात, जरी इतर सगळ्या गोष्टी एकसमान असल्या तरी. ह्या जगात जगण्याच्या प्रक्रियेमध्ये, प्रत्येक जण त्यांच्याभोवतीचे कुंपण सतत मजबूत करण्याच्या प्रयत्नात आहे. ब्रह्मचर्य म्हणजे, तुम्ही ईश्वराच्या मार्गावर आहात. ईश्वराचा मार्ग कोणता आहे? ईश्वराचा मार्ग म्हणजे, तिथे स्वतंत्र अस्तित्व नाही. ती 'वैश्विक' प्रक्रिया आहे. म्हणून तुम्ही जर इथे, केवळ एका क्षणासाठी, तुमच्या सीमारेषा मजबूत करण्याचा प्रयत्न न करता बसून राहिलात, तर ती फारच अद्भुत गोष्ट असेल. तुम्ही ते एखाद्या झाडाबरोबर करू शकत नाही. पण तुम्ही ते माझ्याबरोबर सहज करू शकता, त्याला बरीच कारणं आहेत. झाडाच्या बाबतीत काही चूक नाही; पण झाडही जगारूक नाही आणि तुम्हीही नाही. दोन अजगारूक गोष्टी एकत्र येऊ शकत नाहीत, ते नेहमी दोन 'स्वतंत्र बुडबुडे' म्हणून राहतात, त्यांच्यामध्ये वातावरणातल्या हवेची देवाणघेवाण होत असली तरी.

म्हणून तुमचं एक 'स्वतंत्र' अस्तित्व आहे हा भ्रम सगळ्यांत मोठी समस्या आहे. गुरूबरोबर बसणं म्हणजे तुम्ही तुमच्या सीमारेषांशिवाय बसता. तुम्ही फक्त सहज बसलात, तरी ते घडून येईल. म्हणूनच मी म्हटलं की तुम्ही जर माझ्याबरोबर

एक क्षण बसलात, अगदी पूर्णपणे माझ्याबरोबर राहिलात, तर काम झालं म्हणून समजा. ते घडून आलेलं असू शकतं, दीक्षा देण्याच्या प्रक्रियेमध्ये किंवा एका दृष्टिक्षेपामुळे. जरी लोकांनी मला कधीही पाहिलं नाही, तरी फक्त ऐकलं असेल, तरीही ते घडू शकतं. असे बरेच लोक आहेत. त्यांनी प्रत्यक्षात मला कधीही पाहिलेलं नाही. नुसत्या माझ्या फोटोकडे बघून त्यांनी स्वतःला खुलं केलं आहे. कित्येक लोकांनी हे अनुभवलं आहे.

कोणाबरोबर असणं, म्हणजे केवळ तुम्ही तुमच्या सीमारेषा त्या क्षणासाठी पुसून टाकता. तुम्ही जर ते एका दिवसासाठी करू शकलात – तुम्ही कोणत्याही सीमारेषा ठेवल्या नाहीत, फक्त तुम्ही इथे सहज आहात – तर आपण तुमची पूजा करू, कारण ज्याला सीमारेषा नाही, तोच तर ईश्वर आहे. म्हणून एक दिवस नाही, तर एक क्षण जरी तुम्ही ही सीमारेषारहित अवस्था अनुभली असेल, तर तुमच्यासाठी पुनर्जन्म असणार नाही.

खरंतर, मी काही गोष्टी बोलण्याचं टाळतो, कारण मला भीती आहे की, उद्या सकाळपासून तुम्ही आळशी व्हाल. परंतु जर तुम्ही एका क्षणासाठी - काही तासासाठी किंवा दिवसासाठी नव्हे - केवळ एक क्षण तुम्ही माझ्याबरोबर राहिलात, तर हा तुमचा शेवटचा जन्म असेल. पण ही खात्री देऊन मला तुम्हाला आळशी बनवायचं नाही. तुमचा शेवटचा जन्मही सर्वांत सुंदरही असला पाहिजे. आम्ही हा जन्म तुमच्यासाठी शेवटचा जन्म बनवू शकतो; पण आम्ही तो सर्वांत सुंदर बनवू शकत नाही. ते फक्त तुम्हीच करू शकता. त्यासाठी तुम्ही साधना केली पाहिजे. तुम्ही मला हे वचन दिलं पाहिजे.

एकदा आम्ही कैलास पर्वताकडे पायी चाललो होतो. दिवसा आम्ही चालायचो आणि संध्याकाळी सत्संग असे. हा लोकांचा एक छोटा ग्रुप होता, त्यामुळे वातावरण अगदी अनौपचारिक होतं आणि आम्ही बऱ्याच गोष्टींवर बोलत होतो -जीवन, मृत्यूनंतरचं जीवन, परग्रहावरचं जीवन वगैरेवगैरे. तर एका अमेरिकन साधकाने विचारलं, 'सद्‌गुरू, आम्ही तुमचे शिष्य आहोत, हे आमचं भाग्य आहे. आमचे गुरू असण्याबद्दल तुम्हाला काय वाटतं?' फक्त अमेरिकन लोकच असे प्रश्न विचारू शकतात! मी म्हटलं, 'हे बघा, योगी असणं फारच छान आहे, मला आणखी दुसरं काही नको. पण गुरू असणं फारच वैतागचं आहे. जे काम एका क्षणात होऊ शकतं, त्यासाठी लोक आयुष्य घेतात.' तुम्ही स्वतःला जर एका

क्षणासाठी मला दिलंत, तर मी हे निश्चित करेन, की तुम्ही खऱ्या अर्थाने मराल. तुम्हाला माहीत आहे की तुम्हाला जर कोणी बंदुकीने मारलं, तर तुम्ही दुसरीकडे कुठेतरी जन्म घेऊन परत वर याल. पण तुम्ही जर मला परवानगी दिली, तर मी तुम्हाला असं मारेन की तुम्ही पुन्हा दुसऱ्या कोणत्याही गर्भात येणार नाही. केवळ एक क्षण -अनेक जन्म नाही!

एकदा का तुम्ही माझ्याबरोबर बसण्याची चूक केली, तर काही मार्गांनी तुम्हाला अगोदरच एका ठिकाणी पक्क बांधून ठेवलेलं आहे. तुम्हाला तिथून खरोखरंच बाहेर पडायचं असेल आणि स्वतःच्या विरुद्ध जायचं असेल, तर वेगळी गोष्ट आहे. नाहीतर बऱ्याच प्रकारे तुमचं काम झालेलंच आहे. मला तुमच्या जीवनात हस्तक्षेप करायचा नाही. पण तुमचा मृत्यू मी साधारणपणे माझ्याच हातात ठेवतो.....

•••

सद्‌गुरू

सद्‌गुरू - एक आत्मज्ञानी, योगी आणि दूरदर्शी आहेत. सद्‌गुरू हे एक आगळेवेगळे आध्यात्मिक गुरू आहेत. त्यांच्या आकलनाची स्पष्टता त्यांना केवळ अध्यात्मिकच नव्हे; तर व्यवसाय, पर्यावरण आणि आंतरराष्ट्रीय घडामोडी यांमध्ये एक अनोखी जागा प्रदान करते, आणि ते ज्या कशाला स्पर्श करतात, तिथे एका नवीन शक्यतेचा जन्म होतो.

भारतातील पन्नास प्रभावशाली व्यक्तींमध्ये स्थान मिळवलेले सद्‌गुरू 'आंतरराष्ट्रीय कीर्तीचे वक्ते' म्हणून ओळखले जातात. त्यांना असाधारण आणि विशिष्ट सेवेसाठी दिला जाणारा भारताचा सर्वोच्च नागरी पुरस्कार 'पद्मविभूषण' प्रदान करण्यात आला आहे.

सद्‌गुरूंनी भारतातील कोरड्या पडत चाललेल्या नद्यांचे पुनरुज्जीवन करण्यासाठी 'रॅली फॉर रिव्हर्स' आणि 'कावेरी कॉलिंग' यांसारखे मोठे पर्यावरण-उपक्रम सुरू केले आहेत. या प्रकल्पांना भारतातील जनतेचा आणि नेतृत्वाचा अभूतपूर्व पाठिंबा मिळाला आहे. त्यांना आंतरराष्ट्रीय स्तरावर मान्यता आहे आणि ते एक 'गेम चेंजर' म्हणून ओळखले गेले, जे पर्यावरणाच्या दृष्टीने पूरक अशा जागतिक आर्थिक विकासाचा आराखडा तयार करू शकतात.

सद्‌गुरू संयुक्त राष्ट्र महासभा आणि संयुक्त राष्ट्रांच्या इतर अनेक व्यासपीठांवर प्रमुख वक्ते राहिलेले आहेत. 'वर्ल्ड इकॉनॉमिक फोरम', 'वर्ल्ड बँक, हाऊस ऑफ लॉर्ड्स', 'ऑक्सफर्ड युनिव्हर्सिटी', 'एमआयटी', 'गुगल' आणि 'मायक्रोसॉफ्ट' यांसारख्या ठिकाणी बोलण्यासाठी त्यांना नियमितपणे आमंत्रित केले जाते.

सद्‌गुरूंचा जीवनाच्या प्रत्येक पैलूत उत्स्फुर्तपणे सहभाग असतो. वास्तुकलेपासून आणि दृश्य रचनेपर्यंत, कवितेपासून आणि चित्रकलेपर्यंत, विमान उडवण्यापासून आणि दुचाकी चालवण्यापर्यंत, खेळापासून संगीतापर्यंत जीवनाच्या सर्व विविध क्षेत्रांमध्ये त्यांचा सक्रीय आणि उत्स्फूर्त सहभाग असतो. सद्‌गुरू ईशा योग केंद्रातील अनेक सुंदर इमारती आणि प्राणप्रतिष्ठित स्थळांचे रचनाकार आहेत.

या जागा त्यांच्या पवित्र शक्तीने आणि नावीन्यपूर्ण आणि सुंदर बांधकामशैलीमुळे सगळ्यांचे लक्ष वेधून घेतात.

तीन दशकांपूर्वी, सद्‌गुरूंनी 'ईशा फाऊंडेशन' या स्वयंसेवी मानवसेवा संस्थेची स्थापना केली. 'ईशा फाऊंडेशन'ला जगभरातील ३००हून अधिक केंद्रांमध्ये ९० लाखांहून अधिक स्वयंसेवकांनी पाठिंबा दिला आहे.

सद्‌गुरूंचे विविध विषयांवरील मराठीमध्ये डब केलेले व्हिडिओज् -

youtube.com/SadhguruMarathi

facebook.com/SadhguruMarathi

सद्‌गुरू प्रदान करत असलेल्या ज्ञानाचे आणि अध्यात्मिक साधनांचे एकत्रित भांडार - 'सद्‌गुरू ॲप'

app.sadhguru.org isha.sadhguru.org

twitter.com/SadhguruJV

ईशा योग केंद्र

दक्षिणेचा कैलास मानल्या जाणाऱ्या वेल्लियंगिरी पर्वतांच्या पायथ्याशी वसलेले 'ईशा योग केंद्र', हे सद्‌गुरूंनी आत्मपरिवर्तनासाठी प्रस्थापित केलेले पवित्र स्थळ आहे. आपल्या आंतरिक स्वरूपाचा शोध घेण्याची इच्छा असलेल्या जगभरातील साधकांना हे शक्तिशाली स्थळ आकर्षित करते. या स्थळाचे वैशिष्ट्य हे आहे की, इथे योगाचे चारही मार्ग म्हणजे ज्ञान, क्रिया, कर्म आणि भक्ती, एकाच ठिकाणी एकत्रितपणे उपलब्ध आहेत. कुठल्याही सत्याच्या शोधकाला आत्मज्ञानी गुरूच्या मार्गदर्शनाखाली अशा पवित्र ठिकाणी साधना करण्याची ही एक दुर्मीळ संधी आहे.

ईशा योग केंद्र कोईम्बतूरच्या पश्चिमेला ३० किलोमीटरवर स्थित आहे. कोईम्बतूरपासून ईशा योग केंद्रात येण्यासाठी नियमित बस आणि टॅक्सी सेवा उपलब्ध आहे. योग केंद्रासाठी भेट देताना राहण्यसाठीचे बुकिंग पुष्कळ आधी करणे चांगले राहील. योग केंद्राबद्दल अधिक माहितीसाठी isha.sadhguru.org/center/isha-yoga-centercoimbatoreला भेट द्या.

ध्यानलिंग

'ध्यानलिंग' हे सद्‌गुरूंनी योगशास्त्राच्या शुद्ध सारातून निर्माण केलेले एक शक्तिशाली आणि ईश्वरी ऊर्जा रूप आहे. ईशा योग केंद्रात असलेले 'ध्यानलिंग' हे गेल्या दोन हजार वर्षांच्या काळात साकार होणारे अशा प्रकारचे पहिलेच लिंग आहे. 'ध्यानलिंग' हे ध्यानाचे असे एक स्थान आहे, जे कोणत्याही विशिष्ट श्रद्धा किंवा धर्माशी निगडित नाहीये. इथे कोणत्याही प्रकारचा विधी, प्रार्थना किंवा उपासना करण्याची आवश्यकता नाही. प्राणप्रतिष्ठापनेच्या तीन वर्षांच्या प्रखर प्रक्रियेनंतर सद्‌गुरूंनी ध्यानलिंगाची स्थापना केली आहे. 'ध्यानलिंग' हे कुठलेही स्तंभ नसलेल्या घुमटाच्या आकाराच्या मंदिरात वसलेले आहे. ध्यानलिंगाच्या ऊर्जेमुळे ध्यानापासून अनभिज्ञ असलेल्यांनाही ध्यानाची सखोल अवस्था अनुभवता येते. ध्यानलिंग परिसराचे एक खास वैशिष्ट्य म्हणजे, इथे असलेली तीर्थकुंडे - ही रसलिंगांनी ऊर्जित केलेली पवित्र कुंडे आहेत - पुरुषांसाठी 'सूर्यकुंड'

आणि स्त्रियांसाठी 'चंद्रकुंड' आहे. या ऊर्जावान कुंडांमध्ये डुबकी घेतल्याने व्यक्तीची आध्यात्मिक ग्रहणशक्ती लक्षणीयरीत्या वाढते आणि ध्यानलिंगाची कृपा प्राप्त करण्यासाठी ही एक चांगली तयारी आहे. तीर्थकुंडांचे पाणी शरीराला नवसंजीवनी देते आणि ते आरोग्यासाठी अत्यंत गुणकारी आहे. ध्यानलिंग दर आठवड्याला हजारो लोकांना आकर्षित करते, आणि त्यांना आंतरिक शांतीची सखोल अनुभूती देते. dhyanalinga.org येथे अधिक जाणून घ्या.

लिंगभैरवी

ईशा योग केंद्रात ध्यानलिंगाच्या बाह्य परिक्रमेत 'लिंगभैरवी' देवीचे मंदिर आहे. सद्‌गुरूंनी प्राणप्रतिष्ठित केलेली 'लिंगभैरवी' देवी ही ईश्वरीय स्त्रीरूपाची एक शक्तिशाली अभिव्यक्ती आहे- ती अत्यंत उग्र आणि प्रेमळ, एकाच वेळी आहे. विश्वातील सर्जनशील आणि पोषक पैलूंचे प्रतिनिधित्व करणारी देवी, भक्तांना सहजपणे जीवन जगण्यास मदत करते. देवीची कृपा आरोग्य, यश, समृद्धी आणि जीवनाच्या इतर सांसारिक पैलूंमधील अडचणी दूर करते आणि आध्यात्मिक उन्नतीचा वेग वाढवते. देवीची कृपा प्राप्त करण्यासाठी विविध पूजांचे आणि समर्पणाचे विधी उपलब्ध आहेत. lingabhairavi.org येथे अधिक जाणून घ्या.

इनर इंजिनीयरिंग

सद्‌गुरूंनी रचलेला इनर इंजिनीयरिंग कार्यक्रम हा आंतरिक विकासासाठी प्रदान केलेला एक गहन कार्यक्रम आहे. हा कार्यक्रम आणि त्याचे विविध पैलू आपल्याला जीवनाच्या उच्चतम आयामांचा शोध घेण्याची आणि योगाच्या विज्ञानाद्वारे स्वत:ला नव्याने घडवण्याची संधी प्रदान करतात. आंतरिक अनुभव आनंदी झाला की मग आरोग्य, आंतरिक विकास आणि यशाच्या सर्व पैलूंवर सहज काम करणे शक्य होते. यामुळे व्यावसायिक आणि वैयक्तिक जीवनात प्रगती, त्याचबरोबर घरात व समाजात अर्थपूर्ण आणि परिपूर्ण नातेसंबंध घडवण्यास मदत होते. सगळ्यांत

महत्त्वाचे म्हणजे, यामुळे आपल्या आत जीवनाचा अनुभव परिपूर्ण बनण्यासाठी एक प्रभावी मार्ग मिळतो. व्यग्र करिअरची आव्हाने सांभाळतानासुद्धा आंतरिक शांती आणि कल्याण अनुभवणे शक्य आहे याचे आश्वासन या कार्यक्रमातून मिळते. या कार्यक्रमाचा सर्वांत महत्त्वाचा भाग म्हणजे, प्राचीन आणि पवित्र शांभवी महामुद्रा क्रियेची दीक्षा. एका जिवंत आत्मज्ञानी गुरूकडून अशा शक्तिशाली आध्यात्मिक प्रक्रियेची दीक्षा मिळणं ही एक दुर्मीळ संधी आहे. या क्रियेचा दररोज सराव केल्याने आपली आतली रासायनिक अवस्था (केमिस्ट्री) अशा प्रकारे रूपांतरित होते की, कुठल्याही परिस्थितीत शांत आणि आनंदी असणे ही एक स्वाभाविक गोष्ट बनते आणि परम कल्याणाचा मार्ग आपल्यासाठी मोकळा होत जातो. sadhguru.org/ie-mr येथे या ऑनलाइन कार्यक्रमाबद्दल अधिक जाणून घ्या.

ईशा क्रिया

ईशा क्रिया™ ही सद्‌गुरूंनी निर्माण केलेली एक सोपी, पण शक्तिशाली साधना आहे. क्रिया या शब्दाचा अर्थ 'आंतरिक प्रक्रिया' असा आहे, तर 'ईशा' म्हणजे सृष्टीचा स्त्रोत आहे. ईशा क्रियेचा हेतू एखाद्या व्यक्तीला त्याच्या अस्तित्वाच्या स्त्रोताशी संपर्क साधण्यास मदत करणे हा असून आपल्या इच्छेनुसार आपले जीवन घडवण्याचे सामर्थ्य ती देते. ऑनलाइन विनामूल्य मार्गदर्शित ध्यानाच्या स्वरूपात प्रदान केलेली आणि लेखी सूचनांसह उपलब्ध असलेली ईशा क्रिया तुम्हाला अमर्याद आंतरिक ऊर्जेचा अनुभव घेण्याची संधी देते. ईशा क्रियेच्या रोजच्या सरावामुळे आरोग्य, एकंदर ऊर्जेत वाढ, शांती आणि कल्याण साधले जाते. ईशा क्रिया आधुनिक जीवनाच्या धकाधकीच्या जीवनाला सामोरे जाण्यासाठी एक अत्यंत उपयोगी साधन आहे. ishakriya.com येथे अधिक जाणून घ्या.

www.ingramcontent.com/pod-product-compliance
Lightning Source LLC
LaVergne TN
LVHW100428051026
849518LV00004B/1420
* 9 7 8 8 1 9 7 1 8 8 4 5 9 *